फिअर इज द की

AA000692

लेखक
ऑलिस्टर मॅक्लीन

अनुवाद
अशोक पाध्ये

मेहता पब्लिशिंग हाऊस

Email : production@mehtapublishinghouse.com

Website : www.mehtapublishinghouse.com

- *या पुस्तकातील लेखकाची मते, घटना, वर्णने ही त्या लेखकाची असून त्याच्याशी प्रकाशक सहमत असतीलच असे नाही.*

FEAR IS THE KEY by Alistair Maclean

Originally published by Collins

© Alistair Maclean, 1961

Translation into Marathi Language by Ashok Padhye

फिअर इज द की / अनुवादित कादंबरी

अनुवाद : अशोक पाध्ये

Email : author@mehtapublishinghouse.com

मराठी अनुवादाचे व प्रकाशनाचे हक्क मेहता पब्लिशिंग हाऊस, पुणे ३०

प्रकाशक : सुनील अनिल मेहता, मेहता पब्लिशिंग हाऊस,
१९४१ सदाशिव पेठ, माडीवाले कॉलनी, पुणे - ४११ ०३०

अक्षरजुळणी : इफेक्ट्स, २१/६ब, आयडिअल कॉलनी, कोथरूड, पुणे - ३८

मुखपृष्ठ : मेहता पब्लिशिंग हाऊस, पुणे.

प्रकाशनकाल : ऑगस्ट, २००१ / पुनर्मुद्रण : फेब्रुवारी, २०१०

P BOOK ISBN 9788177661781

अनुवादकाचे शब्द

९ जानेवारी, १९८२ रोजी भारताच्या शास्त्रज्ञांनी अंटार्क्टिक खंडावरती पाय ठेवले आणि भारताची पहिली अंटार्क्टिक मोहीम यशस्वी झाली! ही मोहीम गुप्त होती, पण त्यामागची तयारी, कष्ट, अभ्यास अफाट होते. पण सर्वांनी मिळून ते साध्य करण्यासाठी आटोकाट धडपड केली होती.

ज्या वेळी असा ध्यास घेऊन ध्येय साध्य केले जाते, तेव्हा त्यात भरपूर रोमहर्षक व मानवी नाट्य जन्माला येते. या मोहिमेची बाहेर न आलेली माहिती ही तपशीलवारपणे मी 'केसरी'च्या १९८२ सालच्या दिवाळी अंकात दिली. त्यासाठी मी ही मोहीम ज्या सरकारी संस्थेने उघडली, त्या 'नॅशनल इन्स्टिट्यूट ऑफ ओशिआनाग्राफी', दोना पावला, पणजी संस्थेमध्ये गेलो होतो. त्या वेळी मला समुद्राच्या पाण्याखालच्या एका अद्भुत विश्वाचे ज्ञान झाले.

याच संस्थेत 'मरीन आर्किऑलॉजी' या विषयावरतीही संशोधन केले जाते. म्हणजे पाण्याखाली बुजलेल्या पुरातन गोष्टी अथवा त्यांचे अवशेष यांचा शोध घेणे व ते वर काढणे. श्रीकृष्णाच्या बुडालेल्या द्वारकेचे अवशेष या संस्थेने शोधून काढले. तसेच, महाराष्ट्राच्या इतिहासात ७०० मैलांच्या किनाऱ्यालगत आजवर बुडालेल्या जहाजांचाही शोध घेणे तिथे चालू आहे. हे एक चित्तथरारक क्षेत्र आहे, हे तेव्हा मला नीट कळले. त्यानंतर नॅशनल बुक ट्रस्ट, इंडिया, नवी दिल्ली, यांनी दोन वर्षांपूर्वी सागरविज्ञानावरचे एक इंग्रजी पुस्तक माझ्याकडून अनुवादित करून घेतले. त्यामुळे मला सागरविज्ञानाची आणखी माहिती झाली; पण तरीही अनेक तरुणांनी माझा 'केसरी'च्या दिवाळी अंकातील लेख वाचून पणजीच्या त्या सागरविज्ञान संस्थेत शिक्षणासाठी जाण्याची धडपड केली, हे कळल्यावर मला थोडे तरी समाधान वाटले.

परंतु या अनोख्या क्षेत्राच्या पार्श्वभूमीवरती एखादी साहित्यकृती मराठीत कधी स्वतंत्रपणे निर्माण होईल काय? हा प्रश्न मला अजून भेडसावतोच आहे.

आज तशाच विषयावरच्या एका कादंबरीचा हा अनुवाद प्रसिद्ध होतो आहे.

विविध क्षेत्रांतील अनुभव, त्यांमध्ये घडणारे मानवी नाट्य, भावभावना हे सारे जितके शब्दबद्ध होतील, तितके त्या भाषेतील साहित्य हे समृद्ध व चैतन्यपूर्ण होते. युद्धावर गेलेल्या एखाद्या सैनिकाची डायरी हीच अनेकदा युद्धाचा अनुभव न घेतलेल्या लेखकाच्या युद्धकथेपेक्षा अधिक सरस व जिवंत ठरते. दुर्दैवाने आपल्या साहित्यात विविध क्षेत्रांतील अनुभवांची भर पडत नाही. पण प्रत्येक लेखकाला त्याच्या आयुष्यात अशा कितीशा क्षेत्रांचा अनुभव मिळणार? त्यामुळे साहित्यनिर्मितीला मर्यादा पडणे हे स्वाभाविकच वाटेल. परंतु आता संपर्क-माध्यमामुळे तुम्हांला अनेक क्षेत्रांतील विविध अनुभवांचा आनंद घेता येतो. मग त्या आधारे आपली कल्पनाशक्ती वापरून तोच अनुभव एखादा साहित्यिक अशा काही शब्दांत माडू शकेल, की वाचकाला तोच आनंद अनेक पटींनी मिळेल, पुन्हा पुन्हा तो आनंद घ्यावासा वाटेल. इंग्रजी साहित्यात अनेक प्रतिभावान लेखकांनी अशा कादंबऱ्यांची निर्मिती केली आहे.

ॲलिस्टर मॅक्लीन हा त्यांपैकीच एक आहे. त्याने आजवर एक नाही, दोन नाही, तर चांगल्या २७ बेस्ट सेलर कादंबऱ्या लिहिल्या. त्याच्या कादंबऱ्यांत कृतीला जास्त महत्त्व दिलेले असल्याने साहजिकच त्यांवरती चित्रपट निघाले. चित्रपटांनी अफाट धंदा करून अब्जावधी डॉलर्स मिळवले. उदाहरणेच द्यायची झाल्यास 'गन्स ऑफ नॅव्हरॉन', 'व्हेअर ईगल्स डेअर', 'फोर्स टेन फ्रॉम नॅव्हरॉन' या चित्रपटांची देता येतील. ज्यांनी ज्यांनी हे चित्रपट पाहिलेत, त्यांच्या स्मृतीत आता हे चित्रपट आयुष्यभर राहतील. मी या लेखकाच्या कादंबऱ्यांचा अनुवाद करायला घेण्याचे कारण त्याच्या कादंबऱ्यांतून अथवा चित्रपटांतून वाचकाला अथवा प्रेक्षकाला स्फूर्ती मिळते. अलीकडच्या मराठी साहित्यातून फारशी स्फूर्ती मिळत नाही, की नवीन विचार मिळत नाहीत. निदान हल्लीच्या पिढीत तरी असे साहित्यिक एका हाताच्या बोटांवर मोजण्याजोगे आहेत. स्फूर्तीसाठी आपल्या लेखकांना मग ऐतिहासिक विषय निवडावे लागतात. हल्लीच्या चित्रपटात करमणूक असलीच, तर ती फक्त बघताना असते. खेळ संपल्यावर प्रेक्षक ते सारे विसरून जातो. कारण चिरस्थायी स्वरूपाचे

त्यातून काहीही मिळत नाही. म्हणून ॲलिस्टर मॅक्लीनच्या कादंबऱ्या मी अनुवादास घेतल्या. त्या वाचल्यावर माझे म्हणणे वाचकास पटेल.

ॲलिस्टर मॅक्लीनचा जन्म १९२३ सालचा व इंग्लंडच्या स्कॉटलंड विभागामधला. तिथल्या डोंगराळ प्रदेशात तो शिकला. १९४१ साली, वयाच्या १८व्या वर्षी, त्याने रॉयल नेव्हीत प्रवेश केला. अडीच वर्षे तो एका क्रूझरवरून हिंडत होता, आरमारी युद्धात भाग घेत होता. यात मिळालेल्या अनुभवांचा उपयोग पार्श्वभूमीसाठी 'एच्एम्एस् युलिसिस्' या कादंबरीत केला. ही त्याची पहिली कादंबरी. आरमारी युद्धावरती असलेली ही कादंबरी इंग्रजी साहित्यात अजरामर ठरली. युद्धानंतर त्याने ग्लासगो विद्यापीठात इंग्रजी विषयात ऑनर्स पदवी मिळवली. नंतर त्याने शाळेत अध्यापनाचे काम स्वीकारले. परंतु त्याचे लेखन थांबले नव्हते. एकापेक्षा एक सरस अशा कादंबऱ्यांची तो निर्मिती करत गेला.

यांपैकी काहींचा उल्लेख येथे करता येईल : द गोल्डन गेट, द गोल्डन रॉन्देव्हू, साऊथ बाय जावा हेड, द लास्ट फ्रन्टिअर, नाईट विदाऊट एन्ड, द डार्क क्रूसेडर, द सटन बग, पपेट ऑन ए चेन, बेअर आयलँड, द वे टु डस्टी डेथ, सीबिच, अथॉबास्का, सान्तोरिनी.

त्याच्या साहित्यनिर्मितीबद्दल १९८३ साली ग्लासगो विद्यापीठाने एके काळच्या या आपल्या हुशार विद्यार्थ्याचा डॉक्टर ऑफ लिटरेचर (डी.लिट.) ही सन्माननीय पदवी देऊन गौरव केला. १९८७ साली वयाच्या ६४व्या वर्षी त्याची लेखणी ही केवळ मृत्यूमुळे थांबली.

त्याच्या या अजरामर कलाकृतींचा परिचय मराठी वाचकांना भावेल, अशा भाषेतल्या अनुवादरूपाने करून देत आहे. त्या मालिकेमधील हे पहिले पुष्प.

अशोक पाध्ये

पार्श्वभूमी

मी माझ्या ऑफिसात बसलो होतो. दहा फूट लांब व सहा फूट रुंद असलेले एक मोठे लाकडी खोके एका चार चाकी ट्रेलरवरती ठेवले होते. याला कोणी ऑफिस म्हणणार नाही. पण हेच माझे ऑफिस होते. मी यामध्ये गेले चार तास बसून होतो. हेडफोनमुळे माझ्या कानाला आता रग लागायला सुरुवात झाली होती... बाहेरच्या दलदलीवरचा व समुद्रावरचा काळोख आता आत शिरू पहात होता. तरीसुद्धा मला जरी रात्रभर येथे बसावे लागले असते तरीही मी बसून राहिलो असतो. आत्ता माझ्या दृष्टीने तो हेडफोन ही जगातली एक सर्वांत महत्त्वाची वस्तू ठरली होती. कारण मी आणि बाहेरचे जग यांच्यात फक्त ह्याच हेडफोनचा दुवा होता.

माझ्या बिनतारी यंत्राच्या आवाक्यात पीटर तीन तासापूर्वीच यायला हवा होता. बरानक्विला शहरापासून उत्तरेकडे विमानातून महत्त्वाचे सामान वाहून नेणे ही एक सोपी गोष्टी नव्हती. कारण ते अंतर फार फार होते. त्यामुळेच यात खूप जोखीम होती. पीटरने व मी ती जोखीम जाणीवपूर्वक पत्करली होती. तसे म्हटले तर यात काळजी करण्याचे काय कारण होते? कारण अशा जोखमीच्या मोहिमा आम्ही या आधी कित्येक वेळा पत्करल्या नव्हत्या काय? अन् त्या शेवटपर्यंत सुखरूप, व्यवस्थित पार पाडल्या होत्याच ना? आमची तिन्ही डीसी जातीची विमाने भले जुनी असली तरी बांधणीच्या दृष्टीने भक्कम व ठणठणीत होती. कोणीही अगदी बारकाईने आपल्या विमानाकडे लक्ष देऊन त्याची काळजीपूर्वक देखभाल केली तरी एवढी निर्दोषता व परिपूर्णता त्यांना साधली नसती. पीटर हा एक उत्कृष्ट व सराईत वैमानिक होता. तर बॅरी हा नॅव्हिगेशनमधला, म्हणजे हवाई नौकानयन शास्त्रामधला अक्षरश: एक किडा होता. तो विमानात असला की त्याच्या मार्गदर्शनानुसार वैमानिकाने खुशाल डोळे मिटून विमान चालवावे. पश्चिम कॅरिबिअन समुद्रावरून ते दोघे आता विमान हाकारत होते. तिथली हवा ही कित्येक तास शांत रहाणार होती, असा हवामान खात्याचा अहवाल होता. नाही म्हणायला या समुद्रावरती प्रचंड वादळे अनेकदा उद्भवतात व विमानाला ती घातक ठरतात हे खरे. पण त्यांचाही वर्षातला काही ठराविक कालखंड असतो, मोसम असतो. अन् तो मोसम तर अजून खूप दिवसांनी येणार होता.

म्हणून इतक्या सुरक्षित परिस्थितीत पीटरच्या विमानाकडून बिनतारी यंत्रावरती मला निरोप कसा दिला जात नव्हता? त्यासाठी मला कोणतेही संभाव्य कारण दिसत नव्हते. त्यांच्या मार्गावरचे जवळचे एक संपर्काचे ठिकाण त्यांनी केव्हाच पार केलेले असणार. आता ते उत्तरेकडे झेपावत असणार. जिथे पोचायचे त्या टम्पा शहराच्या दिशेने ते अंतर कापत असणर. का मी दिलेल्या सूचनांचे त्यांनी पालन केले नाही? युकाटन सामुद्रधुनीवरून त्यांनी उड्डाण करावे, जरी हा मार्ग जास्त अंतरावरचा ठरत असला तरीही, असे मीच ठरवून दिले होते. पण त्याऐवजी त्यांना क्युबा देशावरून जाणाऱ्या जवळच्या मार्गाचा मोह पडला का? सध्याच्या युद्धसादृश दिवसात क्युबावरून विमान नेणे किती धोक्याचे होते! शत्रू किंवा मित्राची ओळख पटवून घेण्याच्या भानगडीत न पडता सरळ विमान पाडले जात होते. क्युबातील क्रांती, लष्करी सत्ता, रशियाची त्यांना मदत, अमेरिकेशी शत्रुत्व, जनतेचा संताप, वगैरे कितीतरी घटकांमुळे तिथली राजकीय परिस्थिती ही गोंधळाची व अस्थिर होती. हे ठाऊक असल्याने पीटर असले भलतेच धाडस नक्कीच करणारा नव्हता. त्यातून तो जो 'माल' विमानातून वाहून नेत होता ते लक्षात घेतले तर तो असा वेडेपणा कधीही करणार नाही. आपण काय करतो आहे हे पीटरला चांगले ठाऊक होते. जेव्हा केव्हा जोखमीचा घटक उद्भवे तेव्हा माझ्यापेक्षाही पीटर अति सावधगिरी बाळगत असे.

माझ्या या लांबलचक खोक्यामधल्या, क्रेटमधल्या ऑफिसात, वेळ जावा म्हणून मी एक छोटा रेडिओ एका कोपऱ्यात लावून ठेवला होता. त्यावर कोणते तरी इंग्लीश भाषेतले स्टेशन लागलेले होते. गिटारच्या साथीने गायक गात होता व गाण्यातले स्वर दर्दभरे होते. कुणीतरी मृत्यू पावल्यामुळे झालेल्या दुःखावर आधारित ते गाणे होते. मृत्यू पावलेली ती व्यक्ती आई, पत्नी किंवा प्रेयसी, यापैकी कोणीतरी असावी. तो गायक एक ओळ गात होता, "माय रेड रोज हॅज टर्नड् टू व्हाईट" (माझा लाल गुलाब पांढराफटक पडला.) लाल रंग म्हणजे जीवन व पांढरा रंग म्हणजे मृत्यू, असे कवीने गृहीत धरलेले होते. अन् नेमके हेच दोन रंग आम्ही आमच्या तीन्ही विमानांसाठी वापरले होते. 'ट्रान्स-कॅरीब एअर चार्टर सर्व्हिस' हे आमच्या विमान वाहतूक कंपनीचे नाव होते. अशा पार्श्वभूमीवर त्या गाण्यामुळे मी अस्वस्थ झालो होतो. शेवटी एकदाचे ते गाणे थांबल्यावर मला बरे वाटले.

माझ्या ऑफिसात फारसे काही सामान नव्हते. एक टेबल, दोन खुर्च्या, फायली ठेवण्यासाठी एक कपाट, आणि आरसीए कंपनीने बनवलेले एक मोठे बिनतारी संदेश ग्रहण करणारे यंत्र किंवा रेडिओ. या रेडिओला वीज पुरवली जात होती ती एका जाडजूड केबलने. ही केबल ऑफिसच्या दाराच्या भोकातून बाहेर पडून गवतातून व चिखलातून नागमोडी वळणे घेत विमानतळाच्या टारमॅकपाशी गेली

होती. तिथून ती मुख्य टर्मिनल इमारतीत शिरली होती. ऑफिसात आणखी काहीही सामान नव्हते. नाही म्हणायला एक आरसा भिंतीवर लटकावलेला होता. इथे एलिझाबेथ काम करत होती तेव्हा तिने तो आरसा तिच्यासाठी लावला होता. ती गेल्यानंतरही मी तो खाली उतरवला नव्हता.

मी त्या आरशात पाहिले. अन् ती एक मी फार मोठी चूक केली, असे मला वाटले. काळे केस, काळ्या भुवया, गर्द निळे डोळे आणि पांढराफटक पडलेला एक निस्तेज असा माझा चेहेरा मी त्यात पाहिला. त्यावरून मी किती तीव्र काळजीत पडलो आहे हे मला कळून चुकले. जणू काही माझे हे दर्शन म्हणजे मला कोणीतरी कसली तरी आठवण करून दिली होती. मी आरशावरची माझी नजर काढून खिडकीबाहेर बघत राहिलो.

पण तरीही फारसा काही फरक पडला नाही. माझ्या मनातली चिंता तशीच होती. फक्त त्या भयप्रद चिंतेची जाणीव करून देणारा माझा चेहेरा मी टाळू शकत होतो. पण तरीही नजरेसमोरच्या अन्य दृश्यांचे आकलन मला होत नव्हते. मी भांबावून गेलो होतो, घाबरलो होतो व मनातून हादरलो होतो. खिडकीतून बाहेर पहाण्याजोगे फारसे काही नव्हते. बाहेर होता तो दलदलीने भरलेला, ओसाड व निर्मनुष्य असलेला दहा मैलांचा जमिनीचा एक पट्टा. हा पट्टा 'स्टॅन्ले फिल्ड' विमानतळापासून बेलिझ गावापर्यंत गेलेला होता. पण आत इथे होन्ड्युरास देशात पावसाळा सुरू झालेला होता. सकाळपासून पाऊस लागलेला होता. खिडकीच्या काचेवरती पावसाच्या पाण्याच्या वरून येणाऱ्या लहान लहान लाटा दिसत होत्या. आकाशातील ढगांचे रुप सारखे बदलत होते. ते ढग दुभंगून जात होते व मधेच फाटत होते. पण तरीसुद्धा आजवर उन्हाने भाजून निघालेल्या जमिनीवरती झारीने घालावे तसे तिरप्या धारांनी पाणी सोडत होते. तापलेल्या जमिनीवर पडलेल्या बऱ्याचशा पाण्याची वाफ होऊन ती हवेत पसरत होती. त्यामुळे सारे वातावरण कुंद झाले होते व धूसर झाले होते.

मी बिनतारी यंत्रावरती पुन्हा एकदा माझ्याकडून कॉल साईनची हाक दिली. पण माझ्या हाकेला त्या यंत्रातून उत्तर उमटले नाही. आत्तापर्यंत मी असे पाचशे वेळा तरी केले असेल. पण प्रत्येक वेळी नंतर प्रतिसाद मिळे तो केवळ शांततेचा. मी वेव्हबॅन्ड बदलून रेडिओची ग्रहणक्षमता ठीक आहे की नाही ते तपासून पाहिले. जसजसा मी बटण फिरवित वेव्हबॅन्ड बदलत गेलो, तसतसे मला ताबडतोब निरनिराळे आवाज एकापाठोपाठ ऐकू येत गेले. चुर्र, फुई, शिट्ट्या, खरखर, संगीत, वगैरे ध्वनी त्यातून उमटत गेले. मग पुन्हा मी माझ्या ठरवलेल्या फ्रिक्वेन्सीवरती, कंप्रतेवरती येऊन स्थिरावलो. पण तरीही त्या कंप्रतेवरती कसलाच आवाज येत नव्हता.

ट्रान्स-कॅरीब एअर चार्टर कंपनीचे आजवरचे सर्वांत महत्त्वाचे विमान उड्डाण

चालू असल्याने मला या आमच्या छोट्या ऑफिसात ठाण मांडून खिळून बसणे भाग होते. माझ्या दुसऱ्या विमानासाठी एका कार्ब्युरेटरची आवश्यकता होती. तो कार्ब्युरेटरही त्याच विमानातून येणार असल्याने त्याची वाट पहायला हवी होती. त्या प्रतीक्षेला खरोखरीच अंत नव्हता. तरीही मी प्रतीक्षा करीत राहिलो. शेवटी सत्य काय ते मला कळून चुकले. आमच्या कंपनीचे लाल पांढऱ्या रंगात रंगविलेले दुसरे एक विमान माझ्या ऑफिसपासून दीडशे फुटांवरती पार्क केलेले होते. एखादी किरकोळ वस्तू गमावली तर दुसरी एखादी शिलकी असावी तितपतच त्या विमानाचे महत्त्व उरले होते.

पीटरने आपले विमान नक्कीच बरानक्विला येथून उडवले असणार. मला तशी खात्रीच होती. तीन दिवसांपूर्वी मी येथे आलो तेव्हाच मला तशी बातमी मिळायला पाहिजे होती. त्यावेळी मला फक्त एक सांकेतिक तार मिळाली होती. त्यानुसार मोहीम सुरू झाली होती, एवढेच कळत होते. त्यात पुढच्या संभाव्य धोक्यांचा कोणताच उल्लेख नव्हता. ती एक फार मोठी गुप्त गोष्ट होती. या गुप्त मोहिमेची माहिती ही फक्त तीन सरकारी अधिकाऱ्यांनाच ठाऊक होती. लॉईड विमा कंपनीने मोहिमेतली सर्व जोखीम उचलली होती. त्यासाठी भला मोठा प्रिमियमही आम्हाला आकारला होता. आजवरच्या विमा कंपन्यांच्या इतिहासात एवढा मोठा प्रिमियम कोणीही आकारलेला नसेल.

बरानक्विला हे शहर कोलंबिया देशात होते. त्या देशात जबरदस्तीने सत्तापालट करण्याच्या प्रयत्नांची बातमी रेडिओवरती काल आली होती. हुकूमशाहीवादी लष्करी गटांनी तिथल्या सार्वत्रिक निवडणुका रोखण्यासाठी ही धडपड केली होती. पण तरीही एवढ्या महत्त्वाच्या घडामोडीने मी विचलीत झालो नाही. आमच्या विमान वाहतुकीवर याचा काहीही परिणाम होणार नाही याची मला खात्री होती. या सत्ताबदलाच्या काळात देशांतर्गत सर्व वाहतूक ठप्प करून ठेवली गेली होती. सर्व लष्करी विमानांच्या उड्डाणांवर बंदी घातलेली होती. फक्त परकीय विमानांच्या उडण्याला परवानगी दिली गेली होती. कोलंबिया देशाची अर्थव्यवस्था आता एवढी नाजूक व तकलादू झाली होती की परदेशी विमानांच्या वाहतुकीवर बंदी घालणेही त्यांना परवडू शकत नव्हते. कारण या विमान वाहतुकीमुळे त्या देशाला काही प्रमाणात परकीय चलन मिळत होते. आमच्या विमान कंपनीला त्यामुळेच तेथून निघण्यास कोणीच अटकाव करू शकत नव्हते.

पण मला तरीसुद्धा कसलाही धोका पत्करायचा नव्हता. पीटरला मी तार करून लगेच कळवले होते की एलिझाबेथ व लहान जॉन यांना तिथेच ठेवून येऊ नये, बरोबरच विमानातून आणावे. पीटर एव्हाना तेथून निघायला हवा, किंवा निघाला असावा. अन् तसे जर झाले असेल तर उद्या ४ मे रोजी कोलंबियातील हुकूमशाहीवाद्यांचा

उठाव यशस्वी झाला तर.... तर त्यांना समजून चुकेल की आमच्या ट्रान्स-कॅरीब एअर चार्टर कंपनीने चांगलाच गुंगारा दिलेला आहे. मग आमचे तिथून निघालेले विमान काय वाटेल ते करून परतवण्यासाठी किंवा पाडण्यासाठीही ते प्रयत्न करणार. यावर मात करण्याचा एकच उपाय होता. तो म्हणजे वेग, त्वरा, घाई. ती महत्त्वाची. मालवाहतूक करण्यासाठी आम्हाला प्रचंड रक्कम देऊ केलेली होती. पण विमान जर परतवले गेले किंवा पाडले गेले तर ही रक्कम आम्ही गमावून बसणार होतो. तेव्हा वाटेल त्या परिस्थितीत टम्पा शहरात ते विमान सुखरूप येणे, त्वरेने येणे ही आता निकड बनली होती.

तेव्हढ्यात माझ्या हेडफोनमध्ये काहीतरी खरखरीसारखा ध्वनी उमटला. वातावरणात निर्माण होणाऱ्या स्थिर विद्युतभारामुळे, किंवा ढगात वीज चमकल्यामुळे होणारा तो आवाज होता. तसा तो खूपच क्षीण होता, पण आमच्याच कंप्रतेवर उमटत होता हे नक्की. जणू काही कोणीतरी दुसऱ्या टोकाला ही कंप्रता मिळवण्यासाठी बिनतारी यंत्राचे बटण मागेपुढे फिरवीत होते. मी मोठ्या आशेने व्हॉल्यूम स्विच फिरवून आवाज अगदी मोठ्या आकड्यावर ठेवला. बॅन्ड स्विच किंचित, म्हणजे अगदी केसाएवढ्या रुंदीइतका मागेपुढे हलवून त्या कंप्रतेच्या लहरी ग्रहण करण्यासाठी धडपड केली. पण तरीही पलीकडून कसलाच ध्वनी आला नाही. काहीही घडले नाही. यंत्रातून उमटत होती ती केवळ शांतता! कोणाचाही आवाज नाही की मोर्स संकेतानुसारचा स्वत:ची ओळख जाहीर करणारा संदेश नाही. मला मघाशी आवाजाचा झालेला भास होता का? काहीच कळेना. मी शेवटी कंटाळून कानावरील हेडफोन काढले आणि सिगारेटचे पाकीट खिशातून बाहेर काढले. कोपऱ्यातला तो रेडिओ तसाच चालू होता. 'माय रेड रोज हॅज टर्नड् टू व्हाईट' ह्या गाण्याची टेप आता मी तिसऱ्यांदा ऐकत होतो. तेच तेच गाणे पुन्हा पुन्हा का लावतात? मी चिडून त्या रेडिओची खुंटी एवढ्या जोरात पिरगाळली की ती तुटली. रेडिओ बंद पडला. टेबलाच्या खणातली मद्याची बाटली बाहेर काढली व मोठा कडक पेग ग्लासात तयार केला.

परत एकदा मी हेडफोन कानावर चढवले. अन् एकदम त्यातून आवाज ऐकू येऊ लागला, "सीक्यूआर कॉलिंग सीक्यूएस. सीक्यूआर कॉलिंग सीक्यूएस." माझ्या हातातला व्हिस्किचा ग्लास पडून सारी व्हिस्की टेबलावर सांडली. तो ग्लास खाली जमिनीवर पडून खळकन आवाज करून फुटला. मी तिकडे लक्ष दिले नाही. हेडफोन मधून सीक्यूआर मला हाक मारत होता. सीक्यूआरची ही हाक सीक्यूएसला, म्हणजे मला होती. मी प्रतिसाद देण्यासाठी ट्रान्समीटरचा खटका दाबला व तोंडासमोर माऊथपीस आणून जोरात बोललो, "सीक्यूएस हिअर. सीक्यूएस हिअर!" मी ओरडून पुढे म्हणलो, "पीटर? पीटरच बोलतो आहे काय? ओव्हर!"

मला उत्तर आले, ''होय पीटरच. वेळेवरती निघालो व ठरलेल्या मार्गावरूनच येत आहे. कळवायला उशीर झाल्याबद्दल क्षमस्व!''

ते उत्तर फार क्षीण आवाजात ऐकू येत होते. फार दूरवरून येणारा तो आवाज होता. त्या यांत्रिक किंवा धातूच्या आवाजातील संदेशात बरीच चिडचिडही व्यक्त होत होती.

मीही चिडून विचारले, ''मी इथे कित्येक तास वाट पहातो आहे.'' माझ्या स्वरात जशी चीड होती तशीच एक सुटकेचीही भावना होती. मी विचारले, ''पीटर काही अडचण आली आहे काय?''

''होय, अडचण तर या वायरलेस सेटनेच केली. कोण्या महामूर्ख माणसाला विमानात काय माल आहे हे कळले असावे, किंवा त्याला आपला राग आला असावा. त्याने वायरलेस सेटच्या मागे एक टाईम बॉम्ब लावून ठेवला होता. त्याचा डिटोनेटर उडाला पण पुढचे स्फोटक जिलेटाईन किंवा टीएनटी काही उडाले नाही. त्यामुळे विमानाचा स्फोट टळला. पण त्या डिटोनेटरमुळे वायरलेस सेटचा पार धुव्वा उडाला. सुदैवाने बॅरीने रेडिओचे बरेच स्पेअर पार्ट जवळ बाळगले होते ते वापरुन सेट दुरुस्त केला.''

माझा चेहेरा घामाने भिजून गेला होता. माझ्या हाताला कंप सुटला होता. मी भानावर येत म्हटले, ''म्हणजे? विमान उडवण्यासाठी कोणीतरी हे केले की काय? तो सारा माल त्यांना उधळून लावायचा होता काय?''

''असेच दिसते आहे.''

''कुणाला काही लागले, दुखापत झाली?'' मी अधीरतेने विचारले आणि भयाकुल मनाने यावरती उत्तर ऐकण्याची तयारी केली.

''रिलॅक्स, माय ब्रदर! फक्त रेडिओचीच नासधूस झाली. बाकी काहीही नाही.''

''थँक गॉड फॉर दॅट. बास, आता यापुढे असली कसलीही दुर्घटना न घडो.''

''तशी तू काळजी करू नकोस. अमेरिकेचे एक एअर फोर्स विमान आमच्या बरोबर गेली तीस मिनिटे नजरेत आहे. बरानक्विलामधून त्यांना रेडिओवरती कळवून आपल्याला संरक्षण देण्यास सांगितले असले पाहिजे,'' एवढे म्हणून पीटर शुष्कपणे हसला व खालच्या आवाजात म्हणाला, ''शेवटी आपल्या विमानातील मालामध्ये अमेरिकेलाही बऱ्यापैकी रस वाटतोय ना!''

''कसल्या प्रकारचे विमान आहे ते?'' मी कोड्यात पडून विचारले. अमेरिकेची भूमी सोडून मेक्सिकन आखातात जाण्यासाठी या विमानाला दोनशे ते तीनशे मैलांचे अंतर कापावे लागले असले पाहिजे. अन् एवढ्या अंतरावरील एक आमचे छोटे विमान अथांग समुद्रावरच्या आकाशात नक्की कोठे आहे याचा वैमानिकाला कसा पत्ता लागला? त्यासाठी रेडिओच्या सहाय्याने त्याला मार्गदर्शन व्हायला पाहिजे

होते. हे सारे केवळ अशक्य होते. काहीतरी पाणी मुरत होते! माझ्या मनात संशयाची ठिणगी पडली. मी विचारले, "हे विमान तुझ्याच मार्गावरून विरुद्ध दिशेने येते आहे याची पूर्वसूचना तुला दिली गेली होती?"

"नाही. पण काही काळजी करू नकोस. ते विमान खरोखरीच अमेरिकन एअर फोर्सचे दिसते आहे. त्याच्या वैमानिकाशी मी मघाशीच बोललो. त्याला आपल्या विमानातील मालाबद्दल व आपल्याबद्दल सारे काही ठाऊक आहे. म्हणजे अधिकृत सूत्रांनीच त्याला कळवलेले असणार. ते एक जुने मस्टॅन्ग जातीचे विमान आहे. खूप लांबचे अंतर कापून जाण्यासाठी त्याला इंधनाच्या जादा टाक्या जोडलेल्या दिसत आहेत. तेव्हा म्हणूनच ते जेट फायटर एवढ्या लांबून येऊन इतका वेळ आमच्या बरोबर राहिलेले आहे."

"अस्सं!" मला आता फारशी काळजी वाटेना. मी पीटरला विचारले, "आता तू कोणती दिशा धरली आहेस?"

"झीरो फॉर्टी डेड." म्हणजे उत्तर दिशेला बरोब्बर चाळीस अंशाचा कोन करून आग्नेयाच्या दिशने रोख धरलेला होता.

"आता मला तुमची पोझिशन सांग," मी विचारले. त्यामुळे विमानाचे अक्षांश रेखांश मला कळले असते, त्याचे नकाशावरचे स्थान पक्के करता आले असते.

त्यावर पीटर काहीतरी बोलला खरा, पण मला ते नीट समजू शकले नाही. कारण आता रेडिओ संदेश नीट येईनासा झाला होता. विद्युतभारीत वातावरणामुळे खरखर वाढत चालली होती.

"रिपीट प्लीज! परत एकदा सांग!" मी म्हणालो.

"ते बॅरी गणित करून काढतो आहे. प्रवासासाठी वायरलेस सेटच फक्त योग्य दिशा दाखवू शकणार असल्याने तो सेट ठीक करण्याचे काम त्याने हातात घेतले" मग थोडा वेळ पीटर बोलला नाही. नंतर म्हणाला, "तो म्हणतो आहे की जरा दोन मिनिटे थांबा."

"तोपर्यंत मला एलिझाबेथशी बोलू दे."

"विल्को" म्हणून त्याने संमती दिली.

आता एलिझाबेथ बोलत होती, "हॅलो डार्लिंग! आम्ही तुला चांगलेच घाबरवून सोडले त्याबद्दल सॉरी!" प्रिय एलिझाबेथच्या आवाजापुढे मला सारे जग तुच्छ वाटत होते. एवढ्या बॉम्बस्फोटात आपल्याला कुठे लागले किंवा आपण कसे बचावलो, वगैरे काहीही न सांगता मी घाबरल्याची तिला काळजी वाटत होती. म्हणून तिने प्रथम माझी चौकशी केली. माझ्यावर तिचे किती प्रेम आहे हेच यावरून मला दिसून येत होते.

मी म्हटले, "तू ठीक आहेस ना? नक्की सांग. खरंच तुला कुठे लागले नाही

ना?...''

"अर्थात. मला काहीही झाले नाही.'' तिचा आवाज बारीक बारीक होत दूर गेल्यासारखा झाला. पण तिच्यापासून मी दहा हजार मैलांवर असलो तरी तिच्या तेवढ्या उत्तरानेही माझा आत्मविश्वास, धैर्य, माझे हसणे, सारे सारे काही मला परत मिळाले. ती पुढे म्हणत होती, "हा समुद्र आम्ही आता पार केलाच समज. कारण क्षितीजावरती मला चक्क जमीन दिसते आहे.'' यानंतर एक दोन क्षण ती काहीच बोलली नाही. अन् नंतर अत्यंत हळू आवाजात व मृदू स्वरात ती म्हणाली, "आय लव्ह यू, डार्लिंग!''

"खरंच ना?'' मी चेष्टेच्या सुरात विचारले.

"होय खरंच. अगदी नेहमी, नेहमी, नेहमी!''

तिच्या त्या जादूभरी शब्दांनी माझ्यात संजीवनी ओतली गेली. मी सुखावलो, सैल झालो व खुर्चीत मागे टेकून विसावलो. सरतेशेवटी सारी चिंता संपली तर!

पण नंतर एकदम खाडकन मी उठून उभा राहिलो. त्या वायरलेस यंत्रावर वाकून त्यातून येणारे आवाज ऐकू लागलो. कारण एलिझाबेथने अचानक एक मोठा आश्चर्योद्गार काढला होता. तर पीटर मोठमोठ्याने व बेभान झाल्यासारखा ओरडू लागला होता.

"अरे, ते विमान सरळ सूर मारत आमच्याच दिशेने झेपावत आहे. अन्... अन्... त्यांनी आमच्या दिशेने गोळ्या झाडायलाही सुरुवात केली आहे... ओ, माय गॉड. ते... ते... सरळ आमच्याकडेच येते आहे...''

पुढचे शब्द हे घशात अडकल्यासारखे वाटत होते. त्यात भीती होती, आश्चर्य होते व वेदनाही होत्या. एलिझाबेथचाही आवाज होता. ती वेदनेने कळवळत होती. पण नंतरच्या एका स्फोटासारख्या आवाजाने सारेच आवाज एकदम बंद पडले.

नंतरची शांतता कानठळ्या बसवणारी होती! दोन सेकंदभर मी पुतळ्यासारखा थिजलो होतो, सुन्न झालो होतो. हळूहळू मी भानावर येत गेलो. आता कुणाच्याही ओरडण्याचा अगर कळवळून रडण्याचा किंवा गोळ्या झाडल्याचा आवाज येत नव्हता. आता वायरेलस मुका झाला होता. ठार मुका!

दोन सेकंद. फक्त दोन सेकंद. माझ्या आयुष्यातले जे सर्वांत प्रिय होते ते त्या दोन सेकंदात माझ्याकडून खसकन ओढून नेले गेले. त्याच दोन सेकंदांनी मला एका स्मशान शांतता असलेल्या भल्या मोठ्या पोकळीत ढकलून दिले होते. माझ्या भोवतालचे जग आता निरर्थक झाले होते.

माझा लाल गुलाब आता खरोखरीच पांढराफटक पडला!

■

प्रकरण १

त्या सुरेख महोगनी लाकडाच्या व चकचकीत पॉलीश केलेल्या टेबलाच्या मागे एक व्यक्ती बसली होती. त्या व्यक्तीकडून मी कशाची अपेक्षा करावी हेच मला कळत नव्हते. मला एका न्यायालयात उभे करण्यात आले होते. पुस्तकातून व चित्रपटातून जसे न्यायालय दाखवतात त्या वातावरणात शोभेल अशी ती व्यक्ती न्यायाधीश म्हणून मला काही ठीक वाटत नव्हती. वाचन करणे आणि चित्रपट पहाणे या गोष्टी करायला एके काळी, म्हणजे फार फार पूर्वी, मला वेळ होता. त्यावेळी मी दिसेल तो चित्रपट पहात होतो व हातात पडेल ते पुस्तक वाचून काढत होतो. त्यासाठी आधी कसलीही निवड करत नव्हतो. नैऋत्य अमेरिकेतील छोट्या गावातील, म्हणजे कौन्टीमधील, न्यायालयातील न्यायाधीश हे कितीतरी भिन्न भिन्न स्वरुपाचे दिसतील. काहीजण लठ्ठ असतात, तर काहीजण पार वाळून खारीक झाल्यासारख्या देहाचे असतात. काहीजणांना दोन हनुवट्या आहेत असे वाटण्याइतपत फुगीर चेहेरा असतो, तर काही अगदी आपला बारीक चेहरा अति वाकलेला ठेवतात. ते कायम पोक काढूनच बसतात. आता आणखीही काही न्यायाधीशांचे प्रकार असतील तर मी ते अद्याप पाहिले नाहीत. पण हे कल्पनेमधले न्यायाधीश अर्थातच वयस्कर असतात. त्यांच्या अंगातील गणवेष चुरगाळलेला असतो. त्यांचा चेहरा लाल असतो व नाक जांभळट रंगाचे असते. त्यांच्या भरघोस मिशांचे केस रुपेरी असतात व मार्क ट्वेन या लेखकाप्रमाणे ह्या मिशांची टोके खाली वळवून लोंबती ठेवल्यासारखी वळवलेली असतात. ह्या टोकांचा रंग मात्र जरा वेगळा झालेला असतो. फ्रेंच बूरबॉन वाईन पिताना ही टोके त्यात नेहमी बुडत असावीत म्हणून हा वेगळा रंग प्राप्त झाला असावा. त्यांच्या चेहेऱ्यावरचे भाव नेहमीसारखे विरक्त व तटस्थपणा दाखवणारे असतात. मात्र बसण्यात व वागण्यात एक सरंजामशाहीतील रुबाब ते दाखवतात. अशा या न्यायाधीशांची नीतीतत्त्वे खूपच वरच्या पातळीवरची असतात, तर त्या मानाने बुद्धिमत्ता मात्र मध्यमच असते.

पण ती टेबलापलीकडची व्यक्ती म्हणजे न्यायाधीश मॉलिसन, माझ्या सर्व रूढ कल्पनांना धक्का देणारी होती. मघाशी म्हटल्याप्रमाणे न्यायाधीशांचे ठराविक गुणधर्म त्यांच्यात दिसत नव्हते. असलेच तर फक्त उच्च नीतीमूल्ये ते बाळगत असतील. पण ती मूल्ये अदृश्य असल्याने दिसत नव्हती. हा एक तरुण न्यायाधीश

होता. त्याने छानपैकी गुळगुळीत दाढी केली होती. अत्यंत नीटनेटक्या सुटात तो होता. गळ्यात खूप जुन्या डिझाईनचा टाय होता. अन् मिशांच्या टोकांबद्दल म्हणाल तर त्यांचा रंग मद्याने बदललेला नव्हता. हा न्यायाधीश दारू घेत नसावा. हा तसा कनवाळू वाटत होता. पण तसा तो नव्हता. तो बुद्धिमान दिसत होता आणि खरोखरीच तो तसा होता. त्याची बुद्धिमत्ता अत्यंत कुशाग्र होती. अन् त्याच बुद्धिच्या आधारे त्याने मला इथे न्यायालयात उभे केले होते. तो आता माझ्याकडे फार तुच्छतेने पहात होता. अर्थात् मला त्याची अजिबात पर्वा नव्हती.

तो हळू आवाजात पुटपुटत मला म्हणाला, ''कम्, कम. आम्ही तुमच्याकडून उत्तराची अपेक्षा करतो आहोत. तेव्हा बोला, चटकन बोला, मिस्टर अं अं क्रायस्लर.'' माझे आडनाव क्रायस्लर असावे यावर त्याचा विश्वास नाही असे दर्शविणारा त्याचा स्वर होता. त्याच्या अशा पद्धतीने वारंवार बोलण्याचा कोणालाही कंटाळा यावा असे होते. न्यायालयीन कामकाज पाहण्याची उत्सुकता असलेल्या मंडळींना जर या न्यायाधीशाच्या अशा तऱ्हेच्या रटाळ बोलण्याची कल्पना असती तर ते इथे आलेच नसते. गोल गरगरीत चष्मे लावलेल्या शाळकरी मुली तिथे आलेल्या होत्या. नागरिकशास्त्र विषयात जास्त मार्क मिळवण्यासाठी त्यांना न्यायालयीन कामकाज पाहिल्याचा अनुभव हवा होता. गुन्हेगारी, पापकर्मे, दुर्गुण व विषमता यांचा सुकाळ असलेल्या लोकांच्या संगतीत येण्याचे धाडस त्यासाठी त्यांनी केले होते. त्या शाळकरी मुलींनाही न्यायाधीशाच्या बोलण्यामागचा अर्थ समजला होता. अगदी पुढच्या बाकावरती एक काळ्या डोळ्यांची व सोनेरी केसांची मुलगी शांतपणे बसली होती. तिच्या डोळ्यात दुःखी भाव दिसत होते. त्या मुलीलाही न्यायाधीशांच्या बोलण्यातील अविश्वास जाणवला होता. तिच्या मागेच तिसऱ्या बाकावरती एक काळा व धिप्पाड निग्रो बसला होता. त्यालाही ते समजले होते. त्या निग्रोच्या नाकाचे हाड मोडलेले होते. त्याचे कपाळ खूपच लहान होते. आपले नाक तो अधून मधून उडवत होता. कदाचित त्याच्या नाकावर वारंवार माशी बसत असावी. कारण न्यायालयात सर्वत्र माशा झाल्या होत्या. त्याचा स्वभाव कसा असेल ह्याचे मला उगाच कुतूहल वाटू लागले. त्यासाठी त्याला इथे पिंजऱ्यात उभा करून मी बाहेरून त्याचे निरीक्षण करायला हवे. म्हणजे त्याचे खरे स्वभाव वैशिष्ट्य कळून येईल.

मी न्यायाधीशाकडे वळून त्यांची खरडपट्टी काढत म्हणालो, ''महाराज, माझे नाव आपल्याला नीट आठवत नसल्याची ही आपली तिसरी वेळ आहे. येथे बरेच बुद्धिमान नागरिक उपस्थित आहेत. तुमचे हे वैगुण्य त्यांच्या सहज लक्षात येईल. तेव्हा, कृपया बोलताना आपण काळजीपूर्वक बोलावे, असा माझा आपल्याला मित्रत्त्वाचा सल्ला आहे.''

''मी आपला मित्र नाही!'' न्यायमूर्ती मॉलिसन यांच्या आवाजात धार होती,

नेमकेपणा होता व कायदेशीर नियमांचे पालन करण्याचा आग्रह होता. ते पुढे म्हणाले, ''आणि हा काही खटला उभा राहिलेला नाही. तेव्हा येथे ज्यूरी मंडळी नसल्याने आपण आता कोणावर छाप पाडण्यासाठी असे बोलत आहात? ही केवळ सुनावणी आहे, मिस्टर अं... अं... क्रायस्लर.''

''क्रायस्लर! 'अं... अं... क्रायस्लर' नव्हे. अन् आपण जर खटल्याबद्दल बोलत असाल तर तो तुम्ही माझ्याविरुद्ध नक्कीच उभा करणार आहात. खरे ना न्यायाधीश महाराज?''

''आपली भाषा व वागण्याची तऱ्हा आपण सुधारलीत तर बरे पडेल.'' न्या. मॉलिसन कठोरपणे म्हणाले, ''तुम्हाला याबद्दल तुरुंगात डांबण्याचे अधिकार माझ्या हातात आहेत हे लक्षात घ्या. या अधिकारानुसार मी आपल्याला अमर्याद काळ डांबू शकतो हेही ध्यानात असू द्यावे. तुम्ही परदेशातून येथे व्हिसा वगैरे न घेता बेकायदेशीररित्या घुसला आहात असा तुमच्यावरती आरोप आहे. म्हणून तुमच्या पासपोर्टबद्दल विचारणा चालू होती. कुठे आहे तो?''

''मला ठाऊक नाही. मला वाटते की तो हरवला असावा.''

''कुठे हरवला?''

''ते जर मला ठाऊक असते तर मला तो एव्हाना सापडला नसता का?''

''आम्हाला त्याची कल्पना आहे.'' न्यायमूर्ती कोरडेपणाने म्हणाले. ''पण जर तुम्ही एखादी जागा, स्थळ किंवा क्षेत्र सांगितलेत तर तिथल्या योग्य त्या पोलिस अधिकाऱ्याला सांगून तिथे शोध घेता येईल. तेव्हा आपला पासपोर्ट हरवला आहे हे प्रथम केव्हा तुमच्या ध्यानात आले?''

''तीन दिवसांपूर्वी. अन् त्या दिवशी मी कुठे होतो हे माझ्याप्रमाणेच आपल्यालाही ठाऊक आहे. त्यावेळी मी हायवेवरील 'मार्बल स्प्रिन्ज' गावातील 'ला कॉन्टेसा' मोटेलमध्ये बसलो होतो. मी माझे जेवण तिथल्या डायनिंग रुममध्ये शांतपणे करत होतो व मी माझ्यातच गर्क होतो. त्यावेळी पोलिस अधिकारी हिकॉक तेथे त्यांच्या माणसाला घेऊन आले आणि एकदम ते दोघे माझ्यावरती तुटून पडले,'' असे म्हणून मी मार्बल स्प्रिन्ज गावच्या त्या शेरीफकडे बोट केले. तो शेरीफ सर्वांत पुढे असलेल्या व वेताची बैठक असलेल्या एका खुर्चीत आरामात बसला होता. हा शेरीफ अगदीच बुटका होता. त्याने उंच टाचांचे बूट घातले होते. पण तरीसुद्धा त्याची उंची ५ फूट ४ इंचाच्यावर जात नव्हती. पोलिस खात्यात शिरण्यास उंचीचे बंधन नसावे, असे त्याच्याकडे पाहिल्यावर वाटत होते. त्या न्यायमूर्तींप्रमाणेच या शेरीफनेही माझी निराशा केली होती. शेरीफ म्हटल्यानंतर वेस्टर्न काऊबॉय चित्रपटातल्याप्रमाणे तो असायला हवा होता. त्याच्या छातीवर चकचकीत बिल्ला हवा होता. शिवाय कमरेला एक कोल्ट पिस्तूल हवे होते. त्याऐवजी हा बुटबैंगण

माणूस पाहिल्यावर त्याची माझ्यावरती छापच पडेना. त्याच्याजवळ पिस्तूल नव्हते की बिल्ला नव्हता. त्या सबंध न्यायालयात फक्त एकाजवळच पिस्तूल होते. तो पोलिस अधिकारी माझ्या मागे उजव्या बाजूला उभा होता. त्या उंच अधिकाऱ्याच्या कमरेला असलेल्या पिस्तुलाच्या म्यानात एक आखूड नळीचे कोल्ट रिव्हॉल्व्हर होते.

न्यायमूर्ती मॉलिसन शांतपणे मला म्हणत होते, "ते तुझ्यावर तुटून पडले नाहीत. ते फक्त जवळच्या एका तुरुंगातून पळालेल्या कैद्याच्या शोधात होते. मार्बल स्प्रिन्ज हे गाव छोटे असल्याने तिथे बाहेरचा माणूस चटकन ओळखू येतो. तुम्ही तिथे बाहेरचे म्हणून असल्याने ते सहाजिकच..."

"सहाजिकच?" मी त्या न्यायाधीशाचे बोलणे तोडून टाकत म्हटले, "हे पहा न्यायमूर्ती महाराज, तो पोलिसांबरोबरच तुरुंगातला अधिकारी मला त्यावेळी सांगत होता की, तो कैदी संध्याकाळी सहा वाजता तुरुंगातून पळाला. अन् हे शेरीफ महाशय मला आठ वाजता हॉटेलात भेटले. याचा अर्थ मीच तो पळालेला कैदी असून, माझ्या हातातल्या बेड्या मी कानशीने कापून काढल्या, नंतर दाढी केली, नखे कापली, स्वच्छ अंघोळ केली, अंडरवेअर विकत घेऊन घातल्या, शिंप्याकडे जाऊन माझ्या मापाचे कपडे शिवून घेऊन अंगात घातले, नवीन बूट पायात चढवले..."

"हे बघा, पूर्वी असेही घडलेले होते हे लक्षात ठेवा," न्यायमूर्ती माझे बोलणे तोडून टाकीत म्हटले. ते पुढे म्हणाले, "एक जिवावर उदार झालेला माणूस, हातात पिस्तूल किंवा सोटा, एवढे असल्यावर..."

"... अन् त्या दोन तासांच्या कालावधीत मी माझ्या डोक्यावरचे केस तीन इंच लांब कसे काय वाढवले हे सांगू शकाल का आपण?"

"त्यावेळी फारसा उजेड नव्हता, न्यायाधीश महाराज..." तो शेरीफ बोलू लागला. पण मॉलिसनने त्याला हाताने खुणावून गप्प केले.

"तुम्ही पोलिसांच्या चौकशी करण्याला व झडती घेण्याला हरकत घेतली हे खरे आहे का? का तसे केलेत?"

"हे पहा, कुणाच्याही अध्यात मध्यात मी नव्हतो. मी आपले माझे खाणे खात होतो. अन् तेही एका प्रतिष्ठित हॉटेलात. हे हॉटेलही अशा राज्यात आहे की जिथे माणसाला श्वास घ्यायला किंवा साधे चालायला सरकारची परवानगी लागत नाही. तेव्हा मी कसलाही गुन्हा केलेला नाही की कोणताही कायदा मोडला नाही."

न्यायमूर्ती मॉलिसन तरीही शांतपणा धारण करीत म्हणाले, "पोलिस तुमच्याकडे फक्त ड्रायव्हिंग लायसेन्स, विम्याचे कार्ड, सोशल सिक्युरिटी कार्ड, जुनी पत्रे, असले काहीतरी मागून तुमची कायदेशीर ओळख पटवू पहात होते. तुम्ही त्यांच्या

त्या विनंतीला मान द्यायला पाहिजे होता.''

''होय, तसा तो मी देतही होतो.''

''मग हे काय करून ठेवलेत?'' न्यायमूर्तींनी शेरीफच्या डोक्याकडे बोटाने निर्देश करीत मला विचारले. जेव्हा 'ला कॉन्टेसा' हॉटेलात हा शेरीफ मला दिसला तेव्हा तो फारच घाणेरडा वाटला. अन् आता मी हे कबूल करतो की, त्या शेरीफच्या डोक्यावर, कपाळावर, हनुवटीवर व ओठांच्या कोपऱ्यावर मी बॅन्डेजच्या पट्ट्या लावणे भाग पाडले तरी तो बेटा सुधारला नाही.

मी खांदे उडवीत माझ्या कृत्याचे समर्थन करीत म्हणालो, ''तुम्ही यापेक्षा दुसरी कसली अपेक्षा करु शकता? जेव्हा ही अधिकारी मंडळी आम्हा निष्पाप माणसांवर तुटून पडतात तेव्हा आम्ही काय स्वस्थ राहून मार खात बसायचा?''

माझ्या या बोलण्यावर तो शेरीफ खुर्चीतून अर्धवट उठला. पण न्यायमूर्तींनी त्याला खाली बसण्याची हाताने खूण केली. त्या शेरीफने डोळे बारीक केले होते. खुर्चीच्या हातावरची त्याची पकड अधिक घट्ट झाली होती.

मी म्हणालो, ''या शेरीफ महाशयांच्या बरोबर असलेले ते दोन गोरिला मला जेव्हा मारपीट करू लागले तेव्हा स्वसंरक्षणासाठी मला ते सारे करावेच लागले.''

मग न्यायमूर्ती मॉलिसन यांनी रोखठोकपणेच मला विचारले, ''असं का? पण शेरीफबरोबरचा एक माणूस हॉस्पिटलमधे असून त्याच्या गुडघ्याचे लिगॅमेन्टस तुटलेले आहेत. तर दुसऱ्याच्या गालाची हाडे मोडलेली आहेत. अन् तुमच्या अंगावर मात्र साधा ओरखडाही उठलेला नाही. याबद्दल तुम्ही काय खुलासा करू शकाल?''

''याचा अर्थ त्या दोन पोलिसांना प्रशिक्षण कमी पडलेले दिसते, किंवा ते प्रशिक्षण विसरून गेलेले दिसताहेत. ह्या फ्लॉरिडा राज्याने आपल्या या लॉ ऑफिसरांच्या शिक्षणावरती जरासा जादा खर्च करायला पाहिजे. कदाचित ही माणसे जरासे जास्त जेवत असतील, जास्त हॅम्बुर्गर खात असतील, प्रमाणाबाहेर बीअर पीत असतील...''

''गप्प बसा!'' न्यायाधीश महोदयांनी मला हुकूम केला. थोडा वेळ न्यायालयात शांतता होती. तेवढ्या वेळात न्यायमूर्ती मॉलिसन आपले मन काबूत आणण्यासाठी प्रयत्न करीत होते. मी आजूबाजूला नजर फिरवली. त्या शालेय विद्यार्थीनी खूप अचंब्यात पडल्या होत्या. त्यांच्या नागरिकशास्त्रातल्यापेक्षा बाहेरचे नवीन काही अनुभवास येत होते. पुढच्या आसनात बसलेली ती सोनेरी केसांची मुलगी मी पुन्हा पाहिली. तिच्या चेहऱ्यावरती अर्धवट गोंधळ दिसत होता. ती कुठेतरी खोलवर नजर लावून बसली होती व कसला तरी गंभीर विचार करीत असावी. तिच्या मागेच तो नाक मोडलेला निग्रो बसला होता. तोंडातील विझलेल्या सिगारेटच्या थोटकाचे टोक तो यांत्रिकपणे चघळत होता. कोर्ट-रिपोर्टरला डुलकी लागलेली होती. दारावरच्या

शिपायाने आत आपली नजर अगदी विरक्तपणे फिरवली. त्याच्या पलीकडे मागे तो बाहेर जाण्याचा दरवाजा उघडा होता. त्यातून दुपारचा सूर्यप्रकाश व बाहेरचा धुळकट रस्ता मला दिसत होता. गल्फ ऑफ मेक्सिकोमधील हिरव्या पाण्यावरून जसा सूर्यप्रकाश परावर्तित.....

एव्हाना न्यायमूर्ती महोदयांनी आपल्यावर ताबा मिळवला होता. ते गंभीरपणे मला म्हणाले, ''इथे माझ्यासमोर अशी माहिती पुराव्यानिशी ठेवली आहे की तुम्ही एक भांडखोर, हटवादी, उद्धट व हिंसक कृत्ये करणारा माणूस आहात. तुम्ही एक छोटेसे पिस्तुलही बरोबर बाळगता. न्यायालयाची बेअदबी केल्याबद्दल, कायदा व सुव्यवस्था राखण्यासाठी नेमलेल्या पोलिस अधिकाऱ्यांवरती हात टाकल्याबद्दल, त्यांच्या सरकारी कर्तव्यात अडथळा आणल्याबद्दल आणि एक घातक शस्त्र जवळ बाळगल्याबद्दल मी आपल्यावरती आरोप ठेवू शकतो. पण मी तसे करणार नाही.'' क्षणभर थांबून ते पुढे म्हणाले, ''तुमच्यावर यापेक्षाही गंभीर आरोप ठेवले जाणार आहेत.''

त्या कोर्ट रिपोर्टरने आपला एक डोळा क्षणभर उघडला व मग काही विचार करून पुन्हा तो डोळे मिटून डुलक्या घेऊ लागला. त्या मोडक्या नाकाच्या निग्रोने तोंडातील थोटूक काढून नीट पाहिले व परत ते तोंडात खोचून त्याच्या पद्धतीने तो चघळू लागला.

न्यायमूर्तींच्या या म्हणण्यावरती मी काहीच बोललो नाही.

मग फटकन त्यांनी मला विचारले, ''या आधी तुम्ही कुठे होता?''

''सेन्ट कॅथरीन गावात.''

''मग तिथून एथवर कसे आलात?''

''मोटारकारने''

''त्या गाडीचे वर्णन करा. ड्रायव्हर कोण होता?''

''ती गाडी हिरव्या रंगाची सलून प्रकारची होती, तुम्ही तिला 'सेडन' म्हणता. गाडी ज्याची होती तोच ती चालवत होता. तो एक मध्यमवयीन व्यावसायिक होता. बरोबर त्याची पत्नी होती. त्याचे केस पांढरे झाले होते, तर त्याच्या बायकोचे केस सोनेरी होते.''

''आपल्याला एवढेच आठवते आहे काय?'' न्यायमूर्तींनी नाटकी पद्धतीने आदब दाखवीत विचारले.

''होय. दॅट्स ऑल!''

''मला वाटते की तुम्ही केलेले हे वर्णन लक्षावधी जोडप्यांना व त्यांच्या मोटारींना लागू पडेल. हो ना?''

मी खांदे उडवीत म्हणालो, ''म्हणजे आता तुम्हीच पहा. असे आहे खरे. आत्ता

आपण जे काही पहातो आहोत त्याबद्दल पुढे कोणी आपल्याला प्रश्न विचारणार आहेत हे जर आधी कळले, तरच माणूस नीट तपशीलवार बघणार ना? नाहीतर तो कशाला बारकाव्यांची पर्वा..."

"बास, बास!" न्यायमूर्ती रागानेच म्हणाले असावेत. ते पुढे म्हणाले, "तुमच्या सांगण्यावरून त्या गाडीचा मालक अर्थातच दुसऱ्या राज्यातून आला होता. हो ना?"

"हो. पण 'अर्थातच' म्हणता येणार नाही."

"आपण आमच्या देशात नव्याने आलात आणि प्रत्येक राज्यातल्या गाड्यांचे वेगवेगळे नंबर ओळखण्याचे कसब तुमच्याकडे पूर्वीपासूनच होते ना? म्हणूनच तुम्ही हो म्हणालात ना?"

"नाही, तो गाडीचा मालकच म्हणाला की आपण फिलाडेल्फियातून आलो आहोत. म्हणजे बहुतेक 'दुसऱ्या राज्यातून' आला असावा असा मी तर्क केला."

त्या कोर्ट रिपोर्टरने आपला घसा मोठ्याने खाकरला. न्यायमूर्तींनी त्याच्याकडे एकदा त्रासिकपणे पाहिले. मग परत माझ्याकडे वळून ते म्हणाले, "अन् तुम्ही सेंट कॅथरीन गावात कुठून आलात?"

"मियामी शहरामधून."

"त्याच गाडीने. अर्थातच ना?"

"नाही, बसने मी आलो."

यावर न्यायमूर्ती महोदयांनी कोर्टाच्या कारकुनाकडे एक दृष्टीक्षेप केला. त्या कारकुनाने आपले डोके किंचित हलवले.

मग माझ्याकडे परत मॉलिसन वळले. पण आता त्यांच्या आवाजात तो सभ्यतेचा स्वर नव्हता. ते म्हणाले, "हे बघा क्रायस्लर, तुम्ही नुसते धडधडीत व अस्खलीतपणे खोटे बोलणारे नसून अत्यंत निष्काळजीपणे उत्तरे देत आहात."

न्या. मॉलिसन यांनी यावेळी माझे नाव अं... अं न म्हणता घेतले. पण त्याच्या आधी 'मिस्टर' असे संबोधन वापरले नाही. तेव्हा येथून पुढचा त्यांचा रोख काय असेल याचा मला अंदाज येऊ लागला. ते म्हणत होते, "मियामी ते सेंट कॅथरीन अशी कोणतीही बस सर्व्हिस अस्तित्वात नाही. काल रात्री तुम्ही मियामीमधे थांबला होतात ना?"

मी मान डोलावून होकार दिला.

ते सांगू लागले, "तुम्ही एका हॉटेलात उतरलात. पण अर्थातच तुम्हाला त्या हॉटेलचे नाव आता आठवत नसणार. हो ना?"

"असं पहा, खरं सांगायचे म्हणजे..."

"बस्स!" न्या. मॉलिसननी आपला एक हात उंचावून मला थोपवित म्हटले,

“तुमचा उद्धटपणा व धिटाई हा आता पराकोटीला पोचला आहे. त्याचा या न्यायालयावर कोणताही परिणाम होणार नाही. आम्ही तुमचे बरेच काही ऐकून घेतले आहे. मोटार गाडी, बसेस, सेंट कॅथरिनमधील हॉटेले, मियामी... खोट्यावर खोटे तुम्ही बेधडक बोलत गेलात. तुम्ही मियामीत आजवर तुमच्या आयुष्यात कधीही गेला नव्हतात. तुम्हाला तीन दिवसांचा रिमांड देऊन कोठडीत आम्ही का डांबून ठेवले असेल?”

“तुम्हीच ते सांगा ना. मला कसे ठाऊक असणार?” मी माझी प्रतिक्रिया व्यक्त केली.

“तुमच्याबद्दलची सर्व बाजूंनी माहिती काढण्यासाठी आम्ही स्थलांतर खात्याच्या इमिग्रेशन अधिकाऱ्यांशी संपर्क साधला, आणि मियामीतून बाहेर पडणाऱ्या प्रत्येक विमानाचे चेकिंग केले. तुमचे नाव कोणत्याही विमानाच्या प्रवाशांच्या यादीत नव्हते. तुमच्या वर्णनाचा माणूस पाहिल्याचेही कोणी सांगेना. कारण तुमची वैशिष्ट्ये ही सहज लक्षात रहाण्याजोगी आहेत.”

न्या. मॉलिसन यांनी असे म्हणणे हे काही चूक नव्हते. कारण माझे केस जास्तीत जास्त तांबडे होते आणि भुवया काळ्याभोर होत्या. तेव्हा माझ्यासारख्या वर्णनाचा दुसरा माणूस असणे हे दुर्मिळ तर होतेच, पण माझ्या या खुणा सहज लक्षात रहाण्याजोग्या होत्या. शिवाय त्यातून मला लंगडत चालण्याची सवय लागली होती. माझ्या उजव्या भुवईपासून मागे कानापर्यंत एक व्रण गेला होता. ही अलीकडे निर्माण झालेली खूण होती. तेव्हा मला पाहिल्यावर कोणीही मला विसरणे शक्य नव्हते.

न्यायमूर्ती आता थंडपणे म्हणू लागले, “तुम्ही एकदाच खरे बोललात. फक्त एकदाच.” तेवढ्यात कुणीतरी बाजूचे एक दार उघडून आत आले. मॉलिसनने थांबून आपल्या भुवया उंचावून प्रश्नार्थक नजरेने तिकडे पाहिले. पण त्यांच्या या कृतीत कसलीही अधीरता नव्हती, की राग नव्हता. ते अजिबात विचलीत झाले नाही. याचा अर्थ ते आपल्या म्हणण्याबाबत व कृतीबाबत ठाम असणार. या माणसाला कुणी विकत घेऊ पहाणे अशक्यच होते.

तो आत आलेला माणूस सरळ त्यांच्यापाशी गेला आणि मॉलिसनच्या हातात एक पाकिट देत म्हणाला, “हे तुमच्यासाठी आहे, सर... मला वाटते की तो रेडिओ मेसेज असावा.”

“ठीक आहे.” असे म्हणून त्यांनी ते पाकिट घेतले, त्यावर एक दृष्टीक्षेप टाकला व आपली मान हलवली. मग माझ्याकडे वळून ते म्हणाले,

“तर महाशय, तुम्ही फक्त एकदाच खरे बोललात. तुम्ही पोलिसांना म्हणाला होता की तुम्ही क्युबातील हॅवाना शहरातून आला आहात. हे मात्र खरेच आहे.

पोलिस स्टेशनमध्ये तुमची चौकशी चाललेली असताना तुम्ही ही गोष्ट तिथे विसरला होतात,'' असे म्हणून त्यांनी एक छोटे नोटबुक हातात धरले. ते नोटबुक निळ्या, सोनेरी व पांढऱ्या रंगाने छापलेले होते. ''ओळखता का हे?''

''तो एक ब्रिटिश पासपोर्ट आहे,'' मी शांतपणे म्हणालो. ''अन् इतक्या दूरवरून ओळखता येण्याएवढी माझी नजर दुर्बिणीसारखी नाही. पण ज्याअर्थी तुम्ही तो मुद्दाम मला दाखवता आहात त्याअर्थी नक्कीच तो माझा असला पाहिजे. नाहीतर त्यावरून तुम्ही इतका वेळ भरपूर तमाशा केला नसता. मग इतके दिवस जर तो पासपोर्ट तुमच्याकडे होता तर मग...?''

''आम्ही फक्त तुमच्याकडे किती खोटेपणा आहे हे पहात होतो. तुमच्यात विश्वासार्हता तर अजिबात नाही.'' मग माझ्याकडे कुतूहलाने पहात ते पुढे म्हणाले, ''या साऱ्याचा अर्थ काय होतो हे तुम्हाला नक्कीच समजत असणार. आमच्या ताब्यात जर पासपोर्ट आला तर तुमची अधिक माहिती मग आम्हाला सहज काढता येते. तुमच्यावर अद्याप कसलाच परिणाम झालेला दिसत नाही. याचा अर्थ तुम्ही एक निर्ढावलेले असाल किंवा क्रायस्लर, महाधोकेबाज असाल. नाहीतर मूर्ख तरी असाल.''

''आता तुम्ही माझ्याबद्दल सरळ सरळ जे अपशब्द वापरले, धमकी दिली, ते ऐकून मी काय करावे अशी तुमची अपेक्षा आहे? चक्कर येऊन खाली पडावे काय?''

''आमच्या पोलिस खात्याला व इमिग्रेशन अधिकाऱ्यांना क्युबातले अधिकारी सुदैवाने फार चांगले सहकार्य देत आहेत.'' मी यावरती काही बोलण्याचा प्रयत्न केला. पण तिकडे लक्ष न देता न्या. मॉलिसन पुढे म्हणाले, ''आम्ही हॅवानाला तारेने जी विचारणा केली त्याचे उत्तर आम्हाला मिळाले. तुमच्या पासपोर्टपेक्षाही हे उत्तर, त्यातली माहिती ही अधिक महत्त्वाची ठरली आहे.''

मग थोडावेळ थांबून ते पुढे सावकाश म्हणू लागले, ''तुमचे नाव 'क्रायस्लर' नाही, ते 'फोर्ड' आहे. तुम्ही वेस्ट इंडिजमध्ये अडीच वर्षे होतात. तिथल्या जवळपासच्या सर्व बेटात तुम्ही चांगलेच ओळखले जाता.''

''माझे मित्र सर्वत्र व भरपूर पसरलेले आहेत. शिवाय मला जर कीर्ती लाभली असेल तर असे होणारच...''

''कीर्ती लाभली, पण ती तुमच्या दुर्वर्तनामुळे. तुम्हाला तिथे निरनिराळ्या लहान गुन्ह्यांमुळे तुरुंगात दोन वर्षांची सजा दिलेली होती,'' आपल्या हातातली काही कागदपत्रे चाळत न्या. मॉलिसन पुढे म्हणाले, ''उदरनिर्वाहासाठी तुम्ही काय कामे करत होता ह्याची माहिती नाही. फक्त तीन महिन्यापुरते तुम्ही हॅवाना शहरातल्या एका कंपनीत सल्लागार म्हणून होतात. समुद्रातले अवशेष बाहेर काढणे व

पाणबुड्यांची कामे करणे हा या कंपनीचा व्यवसाय होता,'' मग वर डोके उचलून माझ्याकडे पहात त्यांनी विचारले, ''ह्या कंपनीत तुम्ही कसले काम करीत होता?''

''मी त्यांना पाणी किती खोल आहे हे सांगत असे,'' मी उपहासाने म्हणालो.

त्यावर त्यांनी क्षणभर माझ्याबद्दल काही निर्णयात्मक विचार केला असावा. मग पुन्हा हातातल्या कागदपत्रांकडे पहात त्यांनी म्हटले, ''गुन्हेगार व तस्करी मंडळींच्या कार्यात आपला नेहमी सहभाग असे. विशेषत: जे गुन्हेगार किंमती खडे व मौल्यवान धातू यांच्या चोऱ्या करण्यात गुंतलेले असतात त्यांच्या कामात तुम्ही नेहमी सहभागी होता. नासाऊ व मॅन्झालिनो या दोन शहरात कामगारांना चिथावणी देऊन भडकावण्याचे कामही तुम्ही केलेले होते. यात तुमचा कसलाही राजकीय हेतू नसून अन्य संशयास्पद हेतू असावेत. सॅन जुआन, हैटी आणि व्हेनेझुएला या देशांतून तुम्हाला हद्दपार केले गेले होते. जमेकामध्ये तुम्हाला 'पर्सोन नॉन ग्राटा' (अस्वागतार्ह व्यक्ती) म्हणून जाहीर केले आहे. तर बहामा देशाने तुम्हाला त्यांच्या भूमीवर प्रवेश करण्यास बंदी घातली आहे.'' मग मॉलिसनचा संयम संपून ते गुरगुरत पुढे म्हणाले, ''आपण एक ब्रिटिश नागरिक आहात नाही का? पण ब्रिटिश भूमीवरतीही तुमचे स्वागत होत नाही. का? असे का?''

''न्यायमूर्ती महोदय, ह्यामागे शुद्ध मत्सराची भावना आहे. दुसरे काय?''

''तुम्ही या देशातही बेकायदेशीरपणे प्रवेश केला आहे,'' ते म्हणाले.

हा न्यायाधीश तर थांबायलाच तयार नव्हता. न थकता सारखा माझ्यावर हल्ले चढवत आहे. पण तरीही मी बेफिकीरपणे त्यांचे बोलणे ऐकत राहिलो.

मॉलिसन पुढे म्हणाले, ''त्या लॅटिन अमेरिकेतल्या उत्तर किनाऱ्यांवरच्या देशांमध्येच सतत आपण दुष्कृत्ये कशी काय करत गेलात? तिथल्या भूभागात राहून अमेरिकेच्या दिशेने रात्री सरकत सरकत तुम्ही कधीतरी अंधारात या देशाच्या भूमीवरती पाय ठेवलात. या एवढ्या गुन्ह्यांखेरीज तुम्ही इकडे आल्या आल्या कायद्याचे रक्षक समजल्या जाणाऱ्या पोलिसांवरती हल्ला चढवलात, बरोबर एक पिस्तुलही ठेवले होते, त्या पिस्तुलाचा परवाना तुम्ही घेतला नाहीत की पोलिसांना त्याबद्दल कधी माहिती दिली नाही. तुमच्यावरती बेकायदेशीरपणे या देशात प्रवेश केल्याचा आरोप ठेवावयास मला काहीच अडचण दिसत नाही. आपल्या ह्या अशा पार्श्वभूमीमुळे या आरोपाबद्दल जबर शिक्षा ठोठावली जाऊ शकते, मिस्टर फोर्ड.''

नंतर आपला स्वर बदलून ते ठामपणे म्हणू लागले, ''तरीही मी तसे करणार नाही. निदान या देशात तरी नाही. मी इमिग्रेशन अधिकाऱ्यांशी याबाबतीत चर्चा केली. तुम्हाला शिक्षा देऊन ती येथे भोगायला लावणे म्हणजे या भूमीवर राहू देण्यासारखे होईल. नंतरही यातून काही कटकटी तुम्ही उभ्या करू शकाल. यावर उत्तम उपाय म्हणजे या देशातून सक्तीने तुमची हकालपट्टी करणे. या देशाचा

आपल्या सारख्यांशी कधीही संबंध येऊ देता कामा नये. क्युबातील अधिकाऱ्यांच्या म्हणण्यानुसार त्यांनी तुम्हाला एकदा पकडून कोठडीत डांबले होते. गोदी कामगारांना भडकावून त्यांच्याकडून हिंसा घडवून आणण्याचा प्रयत्न करणे, असा आरोप त्यांनी तुमच्यावरती ठेवला होता. याबद्दल तुम्हाला अटक करण्यास आलेल्या पोलिसांवर तुम्ही पिस्तुलातून गोळ्या झाडल्या. तसेच कोठडीत टाकल्यावर ती फोडून तुम्ही पळून गेलात. या असल्या गुन्ह्यांना क्युबात जबरदस्त शिक्षा असते. तुमच्यावरील पहिल्या आरोपानुसार तुम्हाला हद्दपारी देता येत नाही व दुसऱ्या आरोपानुसार जोपर्यंत क्युबातील अधिकाऱ्यांची मागणी होत नाही, तोपर्यंत तिकडेही पाठवणी करता येत नाही. म्हणून हद्दपारीच्या कायद्याऐवजी डीपोर्टेशन कायद्याखाली कारवाई केली जाईल व त्यानुसार क्युबात तुम्हाला पोचवले जाईल. उद्या सकाळी जेव्हा तुम्ही विमानाने क्युबात उतराल त्यावेळी तिथल्या योग्य अधिकाऱ्यांच्या हातात तुम्हाला सुपूर्द करण्यात येईल.''

मी तसाच स्तब्धपणे उभा होतो, काहीही बोललो नाही. न्यायालयात आता शांतता पसरली होती. मग माझा घसा साफ करीत मी म्हटले, ''असे पहा महाराज, मला वाटते की तुमचा हा निर्णय शंभर टक्के कठोर आहे. त्यात कुठेही तुम्ही किंचितही दयाळूपणा दाखवीत नाही.''

यावर ते तुटकपणे एवढेच म्हणाले, ''ते तुमच्या दृष्टीकोनावर अवलंबून आहे.''

एवढे म्हणून ते उठले. पण तेवढ्यात त्यांचे लक्ष मघाशी आणून दिल्या गेलेल्या पाकिटाकडे गेले. ''थांबा जर एक मिनिट,'' असे म्हणून ते परत खाली बसले व त्यांनी ते पाकीट उघडले. त्यांनी माझ्याकडे पहात एक उदास स्मित केले व पाकिटातील कागदपत्रे काढून ते वाचू लागले. ते सर्व कागद अत्यंत पातळ होते.

ते म्हणत होते, ''आम्ही इंटरपोलकडेही तुमच्याबद्दल विचारणा केली होती. तुमच्या स्वतःच्या देशात तुमच्याबद्दल काय माहिती आहे हे बघायचे होते. पण तशी ती तुम्हाला फारशी मदत करणारी माहिती नक्कीच नसणार... अं, अं, इथे तशी काही ताजी माहिती लिहिलेली दिसत नाही. पण तरीही एक मिनिट थांबा!'' ते शांतपणे म्हणत होते.

पण एकदम त्यांचा शांत स्वर बदलून त्यांनी जोरात 'ऑँऽऽ' असा उद्‌गार काढला. त्या उद्‌गाराने तो झोपाळू वार्ताहरही खाडकन जागा होऊन ताठ बसला. आपली वही त्याने उघडली व खाली पडलेले पेन उचलून तो लिहायच्या तयारीत बसला.

त्या रेडिओ-रिपोर्टचे पहिले पान उलटून दुसरे वाचत न्या. मॉलिसन मोठ्याने म्हणाले, ''थर्टीसेव्हन बी, प्युपॉल-व्हॅलरी, पॅरीस,'' ते भराभरा वाचू लागले,

"तुमची विनंती कळली, वगैरे, वगैरे. कळविण्यास खेद होतो की आमच्या रोटरी कार्ड इंडेक्समध्ये जॉन क्रायस्लर हे नाव नाही. इतर टोपणनावाखाली माहिती असण्याची शक्यता असेल. पण तसे वाटत नाही. बोटांचे ठसे व सिर्फेलिक इंडेक्स नसेल तर गुन्हेगाराची ओळख पटवणे कठीण आहे. तुम्ही दिलेल्या वर्णनाशी जे तंतोतंत मिळते जुळते वर्णन आहे, ते जॉन मॉन्टेग्यू टालबोट या गुन्हेगाराला लागू पडते. तुम्ही कशासाठी ही माहिती मागवित आहात व ती किती आणिबाणी स्वरुपाची आहे हे कळवले नाहीत. परंतु टालबोट यांच्या आयुष्यातील ठळक वैशिष्ट्ये खाली देत आहोत. यापेक्षा जास्त काही मदत करता येत नाही याबद्दल खेद होतो."

क्षणभर थांबून एक खोल श्वास घेऊन न्या. मॉलिसन पुढची माहिती वाचू लागले, "जॉन मॉन्टेग्यू टालबोट. उंची ५ फूट ११ इंच, वजन १८५ पौंड, गडद तांबडे केस, ते डाव्या बाजूला जास्त वळवलेले. गडद निळे डोळे, जाडजूड व काळ्या कुळकुळीत भुवया, उजव्या डोळ्याच्या वरती चाकूच्या जखमेचा मोठा व्रण, गरुडाच्या चोचीसारखे नाक, सर्व दात कमालीचे सारखे, डावा खांदा उंचावून लंगडल्यासारखी चालण्याची सवय."

न्यायमूर्ती महोदयांनी क्षणभर वाचन थांबवून मला अपादमस्तक न्याहाळले व एकदा दाराबाहेर पाहिले. माझ्या मते माझे वर्णन इतके काही वाईट केले नव्हते.

"जन्मतारीख ठाऊक नाही. जन्मठिकाण ठाऊक नाही. युद्धात सेवा केल्याचीही कुठे नोंद सापडत नाही. मॅन्चेस्टर विद्यापीठातून इंजिनियरिंगमधील बी.एस्सी. परीक्षा पास. सीबी, गॉर्मन आणि कंपनीमध्ये तीन वर्षे नोकरी केली." मग त्यांनी वाचन थोपवून माझ्याकडे रोखून पहात विचारले, "ही सीबी, गॉर्मन आणि कंपनी कसली होती?"

"मी कधी तिचे नाव ऐकले नाही," मी उत्तरलो.

"अर्थातच तुम्ही तसे म्हणणार. पण मला ह्या कंपनीबद्दल जी माहिती आहे त्यानुसार ही कंपनी पाणबुड्यांसाठी लागणारी सर्व साधने तयार करून विकते. युरोपमध्ये ही प्रसिद्ध आहे. पाण्याखाली राहून हालचाल करणारी वाहनेही ते बनवतात. म्हणजे आता तुम्ही हॅवाना शहरात पाण्यात बुडालेले अवशेष वर काढण्याच्या ज्या कंपनीत काम करत होता तिच्याशी या माहितीचा संबंध येतो. खरे ना?"

मी यावर काहीच बोललो नाही. कारण ते लगेच पुढे वाचू लागले, "तर ती हॅवानामधली कंपनी खोल पाण्यात बुडालेल्या वस्तूंचा शोध घेऊन त्या वर काढण्यात पारंगत आहे. सीबी गॉर्मन कंपनी सोडल्यानंतर तशीच कामे करणाऱ्या एका डच कंपनीत टालबोटने नोकरी धरली. तिथे दीड वर्ष काम केल्यावर त्या कंपनीने काढून

टाकले. मुंबई बंदरातील 'फोर्ट स्ट्रिकीन' या बोटीवरती आग लागून मोठा स्फोट झाला होता. या बोटीत सोने व दारुगोळा यांचा साठा वाहून नेला जात होता. खोल पाण्यातून या कंपनीने सोन्याच्या विटा शोधून त्या वरती काढल्या होत्या. त्यातील २८ पौंड वजनाच्या दोन विटा कंपनीतून गायब झाल्या. या प्रकाराची चौकशी केल्यानंतर टालबोट यांना तेव्हा काढून टाकले गेले. मग मुंबईतून इंग्लडला आल्यावर पोर्टस्माऊथ येथील अशीच कामे करणाऱ्या कंपनीत टालबोटने नोकरी धरली. लिझार्ड गावाजवळ समुद्रात 'नान्टुकिट लाईट' हे जहाज बुडाले. त्यातून ॲम्स्टरडॅम येथील मौल्यवान हिऱ्यांचा माल न्यूयॉर्कला नेला जात होता. बुडालेल्या बोटीचे अवशेष व माल वर काढण्याचे काम या पोर्टस्माऊथ कंपनीला दिले होते. पण माल वरती काढताना टालबोटने कुख्यात 'कॉनर्स मोरान' याच्याशी संधान बांधले. पाण्यातून वर काढलेला हिऱ्यांचा माल हा त्यावेळी ८० हजार डॉलर्सच्या किंमतीचा होता. या मालाची चोरी झाल्यावर टालबोट व मोरान गायब झाले. पोलिसांनी त्यांचा माग काढीत त्यांना लंडन येथे अटक केली. पण पोलिसांच्या व्हॅनमधून जाताना टालबोटने आपल्या अंगावर लपवलेल्या त्या छोटेखानी पिस्तुलाने एका पोलिस अधिकाऱ्याला ठार मारले व तो पळून गेला.''

मी त्या लाकडी पिंजऱ्याच्या कठड्यावरती खूप पुढे वाकलो होतो. माझ्या हाताची कठड्यावरची पकड खूप घट्ट झाली होती. सर्वांचे डोळे माझ्यावरती खिळून राहिले होते. पण मी फक्त त्या न्यायाधीशाकडे पहात होतो. तिथे आता टाचणी पडली तरी ऐकू येईल एवढी शांतता झाली होती. माशांची गुणगुण त्यामुळे ऐकू येऊ लागली. छतावरचा फिरणारा पंखा धापा टाकल्यासारखा हुश्श हुश्श आवाज करत होता.

न्यायमूर्ती मॉलिसन हे आता मुद्दाम सावकाश वाचू लागले, ''टालबोट व मोरान ह्यांचा माग काढीत पोलिसांनी त्यांना नदीकाठी असलेल्या एका गोदामामधे गाठले. पोलिसांच्या शरण येण्याच्या आवाहनाकडे त्यांनी दुर्लक्ष केले. गोळीबार करत व अश्रुधूराचा वापर करीत पोलिस त्यांच्याशी दोन तास लढत राहिले. नंतर एक मोठा स्फोट होऊन संपूर्ण गोदामाला प्रचंड आग लागली. ही आग आटोक्यात आणणे अशक्य होते. पोलिसांनी तरीही सर्व बाजूंनी घेरून बाहेर पडण्याच्या वाटा बंद केल्या होत्या. ते दोन्ही गुन्हेगार त्या आगीत जळून मेले. चोवीस तासांनी आग विझवणाऱ्या पथकाने शोध घेतला असता फक्त एकच जळालेले प्रेत त्यांना सापडले. त्या प्रेताच्या डाव्या हाताच्या बोटात माणकाचा खडा घातलेली अंगठी होती. टालबोट हीच अंगठी बोटात घालत असे. म्हणून ते प्रेत टालबोटचे असावे असा तर्क करणे भाग पडले. तसेच या प्रेतावरती एक जर्मन ४.२५ ऑटोमॅटीक पिस्तूल सापडले. हेही टालबोटचेच होते. जर ते प्रेत टालबोटचे होते असे मानले

तर मॉर्गन कुठे गेला? तो संपूर्ण जळून खाक झाला असावा असे अनुमान नाईलाजाने काढण्यात आले.''

एवढे वाचल्यावर न्या. मॉलिसन स्तब्ध बसले. त्यांनी एकदा आश्चर्याने माझ्याकडे पाहिले. मीच तो टालबोट असावा या शंकेने घेरले, आणि हळूहळू नजर त्या बुटक्या शेरीफकडे वळवित त्याला म्हणाले, ''एक फोर पॉईन्ट ट्वेन्टिफाईव्ह गन म्हणजे काय? तुम्हाला काही कल्पना आहे?''

''ज्याला आम्ही पॉईंट ट्वेन्टिवन म्हणतो त्याचीच ही जर्मन आवृत्ती. ते खूप छोटे असल्याने काहीजण त्याला 'लिलीपुट' असेही म्हणतात.''

''की जे 'लिलीपुट' ह्या कैद्याजवळ त्याला तुम्ही अटक केल्यानंतर त्याच्या अंगावरती सापडले. तसेच माणकाचा खडा असलेली अंगठीही त्यावेळी त्याच्या डाव्या बोटात होती.'' न्यायमूर्तींनी आपली मान खेदाने हलवली व माझ्याकडे बराच वेळ ते पहात राहिले. हळूहळू ते निर्णयाप्रत येत होते हे मला कळून चुकले. तो निर्णय नक्कीच माझ्या विरुद्ध जाणारा होता.

ते ठामपणे म्हणू लागले, ''चित्ता– विशेषत: गुन्हेगार चित्ता– आपले अंगावरचे ठिपके कधीही बदलत नाही. एका खुनाच्या, खरे म्हणजे, दोन खुनांच्या प्रकरणात हवा असलेला तूच तो टालबोट आहेस. त्या मॉर्गनला गोडाऊनमधे तू जे काही केले ते तुला ठाऊक आहे. प्रेत सापडले ते मॉर्गनचे. तुझे नव्हे.''

सबंध न्यायालय हादरून गेले होते. तो शेरीफ म्हणाला, ''त्याने एका पोलिसाचा खून केला आहे. त्याबद्दल त्याला इंग्लडमध्ये फाशी दिले जाईल.''

मॉलिसनने भानावर येत म्हटले, ''या न्यायालयाच्या कक्षेत जे येत नाही ते–''

''पाणीऽ!'' मीच ओरडून म्हणालो. माझा आवाज खूपच चमत्कारिक आला असावा. माझा त्या पिंजऱ्यात तोल जात होता. मी झुलत होतो. एका हाताने रुमालाने मी माझा चेहरा पुसला. तर दुसऱ्या हाताने कठडा घट्ट धरून ठेवला. मी वेळ काढत होतो व मला विचार करायला तेवढा वेळ पुरेसा होता. शेवटी माझा विचार पक्का झाला. मी म्हणालो, ''मला चक्कर येते आहे. मला पाणी मिळेल का?''

''पाणी? इथे कुठेही पाणी नाही,'' न्या. मॉलिसन म्हणाले.

मी धापा टाकीत म्हणालो, ''ते काय तिकडे आहे,'' असे म्हणून एका ठिकाणी मी बोट केले. माझ्या बाजूला एक पोलिस उभा होता. त्याच्या पलीकडे मी कोपऱ्यात बोट दाखवित होतो. मी त्याला ओरडून म्हणालो, ''प्लीऽऽज!''

तो पोलिस तिकडे जाण्यासाठी वळला. तसा तो वळला नसता तरच नवल होते, एवढा माझा तो अभिनय प्रभावी होता. मग मी गर्रकन टाचेवर वळलो. त्या

पोलिसाला पाठीमागून माझ्या डाव्या हाताने कंबरेखाली मर्मस्थळी गचकन एक फटका मारला. तो "ओफ्" करून वेदनेने ओरडला. त्या शांततेत त्याचा आवाज घुमत गेला. मी त्याला मग एकदम फिरवले व त्याच्या कमरेला असलेल्या म्यानातून त्याचे रिव्हॉल्व्हर काढून घेतले. अत्यंत विजेच्या चपळाईने मी ते सारे उरकले. काय झाले हे कळायला सर्वांना बराच वेळ लागला. त्या पोलिसाला ढकलून दिल्यावर तो लटपटत खाली पडला. पडताना लाकडी पिंजऱ्याच्या कठड्यावरती त्याचे डोके आपटले. आता तो जमिनीवरती धापा टाकत होता, खोकत होता व विव्हळत होता.

मी एका झटक्यात सर्व दृश्यावर माझी नजर फिरवली. तो नाकमोडक्या निग्रो तर आश्चर्याने डोळे विस्फारून माझ्याकडे पहात होता. त्याच्या भुवया उंचावल्या होत्या. तर तोंड उघडून त्याचा खालचा जबडा आणखी खाली लोंबू लागला. त्याच्या ओठाच्या कोपऱ्यात ते सिगारेटचे थोटूक तसेच चिकटून लोंबत होते. ती सोनेरी केसांची व दुःखी भाव डोळ्यात असलेली मुलगी पुढे वाकली होती. आपल्या तोंडावर तिने हात ठेवला होता. तो न्यायमूर्ती तर थिजून नुसताच मूर्ती झाला होता. एखाद्या शिल्पकाराने नुकतीच मूर्ती घडवली असावी असा तो दिसत होता. न्यायालयातला कारकून, तो वार्ताहर, दरवाजावरचा बेलीफ तेही थिजून गेले होते. नागरिकशास्त्राच्या त्या अभ्यासक विद्यार्थिनींच्या चेहेऱ्यावरची पहिली उत्सुकता जाऊन आता मूर्तिमंत भीती उभी राहिली होती. माझ्या जवळ जी विद्यार्थीनी होती तिच्या भुवया उंचावल्या होत्या, ओठ विलग होऊन थरथरत होते, आता ती कोणत्याही क्षणी रडू लागेल असे वाटत होते. ती किंचाळू नये असे मला वाटू लागले. पण नंतर लगेच मी विचार केला, की तसे झाले तर उलट नजीकच्या भविष्यकाळात यावरून खूप गाजावाजा होणार होता.

त्या शेरीफजवळ शस्त्र नसेल असे मला वाटले होते. पण पॅन्टच्या खिशातून एक पिस्तूल बाहेर काढण्यासाठी त्याचा हात तिथे पोचत होता. पण लहानपणी मी चित्रपटातील शेरीफ जसे झर्रकन पिस्तूल काढून रोखत तसे काही तो करेल असे मला वाटले नाही. त्याच्या अल्पाका कोटाची मागची दोन टोके हलत होती. ती नेमकी मधे अडथळा आणत होती. त्याच्या खुर्चीचा हातही पिस्तूल वर आणण्यास प्रतिबंध करीत होता. त्याचा हात पिस्तुलापर्यंत पोचेतोवर पूर्ण चार सेकंद गेले.

मी फटकन त्याला बजावले, "शेरीफ महाशय, तसले काहीही करू नका. माझे पिस्तूल मी तुमच्यावरती रोखले आहे."

पण त्या बुटक्याचे धैर्य किंवा मूर्खपणा हा त्याच्या उंचीच्या व्यस्त प्रमाणात होता. त्याने आपले ओठ दातांवरून घट्ट आवळून धरले होते. त्यावरून व त्याच्या नजरेवरून असे लक्षात आले की हा बुटक्या त्याचेच म्हणणे खरे करू पहाणार.

मी माझा हात पूर्ण लांबवला. पिस्तूल नजरेच्या रेषेत आणले. जेव्हा शेरीफचा हात खिशातल्या पिस्तुलाच्या दस्त्याला पोचला तेव्हा मी खटकन चाप ओढला. त्या जड कोल्ट पिस्तुलाने केलेला आवाज न्यायालयात मोठ्याने घुमला. आजुबाजूच्या भिंतींनी तो परावर्तित करून तो आणखी मोठा केला.

त्यानंतर त्या शेरीफच्या तोंडून वेदनेचा उद्‌गार बाहेर पडला, का माझी गोळी त्याच्या पिस्तुलाच्या हातावर जाऊन आपटली, ते मला काही समजले नाही. पण सर्वांना एवढेच दिसले की शेरीफचा तो हात फटकन मागे फेकला गेला आणि त्याचे पिस्तूल जमिनीवरती गरगरत फिरत होते. दचकलेल्या त्या वार्ताहराजवळ ते पिस्तूल फेकले गेले होते.

मी माझ्या पिस्तुलाचा रोख एव्हाना दारावरच्या पहारेकऱ्यावरती धरला होता. मी त्याला म्हणालो, ''चल दोस्ता, मला सामील हो. तुझ्या डोक्यात कुठून तरी मदत आणण्याच्या कल्पना येत आहेत असे दिसते. त्याचा काहीही उपयोग होणार नाही.'' तो खुर्च्यांच्या रांगांमधून घाबरत घाबरत माझ्याकडे येऊ लागला. निम्म्या अंतरात तो पोचल्यावर माझ्या मागे कसला तरी धडपडण्याचा आवाज झाला. मी चटकन मागे वळून पिस्तूल रोखले. परंतु अशी घाई करण्याचे कारण नव्हते. तो खाली पडलेला पोलिस आता उभे रहाण्याचा प्रयत्न करीत होता. पण तो एवढेच करू शकत होता. जमिनीवरती तो ओणवा झाला होता. एक हात त्याने पोटाखाली दाबून धरला होता. तोंड उघडून तो धापा टाकू लागला होता. हळूहळू तो उकीडवा बसला. त्याच्या चेहेऱ्यावरती भीती नव्हती, फक्त दुखावल्याची भावना होती, शरम होती, राग होता आणि 'लढेंगे या मरेंगे' असा निर्धार होता.

''शेरीफ महाशय, तुमच्या या कुत्र्याला माघार घ्यायला सांगा. नाहीतर यावेळी त्याचे खरोखर वाईट रितीने हाल होतील,'' मी म्हणालो.

शेरीफने माझ्याकडे जळजळीत नजरेने पाहून छापता न येण्याजोगी एक शिवी मला हासडली. तो त्याच्या खुर्चीत बसून पुढे वाकला होता. मी त्याला उठूच दिले नव्हते. डाव्या हाताने त्याने आपले दुखावलेले मनगट गच्च दाबून धरले होते. त्याच्या चेहेऱ्यावरती ओतप्रोत वेदना प्रगट झाली होती. तो त्या वेदनेतच एवढा चूर होता की तो इतरांची पर्वा करणार नाही हे कळत होते.

खाली पडलेला तो पोलिस आता पूर्ण उभा राहिला होता. गुरगुरत त्याने म्हटले, ''ते पिस्तूल माझ्याकडे दे.'' घशात काहीतरी अडकल्यासारखा त्याचा आवाज येत होता. मोठ्या कष्टाने तो तोंडातून बाहेर शब्द ढकलत होता. त्याने एक अडखळते पाऊल पुढे टाकले सुद्धा. आता तो माझ्यापासून फक्त सहा फुटांवरती होता. त्याचे वय खूप कमी होते. एकवीस वर्षांवरती एकही दिवसाने त्याचे वय जास्त नव्हते.

"न्यायाधीश महाराज!" मी घाईघाईने ओरडलो.

"डॉनेली, पुढे जाऊ नकोस," न्या. मॉलिसनने त्या पोलिसाला बजावले. त्याला बसलेल्या धक्क्यातून आता तो पूर्ण सावरलेला होता. ते पुढे म्हणाले, "तो एक खुनी आहे. आणखी एक खून पाडायला तो अजिबात कचरणार नाही. तू आहेस तिथेच उभा रहा."

डॉनेली, म्हणजे तो पोलिस, आता लाकडी पुतळ्यासारखा स्तब्ध झाला. त्याची कृती ही एव्हाना केवळ त्याच्या अस्तित्वासाठी होती. पण न्यायमूर्तींच्या आज्ञेमुळे तो जागच्या जागी दात ओठ खात खिळून राहिला होता.

मी थंडपणे त्याला म्हणालो, "पोरा, जिथे आहेस तिथेच थांब. आत्ताच मॉलिसन साहेबांनी सांगितले ना तुला. एक पाऊल जरी उचललेस तर तुझ्या मांडीत मी गोळी झाडीन. कमी वेग असलेली बोथट टोकाची शिसाची गोळी काय करू शकते ते तुला ठाऊक आहे ना? तुझ्या मांडीचे हाड ती पूर्णपणे उद्ध्वस्त करेल. मग तू जन्माचा लंगडा होऊन बसशील. अन् जर त्या गोळीने तुझी तिथली मोठी रक्तवाहिनी फोडली तर अफाट रक्त वाहून तू मरशील. लक्षात आले का मूर्खा?"

कदाचित् मी हे थंडपणे बोलल्यामुळे त्याचा माझ्या धमकीवर विश्वास बसला नसावा. त्याने किंचीत हालचाल केली. अन् पुन्हा एकदा त्या न्यायालयात कोल्ट पिस्तुलाचा बार दणाणला व घुमला. पुन्हा एकदा साऱ्यांना धक्का बसला. तो डॉनेली पोलिस खाली जमिनीवर कोसळला होता. आपली मांडी त्याने दोन्ही हातांनी गच्च दाबून धरली होती. माझ्याकडे तो ज्या नजरेने पहात होता त्यात आश्चर्य होते व गोंधळ होते.

मी सर्वांना उद्देशून निक्षून म्हणालो, "आपण सर्वांनी कधी ना कधी तरी अशा प्रसंगातून शिकायला हवे असते."

मी दरवाजाकडे नजर टाकली. त्या बाराच्या आवाजामुळे बाहेरच्या माणसांचे इकडे लक्ष गेले असावे. पण तिथे कोणीच आलेले दिसत नव्हते. या गावातले पोलिसबळ तसे कमीच असणार. परंतु तरीही आता वेळ गमावणे हे हळूहळू धोक्याचे होत जाणार.

"टालबोट तू फार दूरवर पळून जाऊ शकणार नाहीस," शेरीफ दात ओठ खात म्हणाला, "तू इथून गेल्यावर पाच मिनिटातच या गावातल्या प्रत्येक पोलिसाला ही बातमी कळेल. अन् नंतरच्या पंधरा मिनिटात सर्व राज्यभरातील पोलिस अधिकाऱ्यांनाही ते माहिती होईल. अन् टालबोट, ह्या बातमीत एका शस्त्रधारी खुन्याचा उल्लेख असल्याने सर्वांना हुकूम मिळतील की 'शूट टू किल', दिसताक्षणीच खुन्याला गोळी घाला."

"असं पहा शेरीफ–" न्या. मॉलिसन त्याला काही समजावण्याच्या सुरात बोलू

लागले.

पण त्यांचे बोलणे तोडून टाकत शेरीफ म्हणाला, ''सॉरी, जज्ज. आता ही केस माझ्या अधिकारात आहे. ज्या क्षणाला आरोपीने पोलिसावर हल्ला चढवला व त्याचे पिस्तूल घेतले त्या क्षणाला त्याच्यावरचा न्यायालयीन ताबा संपला... तेव्हा मिस्टर टालबोट, तुम्ही निसटू शकाल, पण फार लांब जाऊ शकत नाही.''

मी म्हणालो, ''शूट टू किल! असेच ना? आता लवकरच जो कोणी मला पकडू पाहील त्याला एक तर मरण तरी मिळेल किंवा छातीवर लटकवायला पोलिस खात्याकडून बिल्ला तरी मिळेल...''

''तू काय बोलतो आहेस?'' शेरीफने उद्दामपणे म्हटले.

यावर मी मान हलवली व त्या सोनेरी केसांच्या मुलीकडे पाहून तिला म्हणालो, ''सॉरी मिस्, शेवटी तुम्हालाच निवडणे भाग आहे.'' एवढे म्हणून मी तिचा दंड धरून खसकन उठवले व तिच्यावर पिस्तूल रोखले.

''क् क् काय? काय पाहिजे तुम्हाला?'' ती भेदरून म्हणाली.

''तू! मला तू हवी आहेस. तो शेरीफ आत्ता काय म्हणाला ते ऐकलेस ना? ते माझ्या मागे लागून माझ्यावर गोळ्या झाडत सुटणार. पण ते तुझ्यासारख्या मुलीवर नक्कीच झाडणार नाहीत. निदान तुझ्यासारख्या सुंदर मुलीवर तरी. तेव्हा मी कोंडीत सापडल्याने मला विम्याचे संरक्षण घेतले पाहिजे. अन् तूच माझी विमा पॉलिसी आहेस. तेव्हा मुकाट्याने माझ्याबरोबर चल.''

''डॅम इट, टालबोट.'' न्यायमूर्ती मॉलिसन घोगऱ्या आवाजात म्हणाले, ''ती एक निष्पाप मुलगी आहे. तिचा या प्रकाराशी काहीही संबंध नाही. तिच्या आयुष्याशी खेळू नकोस.''

''मी तिचे आयुष्य धोक्यात आणत नाही, तर या शेरीफची माणसे मला तसे करायला भाग पाडतील.''

यावर न्या. मॉलिसन त्या पोरीचे नाव घेऊन म्हणाले, ''पण– पण मिस् रुथव्हेनला मी येथे येण्याचे निमंत्रण दिले होते. ती माझी पाहुणी आहे.''

मी यावरती काही प्रतिक्रिया करणे म्हणजे वेळ वाया घालवण्यासारखे होते. कदाचित् न्या. मॉलिसनचा तोच हेतू असावा. त्या पोरीचा दंड मी पकडून तिला ओढत म्हणालो, ''चल मिस्, मला घाई आहे.''

दोन खुर्च्यांच्या रांगामधून जाताना मी अचानक मागे वळून माझे पिस्तूल रोखले व सर्वत्र फिरवले. काही वेळ माझी नजर त्या नाकमोडक्या निग्रोवर होती. तो या पोरीच्या मागच्या तिसऱ्या रांगेत बसला होता. त्याच्या चेहऱ्यावरती गोंधळ प्रगट होत होता व विरत होता. काय करावे ते त्याला कळत नसावे. तेवढ्यात धोक्याच्या घंटा खणखणू लागल्या व रंगीत दिवे उघडझाप करू लागले. त्यामुळे माझी

त्याच्यावरची नजर ढळली.

तो निग्रो उठून उभा राहिला होता आणि तो खुर्च्यांच्या रांगांमधल्या जागेत आता आला होता. माझ्यापासून तो अगदी जवळ आला होता. त्याचा हात कोटाच्या आतल्या खिशाकडे चालला होता. मी फटकन त्याच्या कोपरावर पिस्तुलाचा दस्ता मारला. मी तो इतका जीव खाऊन मारला होता की माझ्याच हाताला मला जोरात झटका बसल्यासारखे झाले. त्याला तो फटका एवढा जबरदस्त बसला होता की तो ओरडत मटकन तिथल्या एका खुर्चीत कोसळला. मी कदाचित त्या निग्रोच्या कृतीचा चुकीचा अर्थ लावला असेल. कदाचित् त्याच्या खिशात पिस्तूल नसेलही. सिगारेटसाठी त्याने खिशात हात घातला असेल. पण माझ्या फटक्यामुळे त्याला एवढा धडा नक्की मिळाला असेल, की आपली सिगारेट केस डाव्या हाताच्या काखेत ठेवू नये.

तो निग्रो मोठमोठ्याने विव्हळत होता. मी मग त्याच्याकडे फारसे लक्ष न देता त्या पोरीला घेऊन दाराबाहेर आलो व पोर्चमधे शिरलो. पण बाहेर पडताना मी ते दार माझ्यामागे धाडकन लावून टाकले व बाहेरून त्याला बोल्ट घातला. यामुळे मला १० ते १५ सेकंद जादा मिळणार होते. त्या पोरीला घेऊन मी आवाराबाहेरील रस्त्याकडे आता धावत सुटलो.

रस्त्यावरती दोन मोटारी पार्क केल्या होत्या. पहिली गाडी ही बिनटपाची शेव्हरोलेट होती. शेरीफ, तो डॉनेली आणि मी, असे आम्ही तिघे त्यातून न्यायालयात आलो होतो. दुसरी गाडी ही एक बुटकी स्टुडबेकर गाडी होती. बहुतेक ती न्या. मॉलिसन यांची असावी. हीच गाडी अधिक वेगाने पळू शकणार होती. पण आतील ऑटोमॅटीक कंट्रोल्स हाताळण्याचे ज्ञान मला नव्हते. तेव्हा ही गाडी घेऊन मी पळू शकलो तरी ह्याच गाडीमुळे गोत्यात येण्याचीही शक्यता होती. पण शेव्हरोलेट गाडी जर मी घेतली तरीही तीच अडचण होती. त्यातील ऑटोमॅटिक कंन्ट्रोल्स मला ठाऊक नव्हते. पण येथे येताना ही गाडी शेरीफ चालवीत होता व मी त्याच्या शेजारी बसलो होतो. त्याचे चालवणे मी लक्षपूर्वक पाहिले होते. त्याची प्रत्येक हालचाल माझ्या ध्यानात होती.

मी पोलिसांच्या त्या शेव्हरोलेट गाडीकडे त्या पोरीला ढकलत नेले व आत जाण्यास फर्मावले. परंतु नंतर तिथून एकदम न निघता त्या मागच्या स्टुडबेकर गाडीच्या पुढच्या टायरवरती गोळ्या झाडल्या. त्या टायरची एक बाजू फाटून वेगळी झाली व ती गाडी धम्प आवाज करीत खाली कलंडली. पण एरवी जर माझ्याजवळ माझे ते छोटे पिस्तूल असते व तो बिनट्यूबचा टायर असता तर त्याला केवळ भोक पडले असते.

ती पोरगी शेव्हरोलेटमधे बसली होती. मी ड्रायव्हरच्या बाजूचे दार उघडण्यात

वेळ न घालवता सरळ तिच्या बाजूच्या उघड्या दारातून आत घुसलो. तिच्या अंगावरून पलीकडे गेलो. डॅशबोर्डवरचा कप्पा शोधून तो उघडला. त्यात एक पांढरी प्लॅस्टीकची हॅन्डबॅग होती. माझ्या ते लक्षात होते. पण आता तिथे काहीही नव्हते. त्या पोरीने ती हॅन्डबॅग आपल्या दोन्ही मांड्यात पकडून अर्धवट लपविली होती. मी ती हिसकावून घेतली व तिचा वरचा खटका तोडला. बॅग उलटी करून आतल्या सर्व वस्तू मी बाहेर ओतल्या. गाडीच्या किल्ल्या सटरफटर वस्तूंच्या ढिगावरती होत्या. याचा अर्थ बॅगेत आधी वरती असलेल्या त्या किल्ल्या त्या पोरीने तेवढ्यात चलाखी करून आत तळाशी दडवल्या होत्या. मी तिला एक सज्जन व घाबरलेली मुलगी समजलो होतो. पण प्रत्यक्षात ती तशी घाबरलेली नव्हती हेच यावरून मला कळून आले.

मी तिला म्हणालो, "किल्ल्या लपवून आपण फार हुषार आहोत असे तुला दाखवायचे होते का?" एवढे म्हणून मी ऑटोमॅटिक ड्राईव्हचे बटण दाबले व हॅन्डब्रेक सोडून दिला. ती गाडी मी एवढ्या जोरात सुरू केली होती की निघताना तिची चाके एकदम जागच्या जागी गर्रकन फिरली आणि मोठा आवाज करीत बाणासारखी सुटली. त्या पोरीला मी धमकावले, "पुन्हा तू जर असले काहीही केले तर मग मात्र तुझी धडगत नाही. माझे हे बोलणे पक्के समज."

मी तसा एक बऱ्यापैकी अनुभवी ड्रायव्हर होतो. रस्त्यावर असणारी गाडीची पकड पाहिली तर मला या अमेरिकन गाड्या कमी प्रतीच्या वाटतात. पण जेव्हा सरळसोटपणे गाडीचा वेग वाढवायचा असतो तेव्हा याच गाड्या ब्रिटिश व युरोपीय स्पोर्टसकारना सहज मागे टाकतात.

रस्त्याला लागल्यावरती काही सेकंदानी मी आरशातून मागे पाहिले तर न्यायालयाची इमारत काही फर्लांग मागे पडली होती. ते न्यायमूर्ती महाराज, शेरीफ व आणखी काहीजण आतून रस्त्यावर पळत येताना मला क्षणभर दिसले. अचानक रस्ता काटकोनात वळला आहे असे मला दिसले. ते वळण वेगाने आमच्याकडे येत होते. मग चाकांचे उजवीकडे झटकन वळणे, तरीही गाडी तशीच पुढे घसरत जाणे, दरम्यान गाडीचा मागचा भाग हा डावीकडे वळणे व अशा रीतीने गाडीचे तोंड काटकोनातून उजवीकडे वळणे, एवढ्या गोष्टी मी अगदी प्रतिक्षिप्त क्रियेने केल्या. आता मी सुसाट वेग धारण केला व बघता बघता गावातून बाहेर पडून हायवेला लागलो.

■

प्रकरण २

आम्ही उत्तरेकडे चाललो हातो. धुळीने भरलेल्या त्या पांढऱ्या रंगाच्या रस्त्याची रिबीन आमच्यापुढे उलगडत होती. हा रस्ता आजुबाजूच्या जमिनीपेक्षा थोडा उंचावरून जात होता. माझ्या डाव्या बाजूला दूरवर मेक्सिकन गल्फचा समुद्र चमकताना दिसत होता. एखादा हिरवा पाचूचा खडा चमचमताना दिसावा तसा तो धगधगत्या उन्हात चमकत होता. समुद्र व हमरस्ता यामध्ये ओसाड प्रदेश होता. तिथे मॅन्ग्रोव्हची झुडुपे वाढलेली होती. रस्त्याच्या उजव्या बाजूला दलदल होती व त्यात अशाच काही खुरटलेल्या झुडुपांचे रान माजले होते.

मी ती शेव्हरोलेट गाडी अक्षरश: पळवत होतो. जितक्या वेगाने पळवण्याचे धाडस करता येईल तितक्या वेगाने पळवत होतो. रस्त्यावरून रणरणत्या उन्हाचा झगझगाट माझे डोळे अगदी निर्दयपणे दिपवून टाकीत होता. ती बिनटपाची गाडी होती. समोरची काच एवढी रुंद व भरपूर वक्र होती की त्यामुळे वारा लागत नव्हता. पण म्हणूनच आमच्या उकडण्यात भर पडत होती. खुद्द न्यायालयातच हवेचे तापमान हे ३८ अंश सेल्सियस होते. तर येथे आत्ता किती वरचे असेल याचा मी विचारच करू शकत नव्हतो. इथे तर नुसती भट्टी पेटली होती. त्यामुळे जरी मी ताशी ८० मैल वेगाने गाडी पळवित होतो तरी या वेगाचा आनंद मला घेता येत नव्हता.

माझ्या शेजारी बसलेल्या त्या पोरीची अवस्थाही अशीच झाली होती. मी ती हॅन्डबॅग उपडी करून आतील वस्तू बाहेर आसनावरती सांडल्या होत्या. पण तिने त्या गोळा करून पुन्हा बॅगेत भरल्या नाहीत. आपले दोन्ही हात घट्टपणे एकमेकात अडकवून ती एकटक नजरेने समोर पहात होती. एका वळणावरती तिचा तोल जात होता म्हणून दरवाजाची कड तिने घट्ट पकडली. बास! एवढीच एक कृती सोडली तर ती कसलीच हालचाल करीत नव्हती. तिने माझ्याकडे एकदाही वळून पाहिले नाही. तिचे डोळे निळे आहेत का काळे आहेत तेही मी अजून पाहिले नव्हते. ती कदाचित खरोखरीच अत्यंत भेदरून गेली असावी. किंवा कदाचित ती आता पुढे काय होईल याचा विचार करीत असावी.

मार्बल स्प्रिन्ग्ज गाव सोडून एव्हाना आठ मिनिटे झाली होती. एवढ्यात कोणी ना कोणी तरी अधिक वेगाने माझ्या पाठलागावर निघालेले असणार. पोलिसांची सूत्रे

वेगाने हलल्याचे लवकरच मला कळले. दूर अंतरावरती रस्ता अडवलेला दिसत होता. आता मी अशा ठिकाणी आलो होतो की माझ्या उजव्या बाजूच्या जमिनीवरती कोण्या एका कंपनीने ती जागा वसाहतीसाठी योग्य त्या लायकीची करण्याचे चालवले होते. त्यामुळे तिथे डांबराची पिंपे, दगडधोंडे, वगैरे खूप अडथळे होते. समोर काही अंतरावरती पोलिसांची एक गाडी रस्त्यात आडवी उभी होती. त्यावरती स्वत:भोवती फिरणारे दोन दिवे लागलेले होते. शिवाय STOP अशी लाल रंगातील पाटीही टपावरती होती. त्या काळ्या गाडीवरती POLICE अशी पांढऱ्या अक्षरातील ठळक व मोठी अक्षरे लांबूनही वाचता येत होती.

रस्त्याच्या डाव्या बाजूला जमीन एकदम उतार होऊन काही फूट खाली गेली होती. आता उजवीकडे रस्ता रुंद झाला होता व त्याची कड वळत वळत एका पेट्रोल पंपाच्या आवारात शिरली होती. पण तिथेही एक रिकाम्या पिपांची उंच रांग उभी केली होती. म्हणजे आता कुठेही पळवाट उरली नव्हती.

मी ते सारे चार-पाच सेकंदात पाहून घेतले. शेव्हरोलेटचा वेग ७० वरुन ३० मैलांवर आणण्यासाठी ब्रेक मारत ती घसरवत मला न्यावी लागली. चाके व रस्ता यामध्ये जे प्रचंड घर्षण झाले त्यामुळे तिथले डांबर वितळले, टायरचा रबरी पृष्ठभाग वितळला आणि किंकाळ्या मारल्यासारखा तीव्र पट्टीतल्या आवाजाने माझ्या कानठळ्या बसवल्या. त्या पोलिसांच्या गाडीच्या बॉनेटच्या मागे दोन पोलिस हातात रिव्हॉल्व्हर्स घेऊन पवित्र्यात उभे होते. तिसरा एक पोलिस पेट्रोल पंपाच्या बाजूला लपून राहिला होता. पण त्याची बंदूक लपून रहात नव्हती. ती बंदूक म्हणजे एक भयानक मृत्यूदूत होता. त्यातून २० गेजच्या शिसाच्या मिडीयम गोळ्या आपल्या भक्ष्यावर वेगाने केव्हाही तुटून पडू शकत होत्या.

माझा वेग मी आता ताशी २० मैलांवर आणला होता. मी त्या अडथळ्यापासून आता शंभर एक फुटाइतका जवळ पोचलो होतो. तिन्ही पोलिसांनी आपापली पिस्तुले व बंदूक माझ्या डोक्यावरती रोखली. ते हळूहळू आपला आडोसा सोडून बाहेर येत होते. मी डोळ्याच्या कोपऱ्यातून शेजारी पाहिले तर ती पोरगी गाडीचे दार उघडण्याचा प्रयत्न करीत होती. गाडीबाहेर उडी मारण्याचा तिचा विचार होता. मी न बोलता तिचा दंड धरून खसकन तिला माझ्याकडे ओढले. ही कृती मी एवढे बळ लावून निर्दयपणे केली होती की नक्की तिचा दंड दुखावला. वेदनेने ती ओरडली व कण्हू लागली. पण त्याचबरोबर मी तिला माझ्या अंगावर अर्धवट ओढून घेतले. तिच्या शरीराची मी एक ढाल माझ्यापुढे केली होती. आता ते पोलिस माझ्यावरती गोळ्या झाडू शकणार नव्हते. अन् मग मी ॲक्सिलेटरवरचा पाय एकदम शेवटपर्यंत दाबला.

"यू मॅडमन, तू आपल्याला मारशील," ती ओरडून म्हणाली. पण पुढचे शब्द

तिच्या घशातच अडकले. ती तेलाच्या पिपांची भिंत आमच्या दिशेने वेगाने येत असल्याचे तिने पाहिले. तिच्या चेहऱ्यावरची भीतीची भावना पराकोटीला पोचल्याचे सहज समजून येत होते. तिने एकदम एक किंकाळी फोडली व आपले तोंड खाली करून ते माझ्या कोटात लपवले. तिची बोटे माझ्या दंडात रुतत गेली. मी सरळ त्या पिपांच्या भिंतीवरती चाल करून गेलो. त्याच वेळी नकळत माझी तिच्यावरची आणि स्टिअरिंग व्हीलवरची पकड घट्ट झाली. आता होणाऱ्या जबरदस्त धडकेला तोंड देण्यासाठी माझे शरीर माझ्या नकळत ताठरले. कारण तेल भरलेल्या प्रत्येक पिंपाचे वजन नक्कीच ३०० किलोच्या आसपास असावे. एवढ्या वजनाच्या वस्तूची धडक वेगाने बसल्यास समोरची काच फोडून आमच्यावरती ते कोसळणार होते. चासिसवरील बोल्ट खिळखिळे होऊन पुढचे इंजिन मागे, म्हणजे ड्रायव्हरच्या आसनाच्या दिशेने दाबले जाणार होते.

ती पिपांची भिंत जवळ आली नि मी ती फोडून पार केली. अनेक पिपे हवेत उडून भिरकावली गेली. खणखणाट करणारे धातूंचे असंख्य आवाज झाले. पण ती अपेक्षित अशी जोरदार धडक बसली नाही. कारण ती सर्व पिपे रिकामी होती. मग मी झटकन गाडी डावीकडे वळवली. रस्त्यावर आल्यावर पुन्हा उजवीकडे वळवून ती सरळ रेषेत आणली. मग त्याच तुफान वेगाने मी तेथून पसार झालो. पोलिसांना गोळ्या झाडायची संधीच मिळाली नाही.

हळूहळू त्या पोरीने आपले डोके वर केले. माझ्या खांद्यावरून मागे पाहिले. तो रोड ब्लॉकचा अडथळा आता लहान लहान होत अदृश्य होत होता. मग ती माझ्याकडे टक लावून पाहू लागली. तिच्या हातांची माझ्या दंडावरची पकड अद्यापही घट्टच होती. पण तिला त्याची जाणीव नव्हती.

''तुला वेड लागले आहे. तू वेडा आहेस. पागल आहेस.'' इंजिनाच्या घरघराटीवर मात करून ओरडून बोलण्याचा ती प्रयत्न करीत होती. आता मात्र ती खरोखरीच भेदरली होती.

''मूव्ह ओव्हर लेडी. तिकडे सरक. तुझ्यामुळे मला समोर बघायला अडथळा येतो आहे,'' मी तिला म्हटले.

ती फक्त सहा इंचच दूर सरकली. पण ती अजूनही थरथरत होती. ती पुन्हा ओरडून म्हणाली, ''तू एक वेड लागलेला माणूस आहेस. प्लीज, प्लीज् मला जाऊ दे.''

''मी अजिबात वेडा नाही,'' मी समोरचे व बाजूच्या आरशातले मागचे दृश्य पहात म्हणालो. मागून अद्याप कोणीही माझा पाठलाग करताना दिसत नव्हते. मी पुढे म्हणालो, ''तो पिपांचा अडथळा इतक्या कमी वेळात उभा करणे केवळ अशक्य होते. गोडाऊनमधून भरलेली पिपे आणून जाग्यावरती एकावर एक रचणे ही अवघड

गोष्ट आहे. म्हणून ती सर्व पिपे रिकामी असणार हा मी तर्क केला. माझा तर्क बरोबर ठरला. आता जरा मागे बघ बर.''

तिने मागे वळून पाहिले व म्हटले, ''बापरे, ते पाठलाग करीत येत आहेत.''

''येणारच. मग काय ते वाटेत एखाद्या हॉटेलात थांबून चहा पीत बसणार?''

रस्ता आता समुद्राच्या जवळून जात होता. रस्त्यावरील वाहतूक तुरळक होती. पण तरीही काही अनपेक्षित कोपरे आले की, मला वेग कमी करणे भाग पडे. त्यामुळे मागून येणारी पोलिसांची गाडी जवळ येऊ लागली. ती गाडी चालवणाऱ्या ड्रायव्हरला ठाऊक होते की आपली गाडी समोरच्या शेवरोलेटपेक्षा खूपच सरस आहे. शिवाय त्याला हा रस्ता नीट ठाऊक असणार. तो रोडब्लॉकचा अडथळा पार करून आता दहा मिनिटे झाली होती. अन् एवढ्या वेळात माझ्यापासून सुमारे चारशे पाचशे फुटांपर्यंत येणे हे अन्यथा शक्य नव्हते.

ती पोरगी मागून येणाऱ्या गाडीकडे काही मिनिटे पहात राहिली. आता तिने वळून माझ्याकडे पाहिले. आपला आवाज शक्यतो काबूत ठेवीत तिने विचारले, ''आता पुढे काय होणार?''

एवढ्यात चाबकाचे फटकारे मारल्याचे दोन आवाज मला इंजिनाच्या व चाकांच्या घरघराटावरती मात करून ऐकू आले. काय होत आहे हे तिच्या लक्षात आले. पोलिस मागून गोळ्या झाडत होते.

मी ओरडून तिला म्हणालो, ''खाली वाक. पार सीटच्या खाली जा. डोके आत घे. तरच तुझा जीव वाचेल.''

तिने तसे केल्यावर मी खिशातून रिव्हॉल्व्हर बाहेर काढून ठेवले. ॲक्सिलरेटरवरचा पाय पटकन मागे घेतला व गाडीला हॅन्डब्रेक लावले. माझी गाडी धडपडत थांबली.

काहीही कल्पना नसताना पुढची शेवरोलेट गाडी वेग कमी करून एकदम उभी राहिलेली पाहिल्यावर पोलिसांच्या गाडीच्या ड्रायव्हरचा गाडीवरचा ताबा सुटला असला पाहिजे. कारण ब्रेक्सचे आवाज, टायरच्या जमिनीच्या घर्षणामुळे होणारे आवाज, त्या गाडीचे हेलकावत नागमोडी पळणे, ही सारी ती लक्षणे दाखवीत होते. मी मग त्यांच्या दिशेने रिव्हॉल्व्हरमधून एक गोळी झाडली. ती गोळी ड्रायव्हरच्या समोरील काचेला मध्यभागी फोडून आत गेली. परत मी एक गोळी झाडली. मग मात्र त्या गाडीवरचा ताबा सुटला असला पाहिजे. ती गाडी ब्रेक्स दाबल्याने फरफटत वेडीवाकडी गेली व अर्धवट आडवी वळून एका खड्ड्यात जाऊन पडली. याचा अर्थ नक्कीच त्या दुसऱ्या गोळीने पुढचा टायर फोडला असला पाहिजे.

आतल्या पोलिसांना काहीही झाले नसावे. कारण नंतर त्या गाडीतून तीनजण बाहेर पडताना मी पाहिले. ते आता माझ्या दिशेने गोळीबार करू लागले. आरशातून मी ते पाहिल्यावर मला हसू आले. कारण त्यांच्या टप्प्याबाहेर मी गेलो होतो. काही

सेकंदातच ते मला दिसेनासे झाले.

''ठीक आहे. युद्ध संपले आहे. आता मिस् रुथव्हेन वर या पाहू.'' मी म्हणालो. ती उठून बसली. तिचे केस सुटलेले होते. ते तिने प्रथम हेअर-बॅन्डने बांधून टाकले. खरोखरच बायका या कशाला महत्त्व देत असतात पहा. उद्या जर एखादी बाई उंच कड्यावरून खाली कोसळू लागली व खाली पायथ्याशी काही माणसे तिची वाट पहात असतील, तर ती पडता पडता सुद्धा आपले केस विंचरेल.

ती म्हणाली, ''मला खाली पडून रहाण्यास सांगितले याबद्दल थँक्स! नाहीतर मी या धामधुमीत ठार मारली गेले असते.'' तेवढ्यात विन्डशील्डच्या काचेला गोळीमुळे पडलेले भोक दिसले. ती आश्चर्याने डोळे विस्फारून म्हणाली, ''बापरे, नेमकी या गोळीच्या रेषेत मी होते. तुम्ही माझा जीव वाचवल्याबद्दल धन्यवाद!''

''बाईसाहेब, मी फक्त माझा जीव वाचवायचा प्रयत्न करतो आहे. तुम्ही ठणठणीत राहिला व माझ्याजवळ असला तरच माझा जीव वाचला जाणार आहे. तुम्ही म्हणजे माझी विम्याची पॉलिसी आहात. नाहीतर त्यांनी माझ्यावरती हातबॉम्ब फेकला असता किंवा अगदी आरमारातली १४ इंची तोफसुद्धा डागली असती.''

आता रस्त्यावरती तुरळक वाहने दिसू लागली. बहुतेक वाहनातून कुटुंबे चालली होती. बाहेरच्या राज्यातील कुटुंबे सुट्टीची मजा लुटण्यासाठी आली होती. पण या वाहनातील माणसांचे आमच्याकडे लक्ष गेले की ती रोखून पहात आहेत असे आमच्या ध्यानात आले. आमच्या जवळ आलेली वाहने एकदम हळू जाऊ लागत. ओव्हरटेक करून जाणाऱ्या वाहनातील माणसे आपापल्या आसनावरती वळून आमच्या गाडीकडे पाहू लागत. ही सारी त्या काचेला गोळीने पाडलेल्या भोकाची किमया होती. ते भोक व काचेला गेलेले कोळ्याच्या जाळ्याच्या आकाराचे तडे यामुळे आमच्यावर गोळीबार झाल्याचे पहाणाऱ्याला कळत होते. हॉलिवूडच्या सिनेमातून व टीव्ही सिरीयलमधून मोटारीच्या काचांना गोळ्या लागल्याची दृश्ये वारंवार दाखविली गेली असल्याने लोकांना या दृश्याचा अर्थ कळत होता.

ही परिस्थिती माझ्या दृष्टीने धोकादायक होती. आजूबाजूच्या १०० मैलांच्या त्रिज्येतील सर्व रेडिओ स्टेशनवरती न्यायालयातून कैद्याचे पलायन आता प्रसारीत होत असणार. त्यात या शेव्हरोलेट गाडीचे, माझे व या पोरीचे वर्णनही तपशीलवार सांगितले जात असणार. मग अशी आमची गाडी दिसली की लोक उत्साहाने आमच्या प्रवासात अडथळे आणणार. कदाचित प्रसिद्धीच्या आशेने काहीजण तर या शेव्हरोलेटवर धडका मारून तिला अपघात घडवून आणू शकतील.

मी ती हॅन्डबॅग घेतली, माझ्या मुठीवर हातमोज्यासारखी चढवली व समोरच्या काचेवर एक जोरदार ठोसा मारला. ती काच आणखी फुटली. ते गोळीचे भोक जाऊन त्या जागी आता एक मोठे भगदाड झाले. आता ठीक झाले. कुठूनतरी

आलेला दगड, एखादा पक्षी, किंवा हवेतल्या तापमानात झालेला अचानक बदल, अशामुळे मोटारीची काच अशी फुटू शकते हे लोकांना ठाऊक होते.

पण एवढे काही पुरेसे नव्हते. रेडिओवरती चालू असलेले संगीत अचानक थांबवून जर ती बातमी दिली तर लोक त्याची गंभीरतेने दखल घेणार. मग या शेव्हरोलेट गाडीच्या वर्णनानुसार तसली गाडी शोधणार. शिवाय ही बातमी जराशी जादाच तिखट मीठ लावून, रंगवून सांगितली जाणार. तेव्हा ही गाडी सोडून दिली पाहिजे व त्याऐवजी दुसरी एखादी गाडी घेतली पाहिजे. अगदी ताबडतोब.

मी एका नवीन गावातून चाललो होतो. तिथे एके ठिकाणी रस्त्याच्या कडेला तीन गाड्या ओळीने उभ्या होत्या. या गावाला समुद्रकिनारा होता. म्हणजे बाहेरगावाची तीन कुटुंबे आपल्या गाड्या घेऊन एकत्र येथे आल्या होत्या. नक्कीच समुद्रावरती वेळ घालवायला ते आलेले असणार. कारण वाटेत मला अनेक सर्फरायडिंगचे बोर्ड्स दिसले होते. या गाड्यांपासून रस्त्यापासून समुद्राच्या दिशेने चार पाचशे फूट दूर सात आठ माणसांचा एक गट चाललेला होता. नक्की ती याच तीन गाड्यातली माणसे असणार. त्यांच्या हातात बार्बेक्यू करण्यासाठी जाळी, एक कुकींग स्टोव्ह आणि एक फराळाची टोपली होती.

मी गाडी थांबवून बाहेर उडी मारली. त्या पोरीला पकडून धावत धावत तिन्ही गाड्यांपाशी गेलो. क्षणभर त्या सर्वांची मी पहाणी केली. त्यात एक स्पोर्टस कार होती. मी तीच पसंत केली. तिन्ही गाड्यात कोणीही किल्ल्या सोडून गेलेले नव्हते. पण स्पोर्टस कारमध्ये स्टीअरिंग व्हीलजवळील एका कबी-होलमध्ये बहुतेकजण गाडीच्या जादा किल्ल्या ठेवून देतात व त्या किल्ल्यांवरती शॅमॉय कापड ठेऊन त्या झाकून टाकतात हे मला ठाऊक होते.

मी पोलिसांची ती शेव्हरोलेट गाडी तिथेच टाकून ही स्पोर्ट्स कार घेतली तर आणखीनच घोटाळा होणार होता. मग मी नक्की कुठवर आलो हे सहज कळणार होते. जोपर्यंत या शेव्हरोलेटचा ठावठिकाणा ठाऊक नाही तोपर्यंत इथल्या या स्पोर्ट्स कारच्या चोरीला फारसे महत्त्व दिले जाणार नाही. पण इथे शेव्हरोलेट सापडली तर मात्र दोन्ही गोष्टींची सांगड घालून माझा शोध घेण्यासाठी इथल्याच आसमंतावर पोलिस आपले लक्ष केंद्रित करतील.

मी पुन्हा त्या पोरीसह शेव्हरोलेटमध्ये जाऊन बसलो. भरधाव वेगाने त्या गावाच्या हद्दीबाहेर अर्ध्या मिनिटात गेलो. पुढच्या गावात शिरताच मला काही तुरळक बंगले दिसले. मला हवे तसे घर सापडताच मी त्या घराच्या फाटकातून आत गाडी घातली व आतल्या एका गॅरेजमध्ये नेऊन ठेवली. तिथून निघताना मी त्या गॅरेजचे दारही ओढून घेतले. बंगल्यातील माणसे नक्कीच बाहेर गेलेली असणार. नाहीतर त्या गॅरेजमध्ये बंगल्याच्या मालकाची गाडी दिसली असती.

हे सारे करण्यास मी अवघी दोन तीन मिनिटे घेतली. त्या पोरीच्या अंगातील कपडे माझ्या कपड्याच्या रंगाशी मिळते जुळते होते. रेडिओवरील बातमीत याचा उल्लेख नक्कीच होता. म्हणून मी माझा कोट काढून तो उलटा करून अंगात घातला. आतला रंग वेगळा होता. तिच्या अंगावरचा ब्लाऊज काढून माझ्या कोटात दडवला. आता तिच्या अंगात एक पांढरा सन-टॉप होता. उकाड्यामुळे अनेक बायका असे कपडे करतात. मी एका हातरुमालाने माझे डोके झाकले व त्यावरती त्या मुलीचा हेअरबॅन्ड लावला. त्या ऐसपैस हातरुमालामुळे माझ्या चेहेऱ्यावरचा तो व्रणही झाकला जात होता तरीही त्या रुमालातून माझे तांबडे केस थोडेसे डोकावतच होते. मग त्या पोरीच्या पर्समधली रंगाची पेन्सिल घेऊन ते केसही भराभरा रंगवून काळे केले. आता आमच्याकडे कुणाचेही जरी लक्ष गेले तरी रेडिओतील बातमीमधील वर्णनानुसार हेच ते दोघे आहेत, असा संशय कोणालाही येणार नव्हता.

माझे रिव्हॉल्व्हर मात्र मी कोटाच्या आत दडवून ठेवले होते. त्या पोरीचा हात धरून मी मुद्दाम हळूहळू चालत गेलो. मघाशी पाहिलेल्या त्या स्पोर्टस कारपाशी पोचायला मला तीन मिनिटे लागली. आम्ही त्या गाडीत जाऊन बसलो. पण ती सुरु केली नाही. दूरवर मला तो मघाचा सात आठ जणांचा गट अजूनही दिसत होता. ते रेंगाळत रेंगाळत चालले होते. मी गाडी का चालू करीत नाही याचे त्या पोरीला आश्चर्य वाटत होते. थोड्या वेळाने मागून एक डबर भरलेला मोठा ट्रक धडधडाट करत आला. तो जवळून जात असताना एकदम गाडी सुरू केली. त्या ट्रकच्या आवाजात आमच्या गाडीच्या इंजिनाचा आवाज मिसळून गेला. दूरवरच्या त्या गाडीच्या मालकाला त्यामुळे जराही संशय आला नाही. मी गाडी सुरू करून रस्त्यावरून जोरात निघालो, पण नेमका उलट दिशेने. म्हणजे जिथून आलो त्या दिशेने. तिच्या चेहेऱ्यावरती आश्चर्य व गोंधळ प्रगट झाला होता.

मी तिला म्हणालो, ‘‘म्हण, म्हण आता मला वेडा. जसे आत्तापर्यंत आलो तसेच जर पुढे गेलो असतो तर तिथला रोड-ब्लॉकचा अडथळा फार काही दूर नसणार. शिवाय तो आता एवढा पक्का केला असणार की एखादा ५० टनी ट्रकसुद्धा त्यातून निसटून जाऊ शकणार नाही. तेव्हा उत्तरेला जाण्यात अर्थ नाही. पोलिस मग असा तर्क करणार की, मी दलदलीच्या बाजूने कच्च्या रस्त्याने पूर्वेला गेलो असेन. तेव्हा आपण आता परत दक्षिणेकडेच जाणे इष्ट आहे. हा तर्क करणे मात्र त्यांना जमणार नाही. मग आपण काही तास लपून राहू.’’

‘‘लपून राहू? कुठे? मला कुठे लपवणार?’’

मी तिच्या या प्रश्नांना उत्तरे दिली नाहीत. ती पुढे म्हणत हाती, ‘‘आता जाऊ द्या मला, प्लीज जाऊ द्या. तुम्ही आता सुरक्षित आहात ना? म्हणून तर तुम्ही ही दिशा धरलीत.’’

मी कंटाळून तिला म्हणालो, "मूर्ख आहेस झालं! तुला मी सोडून दिले तर तुझ्याकडून दहा मिनिटातच या राज्यातल्या प्रत्येक पोलिसाला मी आता कोणती गाडी चालवतो आहे आणि कोणत्या दिशेने जात आहे ते कळेल."

"पण मी तुमच्या बरोबर असले तरी तुम्ही माझ्यावर विश्वास कसे ठेवता? कशावरून मी संधी सापडताच तुमच्याविरुद्ध जाणार नाही," ती म्हणाली. गेल्या वीस मिनिटात मी माझे रिव्हॉल्व्हर वापरले नव्हते. म्हणूनही तिच्या मनातली भीती ओसरली असेल. आपण केव्हाही विश्वासघात करू, असे मला पटवल्यावर मी तिला सोडून देण्याचा विचार करेन, असे तिला वाटत असावे. ती म्हणत होती, "मी तुमच्याबरोबर राहिले तर बाहेरच्या माणसांना कशावरून मी इशारे करणार नाही? चौकात लाल सिग्नलमुळे थांबल्यावरती कशावरून मी आरडाओरडा करणार नाही? त्यावेळी मी कशावरून तुमच्याशी झोंबाझोंबी करून लोकांचे लक्ष वेधून घेणार नाही. कशावरून मी..." मी तिचे बोलणे तोडून टाकीत म्हणालो, "तो कोर्टातला डॉनेली नावाचा जो पोलिस होता ना, त्याला वेळेत डॉक्टरांकडे पोचवले असेल की नाही याबद्दल मी आता विचार करतो आहे."

मला काय म्हणायचे आहे ते तिला चटकन समजले. त्यातली गर्भित धमकी तिला उमगली. पण तिच्या अंगात धैर्य होते. आता ते धैर्य होते, का मूर्खपणा होता, का हट्टीपणाचा भाग होता, हे समजत नव्हते. पण यापुढे ती संकटात सापडण्याची शक्यता होती.

"मिस्टर टालबोट, माझे वडील खूप आजारी आहेत," तिने प्रथमच माझे नाव घेत म्हटले. शिवाय त्या नावाआधी 'मिस्टर' असे संबोधनही तिने लावले होते. मला त्यामुळे बरे वाटले. "जेव्हा त्यांना माझ्याबद्दल कळेल तेव्हा त्यांचे जे काय होईल त्याची मला भीती वाटते. त्यांचे हृदय खूप कमजोर झाले आहे आणि..."

"आणि मला एक बायको आहे व चार भुकेलेली कच्चीबच्ची आहेत," मी तिचे बोलणे तोडून टाकीत म्हणालो, "तेव्हा आपण एकमेकांचे अश्रू पुसू शकतो."

यावर ती काही बोलली नाही. पुढे तिने आपले तोंड बंद ठेवले होते. नंतर एका दुकानापुढे मी गाडी थांबवली, तिला घेऊन आत गेलो व एक फोन केला. फोनचा माऊथपीस अगदी तोंडाजवळ धरून मी अत्यंत हळू आवाजात बोलत होतो. ती माझ्यापासून एवढी दूर होती की माझे बोलणे तिला ऐकू जात नव्हते. पण ती एवढी जवळ होती की माझ्या कोटाच्या खिशातून रोखलेले रिव्हॉल्व्हर तिला सहज दिसत होते. दुकानातून बाहेर पडताना मी सिगारेटस खरेदी केल्या. त्या दुकानदाराने एकदा माझ्याकडे पाहिले व एकदा बाहेर उभ्या केलेल्या माझ्या गाडीकडे पाहिले.

"या उकाड्यात गाडी चालवणे म्हणजे भयंकरच आहे ना? कुठून आलात? फार दूरवरून आलेला दिसताय."

"चिलीकूट तळ्याकडून आलो. मासे पकडायला गेलो होतो ना.'' चिलीकूट तळ्याला वळून जाणारा रस्ता या हमरस्त्याला जोडलेला होता. येथून तीन चार मैल आधी मी त्या रस्त्याकडे बाण दाखवणारी ती पाटी पाहिली होती. म्हणून मला ती थाप सुचली.

"मासे पकडायला गेला होतात?'' अजूनही त्याच्या स्वरात थंडपणाच होता. त्याने एकदा माझ्याबरोबरच्या पोरीला पाहिले. त्याला संशय आला असावा. त्याने पुढे म्हटले, "मग मिळाले का मासे?''

"थोडे फार मिळाले.'' एवढा मोठा मेक्सिकन गल्फचा समुद्र जवळ असताना कोणीही त्या दलदलीतील चिलकूट तळ्याकडे मासे मारायला जाणार नाही. माझ्या ते उशीरा ध्यानात आले.

"पण शेवटी ते गमवावे लागले. वाटेत एका ठिकाणी रस्त्यावर मी बास्केट ठेवली होती. पण ताशी ऐंशी मैल वेगाने जाणारी एक भरधाव मोटार तिथे आली आणि तिने ती टोपली पार उधळून लावली. त्या रस्त्यावर एवढी धूळ होती की त्या धुरळ्यात मला त्या गाडीचा नंबरही नीट दिसला नाही.''

"अलीकडे असे प्रकार फार चालले आहेत. सगळीकडे भरधाव वेगाने वाहने येतात. पण मिस्टर, ती गाडी कशी होती हे पाहिलेत?''

"ती एक निळ्या रंगाची शेव्हरोलेट गाडी होती. पुढच्या विन्डस्क्रीनची काच फुटली होती. का? का बर विचारता आहात?''

"का विचारता आहात? म्हणजे तुम्हाला काहीच ठाऊक नाही तर. तो ड्रायव्हर कसा दिसत होता?''

"ती गाडी एवढी वेगात होती की मला तो नीट दिसला नाही. फक्त त्याचे तांबडे केस मला दिसले. पण तुम्ही का...''

"तांबडे केस. चिलीकूट तळे!'' एवढे म्हणून तो फोनकडे धावला.

आम्ही शांतपणे त्या दुकानातून बाहेर पडलो. ती पोरगी म्हणाली, "तुम्ही काहीही विसरत नाही असे दिसते. तुमच्या लक्षात सारे काही रहाते. अन् खोटे बोलताना तुम्ही किती थंडपणे बोलता! जर त्याने तुम्हाला ओळखले असते तर?''

मी यावर तिला एवढेच म्हणालो, "चला, गाडीत बसा.''

चार मैल अंतर कापून आम्ही पुढे गेलो. मग मला ती जागा दिसली. येथून जातानाच मी ती हेरून ठेवली होती. रस्त्यापासून आत जाणारी जागा होती. रस्त्यावर 'कॉडेल बांधकाम कंपनी'ची पाटी होती. समुद्राकडे तोंड केलेले बंगले बांधण्याचे काम तिथे चालू होते. मी सरळ गाडी आत घातली. पार बांधकामाच्या जागेपर्यंत गेलो. तिथल्या बाकांवरती काहीजण बसले होते. बंगले घेण्याच्या इराद्याने आलेली ती गिऱ्हाईके असावीत.

तिथेच एक पार्किंग लॉट होता. पंधरा वीस गाड्या तिथे उभ्या होत्या. मी तिथे गाडी थांबवल्यावर ती माझ्याकडे वळून रोखून पाहू लागली. मी शांतपणे सिगारेट बाहेर काढून ती शिलगावली व ओढू लागलो. ती म्हणाली, ''याच जागी लपून रहाण्याचा तुमचा बेत आहे ना?''

''होय. तुला कशी काय वाटते ही जागा?''

''इतकी माणसे येथे असताना? ६० फूट दूर असलेल्या रस्त्यावरून तर ही जागा गस्तीच्या पोलिसांना सहज दिसेल.''

''म्हणूनच इथे कोणी लपणार नाही असा विचार होईल. माझे अंदाज कधीच चुकत नाही. इथे फक्त काळोख होईपर्यंत आपण वेळ काढायचा. अन् हे बघ, आता तू माझ्या जवळ सरक. आणखी जवळ. हं, ठीक आहे. जिवावर उदार झालेला एक गुन्हेगार एका मुलीला पळवून नेतो आहे असे त्यामुळे कोणालाच वाटणार नाही.''

''आत्ता माझ्याजवळ एक पिस्तूल असायला हवे होते,'' ती चिडून म्हणाली.

मला चिकटून बसल्यावर तिच्या शरीरातली थरथर मला जाणवली. तेवढ्यात गाडीच्या आरशातून मला पोलिसांची एक गाडी हमरस्त्यावर थांबलेली दिसली. ते तिथूनच इथल्या गाड्यांची पहाणी करत होते. पण ती एक वरवर पहाणी होती. ते लगेचच तिथून निघून गेले.

ती गाडी तिथून गेल्यावर त्या मुलीच्या डोळ्यात निराशेचे भाव दाटले. पण माझा नाईलाज होता.

अर्ध्या तासाने पुन्हा तिच्या डोळ्यात आशा प्रगटली. मोटारसायकलवरील दोन पोलिस सरळ इकडेच येत होते. दोघेही जण आले नि आपल्या गाड्या थांबवून काही क्षण पार्क केलेल्या मोटारींना न्याहाळत बसले. मग ते दोघे उतरून सरळ गाड्यांकडे येऊ लागले. त्यांच्या हालचाली व चालणे हे एकमेकांशी तंतोतंत जुळत होते. दोघांच्याही कमरेला पिस्तुले लटकलेली होती. त्यांनी पहिली गाडी पाहिली. आतल्या लोकांवरती एक भेदक नजर टाकली व पुढच्या गाडीकडे ते वळले. ते कोणालाही विचारत नव्हते. त्यांच्या चेहेऱ्यावरती गंभीर भाव होते. कदाचित् तो डॉनेली मेला असावा म्हणून एवढे गांभीर्य आता माझ्या शोधाला आले असावे.

एकदम त्यांनी मधल्या दोन तीन गाड्या सोडल्या व ते आमच्या दिशेने येऊ लागले. पण जवळ येऊन आमच्यावरून ते सरळ तसेच पुढे गेले.

त्या पोरीने आता एक खोल श्वास घेतला. याचा अर्थ ती नक्कीच आता ओरडणार होती. मी झटकन तिचे तोंड माझ्या छातीवर दाबून धरले. त्या पोलिसांनीही माझी ही कृती पाहिली. त्यावर एक चमत्कारिक भाष्य एकमेकात केले. ते सरळ पुढे गेले. मी तिचा दाबून धरलेला चेहरा सोडून दिला.

ती रागाने नुसती लाल लाल झाली होती. ती म्हणाली, ''मी आता बेधडक त्या

पोलिसांना बोलावणार आहे. तेव्हा तुम्ही मुकाट्याने शरण जावे हे उत्तम.''

शेवटी उभी असलेली एक फोर्ड गाडी ते पोलिस तपासत होते. आतील माणसांशी काहीतरी बोलत होते. कारण त्या ड्रायव्हरच्या अंगात हिरव्या रंगाचे कपडे होते. न्यायालयात माझ्याही अंगावर त्याच रंगाचे तसलेच कपडे होते. म्हणजे नक्कीच ते माझा शोध घेत होते.

मी तिला म्हणालो, ''असला काही मूर्खपणा करू नकोस. माझ्याजवळ एक रिव्हॉल्व्हर आहे हे लक्षात ठेव.''

''हो, पण त्यात एकच गोळी उरली आहे.''

तिचे बरोबर होते. दोन गोळ्या मी न्यायालयात झाडल्या. एक गोळी मॉलिसनच्या गाडीचा टायर फोडण्यात खर्च केली. दोन गोळ्या पाठलाग करणाऱ्या पोलिसांच्या गाडीवर झाडल्या. सहापैकी पाच गोळ्या खर्च झाल्या. आता फक्त एकच गोळी उरली होती. तिचे अंकगणित व स्मरणशक्ती चांगली होती असे दिसले.

''हे बघ पोरी, तुझे गणित कच्चे नाही हे मान्य. पण व्यवहाराचे गणित तुला जमत नाही. मी ही शेवटची गोळी जर तुझ्या कमरेत झाडली, तर तू जन्मभर पांगळी बनशील. तुला चाकांच्या खुर्चीवरून हिंडावे लागेल. तरीसुद्धा तुला वेदना होत रहाणार. त्या डॉनेलीला मी या गोळीचे सामर्थ्य सांगितले होते ते आठवते ना तुला? तुला चालणे, धावणे, पोहणे, नाच करणे, वगैरे कधीच जमणार नाही. आता नंतर मी पकडला जाईन असे तुला वाटते. पण त्यासाठी तुला केवढी किंमत द्यावी लागेल याचा विचार कर. अगदी मला नंतर फाशी जरी दिले तरी त्यामुळे तुझे पांगळेपण काही जाणार नाही. तेव्हा हे गणित तुला जमत नाही.''

''पण तरीही मी त्या पोलिसांना हाक मारणारच. तू एक खुनी आहेस आणि आणखी तुझ्या हातून खून घडू नयेत म्हणून मी पांगळी झाले तरी चालेल,'' ती निर्धारपूर्वक म्हणाली.

''वाऽ! वा:! तुझे विचार खूपच उच्च दर्जाचे आहेत. त्याबद्दल तुझे नक्कीच कौतुक केले पाहिजे, मिस रुथव्हेन. त्या पोलिसांना तू हाक तर मारून बघ. मग पहा ते कसे पटापट मरतील ते.''

''पण... पण ते शक्य नाही. तुमच्याजवळ तर एकच गोळी उरली आहे.''

''म्हणूनच म्हणतो, तू एक बच्ची आहेस फक्त. तुला मी गोळी घालणारच नाही. ही विम्याची पॉलिसी अशी दूर करू काय? पहिली गोळी मी एका पोलिसाला घालेन. त्याची छाती फोडून ती गोळी बाहेर पडल्यावर दुसरा पोलिस हादरेल. मग मी त्याच्यावरती पिस्तूल रोखून त्याला हात वर करायला लावेन. त्याला कुठे ठाऊक असेल की आता माझ्या पिस्तुलात गोळ्या उरल्या नाहीत? शिवाय मी एव्हाना खून पाडलेले त्याला ठाऊकच आहे. तेव्हा मी तसे करायला कधीच

कचरणार नाही. त्यातून त्याचा सहकारी खाली रक्ताच्या थारोळ्यात पडलेला. तो मुकाट्याने शरण येईल. मग मी त्या दोघांचे रिव्हॉल्व्हर्स काढून घेईन व मग त्या दुसऱ्यालाही गोळी घालीन. तुझ्या डोळ्यादेखत तुला दोन खून पहायला मिळणार. तेव्हा, चल ओरड बघू.''

ती यावर काहीच बोलली नाही. चार पाच मिनिटे गप्प बसून राहिली. माझे बोलणे तिला पटले असावे. ते पोलिस आता तिथून निघून गेले. आपल्या मोटारसायकलींवरती स्वार होऊन हमरस्त्याला लागले.

आम्ही दोघे गाडीत बसून राहिलो होतो. ती गप्प होती, अगतिक झालेली दिसत होती व अधूनमधून तिच्या डोळ्यातून अश्रू वहात होते. मला तिची दया आली. पण माझाही नाईलाज झाला होता.

संध्याकाळ झाली. मी गाडीचे इंजिन सुरू केले. ती दचकून म्हणाली, ''तुम्ही रात्रीपर्यंत इथे थांबणार होता ना?''

''हो. पण मिस्टर ब्रुक्स आता तिकडे थयथयाट करत असतील. त्यांची बीचवरची पार्टी संपली असेल.''

''कोण मिस्टर ब्रुक्स?''

''पीटर्सबर्गचे मिस्टर ब्रुक्स. या गाडीचा मालक. हे बघ इथे त्याचे लायसेन्स आहे. त्यातून ही गाडी पोलिसांनी पाहिली आहे. ब्रुक्सने तक्रार केल्यावर नक्कीच पोलिस येथे येणार. मग आपण कशाला बर थांबायचे इथे बेबी?'' मी तिला नाटकीपणे विचारले.

''आता कुठे?''

''आता परत मार्बल स्प्रिन्जला. ज्या 'ला कॉन्टेसा' हॉटेलात मला पकडले होते तिथे जायचे आहे. माझ्या काही गोष्टी तिथेच राहिल्या आहेत, त्या घेतल्या पाहिजेत. हॉटेलमध्ये बरेच बंगले आहेत. तिथे एका बंगल्यात माझ्या वस्तू आहेत.''

आता मात्र हा माणूस खरोखरीच वेडा आहे अशी तिची खात्री पटली असावी. तिच्या चेहेऱ्यावरती तसे भाव होते. मी माझ्या डोक्यावरचा हेअरबॅन्ड व तो रुमाल काढून टाकला. रात्रीच्या काळोखात तो पांढरा रुमाल उठून दिसला असता. तिला पुढे म्हणालो, ''ती जागा आता सर्वात सुरक्षित आहे. तिथे पुन्हा येण्याचे पोलिसांच्या मनातही येणार नाही. आजची रात्र तिथे काढणार. कदाचित आणखीही काही दिवस मी तिथेच राहीन. तोपर्यंत एखादी बोट मी मिळवेन. अर्थातच तोपर्यंत तुला माझ्याबरोबर रहावेच लागेल.''

तिच्या चेहेऱ्यावरती आश्चर्याचे भाव होते. मी त्याकडे दुर्लक्ष करीत म्हणालो, ''मघाशी मी त्या दुकानातून लॉ कॉन्टेसा हॉटेललाच फोन केला होता. जर १४ नंबरचा बंगला रिकामा असेल तर मी तिकडे येतो, असे म्हटल्यावर त्यांनी तो बंगला

रिकामा असल्याचे सांगितले. मग मी ते रिझर्व्हेशन फोनवरून पक्के केले. तो बंगला मागच्या बाजूला व टोकाला असल्याने कुणाचेच लक्ष आपल्याकडे जाणार नाही. तसेच बंगल्याला एक गॅरेजही आहे. त्यात ही गाडी ठेवून दार बंद करून ठेवले की मग कसलीही भीती नाही.''

मी एक मैल पार केला, दुसरा मैल पार केला, तिसऱ्या मैलानंतर पाऊस येऊ लागला. म्हणून त्या उघड्या गाडीचे मिटलेले टप लावले. तिचे अंग शहारू लागले होते. थोड्या वेळाने ती म्हणाली, ''पण तुम्हाला तिथल्या रजिस्टरमध्ये नाव लिहावे लागेल, सही करावी लागेल. तेव्हा हे तुम्हाला अशक्य...''

''नाही.'' मी तिचे वाक्य पुरे करीत पुढे म्हणालो, ''मी त्यांना खोली उघडून तिथेच किल्ल्या ठेवा, गॅरेजही उघडून ठेवा आणि खोलीतच ते रजिस्टर आणून सही घ्या, लांबून येत असल्याने मी दमलो आहे, माझे जेवणही खोलीतच आणून द्या, अशा सर्व सूचना देऊन ठेवल्या आहेत. शिवाय आपण एक हनीमून करण्यासाठी आलेले जोडपे असून आम्हाला निवांतपणाची गरज आहे हेही रिसेप्शनिस्टला बजावले आहे.''

ती यावरही निरुत्तर झाली. काही वेळाने ते हॉटेल आले. दरवाज्यावरच्या निग्रो पहारेकऱ्याला मी विचारले, ''बंगला नं. १४ कुठे आहे?''

तो म्हणाला, ''मिस्टर ब्रुक्स?'' मग मी मान हलविल्यावर तो म्हणाला, ''आम्ही आपली सारी व्यवस्था केली आहे. चाव्याही तयार आहेत. माझ्या मागून या.''

मी त्याला गाडीत घेऊन बंगला नं. १४ मध्ये गेलो. गॅरेजमधे गाडी ठेवली व दार लावून टाकले. त्या निग्रोला काही पैसे देऊन ब्रॅन्डी व व्हिस्की यांच्या बाटल्या विकत आणण्यास सांगितल्या. मग त्या पोरीला खेचत खेचत बंगल्यात शिरलो.

तो एक उत्तम सजवलेला बंगला होता. ते हॉटेल अशा अनेक बंगल्यांनी मिळून बनलेले होते. मधल्या इमारतीत रिसेप्शन, भटारखाना, रेस्टॉरंट, बार, जिम व करमणुकीची साधने होती. त्या बंगल्यातील एका कपाटाच्या वरती वळचणीला मी माझी एक बॅग आधीपासून लपवून ठेवली होती. मी ती काढून तिचे कुलूप उघडले, आतल्या वस्तू काढून त्या पलंगावर टाकू लागलो.

एवढ्यात दरवाजावरती टकटक झाली. मी तिला म्हणालो, ''तो निग्रो बाटल्या घेऊन आला आहे. त्या घे आणि उरलेले पैसे तो देईल. पण ते न घेता त्यालाच ते टीप म्हणून दे. अन् एक लक्षात ठेव. अजिबात ओरडायचे नाही, की बाहेर धाव घेऊन निसटायचे नाही. माझे पिस्तूल तुझ्यावर मी लपून रोखलेले असेल. जराही संशय आला तर बेधडक गोळी घालीन.''

तिने मान डोलावून होकार दिला व मी सांगितले तसे केले. बाटल्या आणल्यावर

मी फ्रिझमधून सोडा व दोन ग्लास बाहेर काढले. ''व्हिस्की का ब्रॅन्डी?'' तिने यावर ब्रॅन्डीकडे बोट दाखवून आपली निवड दर्शवली. तिचा ग्लास मी भरून दिला. मी व्हिस्की पिताना विचारले,

''आता स्नान करणार?''

''नाही,'' ती म्हणाली. पण काही सेकंदातच तिने आपला विचार बदलून अंघोळ करणार असल्याचे सांगितले. तिच्या विचारातील बदलाची मी मनात नोंद घेतली.

ब्रॅन्डी पिऊन संपल्यावर ती बाथरुममधे गेली. दार आतून लावून घेतले. मी दाराला कान लावून होतो. गरम पाण्याचा शॉवर चालू केल्याचा आवाज आला. नंतर अंगाला साबण लावल्याचा आवाज. नंतर शॉवर बंद केल्याचा आवाज. सरतेशेवटी टॉवेलने अंग पुसल्याचा आवाज ऐकू येऊ लागला. मग मी ताबडतोब तेथून पळालो व बंगल्याच्या मागच्या बाजूला गेलो. तिथे बाथरुमची खिडकी उघडी होती. आतून प्रकाश व पाण्याच्या वाफा बाहेर येत होत्या. मी बाजूला लपून बघू लागलो. काही वेळाने खिडकीतून दोन पाय बाहेर आले व मिस रुथव्हेनने खाली उडी मारली. मी पुढे होऊन तिला झटकन धरले. तिच्या तोंडावर हात दाबून फरफटत तिला आत बंगल्यात घेऊन गेलो. बंगल्यातल्या स्वयंपाकघरात तिला ढकलून दिले.

मी तिच्याकडे बघत राहिलो. मला तिची दया येऊ लागली. तशीच मला माझी स्वत:ची पण दया वाटू लागली. मी उभ्याउभ्याच परिस्थितीचा आढावा घेत होतो. अशा वेळी मागून एक गार वाऱ्याचा झोत आला. माझ्या मानेला तो गारवा जाणवला. तो झोत बाथरुममधून येत होता. पण काही वेळापूर्वी ते बाथरुम तिने आतून बंद केले होते व मी तर तिला बाथरुमच्या खिडकीतून बाहेर पडल्यावरती खेचून आत आणले होते. तेव्हा अद्यापही बाथरुम आतून बंदच होते. बाथरुमच्या दाराच्या किल्लीच्या भोकातून एवढा मोठा थंड हवेचा झोत बाहेर येणे शक्य नव्हते.

पण दार खरोखर बंद होते का? तसे ते नव्हते! अन् हे मला कळले तेव्हा फार उशीर झाला होता.

■

प्रकरण ३

बाथरुमचे दार आतून खरेच उघडले गेले? का कुठून तरी गार वाऱ्याचा झोत माझ्या पाठीवर आला? पण त्या पोरीचे डोळे विस्फारले गेल्याने मला संकटाची जाणीव झाली. मी सावकाश मागे वळून पाहू लागलो.

मग मला तो दिसला. म्हणजे तो बाहेरून बाथरुमच्या खिडकीत चढला व बाथरुमचे दार उघडून आत घुसला. त्याच्या हातात एक रिव्हॉल्व्हर होते. कोण्याही नवशिक्या माणसाच्या हातात तसले रिव्हॉल्व्हर असू शकत नाही. काळ्या रंगाच्या या जर्मन 'मॉसर ७.६३' रिव्हॉल्व्हरमधून सुटलेली गोळी ही तीन व्यक्तींमधून सरळ आरपार जाऊ शकते. तो एवढा जाडजूड होता की बाथरुमच्या दोन्ही दारांमधे तो कसाबसा सामावला होता. तर त्याची हॅट ही दाराच्या वरच्या उंबऱ्याला स्पर्श करीत होती. आणखीही एक गोष्ट माझ्या लक्षात आली. त्याच्या अंगात हिरव्या रंगाचे जाकीट होते. दुपारी मी त्या बांधकामाच्या जागी थांबलो असताना तिथल्या त्या फोर्ड मोटारीत बसलेल्याच्या अंगात तसलेच जाकीट होते. हा माणूस नक्कीच तोच होता.

"चल, तुझे पिस्तूल मला दे," तो म्हणाला. त्याचा आवाज शांत होता पण खोलवरून येत होता. हा त्याचा नेहमीचाच आवाज असावा.

"पिस्तूल? कसले पिस्तूल?" मी गोंधळून जाऊन विचारल्यासारखे म्हणालो.

"हे बघ टालबोट, आपण दोघेही व्यावसायिक आहोत ना? तेव्हा उगीच ती डायलॉगबाजी काय करायची? पिस्तूल! मला तुझे पिस्तूल हवे आहे. अंगठा व त्याच्याजवळचे बोट यांच्या चिमटीत धरून ते बाहेर काढ. हं. ठीक. आता ते खाली गालिच्यावरती टाक. अस्सं! थॅन्क यू!"

मी ते पिस्तूल खाली टाकले. पण नंतर ते पायाने त्याच्याकडे सरकवून फेकले. मी त्याच्यासारखाच एक तुल्यबळ व्यावसायिक आहे हे त्याच्या मनावर बिंबवण्यासाठी तसे केले.

"छान! आता खाली बस." मी तसे केल्यावर तो हसला. आता त्याचा चेहरा म्हणजे एक मासाचा धोंडा वाटत नव्हता. तो केवळ विस्तृत होता. त्यामुळे त्याच्या चेहऱ्यावरील हसूही रुंद दिसत असे. पण ती त्याची हसण्याची सवय असावी. विशेषत: प्रतिपक्षावर मात केल्यावरती तो तसे हास्य करीत असावा.

"दुपारी पार्किंग लॉटमध्ये मला तू पाहिलेस ना? का त्याही आधी कधी?

केव्हापासून तू माझ्या मागावर आहेस?'' मी त्याला विचारले.

"महाशय, यापूर्वी मी आपणास कधीच पाहिले नाही की आपले नाव ऐकलेही नाही. पण मी आज दुपारी आपल्याला पाहिले ही तुझी अटकळ खरी आहे. नंतर तुझे नाव व या पोरीचे नाव मी सतत ऐकत आलो आहे. मी तेव्हापासून तुझ्या मागावरती आहे. आता मिस् मेरी ब्लेअर रुथव्हेनबद्दलची स्पर्धा संपली,'' तो हसत म्हणाला. काहीतरी जिंकल्याचा हर्ष त्यातून प्रगट होत होता. तिच्याकडे वळून तो हे म्हणाला.

मिस् रुथव्हेनच्या चेहेऱ्यावरती गोंधळ दिसत होता. ती म्हणाली, "म्हणजे काय?''

"म्हणजे काय! म्हणजे मला तुझी, तुझ्या बापाची, त्याच्या उद्योगाची सारी माहिती मिळाली आहे. युरोपियन निर्वासितांचे ते 'मेफ्लॉवर' जहाज अमेरिकेत प्रथम आले व हा देश युरोपियांच्या ताब्यात गेला. साडेतीनशे वर्षांपूर्वीची ही गोष्ट! त्या जहाजातील माणसांना अमेरिकन भूमीवरती उतरू देण्यास परवानगी देणारा तुझा पूर्वज होता. त्याचा फायदा त्याच्या वंशजांना मिळत गेला. ते श्रीमंत होत गेले. तुझा बाप हा अमेरिकेतल्या चारशे तेलखाणींचा मालक असून सर्वांत श्रीमंत माणूस आहे.''

"म्हणजे तू हे सारे पार्किंग लॉटमध्ये असताना मोटारीतल्या रेडिओवरती ऐकलेस तर. मग त्या मागोमाग रेडिओवरून सतत दिल्या जाणाऱ्या बातम्या तू ऐकत गेलास. हो ना?''

"अगदी बरोबर!'' तो उत्साहाने म्हणाला.

"तू नक्की कोण आहेस?'' मिस् रुथव्हेनने त्याला सावधगिरीने विचारले.

मला त्या पोरीचे कौतुक वाटले. त्याने माझे पिस्तूल काढून घेतल्यावरती तिला जरी आनंद झाला असला तरी तिने तो दाखवला नव्हता. पण त्याचबरोबर आनंदाश्रू ढाळत ती या सुटका करणाऱ्या माणसाच्या गळ्यात पडली नव्हती. तिने त्याच्याकडे पाहून असे स्मित केले की त्याचा अर्थ 'फक्त समान पातळीवर असलेला आपला एक हितचिंतक' तो आहे असे त्याला वाटावे. वाऽ! शाब्बास पोरी!

"चला, म्हणजे मिस् रुथव्हेनला एक नवीन बॉडीगार्ड मिळाला,'' मी त्या दोघांकडे आळीपाळीने पहात म्हणालो. त्यांना माझ्या बोलण्याचे कुतूहल वाटले. मी पुढे म्हणालो, "रुथव्हेन साहेब हे आता त्या नाकमोडक्याला काढून त्याच्या जागी या पहिलवानाची नेमणूक करणार. तोच तो निग्रो नाकमोडक्या, जो कोर्टात तुझ्या मागे बसला होता व ज्याला मी फटका मारला होता तो,'' शेवटचे वाक्य मी तिच्याकडे पाहून म्हटले.

ती त्यावर म्हणाली, "तो काही माझा नेहमीचा...'' पण एवढे म्हणून तिने आपले ओठ चावले. त्यावेळी तिच्या डोळ्यात किंचित पाणी तरळले असावे असा मला संशय आला. मग विषय बदलावा तसे करत ती त्याला म्हणाली,

"तू कोण आहेस?''

"जॉब्लान्स्की. हर्मन जॉब्लान्स्की," तो पहिलवान अगदी बेफिकीरपणे म्हणाला.

"मिस्टर जॉब्लान्स्की, मी प्रथम तुमचे आभार मानते. तुमचे माझ्यावर खरोखरीच उपकार झाले आहेत."

यावर जॉब्लान्स्कीने आपले ते नेहमीचे विजय दर्शवणारे हास्य केले. त्याने खिशातून सिगारेटचे पाकीट बाहेर काढले, एक मॅच बॉक्स काढली, तोंडात धरलेली सिगारेट शिलगावली आणि ते पाकीट व मॅचबॉक्स माझ्याकडे भिरकावली. काही काही 'दादा' माणसे अशी सुसंस्कृत असतात. पण यामुळेच मला तो अति धोकादायक वाटू लागला. जॉब्लान्स्की म्हणजे पाण्याच्या बाहेर आलेले हिमनगाचे केवळ एक टोक होते. त्याच्या दसपट भाग पाण्याखाली लपला होता.

मिस् रुथव्हेन त्याला म्हणत होती, "तुम्हाला ते रिव्हॉल्व्हर चालवता येत असले पाहिजे. म्हणजे हा माणूस मला आता काही करणार नाही ना?"

"तो काय वाकडे करतोय, च्यायला." जॉब्लान्स्की बेफिकीरपणे म्हणाला.

पण मी पाहिले की तिच्या मानेवरची शीर अजूनही थडथडत होती. म्हणजे ती अजूनही घाबरलेलीच होती. याचा अर्थ त्याच्याशी तसे बोलण्याचे ती नाटक करीत असावी. मग ती म्हणाली, "ठीक आहे. तेव्हा मी आता पोलिसांना फोन करून कळवते," एवढे म्हणून तिने तिथला फोन उचललाही.

"नाही!" जॉब्लान्स्की एकदम थंडपणे म्हणाला.

"काय म्हणालात आपण?"

"मी म्हणालो, की फोन करायचा नाही. फोन नाही की पोलिसही नाही. त्यांना आपण यात ओढायचे नाही."

"काय? तुम्हाला काय म्हणायचे आहे?" चढलेल्या स्वरात ती म्हणाली. तिला नक्कीच राग आला असावा. आता ती सावकाश व समजावणीच्या सुरात त्याला पुढे म्हणाली, "आपल्याला पोलिसांची जरुरी आहे. हा माणूस एक गुन्हेगार आहे. अट्टल गुन्हेगार. सरकारला हवा असणारा फरारी गुन्हेगार. तो एक खुनी आहे. त्याने लंडनमध्ये आपल्याच एका माणसाचा खून केला होता..."

"आणि मार्बल स्प्रिन्ज गावातही," जॉब्लान्स्की शांतपणे म्हणाला, "तो डॉनेली पोलिस आज दुपारीच मेला."

"काय? डॉनेली ठार झाला? नक्की तुमची खात्री आहे?" ती पुटपुटत त्याला विचारीत होती.

"रेडिओवरच्या सहा वाजताच्या बातम्यात मी ते ऐकले. तुम्ही त्या बांधकामाच्या जागेवरून हललात त्याच्या आधी काही मिनिटेच ती बातमी मी ऐकली. डॉक्टर, ऑपरेशन, रक्त देणे, वगैरे वगैरे सांगितले गेले होते त्या बातमीत. मग तुमच्याकडे माझी नजर वळली व मी तुमचा पाठलाग सुरू केला."

"बापरे!'' ती स्तंभित होऊन म्हणाली. तिने माझ्याकडे एक ओझरता दृष्टीक्षेप केला. तिला आता माझी घृणा वाटत असावी. ती पुढे त्याला म्हणाली, "अन् तरीही तुम्ही म्हणता की पोलिसांना बोलावू नका? याचा अर्थ काय?''

"मिस रुथव्हेन, जॉब्लान्स्की महाशयांच्या डोक्यात काही वेगळेच शिजत असावे,'' मी तिला म्हणालो.

"तू गपरे. एवढे तू केल्यावर तुला फाशी होणारच. फक्त काही महिन्यांचा अवधी आहे,'' तो तुच्छतेने मला म्हणाला. अन् त्याने तिला सुनावले, "फोन करायचा नाही. अजिबात नाही. कळलं? असं काही झालं तर मला नाईलाजाने यातल्या गोळ्या झाडाव्या लागतील,'' तो हातातल्या रिव्हॉल्व्हरकडे पहात म्हणाला.

मी खुर्चीत बसलो होतो. काहीतरी ठरवून मी माझे पाय नीट हवे तसे एका पवित्र्यात जुळवले. खुर्चीच्या हातांवरची माझी पकड मी जोरात दाबून धरली.

तो म्हणत होता, "मला कसलीही जोखीम घ्यायची नाही.''

पण मला जोखीम पत्करायची होती. मी जोरात पाय व हात दाबून एक उसळी घेतली. हवेत आडवा सूर मारला व बाणासारखा जॉब्लान्स्कीच्या हाताकडे झेपावलो. त्याच हातात त्याचे रिव्हॉल्व्हर होते. पण माझी झेप त्याच्यापर्यंत पोचायच्या आत ते रिव्हॉल्व्हर त्याने झटकन दुसऱ्या हातात घेतले. त्याला असल्या प्रकाराचा आगाऊ अंदाज आला असावा. हे करताना त्याचवेळी तो थोडा मागे सरकला, आपल्या रिकाम्या हाताने कोटाच्या खिशातून काहीतरी वस्तू काढून ती वेगाने माझ्या डोक्यावरती मारली. हवेतून झेप घेण्याच्या वेगापेक्षा त्याच्या या कृतीचा वेग अधिक होता. नक्कीच तो एक सराईत गुंड असावा.

माझी काही वेळ शुद्ध गेली असावी. कोणीतरी गार पाणी माझ्या चेहेऱ्यावरती निर्दयपणे फेकल्याचे मला जाणवले. मी भानावर आलो.

तो तिला म्हणत होता, "मिस् रुथव्हेन, मी आता फोन करणार आहे. तुमच्या वडिलांना फोन लावणार. तेव्हा घरचा नंबर सांगा. डिरेक्टरीत तो नसणारच. कारण ते व्हीआयपी आहेत.''

"पण का तुम्ही त्यांना फोन करणार?''

"कारण या माणसावरती आता बक्षीस लावले आहे. पोलिसांनी ५,००० डॉलर्सचे बक्षीस रेडिओवरती जाहीर केले आहे तर तुमच्या वडिलांनी १०,००० डॉलर्सचे बक्षीस लावले आहे.''

"बापरे!'' मी मधेच म्हणालो.

"पण हजारो कोटी डॉलर्सची संपत्ती बाळगणाऱ्या रुथव्हेन साहेबांनी खरं म्हणजे इतकी कमी रक्कम जाहीर करावी हे काही बरोबर नाही,'' जॉब्लान्स्की कुरकुरत म्हणाला.

"मग त्यांनी किती डॉलर्सचे बक्षीस लावावे?" मिस रुथव्हेनने विचारले. तिच्या डोळ्यात आता एक वेगळीच चमक मला दिसली.

"मला वाटते की त्यांनी आपल्या मुलीसाठी किमान ५० हजार डॉलर्स तरी मोजायला काहीही हरकत नाही."

"बापरे!" यावेळी माझ्याऐवजी तीच आश्चर्याने उद्गारली.

"शिवाय टालबोटला स्वाधीन करण्याचे १५ हजार डॉलर्स वेगळेच."

यावर आपले डोळे बारीक करीत त्या पोरीने त्याला सावकाश विचारले, "तुम्ही कोण आहात?"

"६५ हजार डॉलर्सची कमाई करणारा एक माणूस."

"पण हे ब्लॅकमेलिंग होते आहे," तिने निषेध व्यक्त केला.

"हे बघ मुली, तुला अजून कायदा नीट समजून घेता येत नाही. ब्लॅकमेलिंग म्हणजे पैसे देऊन आपल्याविरुद्ध काहीतरी न करण्याचे आश्वासन किंवा वचन घेणे. इथे मी थोडीच काही धमकी देतो आहे? ब्लॅकमेलिंगमध्ये पैसे दिले नाहीत तर धमकी असते. शिवाय ज्याला धमकी मिळते त्याच्या काहीतरी भानगडी असतात व त्या गुप्त रहाव्यात अशी त्याची इच्छा असते. रुथव्हेन साहेबांच्याकडे अशी एखादी भानगड थोडीच आहे? पैसे नाही दिले तर मी तुमचे काहीही वाकडे करणार नाही. मी सरळ तुला या टालबोटच्या स्वाधीन करून निघून जाईन. मग माझ्यावर कसा दोष येईल? अन् मला या टालबोटची भीती वाटते. तो एक जहाँबाज खुनी आहे. फार धोकादायक आहे."

"पण मग तुम्हाला काहीच मिळणार नाही," तिने त्याच्यापुढे प्रश्न टाकला.

"मिळेल, मिळेल. नक्कीच मिळेल. 'मी यातून बाजूला व्हावे' अशी धमकी मला रुथव्हेन साहेबांनी दिली तर त्यांना त्यांची मुलगी परत मिळण्याची शक्यता ते गमावून बसतील. तेव्हा असला जुगार ते खेळणार नाहीत. 'मी बाजूला व्हावे', असे ते कधीच म्हणणार नाहीत. आपली खात्री आहे."

"पण पळवून नेणे हा एक कायद्याने गुन्हा आहे..." ती सावकाश बोलू लागली होती. तिचे कायद्याचे ज्ञान ती प्रगट करीत होती.

जॉब्लान्स्की यावरती उत्साहाने म्हणाला, "आहे ना. त्यासाठी कदाचित् फाशीसुद्धा होईल, पण ही शिक्षा मला नाही, टालबोटला दिली जाईल. त्याने तुला पळवून नेले आहे. अन् मी तर इथे या प्रकारातून आपले अंग काढून घेण्याची भाषा बोलतो आहे." मग त्याचा स्वर थोडासा कठोर करीत तो पुढे म्हणाला, "कोणत्या हॉटेलात तुझे वडील रहातात?"

"ते कोणत्याच हॉटेलात रहात नाहीत. ते एक्स-१३ वरती रहातात." ती खरे काय ते सांगत असावी. याचा अर्थ आता ती हताश झाली होती.

“जरा समजेल अशा भाषेत बोलशील का?” जॉब्लान्स्की गुरगुरला.

“समुद्रातील तेलविहिरींपैकी एका विहिरीचे ते नाव आहे. येथून आत समुद्रात ती पंधराएक मैलांवर असावी.”

“म्हणजे ते चित्रात दाखवल्या जातात तसल्या समुद्रावरील तरंगत्या तेलखाणी?”

“होय, अनेक ठिकाणी त्या आहेत पण ही तेल विहीर तरंगणारी नाही. ती पाण्यात तळावर पाय रोवून उभी आहे.”

“मग तिथे फोन लाव.”

“तिथे हे नेहमीचे फोन उपयोगाचे नाहीत. किनाऱ्यावरच्या ऑफिसातून वायरलेसने संपर्क साधता येतो किंवा समुद्रातळावरून एक वेगळी केबल टाकली आहे त्याद्वारे बोलता येते,” तिने खुलासा केला.

“छे: तो वायरलेस, रेडिओ, वगैरेचा काही उपयोग नाही. सगळे बोलणे जगजाहिर होईल. मी ऑपरेटरला त्या एक्स-१३शी जोडून द्यायला सांगतो. लाईन लागली की बोल तू.”

तिने मान डोलावली. त्याने त्याप्रमाणे हॉटेलच्या ऑपरेटरला सांगितले व कानाला फोन लावून तो लाईन मिळण्याची वाट पहात बसला. ती त्याच्यापाशीच उभी होती. लाईन मिळेतोवर तो बेसूर स्वरात शिट्टीवर कसले तरी गाणे म्हणू लागला. मधेच तो म्हणाला, “तुझे वडील त्या तेलविहिरीवरती कसे जातात?”

“बोटीने किंवा हेलिकॉप्टरने,” तिने उत्तर दिले.

तो परत शिट्टी वाजवू लागला. वरती आढ्याकडे नजर खिळवून तो शून्यात बघत होता. मी याचा फायदा घेऊन थोडीशी हालचाल केली. पण त्याला ती कशी कळली कुणास ठाऊक. त्याने पटकन माझ्याकडे पाहिले. मिस् रुथव्हेनने हे सारे नजरेने टिपले. मी हालचाल थांबवल्यावर तो पुन्हा शिट्टी वाजवू लागला.

अचानक त्याने शिट्टी वाजवणे थांबवले व आपल्या भसाड्या आवाजात तो मोठ्याने म्हणाला, “मला जनरल रुथव्हेन यांच्याशी बोलायचे आहे. ताबडतोब. तो... तो... काय म्हणालात? पुन्हा सांगा... ओह. अस्सं, अस्सं... बरं... बरं... ठीक आहे.”

“तुझे वडील चार वाजताच तिथून निघून गेले आहेत. आपल्या मुलीचा शोध लागल्याखेरीज ते परत येणार नाहीत. म्हणजे पहा, ब्लड इज थिकर दॅन वॉटर. पण आता ब्लड इज थिकर दॅन ऑईल. माझ्या दृष्टीने ते ठीकच झाले.”

त्याने मग आणखी एक नंबर फिरवला. तो जनरल रुथव्हेनचा किनाऱ्यावरील मुक्कामाच्या ठिकाणाचा होता. त्याने नुकताच तो तेलविहिरीवरच्या ऑपरेटरकडून घेतला होता.

फोन लागल्यावर एकही क्षण वाया न घालवता तो म्हणाला, “जनरल रुथव्हेन?... तुमच्यासाठी एक फार चांगली बातमी आहे माझ्याकडे, साहेब. तशीच एक वाईट बातमी पण आहे. तुमची मुलगी इथे आत्ता माझ्या ताब्यात आहे. ही

चांगली बातमी झाली. अन् ती हवी असेल तर तुम्हाला त्याची किंमत ५० हजार डॉलर्स मोजावी लागेल. ही वाईट बातमी झाली...''

जॉब्लान्स्की पुढे ऐकत गेला. त्यावेळी तो रिव्हॉल्व्हरशी हाताने खेळत होता, मधेच फिरवित होता, हसत होता. मग थोड्या वेळाने तो बोलू लागला, ''नाही, नाही. मी टालबोट नाही. पण मी टालबोटलासुद्धा ताब्यात घेतले आहे. त्याला मी त्याच्या भाषेत पटवले आहे. दोन तीन जणांचे आत्तापर्यंत खून पाडलेल्या नाठाळ गुन्हेगाराला पटवून त्याच्या ताब्यातून तुमची मुलगी सोडवायची म्हणजे काही सोपी गोष्ट नाही. जी गोष्ट पोलिसांना जमत नाही ती मी करून दाखवतो आहे. माझे हे काम नक्कीच किमान ५० हजार डॉलर्सच्या किंमतीचे आहे. काय, पटते ना साहेब?''

तेवढ्यात जॉब्लान्स्कीचा चेहरा बदलला. तिथे आता थंडपणा व कठोरपणा प्रगटला. जॉब्लान्स्कीचे खरे रुप आता दिसू लागले. मग तो हळू आवाजात पण ठामपणे बोलू लागला, ''हे बघा जनरलसाहेब, मी आत्ताच फोनवरती 'खट्' असा एक आवाज ऐकला. कोणीतरी चोरून ऐकण्यासाठी फोनला कनेक्शन लावले असेल किंवा सर्व आवाज टेप करण्यासाठीही कनेक्शन लावले असेल. मला हे असले प्रकार अजिबात चालणार नाहीत. तुमच्या टोकाला जर तसे काही होत असेल तर ते आधी थांबवा. अर्थात जर तुम्हाला तुमची लेक परत पहावीशी वाटत असेल तर... हं, आता कसं बोललात... हे ठीक झाले. अन् जनरल, कोणालाही दुसऱ्या लाईनवरून पोलिसांना कळवण्यास सांगू नका. हा फोन कुठून आला ते तुम्हाला कळेपर्यंत मी या दोघांना घेऊन दोन मिनिटात पसार झालेलो असेन. अगदी या क्षणापासून. तेव्हा चटकन बोला जनरल रुथव्हेन साहेब.''

मग थोडा वेळ त्याने फोनवर पलीकडचे बोलणे ऐकले व एकदम हसत हसत म्हटले, ''तुम्हाला धमकी? ब्लॅकमेलिंग? नाही साहेब, यातले काहीच करत नाही. माझी ५० हजारांची योजना पसंत नसेल तर मी येथून जातो. या प्रकारातले माझे अंग काढून घेतो. मग तो खुनी टालबोट नि तुमची मुलगी, हे दोघे काही का करेनात. एखाद्या खुन्यापासून दूर जायला मला काही कायदा अडवत नाही. मी कसलीच बेकायदा गोष्ट करीत नाही. अन् मला एक सांगा साहेब, ५० हजार डॉलर्स हे तुमच्या कोट्यावधी डॉलर्सच्या संपत्तीचा अर्धा टक्केही हिस्सा नसेल. मुलीपेक्षा हे ५० हजार डॉलर्स जास्त वाटत असतील तर माझी काही हरकत नाही. ती इथे माझे बोलणे ऐकत उभी आहे. तुम्ही काय बोलत आहात तेही ती ओळखत आहे. आता मला सांगा, तुम्ही जर ५० हजार डॉलर्स मुलीपेक्षा जास्त महत्त्वाचे समजलात, तर तिला काय वाटेल? जरा तिच्याही मनाचा विचार करा. तिचे भावी आयुष्य तुम्हाला ५० हजार डॉलर्ससाठी उद्ध्वस्त करायचे असेल तर माझे काहीही म्हणणे नाही. हा तुमचा खाजगी मामला आहे असे मी समजेन... अं? नक्की, नक्की! तुम्ही तिच्याशी बोलू शकता.''

खोलीत एका कोपऱ्यात भेदरलेल्या त्या मिस् रुथव्हेनला त्याने जवळ येण्याची खूण केली. तिने मग धावत येऊन त्याच्या हातातील फोन खसकन हिसकावून घेतला. ती फोनमध्ये म्हणाली, ''डॅडी? डॅडी!... होय, होय, मीच बोलते आहे. अगदी नक्की डॅडी, मला वाटले नाही की तुम्ही...''

जॉब्लान्स्कीने तिच्या हातून फोन ओढून घेतला व म्हणाला, ''बास्, इतकेच पुरे.'' तो फोनमध्ये आता बोलू लागला, ''काय जनरल ब्लेअर रुथव्हेन साहेब? पटली ना आता खात्री?'' मग थोडा वेळ तो फोनवर ऐकत राहिला व शेवटी एक मोठे हास्य करीत तो म्हणाला, ''थॅन्क यू, थॅन्क यू जनरलसाहेब. मला गॅरंटीची गरज नाही. तुमचा शब्द हीच गॅरंटी आहे. तुम्ही तुमच्या बोलण्याला चिकटून रहाता व रहाल. पण एक लक्षात ठेवा, ते ५० हजार डॉलर्स वाचवण्यासाठी जर तुम्ही पोलिसांना बोलावून घेतलेत तर तुमची मुलगी तुम्हाला कधीच दिसणार नाही... अन् मीही माझा शब्द पाळेन. मी काही मिनिटातच आपल्याकडे येतो. तेवढे ५० हजार डॉलर्स लक्षात असू द्या.''

त्याने फोन खाली ठेवला. पुन्हा एकदा ते विजयी स्मित त्याच्या मुद्रेवर झळकले. तो म्हणाला, ''चला टालबोट महाराज, ही पोरगी व तुला त्या जनरलच्या हवाली केले व माझे ५० हजार डॉलर्स मला मिळाले की मी सुटलो. तेव्हा चला आता दोघे लवकर.''

जॉब्लान्स्कीने आपली फोर्ड गाडी बरोबर आणली होती. त्याने मला गाडीत पुढे बसवून गाडी चालवायला सांगितली. तर ते दोघे मागे बसले. माझ्या मानेला त्याने रिव्हॉल्व्हर अगदी चिकटवून धरले होते. गाडी सुरू होताच पाऊस सुरू झाला. अगदी धुवांधार पाऊस. मला गाडी हळूहळू चालवणे भाग होते. ती पोरगी काचेतून बाहेर बघत कुठे वळायचे, कसे जायचे याचे मार्गदर्शन करीत होती. पावसामुळे एक फायदा झाला. पोलिसांचे आमच्याकडे लक्ष जाणार नव्हते. तिला आता रस्ता नीट शोधणे कठीण जात होते. रात्रीची वेळ व बदाबदा पडणाऱ्या पावसामुळे पुढचे नीट दिसतही नव्हते.

पण सरतेशेवटी आम्ही तिच्या बंगल्यासमोर येऊन ठेपलो. त्या बंगल्याला एक प्रचंड पोलादी फाटक होते. ते एवढे भक्कम होते की एखाद्या बुलडोझरलासुद्धा त्याने दाद दिली नसती. कुणीतरी कुठेतरी कळ दाबली असावी. त्यामुळे ते फाटक सावकाश उघडले गेले. आत बंगल्याकडे जाणारा एक रस्ता होता. शेवटी तीन चार घरे होती. ती एकमेकांना रस्त्याने जोडली होती व सर्व रस्त्यांवरती अर्धगोलाकृती छप्पर घातलेले होते. पुढे मोठी बाग होती. मी आता जास्त वर्णन करत नाही, पण मी आजवर कधीही न पाहिलेला तो एक अति अलिशान बंगला होता.

पोर्चपाशी गाडी आल्यावर मी थांबवली. मग एक तरुण व्यक्ती गाडीपाशी आली. तो एक रुबाबदार व देखणा तरुण होता. त्याच्या अंगावर शोफरचा मरुन रंगाचा पोषाख होता. तो एवढा देखणा होता की जणू काही मरुन कपड्यातील एक काव्यच माझ्या

समोर आहे असे मला वाटले. चेहेरा किंचित तपकिरी, डोळे काळेभोर, रुंद खांदे, माझ्याएवढाच उंच असा तो म्हणजे पुरुषी रुबाबाचा व खानदानीपणाचा एक उत्कृष्ट नमुना होता.

मिस् रुथव्हेनने काच खाली केली व बाहेर डोकावले. त्याने जवळ येऊन तिला पहाताच त्याच्या चेहेऱ्यावरती एक प्रसन्न हसू उमटले. त्याला झालेला आनंद हा उत्स्फूर्त होता व तो त्याला लपवता येत नव्हता. तो म्हणाला, ''मिस मेरी? अरे वा, तुम्ही आलात? बरे झाले बुवा.'' त्याच्या आवाजात अस्सल सुसंस्कृत भाषा होती, आदब होता. हा बेटा नक्कीच खूप शिकलेला असला पाहिजे. असा माणूस ड्रायव्हरची नोकरी कशी काय करू शकतो? अन् अशी उत्कृष्ट माणसे यांना बरी मिळतात! पण अफाट श्रीमंत असलेल्यांना हे सहज शक्य असते. लहानपणापासून आश्रयाला कोणा तरी चलाख पोऱ्याला जवळ ठेवायचे. त्याला नीट खायला प्यायला द्यायचे, कपडलत्ते द्यायचे, खूप शिकवायचेसुद्धा. मग उपकृत झालेली ती व्यक्ती तरुणपणी आपल्या मालकासाठी काय वाटेल ते करायला तयार असते. अगदी ड्रायव्हिंगचे काम सुद्धा. अशा रितीने श्रीमंतांना आपल्या दिमाखदार रोल्स राईससाठी तसाच एक दिमाखदार, सुशिक्षित व सुसंस्कृत ड्रायव्हर ठेवता येतो.

तो तिला विचारीत होता, ''पण मॅडम तुम्ही ठीक आहात ना?''

त्याचा हात खिडकीवरती होता. त्यावर आपला हात ठेवून तो थोडा दाबत ती त्याला म्हणाली, ''मी ठीक आहे. डॅडींची तब्येत कशी आहे?''

''फार काळजीत पडले होते. पण आता सारे काही ठीक होईल. मी सांगतो त्यांना तुम्ही आल्याचे,'' एवढे म्हणून तो निघाला. पण लगेच थांबून गर्रकन वळला. त्याने गाडीत डोकावून पाहिले व तो एकदम ताठ झाला.

जॉब्लान्स्की म्हणाला, ''काही नाही, हे एक रिव्हॉल्व्हर आहे. अन् तुमच्याजवळ असले काही असेल तर ते वापरण्याच्या भलत्याच कल्पना मनात आणू नका,'' त्याने हातातले रिव्हॉल्व्हर खेळवत म्हटले.

गाडीतून बाहेर पडून आम्ही सगळे बंगल्यात शिरलो. जाता जाता मी पाहिले की दोन रोल्स राईस गाड्या व एक कॅडिलॅक गाडी तिथे कोपऱ्यात उभ्या होत्या. बंगल्यात शिरल्यावर मला त्याची भव्यता समजली. इथे ५० माणसे तरी आरामात राहू शकतील. दारातच एक बटलर उभा होता. का कोण जाणे पण मला तो काही बटलर वाटला नाही. त्याने बटलरचे कपडे चढवले होते खरे. पण त्यातही फॅशन केली होती. तसली फॅशन फक्त गुन्हेगार दादा मंडळीच करत असतात.

जनरल रुथव्हेन समोरून आले. त्यांना पहाताच त्यांची लाडकी कन्या धावत त्यांच्यापाशी गेली. त्यांनी तिला मिठीत घेतले. ते दोघेही मूक रुदन करीत होते. मी व जॉब्लान्स्की आता तिथे परके झाले होतो. पण त्या बटलरची आमच्यावर नजर होती. जनरलसाहेब

जरी अब्जाधीश होते तरी मला ते फारच साधे वाटले. एखाद्या न्यायाधीशासारखे.

थोड्या वेळाने ते आम्हाला म्हणाले, "कमॉन जंटलमन, आपण आतमधे जाऊ." आतमधे म्हणजे कोणत्यातरी भव्य खोलीत.

माझा अंदाज बरोबर ठरला. ती खोली होतीच तशी भव्य, रुबाबदार, भपकेबाज. तिथे फायरप्लेसमधे ओंडका जळत होता. चामड्याचे कोच होते. सर्वत्र चकचकीत होते व अनेक दिव्यांमुळे लखलखाट झाला होता. या भिंतीपासून त्या भिंतीपर्यंत गालीचे घातले होते.

"बोला, काय घेणार तुम्ही? स्कॉच घ्याल?" जनरल रुथव्हेन हे जॉब्लान्स्कीला विचारीत होते.

"चालेल. मी जॉब्लान्स्की. मीच आपल्याला फोन केला होता. मी उभा राहून बोललो तरी काही बिघडत नाही. मी फक्त वाट पहातो आहे," जॉब्लान्स्की उतावीळपणे म्हणाला.

"कशाची वाट पहात आहात?" त्यांनी अत्यंत मृदू आवाजात विचारले. अब्जाधीश माणसांना उगाच ओरडून बोलायची काय गरज असते? सगळेजण नेहमीच त्यांच्याकडे कान लावून ऐकत असतात. त्यांचा शब्द झेलत असतात.

"काही नाही, मी त्या कागदाच्या छोट्याशा तुकड्याची वाट पहातो आहे. त्यावरती ५० हजाराचा आकडा लिहिलेला असेल."

"अर्थात, अर्थात!" असे म्हणून जनरल साहेब उठले व चालत समोरच्या भिंतीपाशी गेले. तिथे फायरप्लेसवरच्या काउंटरवरती कशाच्या तरी खाली एक चेक लिहून ठेवला होता. तो त्यांनी घेतला व जॉब्लान्स्कीला म्हणाले, "बघा, मी तयारच ठेवला होता. फक्त यावर तुमचे नाव घातले नव्हते. अन् मी बँकेला फोन करून 'चेक पास करू नका' अशा सूचना अजिबात देणार नाही. माझ्या स्वभावात ते बसत नाही आणि माझी कन्या या चेकपेक्षा नक्कीच अधिक मोलाची आहे. तिला येथे सुखरूप आणल्याबद्दल मी आपला ऋणी आहे."

जॉब्लान्स्कीने पुढे होऊन हावरटासारखा तो चेक घेतला. पण तो वाचून म्हणाला, "सर, हा चेक लिहिण्यात तुमची काहीतरी चूक झाली आहे. इथे ५० हजाराचा आकडा नाही. ७० हजाराचा आहे."

"बरोबर आहे. पण या टालबोट माणसाच्या माहितीसाठी मी १० हजार डॉलर्सचे बक्षीस लावले होते. तुम्ही त्याला आणलेत म्हणून हे पैसे तुम्हालाच द्यायला पाहिजे. अन् पोलिसांनी जाहीर केलेले ५ हजार डॉलर्सचे बक्षीसही देण्याची माझी नैतिक जबाबदारी आहे असे मला वाटते. अन् ६५ हजाराची रक्कम पूर्ण दशमान पद्धतीत व्हावी यासाठी मी ती आणखी ५ हजाराने वाढवली. ठीक आहे ना? वाटल्यास तुम्ही जी तसदी घेतलीत, धावपळ केली, त्याचा हा मोबदला समजा. आता हा माणूस पोलिसांच्या हाती सोपवायला मला बरे वाटेल."

“आपल्याला बरे वाटेल म्हणजे मलाही आनंद होईल. पण तुम्हाला या माणसाला नीट संभाळता येईल? हा फार धसमुसळ्या, व दांडगाई करणारा आहे. पोलिसांची त्याने कशी तारांबळ केली ते तुम्हाला कळलेच आहे.”

“ते काम करायला माझ्याकडे माणसे आहेत. ती याला नीट हाताळतील,” जनरल म्हणाले.

ती माणसे म्हणजे हा बटलर व माझ्या मागे उगाच साध्या कपड्यात रेंगाळणारा एक नोकर नक्कीच नव्हता. जनरल साहेबांनी एक बटण दाबून घंटा वाजवली. मग दारापाशी आलेल्या नोकराला म्हटले, “व्हायलंडसाहेब व रॉयेलसाहेब यांना जरा बोलावता का इथे, मिस्टर फ्लेचर?”

तिथे असलेल्यांच्यात मी एक केंद्रभागी असलेला महत्त्वाचा माणूस होतो. पण माझ्याशी अजून कोणीच बोलले नव्हते. तेव्हा आपण आता बोलायला हरकत नाही, असे ठरवून मी म्हणालो, “पण जनरलसाहेब, खुद्द तुम्हीच का नाही त्या दोघांना बोलवत?” एवढे म्हणून मी खाली वाकलो. माझ्या तिथे एक कृत्रिम फुलांचा गुच्छ नक्षीदार फुलदाणीत होता. त्यात मला एका लहान मायक्रोफोनची जाळी दिसली. मी तो मायक्रोफोन उपसून काढीत म्हटले, “ह्या जागेत सर्वत्र असे मायक्रोफोन लपवलेले दिसत आहेत. मिस्टर रुथव्हेन आपण अब्जाधीश आहात. तरी आपल्या या सवयी मला चमत्कारिक वाटतात. अन् तसेच तुमचे हे मित्रसुद्धा चमत्कारिक वाटतात.” असे म्हणून दारातून आत शिरणाऱ्या तिघाजणांकडे बोट केले.

त्यातला एक मध्यमवयीन होता. तो अगदी घरच्यासारखा तिथे आरामात वावरत होता. त्याच्या अंगावरती उत्कृष्ट कपडे चढवले होते. हातात एक सिगार धरून ती तो ओढत होता. त्या सिगारच्या धुराच्या वासावरून ती अत्यंत उंची व महागडी आहे हे मी ओळखले. या खोलीत शिरल्यावरती मला तो वास आला होता. त्याचे वय पन्नास असावे. पण अद्याप चेहेऱ्यावरती एकही सुरकुती उगवली नव्हती. हॉलिवूडच्या सिनेमात दाखवतात तसा तो एक एक्झिक्युटिव्ह दर्जाचा वरिष्ठ वाटत होता, सभ्य वाटत होता. पण तो जवळ येताच त्याच्या चेहेऱ्यावर किती कठीण भाव आहेत हे समजत होते. तो मनानेही तसाच कठीण असावा.

तो दुसरा माणूस पहिल्यापेक्षा अधिक तरुण दिसत होता. हा जरासा मला बायल्याच वाटला. त्याचा फिकट चेहेरा, मऊ मुलायम केस पाहून मला तसे वाटले होते. त्याचे डोळे मात्र अगदी रिकामे वाटले. त्यात कसलेच भाव नव्हते. पण हा शरीराने तसा ठणठणीत दिसत होता व वेगळ्या वाटेने आपला मार्ग चोखाळणारा आहे असे मला वाटले.

तिसरा माणूस अगदी मागे होता. तो एकवीस बावीस वयाचा तरुण वाटत होता. त्याचे डोळे स्थिर नव्हते. चेहरा पांढराफटक होता. शरीरयष्टी लुकडी होती. त्याच्याकडे पाहिल्यावर हा नशील्या पदार्थांचे सेवन करणारा असावा हे मला

समजून चुकले. त्याचे व्यसन फार पुढे गेले असले पाहिजे.

हातात सिगार असलेल्या माणसाला उद्देशून जनरलसाहेब म्हणाले, ''कम इन्, मिस्टर व्हायलंड. हाच तो वॉन्टेड माणूस टालबोट. आणि हे मिस्टर जॉब्लान्स्की. त्यांनीच यांना इथे आणले.''

व्हायलंडने आपला हात जॉब्लान्स्कीच्या पुढे करीत हसत म्हटले, ''ग्लॅड टू मीट यू, मिस्टर जॉब्लान्स्की. मी जनरलसाहेबांचा चीफ प्रॉडक्शन इंजिनियर आहे. अन् हे मिस्टर रॉयेल,'' त्याने जॉब्लान्स्कीला रॉयेलची, म्हणजे त्या दुसऱ्या माणसाची ओळख करून देत म्हटले.

''मिस्टर जॉब्लान्स्की! मिस्टर जॉब्लान्स्की!'' तो तिसरा माणूस, म्हणजे तो नशेबाज पोरगा पुटपुटत होता. हे शब्द त्याच्या तोंडून नीट बाहेर पडले नव्हते. ते काहीतरी झीस् झीस् आवाज करीत बाहेर आले होते. त्याचा हात एकदम खिशात गेला व बाहेर आला. त्याच्या हातात एक पिस्तूल होते. ते त्याने एवढ्या वेगाने बाहेर काढले होते की मी त्याचे मनातून कौतुक केले. त्याचा तो पिस्तुलाचा हात थरथरत होता. त्याच्या तोंडून तीन शिव्या बाहेर पडल्या. त्याच्या डोळ्यात वेडाची एक लहर चमकून गेली. तो आता म्हणत होता, ''हलकट, पाजी जॉब्लान्स्की, मी तब्बल दोन वर्षे तुझी वाट पहात होतो. मला तुला खतम करायचा होता... ओफ, ऑऽऽ, डॅम यू रॉयेल, हे असे का...''

''लॅरी, इथे एक तरुण मुलगी आहे.''

रॉयेलने ऐन वेळी आपले पिस्तूल लॅरीच्या हातावर झाडले होते. पण त्याने खिशात हात कधी घातलेला दिसला नाही. दिसले ते एकदम कडाडणारे पिस्तूल. या रॉयेलचा वेग लॅरीपेक्षाही भलताच तुफान असला पाहिजे. लॅरीने आपले मनगट दुसऱ्या हाताने घट्ट दाबून धरले होते. तिथल्या पितळी टेबलावर त्याचे पिस्तूल गळून पडले होते व त्याने मोठा थडथडणारा आवाज केला होता. तो सारा प्रकार खरोखरच थक्क करणारा होता. त्यांची तसली पिस्तुलबाजी सिनेमातसुद्धा पहायला मिळाली नसती.

रॉयेल म्हणत होता, ''आम्हाला हे जॉब्लान्स्की ठाऊक आहेत.'' त्याचा आवाज मधुर वाटत होता. त्याने तो मुद्दाम तसा काढला होता का ते समजत नव्हते. तो म्हणत होता, ''निदान मला व लॅरीला तरी ते चांगलेच ठाऊक आहेत. हो ना लॅरी? अंमली पदार्थ बाळगल्याबद्दल या लॅरीला जॉब्लान्स्की यांनीच सहा महिने तुरुंगात बसवले होते.''

''म्हणजे जॉब्लान्स्की हे...'' जनरलसाहेब आश्चर्याने म्हणत होते.

त्यांच्याकडे वळून आपली मान हलवीत रॉयेल म्हणाला, ''जॉब्लान्स्की. न्यूयॉर्क पोलिसांच्या मनुष्यवध विभागातील डिटेक्टिव्ह लेफ्टनंट जॉब्लान्स्की!''

■

प्रकरण ४

रॉयेलच्या त्या स्फोटक वाक्यानंतर तिथे शांतता पसरली. ठार शांतता! अगदी कानठळ्या बसवणारी शांतता! कित्येक सेकंद तसेच गेले. सेकंद गेले का मिनिटे गेली तेही कळत नव्हते. काय बोलावे ते कोणालाच सुचत नव्हते. अशी शांतता ही नेहमी वादळापूर्वीची असते. या शांततेतच भविष्यकाळात घडणाऱ्या महत्त्वाच्या घटनांची बीजे रोवली जातात. त्या सुन्न करणाऱ्या वातावरणाचा भेद कसा होईल हे न कळल्याने प्रत्येकजण अवघडून गेला होता.

शेवटी जनरलनेच प्रथम विचारले, ''मिस्टर व्हायलंड, हा उद्धट प्रकार काय आहे? तुम्ही ह्या लॅरी नावाच्या माणसाला माझ्या घरी का आणलेत? तो नशेबाज तर आहे, शिवाय त्याला शिक्षाही झाली होती. अशा माणसांना माझ्या घरी स्थान नाही. अन् या पोलिस अधिकाऱ्यांच्या येथे येण्याबद्दल कुणी मला खुलासा करेल काय?''

''रिलॅक्स, जनरल! थोडेसे सबुरीने घ्या,'' व्हायलंड ऐवजी रॉयेल बोलत होता. ''मी जॉब्लान्स्की यांचा 'डिटेक्टिव्ह-लेफ्टनंट' असा उल्लेख केला खरे. पण तो 'माजी डिटेक्टिव्ह-लेफ्टनंट' असा करायला हवा होता. हा डिटेक्टिव्ह एके काळी पोलिस खात्यात अत्यंत हुशार समजला जात होता. तो प्रथम अंमली पदार्थ विभागात होता व नंतर मनुष्यवध विभागात होत. त्याने त्यावेळी खूप जणांना अटक करून दाखवली आणि मुख्य म्हणजे बहुतेकांचे गुन्हे सिद्ध करून त्यांना न्यायालयाकडून शिक्षा देववल्या. जॉब्लान्स्की यांनी पूर्वेकडच्या भागातील पोलिस खात्यात आपला एक मोठा विक्रमच प्रस्थापित केला होता.'' एवढे म्हणून तो जॉब्लान्स्कीला म्हणाला, ''अन् पुढे मग तुमचा पाय घसरला. तुम्ही भलत्या मार्गाला लागलात.''

जनरलसाहेबांच्या हाताच्या एका इशाऱ्यानिशी सर्व नोकर तेथून मघाशीच निघून गेले होते. आता जे संवाद झडत होते त्यात माझा सहभाग नव्हता. जणू काही ते मला विसरून गेले होते व त्यांना माझ्यात अजिबात रस नव्हता. मी माझी नजर सहज दाराबाहेर वळवली. अन् माझ्यात रस घेणारी एक व्यक्ती मला तिथे घुटमळताना दिसली. ह्या नोकराचे नाव व्हॅलेन्टिनो होते. तोच तो कोर्टात दिसलेला नाकमोडक्या निग्रो माणूस होता. मिस् रुथव्हेनला संरक्षण देण्यासाठी तो तिच्या बरोबर आला होता किंवा त्याचा अन्य काही हेतू नव्हता. त्याचा एक हात आता बॅन्डेजच्या कापडाच्या

सहाय्याने गळ्यात अडकवलेला होता. त्याच्या डाव्या हाताचा अंगठा कोटाच्या खिशात त्याने अडकवलेला होता. त्या खिशाला फुगवटा आलेला बाहेरून दिसत होता.

रॉयेल पुढे सांगत होता, ''दुसऱ्या महायुद्धानंतर जॉब्लान्स्की यांनी प्रथमच पोलिस खात्यात असा धुमाकूळ घालण्यास सुरुवात केली. त्यांच्या भ्रष्टाचाराला त्यावेळी पोलिस खात्यात तोड नव्हती. नंतर जॉब्लान्स्की काम करत असलेल्या विभागातील खुनांची संख्या एकदम वाढत गेली. हे सर्व खून किरकोळ व्यक्तींचे नव्हते तर महत्त्वाच्या व्यक्तींचे होते. जॉब्लान्स्कीना याबद्दल मजा वाटत होती. या खुनामागे एखादी संरक्षण देणारी टोळी असावी हे प्रत्येकाला ठाऊक होते. ही टोळी सुपारी देऊन प्रतिस्पर्ध्याचा काटा काढून तुम्हाला संरक्षण देई. त्यांची फीही तशीच मोठी होती. ज्या जॉब्लान्स्की ह्यांनी अनेक गुन्ह्यांचे शोध लावून एके काळी उच्चांक प्रस्थापित केले होते, त्याच जॉब्लान्स्कीना आता कोणत्याही खुनाचा छडा कसा लावता येईना? मात्र त्यांची आर्थिक परिस्थिती सुधारत चालली होती. जॉब्लान्स्कीने खात्यातच बरेच शत्रू निर्माण केले होते. त्या शत्रूंनी मग बरेच पुरावे गोळा करून त्यांना अडचणीत आणले. शेवटी त्यांना पोलिस खाते सोडणे भाग पडले. हे दीड वर्षांपूर्वी घडले. त्यावेळी आठवडाभर जॉब्लान्स्कीबद्दल वर्तमानपत्रात मोठमोठ्या टाईपात मथळे असलेला मजकूर छापून येत होता. मिस्टर व्हायलंड, तुम्हाला आठवते का हे सारे?''

मान डोलावीत व्हायलंड म्हणाला, ''हो आठवते तर. नोकरीत असताना ६० हजार डॉलर्सचा घोटाळा जॉब्लान्स्की यांनी केला होता. पण पुराव्याअभावी यातला दमडाही खात्याला वसूल करता आला नाही. याबद्दल त्यांना तीन वर्षे शिक्षा झाली. पण ते दीड वर्षातच तुरुंगातून सुटून बाहेर आले. काय मिस्टर जॉब्लान्स्की, तुरुंगातून तुम्ही काय भिंतीवरून उडी मारून बाहेर पडला काय?''

जॉब्लान्स्की थंडपणे उत्तरला, ''मला चांगल्या वर्तणुकीमुळे शिक्षेत सवलत दिली गेली. मी आता परत एक सन्माननीय नागरिक बनलो आहे. अन् रॉयेल, आपल्यापेक्षा तर मी नक्कीच अधिक सन्माननीय आहे. जनरलसाहेब तुम्ही या असल्या माणसाला कसे काय नोकरीत ठेवले आहे?''

''मला त्यांच्याबद्दल असली माहिती...''

''तशी ती असती तर जनरलसाहेब, तुम्हाला शंभर डॉलर्सचा जादा खर्च आला असता. शंभर डॉलर्सला प्रेतावर वहाण्यासाठी मोठे पुष्पचक्र मिळते. खुनाची सुपारी घेताना आपल्या फीमध्ये रॉयेलसाहेब हे शंभर डॉलर्स जादा लावतात. कारण त्या पैशातून मारल्या जाणाऱ्या व्यक्तीवर पुष्पचक्र वहायचे असते असे समर्थन ते करतात. रॉयेलचे खरे स्वरूप तुम्हाला कळले असते ना तर त्याने तुमचे काम करून

वरती हे जादा शंभर डॉलर्स तुमच्याकडून वसूल केले असते. काय रॉयेलसाहेब बरोबर आहे ना? का तुम्ही पुष्पचक्राच्या खर्चाबद्दल आता काही जादा वाढ केली आहे काय? सध्या कोणाची सुपारी तुम्ही घेतली आहे?'' जॉब्लान्स्की म्हणाला.

यावर कोणीच काही बोलले नाही. जणू काही गाडे उलटवून जॉब्लान्स्की बाजी मारत होता. तो पुढे म्हणाला, ''अमेरिकेतल्या निम्म्या तरी राज्यातील पोलिस खात्यात रॉयेल यांच्याबद्दल खास फायली उघडलेल्या आहेत, जनरलसाहेब. अद्याप कोणालाही त्यांच्यावर आरोप ठेवून पकडता आले नाही पण सर्व पोलिसांना खरा प्रकार ठाऊक आहे. मिस्टर रॉयेल यांची सामान हलविण्याची सेवा आहे. ती अमेरिकत क्रमांक एकची समजली जाते. फक्त हे सामान फर्निचर नसून 'माणूस' आहे. नको असलेल्या माणसाला हलवले जाते. रॉयेलसाहेबांच्या या सेवेची फी जबरदस्त असते. पण आपले काम ते चोख बजावतात. तो हलवला गेलेला माणूस कधीही परत येत नाही. अगदी 'कायमचा' हलवला जातो. त्यांच्या ह्या सेवा पुरविण्याच्या धंद्याला सर्व थरातून मागणी असते. यातली काही माणसे तर तुम्ही स्वप्नातही कल्पना करणार नाही अशी आहेत. याचे कारण काय? तर एकदा ज्याला ही सेवा पुरवली त्याच्या विरुद्ध त्याच्या शत्रूने जरी सुपारी दिली तरी रॉयेल आपल्या पहिल्या गिऱ्हाईकाच्या केसालाही धक्का लावत नाही. म्हणून रॉयेलची सेवा एकदा घेतली की सर्वजण निर्धास्त असतात. कारण त्यामुळे रॉयेल आपल्याला कधीच हात लावणार नाही हे पक्के होते. रॉयेलच्या यादीत जाण्यासाठी लोक उगाच नाही धडपडत. त्यासाठी ते कदाचित खोट्या सुपाऱ्या देत असतील किंवा सुपारी न देताही सेवेची फी देत असतील. काही का असेना त्यामुळे आपण निर्धास्त होतो अशी लोकांची भावना आहे. जनरलसाहेब, रॉयेलने आता सुपारी घेऊन तो कुणाच्या मागे लागला असेल? कदाचित् तो तुमच्याही मागे लागला असेल. तुम्हाला काय वाटते जनरलसाहेब?''

आता प्रथमच जनरलसाहेबांच्या चेहेऱ्यावरती भावना प्रगट झाल्या. त्यांनी आपले डोळे बारीक केले होते. ओठ घट्ट दाबून धरले होते. गालांचा रंग फिका होत चालला होता. जिभेने आपले ओठ ओले करीत त्यांनी व्हायलंडकडे पाहिले व विचारले, ''तुम्हाला ठाऊक आहे का हे सारे? यांच्या सांगण्यात कितपत तथ्य आहे...''

व्हायलंड त्यांना आपले वाक्य पुरे करू न देता फटकन म्हणाला, ''काही नाही हो, सारा बकवास आहे. जॉब्लान्स्की हे तोंडाला येईल ते बरळत आहेत. जनरलसाहेब या सर्वांना वेगळ्या खोलीत जाऊ द्या. मग मी सांगेन आपल्याला काय ते. आपल्यात आता कोणत्याही परिस्थितीत चर्चा झालीच पाहिजे.''

जनरल रुथव्हेनने मान हलवून आपली मूक संमती दिली. पण त्यांचा चेहेरा

एकदम पडला होता. व्हायलंडने मग नुसते रॉयेलकडे पाहून नजरेचा इशारा केला. रॉयेलच्या चेहेऱ्यावरती स्मित उमटले. तो आमच्याकडे पाहून म्हणाला, "चला तुम्ही दोघे माझ्याबरोबर बाहेर. अन् जॉब्लान्स्की, ते तुमचे रिव्हॉल्व्हर येथेच ठेवा."

"असं? मी ते तसे ठेवले नाही तर?"

"तुमचा चेक अजून वटलेला नाही, जॉब्लान्स्की," रॉयेल म्हणाला. याचा अर्थ सुरुवातीला जनरल रुथव्हेनशी जे संभाषण झाले त्यावेळी हे ठग तिथे नव्हते तरी मायक्रोफोनने चोरून ऐकत होते. नाहीतर जॉब्लान्स्कीला चेक मिळाल्याचे त्यांना कसे कळले?

जॉब्लान्स्कीने मुकाट्याने आपले रिव्हॉल्व्हर तिथे टेबलावर ठेवले. मग आम्ही सगळेजण तिथून बाहेर पडलो. बाहेर पडल्यावर लॅरीने खसकन आपले पिस्तूल माझ्या पाठीत एवढ्या जोरात खुपसले की पार किडनीपर्यंत मला कळ आली. मी मटकन खाली बसल्यावर माझ्या तोंडावर पिस्तुलाचा दस्ता हाणला. त्याच्या हातात पिस्तूल होते व त्या अफीमबाजाचे डोळे गरगरा फिरत होते. हा खरेच गोळी झाडू शकेल याची मला खात्री पटल्याने मी त्याच्यावर प्रतिहल्ला केला नाही. तो नाकमोडक्या निग्रोही तेथे आला. त्याच्याही हातात पिस्तूल होते. त्याच्या बुटाच्या टोकांना धातूच्या टोकदार पट्ट्या लावल्या होत्या. तो मला सणसणीत लाथा घालणार होता. परंतु तेवढ्यात रॉयेल बाहेर आला नि त्याने त्या निग्रोला खूण करून थोपवले. माझ्या मनात मी लॅरी व हा निग्रो यांची कुठेतरी खोलवर नोंद घेतली. भविष्यकाळात माझी व यांची गाठ पडली तर मी त्यांना सोडणार नव्हतो.

आम्ही बराच वेळ दुसऱ्या खोलीत होतो. कोणीच कोणाशी बोलत नव्हते. अर्ध्या तासाने जनरलने आम्हाला बोलावून घेतले. तिथले वातावरण आता पूर्वीपेक्षा बदलले आहे असे मला वाटले. मधल्या छोट्या टेबलावर उंची मद्याच्या बाटल्या होत्या, ग्लास होते, बर्फ होता. पेयपानाची जय्यत तयारी होती. सर्वांना व्हिस्कीने भरलेले ग्लास वाटण्यात आले. मिस् रुथव्हेनला शेरी देण्यात आली. तर लॅरीकडे सर्वांनीच दुर्लक्ष केले. तो नाकमोडक्याही लॅरीसारखाच नुसता उभा होता. पण तो खोलीच्या बाहेर उभा राहून आत लक्ष ठेवीत होता. मी ग्लास घेतला नव्हता. त्या चांदीच्या ट्रेमधला ग्लास उचलण्याची खूण जनरलने मला केली. पण माझा ताठा आडवा आला. मी स्वस्थ राहिलो. त्यांनी पुन्हा खूण केली. माझा स्वाभिमान आडवा आला. परत एकदा त्यांनी खूण केली. माझी अस्मिता आडवी आली. पण परत जनरलने खूण केल्यावरती मी ग्लास उचलला व त्यांना म्हटले, "मारायच्या आधी मला हे शेवटचे पाजणे आहे असे दिसते."

जनरलने आपला ग्लास उंचावून मला म्हटले, "टू यूवर हेल्थ, टालबोट! तुला कोणीही मारणार नाही की पोलिसांच्या हवाली करणार नाही."

''हं, म्हणजे मारणार नाही याचा अर्थ फाशी देणार नाही. अन् फाशी नाही म्हणजे विजेच्या खुर्चीवर बसवून प्राण घेतील. किंवा सायनाईड गॅसच्या चेंबरमध्ये विषारी वायू सोडून जीव घेतील. मारणार नाही म्हणजे दुसरे काय करणार! हेच ना?''

''यूवर हेल्थ टालबोट!'' जनरलने पुन्हा एकदा माझे अभिष्टचिंतन केले. ''हे बघ टालबोट, आम्ही तुला पोलिसांच्या ताब्यात देणार नाही की कोणीही तुझा जीव घेणार नाही. तुझ्यापुढे मी एक समझोता ठेवतो.''

मी खुर्चीवर बसलो व तिथे बाजूला जी अनेक वर्तमानपत्रे पडली होती त्याकडे बोट दाखवीत म्हणालो, ''जनरलसाहेब, ती वर्तमानपत्रे तुम्ही नक्कीच वाचली असणार. माझा पूर्वीचा इतिहास तुम्हाला एव्हाना ठाऊक झाला असणार. तेव्हा तुमच्यासारखा एक अफाट श्रीमंत माणूस माझ्यासारख्या गुन्हेगारासमोर कसला समझोता ठेवणार? यात मला कुठेही प्रामाणिक हेतू दिसत नाही.''

जनरलसाहेब म्हणाले, ''तुझी शंका रास्त आहे टालबोट. पण जे म्हणतो आहे ते मनापासून तुझ्यापुढे ठेवतो आहे. तू आम्हाला यापुढे तुझी सेवा द्यायची व त्या बदल्यात मी तुला जीवदान देतो आहे. तुझ्याकडून कसली सेवा आम्हाला हवी आहे हे मला आत्ता सांगता येत नाही. पण तू कोणते काम करायचे ते येत्या ३६ तासात मी तुला सांगेन. बरोबर आहे ना व्हायलंड?''

''बरोबर. काय काम आहे ते आपल्या सर्वांनाच त्यावेळी कळेल. तेव्हा टालबोट जनरलसाहेबांचे म्हणणे तुला मान्य आहे ना?'' व्हायलंड म्हणाला.

''कशाला उगाच मला प्रश्न विचारता? मला यात कुठेही स्वातंत्र्य नसल्याने तुम्हाला पाहिजे त्या अटी तुम्ही माझ्यावर लादू शकता.''

''तू आमचे काम करून दिलेस की तुला आम्ही एक नवीन पासपोर्ट काढून देऊ आणि दक्षिण अमेरिकेतील अशा एखाद्या देशात पाठवू की तिथे तुला मग कसलीच भीती रहाणार नाही.''

ते असले काहीही करणार नाहीत. उलट ते माझे पाय कॉंक्रीटमध्ये पक्के रुतवून मला सरळ समुद्रात सोडून देणार. मी म्हटले, ''अन् मी जर नकार दिला तर?''

''तर सभ्य नागरिकांचे कर्तव्य म्हणून ते नाईलाजाने तुला पोलिसांच्या स्वाधीन करतील,'' जॉब्लान्स्की उपरोधिक स्वरात म्हणाला. मग जनरलकडे वळून तो म्हणाला, ''हा मला सगळा कसला तरी घाणेरडा बनाव वाटतो. जनरलसाहेब तुम्ही एवढे श्रीमंत आहात की या देशातील कोणत्याही माणसाची सेवा ही पैसे टाकून तुम्ही घेऊ शकाल. मग एका खुनी माणसाच्या सेवेची तुम्हाला गरज का भासते? इंग्लंडहून अमेरिकेतील आलेल्या इंग्लीश समाजाने आपले वैशिष्ट्य व प्रतिष्ठा जपून

ठेवली. जनरलसाहेब तुम्ही त्यांचे एक आदर्श आहात, आधारस्तंभ आहात. तुमचे कुठेतरी नैतिक अध:पतन होते आहे. तुम्ही कुठेतरी वाईट कर्मात अडकत चालला आहात. त्या गाळात शेवटी गळ्यापर्यंत रुतून बसाल. तुम्ही या गुन्हेगाराकडून कसली सेवा घेणार आहात ते मला समजत नाही. पण जे काही असेल ते निषेधार्ह नक्कीच आहे. मला वाटले नव्हते असे काही होईल ते!''

जनरल शांतपणे म्हणाले, ''मी आजवरच्या आयुष्यात अजाणतेपणे अगर जाणतेपणे कोणतीही वाईट गोष्ट केली नाही.''

''ठीक आहे. मग मी माझा चेक घेऊन इथून निघून जावे हे उत्तम. जॉब्लान्स्की निर्वाह निधीला त्या पैशांचा उपयोग होईल. बरंय.''

मग काहीतरी व्हायलंडने खूण केली असावी. रॉयेलच्या हाती मघासारखेच एक पिस्तूल दिसले. मग जॉब्लान्स्कीने पण आपले पिस्तूल बाहेर काढले. तो जनरलला म्हणाला, ''तुम्हाला स्वत:ला काय वाटते साहेब? हे जे चालले आहे ते मान्य आहे तुम्हाला?''

जनरल पटकन रागाने रॉयेलला म्हणाला, ''ते शस्त्र आधी बाजूला ठेवा. जॉब्लान्स्की हा आता आपल्या बाजूचा आहे. निदान मला तरी तसे वाटते.'' मग जॉब्लान्स्कीकडे वळून ते म्हणाले, ''हे बघा, मला खरोखरच वाटते की तुम्ही आमच्याबरोबर असावे. आता जर तुमचा नकार असेल तर आमची कसलीही तुमच्यावरती सक्ती नाही.''

''माझी कसली मदत तुम्हाला हवी आहे?'' जॉब्लान्स्की रॉयेलकडे वळून म्हणाला, ''ज्या माणसाने आयुष्यात कसलेही दृष्कृत्य केले नाही तो माणूस आपला शब्द मोडून चेकचे पेमेंट थांबवेल असे वाटते?''

रॉयेलने मला दिलेली धमकी जनरलच्या ध्यानात आली. पण त्यांना पुढे काही बोलू न देता व्हायलंड म्हणाला, ''हे बघा जॉब्लान्स्की, आम्हाला तुझी फक्त दोन किंवा फार तर तीन दिवसांसाठी मदत हवी आहे. तुम्हाला नाहीतरी कामाच्या मानाने जनरलने घसघशीत मोबदला जनरलने देऊ केला आहे ना? मग त्यांचे ऋण मान्य करण्यासाठी तरी मदत करा. तुम्ही फक्त या तीन दिवसात टालबोटला काबूत ठेवायचे. तुमच्या ताब्यात ठेवायचे. बस्स, एवढेच.''

जॉब्लान्स्कीने काही क्षण विचार करून आपली संमती मानेने दिली व म्हटले, ''म्हणजे रॉयेलसाहेब हे बॉडीगार्डसची व्यवस्था करू शकत नाहीत तर. बरोबर आहे. नको असलेली माणसे संपवण्याचे काम केले की बॉडीगार्डची गरज उरत नसते. बाहेर उभा असलेला तो ठग, हा तुमचा लॅरी, या सर्वांची हड्डी नरम करण्याचे काम टालबोटला जमेल. अन् तरीही टालबोट तुम्हाला हवा आहे? कशाकरता?''

व्हायलंड हळूवार आवाजात म्हणाला, ''आम्हाला रॉयेलकडून व मिस् रुथव्हेनकडून

टालबोटबद्दल जी माहिती कळली त्यानुसार टालबोटला तुम्हीच नीट हाताळू शकता. अन् तुमच्या पैशांची काळजी करू नका. ते अगदी सुरक्षित आहेत व रहातील.''

''असं? म्हणजे माझी अवस्था ही एका कैद्यासारखी असून त्याने दुसऱ्या कैद्यावर लक्ष ठेवावे अशी तुम्ही केलीत का? मला निघून जाण्याचे स्वातंत्र्य आहे की नाही ते बोला.''

''तुम्ही आत्ता जनरलसाहेबांनी दिलेले वचन ऐकले ना? तुम्ही एक स्वतंत्र माणूस आहात. इथून तुम्हाला पाहिजे तेव्हा बाहेर जाऊ शकता व परत येऊ शकता. फक्त बाहेर पडण्यापूर्वी टालबोट निसटणार नाही एवढी खबरदारी घेत जा.''

''ठीक आहे, मान्य आहे मला. पण माझ्या काही शंका आहेत. जर कोणी टालबोटला इथे पाहिले तर मग पोलिस येणार व मलाही बरोबर नेणार. माझ्या मागच्या रेकॉर्डमुळे मला दहा वर्षांची तरी शिक्षा होईल. मग माझे ते ७० हजार गेल्यात जमा. ह्या घरातले इतर लोक टालबोटची बातमी बाहेर फोडणार नाहीत कशावरून? कुणीतरी थोडीशी जरी चूक केली तर संपले सारे. तुमच्या त्या शोफरने आम्हाला पाहिले आहे. तो इथेच रहातो. हो ना?''

''होय, मग आपण त्याला 'हलवू या'' व्हायलंड म्हणाला.

ते ऐकताच तात्काळ मिस् रुथव्हेन उठली व जोरात ओरडून म्हणाली, ''नाही!'' तिच्या हाताच्या मुठी आवळल्या होत्या. ''तो इथेच राहील. त्याचे आमच्यावरती खूप उपकार आहेत. केनेडीला मी आत्ताच जाऊन सांगते तसे.''

''केनेडी. सायमन केनेडी. शोफर व एक हरकाम्या पोरगा,'' व्हायलंड विचार करत म्हणाला.

ते ऐकताच ती गर्रकन वळली व व्हायलंडपुढे जाऊन उभी राहिली व त्याला म्हणाली, ''तुझ्यासारखा हलकट माणूस मी आत्तापर्यंत कधी पाहिला नव्हता,'' असे म्हणून ती तेथून ताडताड पावले टाकीत निघून गेली.

''माझी मुलगी जराशी तापट आहे,'' जनरल घाईघाईने म्हणाला.

''जाऊ दे ते. तेव्हा रॉयेल तू जॉब्लान्स्की व टालबोट यांना घरातील मागच्या खोल्या दाखव.''

पण जॉब्लान्स्कीने हातानेच थांबण्याची खूण करीत विचारले, ''टालबोटकडून तुम्हाला जे काम करून हवे आहे ते इथे या जागीच करायचे आहे काय? जर बाहेर नेऊन त्याच्याकडून काम करून घेणार असाल तर कोणीतरी बाहेर टालबोटला पहाणारच. म्हणजे मग मी संपलो व माझे पैसेही संपले.''

यावर पुन्हा जनरल व व्हायलंड यांच्यामध्ये झर्रकन नजरांची देवाणघेवाण झाली. मग जनरल म्हणाले, ''ते काम एक्स-१३ वरती आहे. एक्स-१३ ही

समुद्रातली माझी तेलविहीर आहे. इथून ती १५ मैल आत समुद्रात असल्याने तिथे टालबोटला पहायला कोणीही येणार नाही.''

''ठीक आहे. मग चला तर,'' असे म्हणून जॉब्लान्स्की उठला.

मीही माझा ग्लास संपवून उठलो. दारात रॉयेल हातात पिस्तूल घेऊन उभा होता. त्याच्या जवळून मी गेलो व बाहेर पडलो. माझ्यापुढे जॉब्लान्स्की होता. पण बाहेर पडल्यावरती मी क्षणभर थांबलो व जीव खाऊन एका दरवाजावरती लाथ मारली. ते दार खाडकन आत गेले. आतली भिंत व दार यात रॉयेल सापडला, दाबला गेला, चिणला गेला. त्याच्या हातातले पिस्तूल दूर उडून खाली पडले व जमिनीवरती स्वत:भोवती फिरत राहिले. मी त्या दिशेने सूर मारला. जमिनीवरती घसरत गेलो, व ते पिस्तूल पकडले. पण तेवढ्यात माझ्या मागे कुणाची तरी पावले वाजली व फटकन रिव्हॉल्व्हरचा दस्ता माझ्या डोक्यात बसला. माझ्या हातातले पिस्तूल गळून पडले. मी ते परत पकडले. पण जॉब्लान्स्कीचा पाय माझ्या हातावर पडला. त्याच्या हातात त्याचे रिव्हॉल्व्हर होते. त्यानेच मला तडाखा मारला होता. मी हळूहळू उठून बसलो. जॉब्लान्स्कीने हात लांब करून रिव्हॉल्व्हरचा नेम माझ्या कपाळावर धरला होता. मी शेवटी धडपड थांबवली.

तेवढ्यात जनरल व व्हायलंड धावत बाहेर आले. माझ्यावर जॉब्लान्स्कीने पिस्तूल रोखलेले पाहिल्यावरती त्यांना हायसे वाटले. दारापाशी जमिनीवरती रॉयेल विव्हळत खाली पडला होता. व्हायलंडने त्याला धरून उठवले. रॉयेलच्या कपाळावरती एक खोक पडली होती. आता मात्र त्याच्या निर्विकार डोळ्यात एक हिंस्त्रपणा आलेला मला दिसला.

जॉब्लान्स्की विजयाच्या सुरात म्हणाला, ''हं, माझी तुम्हाला खरोखरीच गरज आहे हे आता मला पटले,'' एवढे म्हणून त्याने खिशातून बेड्या काढल्या व माझ्या मनगटावरती सफाईने चढवल्या. ''जुन्या व्यवसायातले हे स्मृतीचिन्ह आता उपयोगी आले,'' तो म्हणाला.

त्या भव्य घरातील मागच्या दोन खोल्या आम्हाला देण्यात आल्या. बटलरने त्याच्या जवळील किल्लीने कुलूप उघडून आम्हाला आत जाऊ दिले. मात्र तो जाण्याआधी जॉब्लान्स्कीने त्याच्याकडून त्या किल्ल्या काढून घेतल्या. बटलरने त्या मोठ्या नाखुषीनेच दिल्या.

जॉब्लान्स्कीने आतून दार लावून घेतले. ते खूपच भक्कम होते. मग त्याने खिडक्यांवरील पडदे ओढले. पलीकडून आतले पहाण्यासाठी भिंतीला कुठे भोके आहेत का ते बारकाईने पाहिले. हे सारे त्याने अत्यंत वेगाने केले. मग पाच-सहा येरझाऱ्या घातल्या, आपल्या मुठीने आपल्याच तळहातावर दणादण ठोसे मारले, भिंतीवरती एक दोन लाथा मारल्या आणि एक खुर्ची त्याने लाथेने उडवून मोठा

आवाज केला. मग तो मला म्हणाला, "चल उठ. ही माझी तुला छोटीशी सूचना आहे. तेव्हा येथून पुढे माझ्याशी कसल्याही युक्त्या खेळायच्या नाहीत. तू रॉयेलवर हल्ला करू शकशील, पण माझ्यावरती नाही. तू माझ्याविरुद्ध नुसते एक बोट जरी उचलले तरी मी तुझी हड्डी पिसून काढेन. समजले बच्चमजी."

मग मी माझे बोट त्याच्या विरुद्ध उचलले नाही. जॉब्लान्स्कीनेही मग मला त्रास दिला नाही. खोलीत पूर्ण शांतता भरून राहिली होती. बाहेरून काही आवाज येतो आहे का ते आम्ही कान देऊन नीट पाहिले.

खोलीबाहेर कुणीही नाही याची खात्री पटल्यावरती जॉब्लान्स्कीने खिशातून चाव्या काढल्या व माझ्या बेड्या सोडवल्या. मग खोलीत कुठे मायक्रोफोन लपवलेले आहेत काय याचा आम्ही दोघे शोध घेऊ लागलो.

त्या जागेत तशा मायक्रोफोन्सचा अक्षरश: सुळसुळाट झालेला दिसला.

दुसरा दिवस उजाडला. आदल्या दिवसाचा पाऊस पळून गेला होता. आकाश स्वच्छ झाले होते. मी बारा तास झोपलो होतो. पण झोप अशी फारशी मिळाली नाही. कारण वातावरणात एक तर फार उकाडा होता आणि माझ्या अंगावरती सर्व कपडे होते. माझ्या एका हातात बेडी होती व तिचे दुसरे टोक कॉटच्या लोखंडी दांड्यात गुंतवले होते. दोन वेळा जेवणासाठी जॉब्लान्स्कीने मला जनरलकडे नेले होते. माझा कैदी अजून कसा माझ्या ताब्यात आहे व तो कसा तुलनात्मकदृष्ट्या ठणठणीत आहे हे त्याला दाखवायचे होते. फक्त मी मुद्दाम जादाच लंगडत चालत होतो आणि माझ्या चेहेऱ्यावरती बँडेजच्या पट्ट्या मुद्दाम मोठमोठ्या लावल्या होत्या.

रॉयेलच्या उजव्या डोळ्याखाली निळसर वर्तुळ उमटले होते. कपाळावर बॅन्डेजची पट्टी होती. मला ते पाहून माझ्या कर्तृत्वाचा अभिमान वाटला. पण त्याच्या मनात जे काही होते ते आता तडीस नेल्याखेरीज त्याला चैन पडणार नव्हती.

रात्रीची हवा मात्र छानपैकी थंड होती. समुद्रावरच्या खारट हवेचा वास सर्वत्र भरून राहिला होता. मला आता माझ्या कामाला लागले पाहिजे होते. दुपारी मी मुद्दामच झोप घेण्याचा प्रयत्न केला होता. आता आजची रात्र खूप कामे करायची होती. माझ्या हातात बेडी नव्हती. मी खोलीतून बाहेर पडलो. माझ्याजवळ माझ्या खोलीच्या किल्ल्या होत्या. लपतछपत मी बंगल्याच्या बाहेर आलो. बंगल्यापासून पाचशे फूट अंतरावरती एक रिकामी स्पोर्टस कार उभी होती. त्या गाडीच्या किल्ल्या तशाच आत इग्निशन स्विचला लटकलेल्या होत्या. मी आत जाऊन बसलो व गाडी सुरू केली. पहाता पहाता मी तेथून निघून दूर गेलो.

समुद्रावरच्या एका दगडी धक्क्यावर मी जाऊन पोचलो. गाडीचे दिवे बंद करून

पाच मिनिटे मी स्वस्थ बसून राहिलो. त्या काळोखात मला नीटसे दिसत नव्हते. मग थोड्या वेळाने लांबून एक माणूस हातात छोटी बॅटरी घेऊन आला. माझ्या दंडाला धरून त्याने मला चालवत नेले. आम्ही दोघे दगडी पायऱ्या उतरून खाली समुद्राच्या पाण्यापाशी पोचलो व एका छोट्या बोटीत उड्या मारल्या. एक बुटका माणूस समोरून आला व मला म्हणाला, ''मिस्टर टालबोट?''

मी मानेनेच होकार दिला. ''मी जॉन. या बोटीचा चालक,'' असे तो म्हणाला. त्या बोटीत त्याचे काही कामगार होते. सारे कामगार ग्रीक होते. ग्रीसहून आलेली ती बोट अमेरिकेच्या किनाऱ्याला लागल्यावर जवळचा माल उतरवून मग या नवीन मोहिमेत सामील झाली होती. त्यामुळे त्यांचा मोहिमेतला सहभाग हा अमेरिकेत कोणालाच कळणार नव्हता. चाळीस फूट लांबीच्या त्या बोटीला दोन डोलकाठ्या होत्या. संपूर्ण बोट अत्यंत भक्कम होती.

जॉन माझ्याकडे वळून म्हणाला, ''चला आपण आता निघालो आहोत. ती माझी माणसे नव्याने भरती झालेली आहेत. त्यांना या कामाची कल्पना नाही व ती तुमच्या कोणत्याही कामात सामील होणार नाहीत. ते पाण्यात बुड्या मारणार नाहीत. कारण ते सारखे बोटीवरच्या कठीण जीवनाबद्दल तक्रार करत आहेत. तुमच्या कामाला आजची रात्र ठीक नाही.''

''का बरे? हवा तर छान आहे. वादळी नाही.''

''म्हणूनच संकटाची शंका आहे. इतकी पडलेली हवा वाईट असते. बोटीवरती लाटा आपटण्याचा आवाज तुम्ही ऐकता आहात ना? चांगल्या हवेत दर तीन चार सेकंदाला पाणी बोटीला थपडा मारत असते. पण आता ते दर बारा ते पंधरा सेकंदाने तसे करते आहे. मी गेली चाळीस वर्षे या व्यवसायात आहे. त्यावरून माझा हा ठोकताळा तुम्हाला सांगतो आहे. हे काही चांगले लक्षण नाही. एक मोठे वादळ चाल करून येणार आहे.''

''मग हवामानखात्याने तसा अंदाज रेडिओवरून जाहीर केला असणार?'' मी विचारले.

''नाही. अन् आजच्यासारखी पूर्वसूचना देणारी लक्षणेही नेहमी आढळत नाहीत. पंधरा वर्षांपूर्वी मला तशी लक्षणे कैकोसच्या दक्षिण समुद्रात आढळली. त्यावेळी झालेल्या वादळात बरेच कोळी लोक मेले. सप्टेंबर महिन्यात जर अशी लक्षणे आढळली तर हमखास वादळ होतेच.''

''केव्हा येईल हे वादळ?''

''अजून आठ तासांनी येईल किंवा अठ्ठेचाळीस तासांनीही येईल. सांगता येत नाही. पण येणार हे हमखास! ते त्या तिकडून येणार.'' असे म्हणून त्याने पश्चिमेकडे बोट दाखवले. तिथे पाण्याला एक फुगवटा आलेला दिसला. तो पुढे म्हणाला,

"तुमचा रबरी सूट खालच्या मजल्यावरती आहे."

त्या बोटीचे इंजिन पूर्ण वेगाने चालू होते. परंतु त्या बोटीचा वेग नेहमीपेक्षा कमी होता. बोटीच्या इंजिनाचा एक्झॉस्ट हा एका खास सिलेंडरमधून, सायलेन्सरमधून पाण्यात सोडला होता. त्यासाठी वेगळ्या बॅफल प्लेटस वापरल्या होत्या. अन् त्यामुळेच वेग निम्मा झाला होता. अंधारात ती बोट जवळ आल्याखेरीज कुणाला समजणार नव्हती.

आकाशात चंद्र नव्हता. लवकरच पाऊस सुरू झाला. खाली केबिनमध्ये जाण्याचा आग्रह जॉनने केला. पण मी डेकवरतीच एका ताडपत्रीखाली आश्रय घेतला.

मी तशा अवस्थेत किती वेळ होतो कुणास ठाऊक. मला बसल्या जागी झोप लागली होती. कोणीतरी माझ्या अंगावरची ताडपत्री काढून मला हलवून जागे करत होते. पाऊस आता थांबलेला होता. तो जॉन होता व मी जागा झालेला पहाताच मला हळू आवाजात म्हणाला, "ते बघा, तुमचे ठिकाण जवळ आले. तोच तो एक्स-१३ तेलविहिरीचा प्लॅटफॉर्म."

मी डोलकाठीच्या आधाराने उठून उभा राहिलो. समोर एक्स-१३ च्या तेलविहिरीची अजस्त्र यंत्रणा पाण्यावरती उभी होती. मी आजूबाजूला नजर फिरवली. पुन्हा समोर पाहिले. ती तेलविहीर तरीही तिथेच उभी होती. पुन्हा मी माझी नजर वळवून परत समोर पाहिले. पाण्यावर तरंगणारी ती राक्षसी तेलविहीर तिथेच होती. तेलविहिरीची छायाचित्रे मी पाहिली होती. पण ती नेहमीच आकाशातून घेतलेली असतात. त्यावरून तिच्या आकाराची कल्पना येत नाही. इथे मी ती पाण्याच्या पातळीवरून पहात होतो. अजून एक मैल दूर होती तरीही तिने आपले अस्तित्व सारे आकाशभर व्यापले होते.

कशासाठी तरी जगावे असे वाटण्याजोगे माझ्याजवळ काय होते? पण जे काही उरले होते तेही थोडे होते. माझे हे तुटपुंजे आयुष्य यातच बळी पडणार? मी घाबरलो. त्या अक्राळविक्राळ तेलविहिरीपासून दहा हजार मैल दूर पळून जावेसे वाटले. माझ्या जीवनाची वाटचाल इथेच संपलेली मला दिसू लागली. परमेश्वराने या मार्गावर मला उगाच पाय टाकायला लावला.

■

प्रकरण ५

ती तेलविहीर, तिचा तो प्लॅटफार्म, तिचे समुद्रतळापर्यंत पोचलेले सर्व पाय, सारीच एक चमत्कारीक रचना होती. छायाचित्रे, मोजमापे, आकडे यांच्यामधून तिचे अवाढव्यत्व कधीच जाणवणार नाही. ज्यूल्स व्हर्नच्या कथेतल्याप्रमाणे किंवा अन्य एखाद्या विज्ञान काल्पनिकेमधे असल्याप्रमाणे तिचे स्वरूप होते. माणसानेच तिची निर्मिती केली आहे यावर विश्वास बसणे कठीण होते. जणू काही अंतराळातले ते स्पेस-स्टेशन आहे असे भासत होते. तरी मी तिचे दर्शन त्या काळोखात घेत होतो. ताऱ्यांच्या अंधुक प्रकाशाच्या पार्श्वभूमीवरती त्या रचनेची जाणीव होत होती. काळोखात एवढा धडकी भरवणारा आकार वाटत होता तर दिवसाउजेडी येथून पाहिल्यावर कसे दिसत असेल! त्या तेलविहिरीने समुद्रात आपले एक व्यासपीठ निर्माण केले होते. त्या व्यासपीठावरती असंख्य धुराडी उभी आहेत असा लांबून भास होत होता. मला तर इथून तो साराच डोलारा म्हणजे एक राक्षसी कोळी वाटत होता. तिथे शेकडो लोखंडी तुळया, अँगल्स्, जोड, वगैरेचा नुसता गुंता झालेला होता. एके ठिकाणी सपाट जागा होती. तिथे कोणतीही पोलादी रचना मान वर काढून पहात नव्हती. ते हेलिपॅड होते. त्यावरती हेलिकॉप्टर्स उतरत. त्यांना मार्गदर्शन व्हावे म्हणून तिथे अनेक दिवे लावलेले होते. त्यातले काही सतत उघडझाप करून हेलिकॉप्टर्सना सूचना देत होते. तसलेच दिवे हे त्या तेलविहिरीच्या उंच डेरिक मनोऱ्यावरती होते. अंधारात त्या मनोऱ्याला हेलिकॉप्टर धडकू नये म्हणून तिथेही उघडझाप करणारे दिवे होते. शिवाय तिथे काम करणाऱ्यांना रात्री दिसावे म्हणून जागोजाग दिवे लावलेले होते. आजुबाजूच्या काळोखाच्या समुद्रात प्रकाशाचे एक बेट उभे होते. समुद्रातून ते अचानक उगवल्यासारखे होते! अत्यंत ठामपणे व गंभीरपणे! भव्यतेइतकीच गूढताही त्या दृश्यात सामावलेली होती.

त्या संपूर्ण रचनेला कितीतरी पाय होते. मला त्यातले किमान चौदा तरी मोजता आले. प्रत्येक बाजूला सात पाय नक्कीच होते. ते पाय पाण्यात खोलवर घुसले होते. पार समुद्रतळापर्यंत जाऊन तिथे स्थिरावले होते. प्रत्येक पाय म्हणजे एक अवाढव्य पाईप होता. शेकडो टन वजन पेलवून धरण्याची त्याची ताकद होती. त्या सर्व जगड्व्याळ रचनेचे एकूण वजन सुमारे पाच हजार टन तरी असावे. आणि ती रचना जरी आपल्या पायांच्या आधारे उभी होती तरी पाण्याला स्पर्श करत नव्हती.

समुद्राच्या पातळीपासून ती एवढी वर उचललेली होती की कितीही पर्वतप्राय लाटा पाण्यावर उसळल्या तरी त्यांचा स्पर्श या उचलून धरलेल्या यंत्रणेला होऊ शकत नव्हता.

मला हे सारे ठाऊक होते. पण माहिती असणे व प्रत्यक्ष पहाणे यात जमीन-अस्मानाचे अंतर असते ते आता माझ्या लक्षात आले.

माझ्या खांद्यावरती एक हात पडला. मी दचकून मागे वळून पाहिले. तो जॉन होता. मी क्षणभर उडालोच. कारण मी कुठे आहे याचे भान विसरून गेलो होतो. अगदी पूर्णपणे.

''कसला विचार चालला आहे, मिस्टर टालबोट?'' जॉन विचारत होता, ''तुम्हाला आवडली का ही तेलविहिर?''

''झकासच आहे. काय किंमत असेल हिची?''

''चाळीस लाख डॉलर्स, कदाचित् जास्तच. माझा आपला हा केवळ अंदाज आहे.''

''बऱ्यापैकी भांडवल गुंतवणूक आहे. चाळीस लाख डॉलर्स!'' मी पुटपुटत म्हणालो.

''ऐंशी लाख डॉलर्स. एवढे भांडवल तरी लागतेच. प्रथम समुद्रतळावरची जमीन कायद्यानुसार सरकारकडून विकत घ्यावी लागते. निदान ५००० एकर तरी लागते. तीस लाख रुपये इथेच गेले. मग त्या जागी खोदाई करायची. फक्त एकाच ठिकाणी केली तरी चालते. त्यावरून जमिनीखालचा अंदाज येतो. अन् ही खोदाई किमान दोन मैल तरी खोल करावी लागते. त्याला पस्तीस लाख डॉलर्स खर्च येतो.''

म्हणजे ८० लाख डॉलर्स खर्चल्यावरती कळणार की विहिरीला तेल लागेल की नाही. केवढा मोठा जुगार होता हा! जर भूगर्भशास्त्रज्ञांचा अंदाज चुकला तर? अन् ते चुकतात जास्त वेळा व बरोबर ठरतात कमी वेळा. ८० लाख डॉलर्स अशा परिस्थितीत झोकून देण्याइतपत ऐपत असलेला जनरल ब्लेअर रुथव्हेन हा बेकायदेशीर कृत्य करावयास कसा तयार होऊ शकेल? त्यातून त्याला केवढी सामाजिक प्रतिष्ठा लाभलेली होती. तो व्हायलंड, तो रॉयेल व तो लॅरी या गुंडांना त्याने साथ का द्यावी? यामागे कोणते कारण असेल? जे काही असेल ते जबरदस्त असणार यात शंकाच नाही. याचा छडा लावण्याचा फक्त एकच मार्ग होता. माझ्या ते मनात येताच मी एकदम शहारलो.

जॉन विचारत होता, ''तुम्हाला अजून जवळ जायचे आहे काय?''

''होय, अगदी पूर्णपणे जवळ.''

''ते एक जहाज त्या तेलविहिरीला लागून उभे आहे, तिकडे जायचे?''

मला ते जहाज काळोखात नीट दिसले नाही. डोळे ताणून पाहिल्यावरच कळले. त्या राक्षसी रचनेपुढे ते जहाज एखाद्या उंदरासारखे लहान वाटत होते. त्याची लांबी २५० फूट तरी होती. त्याची डोलकाठी उंच गेली होती. पण उचलून धरलेल्या त्या प्लॅटफॉर्मच्या निम्म्या अंतरापर्यंतही ती पोचली नव्हती.

"पण ते जहाज आपल्या वाटेत तर येणार नाही ना?" मी शंका व्यक्त केली.

"नाही. आपण एक लांबचा मोठा वळसा घेऊन एक्स-१३ला दक्षिणेकडून भिडू."

जॉनने सुकाणूचे चाक फिरवले व आमची बोट एका बाजूला झुकून वळली. माझ्या मनात एक शंका आली. आम्ही लांबून जरी वळसा घेऊन एक्स-१३ कडे गेलो तरी तिच्या उजेडात आमची बोट येणार होती, दिसणार होती. कारण आत्ता येथून एक मैलावरुनही मला एक्स-१३ वरचे फ्लडलाईटस् दिसत होते. त्यातल्या प्रकाशात वावरणारी माणसे स्पष्ट कळत होती. खुद्द तिथे सर्वत्र लखलखाट होता. वीजनिर्मितीसाठी डिझेल इंजिनावर चालणारे जनित्र वापरले होते. त्या इंजिनाचा घुमणारा आवाज आमच्यापर्यंत बारीक होऊन येत होता. पण तरी जाणवण्याइतपत तो स्पष्ट होता. तेलविहिरीवरील काम चोवीस तास, तिन्ही पाळ्यात चालू असते हे मला ठाऊक नव्हते. एका ठिकाणचे खोदाईचे काम झाले की ही यंत्रणा दुसऱ्या जागी जाणार होती. ती स्थिर नव्हती. त्यामुळे तिच्यावरील काम हे रात्रंदिवस चालू होते. तेव्हा रात्री अशा तेलविहिरी प्रकाशित असतात. त्यांच्यावरती अंधारात चोरून जाणे हे कठीण असते. या ग्रीक बोटीला सायलेन्सर लावण्याची काहीच जरूरी नव्हती. एक्स-१३ वरील डिझेल इंजिनाच्या आवाजात या बोटीचा घरघराट सहज बुडून गेला असता. पण आता हा विचार करून काय उपयोग?

ती ग्रीक बोट वेग धारण करून पाणी कापत चालली. लाकडात जसा स्क्रू पुढे सरकत जावा तसा त्या बोटीचा पंखा पाण्यात फिरत पुढे सरकत होता. थोड्या वेळाने मी जॉनला विचारले, "ते तिथले जहाज तिथून हलणार नाही ना?"

"काही सांगता येत नाही. ते रसद पुरवणारे जहाज आहे. अन्न, पाणी व खोदाईसाठी लागणारा खास चिखल, आणि हजारो लिटर डिझेल ते पुरवते. नीट पाहिले तर तुम्हाला ते जहाज म्हणजे एक छोटा ऑईल-टँकर आहे असे दिसेल. जेव्हा खोदाई केल्यानंतर विहिरीला तेल लागते, तेव्हा वर काढलेले तेल याच जहाजात भरून किनाऱ्यावरती पाठवले जाते."

जॉन बरेच काही सांगत होता. पण त्याच्या माहितीमधील एक गोष्ट मला महत्त्वाची वाटत होती. ती म्हणजे ते जहाज बरेच दिवस तिथेच एक्स-१३ ला खेटून उभे आहे.

"जॉन, मला त्या जहाजावर जायचे आहे. जमेल ना?" मी त्याला विचारले.

"पण... पण तुम्हाला एक्स-१३ वरती जायचे आहे, असे मी धरून चालत होतो."

"बरोबर आहे. पण नंतर. मला त्या जहाजावरती आधी जायचे आहे. जमवशील हे?"

तो गंभीर होत म्हणाला, "आजची रात्र ही फार भयंकर आहे, मिस्टर टालबोट."

ती रात्र ही भयंकर नसून काळरात्र होती. पुढे काय होणार त्याचा मला अंदाज येत नव्हता. ती तेलविहीर जवळ येत चालली. माझ्या लक्षात आले की पाण्यात घुसलेले ते पोलादी पाय हे सर्वत्र सारखे नव्हते. मधेच कुठेतरी त्यातील समानता भंग पावली होती. त्या ठिकाणी रिकामी जागा होती. त्या जागेवरील तेलविहिरीचा वरचा प्लॅटफॉर्म हा कडेपासून अर्धवर्तुळाकृती आकारात कापला होता. ते अर्धवर्तुळ निदान चाळीस फुटांचे तरी असावे. बरोबर त्या खालीच त्या जहाजाचा डेक येत होता. नि त्या अर्धवर्तुळावरती प्लॅटफॉर्मवरती एका क्रेनचे टोक येत होते. जहाजातील माल वर घेणे किंवा वरचा माल जहाजात उतरविणे यासाठी तसे केले होते.

पाच मिनिटांनी बोटीची दिशा बदलून आम्ही सरळ दक्षिणेकडून तेलविहिरीकडे चाललो. काही वेळातच आम्ही त्या अजस्त्र प्लॅटफॉर्मखाली जाऊन पोचलो सुद्धा. बोटीच्या नाळेवरती एक खलाशी काहीतरी काम करत होता. जेव्हा आम्ही तेलविहिरीच्या पायाचा एक खांब पार करून दुसऱ्या खांबाजवळ गेलो तेव्हा त्याने एक हलकेच शीळ घातली. आमची बोट थांबली. बोटीचे इंजिन इतके कमी केले गेले की ते आता केवळ कुजबुजत होते. मग त्याने पाण्यात एक हवेने फुगवलेली रबरी होडी फेकली. तिला अर्थातच एक दोरी बांधली होती व दोरीचे दुसरे टोक त्या खलाशाच्या हातात होते. बोट थांबली तरी अत्यंत मंद गतीने पुढे इंच इंच सरकत होती. जेव्हा ती दुसऱ्या खांबाजवळून जाऊ लागली तेव्हा एका दोराने ती त्या खांबाला जखडून टाकण्यात आली.

मग जॉन मला म्हणाला, "तुम्हाला जे काही करायचे ते लवकर उरकून घ्या. मला किती वेळ वाट पहायची ते कळत नाही. पण आजची रात्र वादळी आहे हे लक्षात घ्या. समुद्र खवळण्याआधी आपल्याला परतायचे आहे."

खरोखरच आजची रात्र तशी वादळी होती अनेक अर्थाने! जॉन उतावीळ झाला होता व मीही उतावीळ झालो होतो. पण फरक एवढाच होता की तो इथे बोटीत सुरक्षित बसून रहाणार होता व माझ्यावर मात्र कुठूनही अचानक हल्ला होणार होता, हातपाय बांधून टाकले जाणार होते व मला समुद्रातही फेकून दिले जाऊ शकत होते.

"काही काळजी करू नका. मी अर्ध्या तासात माझे काम उरकतो," मी म्हणालो.

मग मी अंगावरचा ओव्हरकोट काढला, एक रबरी सूट चढवला. प्राणवायूची दोन नळकांडी खांद्यावर चढवून पट्ट्याने बांधून टाकली. त्यातून निघालेली नळी तोंडावरील मास्कला जोडली व डोळ्यावर पाण्यातला चष्मा चढवला. तो ग्रीक खलाशी आधीच त्या रबरी होडीत जाऊन बसला होता. मी खाली उतरून त्याच्या समोर जाऊन बसलो. ताणून धरलेली दोरी आता त्याने सोडून दिली व आमची होडी हलके हलके बोटीपासून दूर जाऊ लागली. पाण्यावर उगवलेले फुगवटे जसजसे सरकत होते तसतसे आम्हीही त्याबरोबर आपोआप सरकू लागलो. पण वाटेल त्या दिशेला भरकटत जाऊन उपयोग नव्हता. म्हणून आम्ही दोघेही वल्ही मारू लागलो.

पाण्याच्या फुगवट्याविरुद्ध वल्ही मारणे हे एक अतिकठीण काम होते. लवकरच आम्ही एक वळण घेऊन त्या जहाजापाशी पोचलो. अद्याप आम्ही वरच्या प्लॅटफॉर्मवरील प्रकाशाच्या छायेत होतो. ते जहाजही तसेच काळोखात गुरफटले होते. फक्त वरच्या अर्धवर्तुळातून काही प्रकाश जहाजावर पाझरत होता. तसेच वरतून एक लोखंडी शिडीही खाली जहाजाच्या डेकवरती आली होती. मात्र तिचा स्पर्श डेकला झाला नव्हता. म्हणजे ती पाहिजे तेवढी वरखाली करता येण्याजोगी होती. भरती व ओहोटीच्या पाण्याच्या कमी अधिक पातळीशी त्यामुळे जुळवून घेता येत होते.

कदाचित् ही सारी रचना माझ्याचसाठी केली असावी, असे मला भासले.

शेवटी मी त्या जहाजावरती चढून डेकवर गेलो. वरती मिट्ट काळोख होता. मी हातात एक छोटी पेन्सिल-बॅटरी घेऊन मला जे हवे होते ते शोधू लागलो. तिथे खालच्या भागातून डेकवर काही कपाटांनी आपली डोकी वर काढली होती. त्यांना सरकती दारे होती. मी त्यांचे वरचे व खालचे बोल्ट काढले, व जहाजाच्या डोलण्याचा फायदा घेऊन योग्य वेळी जोर लावून दार सरकवले. ते अवजड दार माझे डोके आत जाईल एवढेच सरकले. बॅटरीचा प्रकाश आत टाकून मी पाहिले तर तिथे पिपे, दोरखंड, लाकूडसामान, मोठमोठ्या साखळ्या अशासारख्या गोष्टींची गर्दी झाली होती. मी पुन्हा ते दार जोर लावून सरकवले व त्याचे दोन्ही बोल्टस् पूर्वीसारखे पक्के केले.

जहाजावरील त्या अवाढव्य तेलटाकीला मजबुतीसाठी अनेक उभ्या पट्ट्या झाळकाम करून जोडल्या होत्या. त्या टाकीकडे दुर्लक्ष करून मी तिच्या टोकाला गेलो. तिथे डेकला मोठमोठी चौकोनी भोके पाडली होती. त्यावरची झाकणे ही असंख्य क्लिपांनी लावून टाकली होती. बाकी डेकवरती निरनिराळे पाईप इकडून तिकडे जात होते. त्यांना जागोजागी व्हाल्व्ह होती. व्हाल्व्हची चाके पाईपपेक्षा मोठी होती. खालून अवाढव्य नळकांड्यांनी डेकवरती आपली डोके वर काढली होती व आपल्या माना वाकवून ती समोर पहात होती. वरची ताजी हवा खाली जाऊ देण्यासाठी ती होती. थोडक्यात, ते एक चमत्कारिक, गुंतागुंतीचे लोखंडी जंगल होते. त्यातून अंधारातून न ठेचकाळता, डोक्याला न लागू देता मार्ग काढणे अवघड होते. पण मी ते करत होतो. माणसाच्या आकारापेक्षा जरा मोठे झाकण असलेले भोक त्या डेकवर कुठे आहे का ते मी पाहिले व तसे ते नाही याची खातरजमा करून घेतली. जहाजाचा डेक मी या टोकापासून दुसऱ्या टोकापर्यंत काळजीपूर्वक तपासला. पण काहीच संशयास्पद आढळले नाही.

डेकच्या कठड्यावरून मी खाली पाहिले. त्या रबरी होडीत जॉनचा माणूस वाट पहात होता. मास्क लावलेले माझे डोके दिसणे यावरून तो काय ते समजला. मी आलो तसाच खाली गेलो व त्या रबरी होडीत जाऊन बसलो. मग त्याने माझ्या कंबरेला एक दोरी बांधली. मी पाण्यात उतरलो. मी पंचवीस फुटापर्यंत पाण्यात

खोल जाऊ शकत होतो. त्या तेलवाहू जहाजाचा पाण्याखाली बुडालेला भाग कदाचित पंधरा फूटच असावा. माझ्या तोंडावर प्रथमपासून चढवलेला प्राणवायूचा मुखवटा तसाच होता. पाठीवरच्या नळकांड्यावरील एक चाक फिरवून मी आता आतल्या हवेवर श्वासोच्छवास करू लागलो. उडी मारून मी पाण्यात बुडी मारली. तो ग्रीक खलाशी हातातील दोरी हळूहळू सोडत होता व मी पाण्याखाली हळूहळू खोल जात होतो. मी त्या जहाजाच्या तळाची दोनदा तपासणी करून खात्री करून घेतली. त्यासाठी मी जवळ एक प्रखर प्रकाशाचा टॉर्च आणला होता त्याचा उपयोग केला. पण मला कुठेच काही संशयास्पद दिसले नाही. माझ्या टॉर्चच्या प्रकाशाच्या दिशेने एक ईल मासा जवळ येऊ लागला. या माशाच्या अंगात वीज असते व त्याने तो तुम्हाला जबरदस्त शॉक देऊ शकतो. मी त्याच्या दिशेने टॉर्चची उघडझाप करू लागल्यावर तो गोंधळून गेला व आपले तोंड वळवून दूर निघून गेला.

माझी तपासणी संपली. मी पुन्हा त्या रबरी होडीत आलो. मला खूप थकवा आला. जरी मी पाण्यात पंधरा मिनिटे होतो तरी पाण्याविरुद्ध हालचाल करावी लागत असल्याने झटकन दमणूक होत असते. मला ज्याचा शोध घ्यायचा होता ते त्या जहाजावर सापडले नाही की जहाजाखालीही सापडले नाही.

माझी एवढी दमछाक झाली होती की हा सारा उद्योग सोडून आता गरमगरम कॉफी प्यावी व एखाद्या शेकोटीसमोर उब घेत बसावे, असे मला वाटू लागले, तिकडे जॉब्लान्स्की मात्र गुबगुबीत गादीवरती आरामात गाढ झोपला होता. मला त्याचा हेवा वाटला. मी तोंडावरचा मुखवटा काढला. पाठीवरची प्राणवायूची नळकांडी उतरवली व त्या खास रबरी सपाताही काढून टाकल्या. मग नेहमीचे कपडे व बूट त्या जहाजाच्या डेकवर भिरकावले. पुन्हा वर चढून गेलो व तिथे ते कपडे व बूट अंगावर चढवले. ते सारे ओले झाले होते. पण आता नाईलाज होता.

तेलविहिरीच्या प्लॅटफॉर्मवरील जी शिडी खाली जहाजावर आली होती त्यावर चढून मी वरती गेलो. पण आता जर मला कुणी पाहिले तर मी काय खुलासा करू शकणार होतो? माझ्या कपड्यातून गळणाऱ्या पाण्याचे पायापाशी जमलेल्या थारोळ्याचा काय खुलासा करणार होतो? माझ्याजवळ रिव्हॉल्व्हर नव्हते. मी पूर्णपणे असंरक्षित होतो! जर कोणी माझ्यावरती पिस्तूल रोखले तर? मग दुसऱ्या दिवशी मोठ्या पहाऱ्यात माझी पाठवणी जनरल रुथव्हेनकडे केली असती. त्यावेळी मी काय खुलासा करू शकणार होतो? माझे कार्य अर्धवटच पुरे झाले असते, अयशस्वी ठरले असते नि नको ते घडले असते. हे घडू नये म्हणून मी सापडल्यावरती पळू लागलो असतो तर मग मला सरळ गोळी घातली गेली असती व परिणाम तोच झाला असता. माझ्याजागी कोणताही बुद्धिमान किंवा सारासार विवेक असलेला माणूस असता तर तो तेलविहिरीवरती चढलाच नसता.

पण मी तरीही त्या शिडीच्या १३० पायऱ्या चढून वरती गेलो. वरती आजुबाजूला कुणीच नव्हते. तिथे सर्वत्र दिव्यांचा लखलखाट होता. तीस फूट अंतरावर असलेल्या यंत्रांचा व माणसांच्या बोलण्याचा आवाज मला ऐकू येत होता. तेव्हा मला तिकडे जाता येत नव्हते. मी एका लोखंडी शिडीवरून वरच्या डेकवरती गेलो. खाली वाकून दबकत दबकत मी एका अवाढव्य खांबापाशी गेलो. त्याच्या मागे लपून खालचे सारे भव्य दृश्य मी आता नीट पाहू शकत होतो.

त्या तेलविहिरीवरती ३०० फुटांवरती आणखी वर उचललेला एक प्लॅटफॉर्म होता. तिथेच तो तेलविहिरीवरचा डेरिक मनोरा उभा होता. अत्यंत कणखर, बळकट व भव्य असा तो एक पोलादी मनोरा होता. त्याच्या पायथ्याशी अनेक छोट्या छोट्या खोल्या होत्या व त्यातून त्या मनोऱ्यातून समुद्रतळात आत खोलवर भोक पाडत जाणाऱ्या ड्रिलिंग पाईपवरती नियंत्रण ठेवले जात होते. तिथल्या त्या उंचावलेल्या प्लॅटफॉर्मच्या खाली वीजनिर्मिती केंद्र होते, माणसांसाठी रहाण्याच्या खोल्या होत्या. तिथून जवळच एक लहान प्लॅटफॉर्म होता व आत्ता त्यावरतीच मी उभा होतो. या प्लॅटफॉर्मवरती काहीच नव्हते व तो पुढे जात थोडासा समुद्रावरती गेला होता. एवढी मोठी रिकामी जागा कशी? या प्रश्नाचे उत्तर तिथल्या जमिनीवरती मोठ्या आकारात रंगवलेल्या इंग्रजी H अक्षराने दिले. ती हेलिकॉप्टर उतरण्याची जागा होती. जनरल रुथव्हेनच्या मुलीचे बोलणे मला आता आठवले. त्यानुसार तिचे वडील हेलिकॉप्टरमधून या ठिकाणी येत असले पाहिजेत. तेव्हा हाच तो एकमेव हेलिकॉप्टर-तळ.

या दोन प्लॅटफॉर्मच्या मधल्या जागेत, म्हणजे माझ्या खालच्या पातळीत अनेक माणसे पिपे इकडून तिकडे नेत होते. त्यासाठी अर्थातच वरच्या क्रेनची मदत त्यांना होत होती. शेवटी ती पिपे एका मोठ्या भोकात ती उपडी करीत होते. समुद्रतळावरून काढलेले तेल पाईपातून वाहून नेले जात असल्याने ती पिपे म्हणजे ड्रिलिंगसाठी लागणारे वंगण असले पाहिजे. हे वंगण किंवा चिखल म्हणजे बराईट खनिजाची भुकटी व अन्य रसायनांबरोबर केलेला एक पातळ लगदा होता. तो समुद्रतळाला पाडलेल्या भोकातून बाहेरच्या पाईपातून उच्च दाबाखाली ढकलला जाई. म्हणजे शेवटी तळाशी जी भोक पाडीत खाली जाणारी गिरमिटाची चाके असत त्यांना याचा वंगण म्हणून उपयोग होई. त्या डेकवरती बरीच उघडी गोदामेही होती. अन् तिथेच मला जे हवे होते त्याचा शोध घ्यायचा होता.

मी ज्या प्लॅटफॉर्मवर उभा होतो त्याच्या टोकाला गेलो. तिथे खालच्या डेकवर जाण्यासाठी एक शिडी होती. पण तिथे कुणीच नव्हते. माझ्या दृष्टीनेही तिथे तपासण्याजोगे काहीच नव्हते. माझ्याकडे वेळही फार नव्हता. हवा हळूहळू वादळी बनत जाण्याची लक्षणे दिसत होती. वाऱ्याचा वेग मघापेक्षा आता दुप्पट झाला होता. मी जर लवकर काम आटपून गेलो नाही तर तो जॉन एक तर वरती तरी येणार

होता किंवा सरळ निघून जाणार होता.

मग मी तिथल्या कोठारांची तपासणी सुरू केली. प्रत्येक कोठीचे दार मजबूत, अवजड व पोलादी होते. मी ताकद लावून ते उघडले. आत मिट्ट काळोख होता. टॉर्चच्या प्रकाशात दिव्याचे बटण शोधून मी तिथला दिवा लावला. ती एक शंभर फूट लांबीची कोठी होती. अनेक पाईप तिथे एकावर एक रचून ठेवले होते. तेलविहिरीत घुसत जाणारे ते पाईप होते. बाकी तिथे काहीही नव्हते. मी दिवा विझवून तिथून बाहेर पडलो. ते अवजड दार लावून घेतले. अन् माझ्या खांद्यावरती मागून कोणाचा तरी हात पडला.

कुणीतरी मला विचारत होते, ''आपण काय शोधत आहात?''

मी एकदम दचकून वळलो नाही. सावकाश वळत गेलो. माझ्या कॉलरची टोके उंच केली. कारण गार पावसाची भुरभुर चालू झाली होती. काही वेळातच त्याचे मोठ्या पावसात रुपांतर होणार होते. मी त्या व्यक्तीला म्हणालो, ''फील्ड फोरमन मला म्हणाला की मी रुस्टबॉऊट फोरमनकडे जाऊन चौकशी करावी. तुम्हीच ते आहात का?''

माझ्या सफाईदार उच्चाराने तो फसला. माझी शुद्ध भाषा ऐकून तो फसला. तो म्हणाला, ''म्हणजे मिस्टर जेरॉल्ड यांनी तुम्हाला माझ्याकडे पाठवले का?''

मी यावर नुसती मान हलवली. माझा खडा नीट लागला होता.

तो म्हणत होता, ''पण तुम्ही माझ्याकडे आला होतात तर इथे आत कशाला डोकावत होतात?''

''वेल, तुम्ही कामात असाल म्हणून मीच इथे शोध घ्यायला लागलो. ती हरवलेली ब्रीफकेस सापडायलाच हवी,'' मी आवाज खाली आणत म्हणालो.

''कसली ब्रीफकेस? अन् कुणी कुठे हरवली ती?''

''जनरलसाहेबांची ब्रीफकेस. आत फार महत्त्वाची कागदपत्रे होती. काल ते इथे येऊन पहाणी करत असताना– म्हणजे बघा दुपारी अगदी लवकर जेव्हा त्यांना ती वाईट बातमी कळली.''

''कसली वाईट बातमी?''

''त्यांच्या मुलीला पळवून नेल्याची बातमी. ते कळल्यावर ते सरळ हेलिकॉप्टरमधे तसेच जाऊन बसले व गेले. त्यांची ब्रीफकेस कुठेतरी विसरून गेले. त्यांनी वायरलेसवर सांगितले की कुठेतरी दारामध्येच ती त्यांनी ठेवली असावी. मोठी ब्रीफकेस होती. त्यावरती C.C.F. अशी आद्याक्षरे सोनेरी रंगात होती.''

''C.C.F.? पण तुम्ही तर जनरलसाहेबांची बॅग म्हणता आहात ना?''

''ती बॅग माझी होती. जनरलसाहेबांनी आपली काही महत्त्वाची कागदपत्रे ठेवण्यासाठी ती तात्पुरती माझ्याकडून घेतली होती. मी फार्नबरो. त्यांचा प्रायव्हेट कॉन्फिडेन्शियल सेक्रेटरी. सी. सी. फार्नबरो.''

"सी. सी.?'' त्याच्या मनातील साऱ्या शंका दूर झालेल्या होत्या. तो एकदम मदत करणारा झाला. तो म्हणाला, "सॉरी मिस्टर फार्नबरो. मी जरा जादाच बोलत होतो. माझ्या माणसांची तुम्हाला मदत देऊ काय? तुमचे काम मी पाच मिनिटात करून देतो.''

"फार बरं होईल ते,'' मी म्हणालो.

मग तो बाजूला गेला. ओरडून आपल्या माणसांना हाका मारल्या. त्यांना त्या ब्रीफकेसचा शोध घेण्यास सांगितले. पण आता मला तो प्लॅटफॉर्म कधी वेगाने सोडतो आहे असे झाले होते. त्या फोरमनची माणसे प्रत्येक केबिनची दारे सरकवून आत जाऊन बाहेर पडत होती. एकामागोमाग एकेक करीत साऱ्या खोल्या त्यांनी तपासल्या. त्यांचा शोध पाच मिनिटातच संपला. तेवढ्या वेळात मी तिथून निसटून शिडीने खालच्या जहाजावरती पोचू शकत होतो. पण मग माझा शोध सुरू झाला असता. झगझगीत सर्चलाईट सर्वत्र झोत टाकीत फिरले असते. त्यात ती ग्रीक बोट सहज दिसून आली असती. अन् समजा जरी मी तिथून निसटून बोटीतून त्यांना न कळता निघून गेलो असतो तर काळजी वाटून त्यांनी ती बातमी किनाऱ्यावरती जनरलकडे नक्कीच पाठवली असती. कारण काही झाले तरी मी जनरल सेक्रेटरी असल्याची बतावणी केली होती ना?

पाच मिनिटातच ते शोध घेणे संपले. दाणदाण आवाज करीत दारे बंद केली जाऊ लागली. तो फोरमन मग माझ्याकडे येऊन म्हणाला, "सॉरी मिस्टर फार्नबरो. तुमची खात्री आहे का इथेच कुठेतरी ती ब्रीफकेस विसरली असावी?''

"तेही आता नीट कळत नाही.''

"मग मी जातो आता. ही ड्रिलिंगची भरपूर कामे पडली आहेत ना? बरंय!'' असे म्हणून तो निघून गेला.

मी तिथून मग वेगाने निघालो. झरझर ती तळातली शिडी उतरून खालच्या ऑईल टँकरच्या जहाजावर आलो. अन् त्या रबरी होडीतून आमच्या बोटीवर आलो. एव्हाना वादळी हवा सुरू झाल्याने डुचमळत्या पाण्यावरती ती ग्रीक बोट खूपच खालीवर हलत होती. कुरकुरत आवाज करत होती.

"काय मिळाले का हवे ते?'' जॉन मला कानात विचारत होता.

"नाही ना!'' मी खेदाने म्हणालो.

"दुर्दैव आपले. दुसरे काय? चला आपल्याला आता इथून चटकन निघाले पाहिजे.''

"थांब जॉन, प्लीज मला अजून दहा मिनिटे तरी दे,'' मी त्याची आर्जवे करीत म्हणालो.

"नाही. आपल्याला आता इथून झटकन परतलेच पाहिजे.'' एवढे म्हणून तो परतण्याच्या सूचना आपल्या खलाशांना देण्यासाठी निघाला.

मी पुढे होत त्याच्या दंडाला धरीत म्हटले, "जॉन, तुला भीती वाटते का?"

"मला आता मात्र ती वाटायला सुरुवात झाली आहे. माणसाला योग्य वेळी भीती वाटलीच पाहिजे. तरच येणाऱ्या संकटातून तो बचावतो. जर माणूस फार स्वार्थी असेल तर तो घाबरत नाही. पण मग पुढे त्याच्यावर पस्तावण्याची व हळहळत बसण्याची पाळी येते. तेव्हा मिस्टर टालबोट, इथे आता अधिक वेळ घालवण्यात कसलाच शहाणपणा नाही. पुढे येणाऱ्या संकटाला तोंड देण्यापेक्षा आधीच पळ काढलेला बरा. मला सहा मुले आहेत हे लक्षात ठेवा."

"आणि मला तीन आहेत." मी बेधडक खोटे बोललो. आम्ही दोघेही एकमेकांसमोर एकमेकांना विनवणी करण्याच्या चेहेऱ्याने बघत होतो. वाऱ्याचा जोर आता वाढला होता. त्यातून एक शिट्टीसारखा आवाज येत होता. ती बोट पाण्यावरती पूर्वीपेक्षा जास्त डुचमळू लागली. ही सगळी लक्षणे वादळाची पूर्वसूचना देणारी होती. मग मी माझे सारे कौशल्य पणाला लावून त्याला खरे वाटेल अशा स्वरात म्हणालो, "हे बघा जॉन, या शोध घेण्यावरती अनेक माणसांचे जीव अवलंबून आहेत. कसे काय ते मला विचारू नका. पण नंतर तुम्हाला कळले तर जन्मभर मनाला बोचणी लागून राहील की, 'आपण १० मिनिटे अजून कळ काढली असती तर हे जीव वाचले असते.' तेव्हा प्लीज माझे ऐका."

नंतर तिथे बरेच क्षण शांतता होती. जॉन विचारात पडला असावा. पाऊस समुद्रावर पडत असलेल्याचा आवाज येत होता. शेवटी तो विचार करून म्हणाला, "ठीक आहे. मी फक्त १० मिनिटे तुम्हाला देतो. वरती एक मिनिट सुद्धा नाही."

मग मी पटापटा अंगावरती पाणबुड्याचा पोषाख चढवला, कमरेला दोरी पक्की बांधली, प्राणवायूची नळकांडी पाठीवर चढवून पक्की केली आणि जहाजाच्या नाळेपाशी गेलो. यावेळी तो बेटा जॉब्लान्स्की त्या ऐसपैस पलंगावरती सुखस्वप्ने पहात गाढ झोपला असणार. मला त्याचा हेवा वाटला. तेवढ्यात समोरून एक मोठा फुगवटा पाण्याला येत जवळ आला. तो गेल्यावरती मी नाळेवरून समुद्रात उडी मारली.

माझ्या तोंडातून आतमध्ये अधूनमधून खारे पाणी जात होते. मी त्या तेलविहिरीच्या प्रत्येक खांबापासून दुसऱ्या खांबाकडे हात मारत पोहत होतो. क्षणभर प्रत्येक खांबापाशी थांबत होतो. दोन खांबातले अंतर वीस फूट तरी असावे. एका खांबावर जाऊन मी एकदम धडकलो. पण त्याच क्षणी मला वाटले की मी त्या रहस्याच्या अगदी जवळ पोचलो आहे. मग मी त्या तेलविहिरीच्या अनेक पायांपैकी एका पायाला, त्या खांबाला मिठी मारली. ती मिठी म्हणजे दोन हातांनी एका मोठ्या पेट्रोल टँकरला कवेत घेण्याचा निष्फळ प्रयत्न करण्याजोगे होते. मी परत माझी दोरी पकडली. त्या अजस्त्र खांबाभोवती मी फेरी मारू लागलो. पण ते सोपे नव्हते. पाण्याला येत रहाणाऱ्या व विरून जाणाऱ्या फुगवट्यामुळे प्रत्येक वेळी ती ग्रीक

बोट खालीवर होई त्यामुळे मी पकडलेली दोरी मधेच मला ताणून खेचे तर मधेच सैल पडे. त्या अजस्त्र खांबाला जे जोड होते त्याच्या सहा इंच पट्टीला बोटांच्या चिमटीत पकडून धरले होते. जेव्हा समोरून माझ्याकडे पाण्याला आलेला एक फुगवटा चाल करून येऊ लागला तेव्हा मी तोंडावरती प्राणवायूचा मुखवटा चढवला व सरळ पाण्यात खाली बुडी घेतली. घाईघाईने माकड जसे झाडावरून उतरते तसा मी त्या अजस्त्र खांबाला कसाबसा धरून पाण्यात खाली खाली शिरत होतो. पाण्याचा तो फुगवटा माझ्या डोक्यावरून निघून जाईपर्यंत तरी मला खाली रहाणे भाग होते. माझ्या कंबरेला दोरी बांधलेली होती. आता मी ती हातात पकडली नव्हती. बोटीवरून एक खलाशी ती हळूहळू पाण्यात सोडत होता. मी त्या खांबाला कसेबसे पकडत खाली खाली चाललो होतो. दहा फूट, पंधरा फूट, वीस फूट, तीस फूट, पस्तीस फूट पण तरीही मला जे हवे होते ते गवसेना. आता माझे हृदय जोरजोरात धडधडू लागले. ते अनियमितपणे ठोके देऊ लागले. मी सुरक्षित पातळीच्याही खाली उतरलो होतो. मला त्याची जाणीव होताच चटकन मी अर्धवट हात मारत, अर्धवट त्या खांबाला पकडत वर येऊ लागलो. मोठ्या बुंध्याच्या झाडावर चढताना एखाद्या मांजराची जशी अवस्था होते तशी माझी झाली. त्याला मधेच नीट वर चढता येत नाही की खाली उतरता येत नाही. मोठ्या बुंध्याचे झाड फारच थोडे कवेत आलेले असते. ते मांजर केव्हाही खाली पडू शकते. माझी अवस्था तशीच झाली होती.

मला दिलेल्या दहा मिनिटांच्या वेळेपैकी पाच मिनिटे एव्हाना संपली होती. अन् परिस्थितीत काहीच फरक पडला नव्हता. मी जे शोधत हातो ते मला सापडत नव्हते. पण तरीही मी त्याच्या जवळपास पोचलो आहे असे मला वाटू लागले. आता उरलेल्या पाच मिनिटात मला जे उत्तर हवे होते ते सापडले नाही तर त्याच्या जवळ जाऊन ते हुकले असे होणार होते. मी हातपाय मारत, त्या खांबाला धरत पाण्यापासून १५ फुटावर आलो. त्या रहस्याचे मूळ इथेच या तेलविहिरीलाच कुठेतरी चिकटून आहे याची मला खात्री होती. पण त्या तेलविहिरीवरती ते रहस्य नव्हते हेही नक्की. ते आजूबाजूच्या पाण्यात नव्हते हेही निःसंशय. त्या तेलवाहू जहाजावरतीही ते नव्हते याचीही पक्की खात्री होती. पण तरीही हे रहस्य इथेच कुठेतरी दडले आहे हे मला जाणवले. मी अक्षरशः वेडा झालो. रहस्याच्या इतक्या जवळ येऊनही ते सापडत नाही म्हणून मी अस्वस्थ झालो. मी जलद विचार करू लागलो. कदाचित् ते रहस्य एखाद्या तारेने किंवा साखळीने प्लॅटफॉर्मच्या खाली चिकटलेले असेल. आणि ती तार किंवा साखळी तेलविहिरीच्या अनेक खांबांपैकी एकाला जोडलेली असेल. मी अत्यंत वेगाने विचार करू लागलो. चौदा खांबांच्या पायावर ती जगड्व्याळ रचना उभी होती. त्यापैकी आठ मुख्य खांबांनी वरचा सारा

डोलारा तोलून धरला हाता. शिवाय या खांबांपाशीच ड्रिलिंगच्या कामाच्या माणसांचा जास्त वावर होता. तिथे खाली अनेक केबल्स गेल्या होत्या. वरतून भोकातून प्रकाश पाझरत होता. माणसांचे आवाज तिथे खाली जात होते. तेव्हा हे खांब वगळायला काहीच हरकत नव्हती. या खांबांपासून दूर असलेले कोणते खांब होते? हेलिपॅडची, म्हणजे हेलिकॉप्टर उतरण्याची जागा या खांबापासून दूर होती. तिथे माणसांची वर्दळ नव्हती. त्याखालीच आमची बोट आत्ता लपून होती. तिथल्या ज्या खांबांना बोटी बांधल्या जाण्याची शक्यता होती ते कडेचे खांब गुप्तता राखण्याच्या इराद्यामुळे उपयोगाचे नव्हते. म्हणजे ते वगळायला हरकत नव्हती. आता फक्त तीनच खांब उरले. त्यापैकी एका खांबाला आमची ग्रीक बोट बांधून ठेवली होती. त्या खांबाची तपासणीही केली होती. तिथे मला काही विशेष वेगळे आढळले नाही. म्हणजे आता उरले फक्त दोनच खांब. पण त्यातला नेमका कुठला खांब? माझी तीही समस्या सुटली. कारण मी त्यातल्या एका खांबाला वळसा घालून आल्याने मला जोडलेल्या दोरीचा वेढा डावीकडच्या खांबाला पडला होता. मी पाण्यावरती डोके काढलेले होते. मला जोडलेली दोरी मी दोनदा ओढली. याचा अर्थ दोरी अजून सैल सोडत जाऊ द्या? असा होत होता. तसे होताच ज्या खांबाजवळ मी होतो त्याला दोन पाय लावून जोरात दाबले. त्यामुळे मी त्यापासून उसळी घेऊन दूर गेलो. पण दुसऱ्या खांबापर्यंत जाण्याचे सुमारे ५० फुटांचे अंतर कापायला माझी दमछाक होऊ लागली. पुढे सरकत जाणाऱ्या पाण्याच्या फुगवट्याविरुद्ध मला जायचे होते. मला ३०० फूट अंतर जाण्याएवढी शक्ती त्यासाठी खर्च करावी लागत होती. मी लवकरच धापा टाकू लागलो. तो पाण्याचा फुगवटा चढून पुढे सरकायचे होते. त्यामुळे मी मागे घसरायचो व ढकलला जायचो. तरीही मी इंचइंच लढवत पुढे सरकतच राहिलो. मला आता एवढ्या जोरदार धापा लागल्या की बरोबरच्या प्राणवायूच्या नळकांड्यांचा काहीही उपयोग होत नव्हता. परंतु मी तरीही जिवाच्या आकांताने प्रयत्न करीत राहिलो. अन् अखेर त्या दुसऱ्या खांबाला मी जाऊन पोचलो.

त्या खांबाला एक खाच होती. वरपासून खाली पार तळापर्यंत ती खांबावरून वेढे घालीत गेलेली होती. याचा अर्थ तो खांब स्वत:भोवती फिरू लागला की खालीवर होत असला पाहिजे. तो एक राक्षसी स्क्रू होता. त्या तेलविहिरीचे पाय अशा रितीने खालीवर करता येत होते. म्हणजे या खांबातही काही रहस्य दडलेले नसणार. राहता राहिला तो उरला सुरला एकच खांब. जे काही रहस्य असेल ते तिथेच दडलेले असणार. अन् हा खांब तर माझ्याकडून नकळत चुकवला गेला होता.

मी धापा टाकत पोहत तिकडे जाऊ लागलो. वाटेत दमल्यावर मी हाताने चाचपडत आधार शोधत होतो. पण हाताला काहीच लागत नव्हते. पण आता माझ्या मागून येणाऱ्या पाण्याच्या फुगवट्यामुळे माझे काम सुकर झाले. मी त्या

खांबापाशी जाऊन पोचलो. या खांबाला मघाच्या खांबाला असणारी मळसूत्रासारखी मोठी खाच नव्हती. म्हणजे हा काही वरच्या प्लॅटफॉर्मचा आधारभूत खांब नव्हता. मी त्या खांबाला कसा तरी धरून खाली खाली पाण्यात चाललो. आत कुठेतरी ते रहस्य असेल अशी मला वेडी आशा होती. त्या खांबाला पकडायला खाच नव्हती की जवळजवळ असणारे जोड नव्हते. काहीतरी सापडेल या आशेने मी वेड्यासारखा खाली, खाली, आणखीन खाली चाललो होतो. हळूहळू माझ्या कानांच्या पडद्यावर व फुफुस्सांवर दाब वाढू लागला. यात धोका हाता. माझ्या कानाचे पडदे, फुफ्फुसे ह्यांना कायम स्वरूपाची इजा होऊ शकणार होती. किंवा माझ्या रक्तात मी हुंगत असलेल्या वायूंचे बुडबुडे वर येताना निर्माण होऊ शकणार होते. थोडक्यात माझ्या जीवाला धोका होता. मग कसला पुढचा शोध मी घेऊ शकलो असतो? मी खांबाला चिकटून खाली जाण्याचा नाद सोडून दिला. मी परत पृष्ठभागावर आलो. पराभूत होऊन.

पण वर येताना मला सावकाश थांबत थांबत यावे लागले. नाहीतर माझ्या रक्तात विरघळलेल्या वायूंचे बुडबुडे निर्माण होऊन कुठेतरी महत्त्वाच्या ठिकाणी रक्तपुरवठ्याला अडथळा आला असता. मग रक्ताअभावी तो अवयव निकामी झाला असता. मग तो मेंदू असेल किंवा हृदय असेल. थोडक्यात, भरभर वर येणे म्हणजे मृत्यूला मिठी मारण्यासारखे होते. म्हणून मी वाटेत थांबत थांबत वर येऊ लागलो. पृष्ठभागाच्या खाली तीन चार फूट असताना त्या खांबाला मी डोके चिकटवून पाण्यात उभा तरंगत होतो. मी आता थकलो होतो. वेळ संपत आला होता. अन् माझी मोहीम असफल रहात होती. मी निराश झालो. फार फार निराश झालो.

अन् अचानक ते घडले. मला जाणवले की मी मधूनच घुमल्यासारखा आवाज ऐकतो आहे. तो आवाज काही क्षण यायचा व काही क्षण थांबायचा. अगदी एका ठराविक तालात ते घडत होते. मी चमकलो. हा एअर कॉम्प्रेसरचा आवाज होता. पण येथे कुठून तो येत होता व माझ्या कानात शिरत होता? नक्कीच तो या खांबातून येत होता. म्हणजे त्या खांबात हवा होती. इतर खांबाप्रमाणेच तो पोकळ होता खरा. पण इतर सर्व खांबात पाणी भरलेले होते, ह्यात मात्र हवा होती. त्या पोकळीत कॉम्प्रेसरने हवा भरली जाऊन तिचा दाब कमी होताच पुन्हा थोडी हवा भरली जायची. म्हणून तो पोकळ खांब घुमत होता. एका ठराविक अंतराने तो आवाज यायचा व विरून जायचा, यायचा व विरून जायचा. पण कशासाठी या पोकळ खांबात हवा भरली जाऊन तिचा दाब कायम ठेवला जात होता? मी त्या खांबाला डोके लावून त्यातून येणाऱ्या आवाजाचा वेध घेत होतो, त्याची छाननी करत होतो. तिथेच तर सारे रहस्य दडलेले होते. फार फार महत्त्वाचे रहस्य! मी जवळजवळ पूर्ण एक मिनिटभर तो आवाज ऐकत राहिलो. अन् मग माझ्या मनाच्या पृष्ठभागावरती ते उत्तर सावकाश तरंगत वर आले. ज्याचा मी शोध घेत होतो. ते मला सापडले!

माझे काम आता झाले. मी दोरी तीनदा खेचली. त्याचा अर्थ दुसऱ्या टोकाला कळताच मला बोटीकडे ओढण्यात येऊ लागले. एका मिनिटात मी त्या ग्रीक बोटीपाशी आलो. पण मला वरती चढता येईना. मी फार फार दमलो होतो. थकून गेलो होतो. माझी पुरी दमछाक झाली होती. एखादे पोते उचलून घ्यावे तसे मला वरती उचलून घेतले गेले. मी पाठीवरची नळकांडी, पाण्यात जड होण्यासाठी कमरेला लावलेली शिशाची वजने, डोक्यावरचे रबरी आवरण, तोंडावरचा मुखवटा वगैरे जामानिमा उतरवत होतो. पण जॉनला माझ्याकडे लक्ष द्यायला वेळ नव्हता. हवा वादळी होण्याच्या आत तिथून पसार व्हायचे होते. त्याने पटापट हुकूम सोडले. तेलविहिरीच्या खांबाला जखडलेला दोर सोडवण्यात आला. बोटीचे इंजिन आता पूर्ण गतीने फिरू लागले. मग पाण्यात डुचमळणारी ती ग्रीक बोट तिथून तोंड फिरवून किनाऱ्याकडे निघाली. माझी मोहीम फत्ते झाली होती.

मी खाली केबिनमध्ये जाऊन माझे मूळचे कपडे घातले. ब्रँडीचा एक पेग मारला. थोड्या वेळाने दुसरा पेग घेत असताना जॉन खाली केबिनमध्ये आला. आता ती बोट जरी वेगाने चालली होती तरी डोलत नव्हती की डुचमळत नव्हती. जॉनने आपला पेग ग्लासात ओतून घेतला व तो मला म्हणाला, "तुमचे काम शेवटी झाले ना?"

"होय," मी म्हणालो. मी पार थकून गेलो होतो. माझ्या अंगात बोलायचेही त्राण नव्हते. पण 'होय' एवढाच शब्द बोलून मी त्याच्याशी तुटकपणा दाखवल्यासारखे झाले असते म्हणून मी पुढे म्हणालो, "थँक्स! व्हेरी मच थँक्स टू यू कॅप्टन जॉन झिमीस!"

जॉनला आनंद झाला. तो म्हणाला, "तुम्ही स्वभावाने फार चांगले दिसता. तुमचे काम झाले हे ऐकून खूप बरे वाटले. पण माझे आभार मानू नका. त्याचे माना. 'तो' वरतून आपली सर्व धडपड बघतो आहे. मग तुम्ही जगात कुठेही असा. शेवटी त्याच्या कृपेनेच सारे घडते."

तिथे एक संत निकोलासचे चित्र कोनाड्यासारख्या भागात होते. त्यापुढे एक तेलाचा दिवा होता. जॉनने तो हातातल्या आगपेटीने लावला. मी त्या भोळ्या व दयाळू जॉनकडे पाहिले. त्याच्या भावना व श्रद्धा मला कळल्या. परमेश्वराने माझ्यावरती शेवटी कृपा केली खरी. पण त्यासाठी थोडासा उशीरच केला.

प्रकरण ६

मी किनाऱ्याला लागलो तेव्हा पहाटेचे दोन वाजले होते. त्या दगडी जेटीवरून मी भराभर चालत निघालो. रात्र अगदी गडद काळोखी होती. या अंधाराचा फायदा घेऊन मला परत जनरलच्या बंगल्यात जाऊन माझ्या खोलीत झोपायचे होते. माझे बरेच सामान अजून 'लॉ कॉन्टेसा' हॉटेलात १४ क्रमांकाच्या खोलीत होते. इथे माझ्या जवळ अंगावरचेच कपडे होते व तेही भिजून गेले होते. सकाळपर्यंत ते वाळवायला पाहिजे होते. आदल्या दिवशीप्रमाणेच मी खोलीत दिवसभर पडून रहायला पाहिजे. कोणालाही दिसता कामा नये. मला जे काही काम सांगितले जाणार होते ते ३६ तासांच्या आत सांगितले जाईल, असे जनरलने आश्वासन दिले होते. अन् आज सकाळी ते ३६ तास पुरे होणार होते. मी एक प्लॅस्टिकचा पातळ रेनकोट जॉनकडून निघताना उसना घेतला होता. त्याच्या आत माझा नेहमीचा रेनकोट होताच.

सव्वा दोन वाजता माझी स्पोर्टस कार मी एका सार्वजनिक फोनच्या बूथपाशी थांबवून एक फोन केला. मग मी जनरलच्या बंगल्यापाशी वेगाने आलो. बंगल्याच्या खूप अलीकडे गाडी ठेवली. तिच्या किल्ल्या तशाच राहू दिल्या.

बंगल्याच्या आवाराला जे अवजड लोखंडी फाटक होते त्याला नक्कीच धोक्याची सूचना देणारी काहीतरी विजेची यंत्रणा बसवलेली असणार. आवाराच्या सरहद्दीवरती आठ फूट उंचीची मेंदीची झाडे होती. एकमेकात ती अत्यंत दाट गुंतल्याने त्यांचे एक नैसर्गिक कुंपण तयार झाले होते. मी फाटकावरून सरळ पुढे चालत गेलो आणि एका ठिकाणी थोडी विरळ वाटणारी जी जागा होती त्यात अंग चोरून जबरदस्तीने आत घुसलो. माझ्या अंगावरचा तो पातळ रेनकोट ठिकठिकाणी फाटत गेला. पण आत अजून एका भिंतीचा अडथळा मला पार करायचा होता. जनरलच्या बंगल्याच्या संपूर्ण आवाराभोवती एक भिंत होती व त्या भिंतीभोवती मेंदीच्या कुंपणाचा वेढा बसलेला होता. मी ती भिंत चढलो व पलीकडे उडी टाकली. आता पुन्हा आतमध्ये एक काटेरी तारेचे कुंपण होते. त्याच्या वरच्या फक्त तीनच तारा काटेरी होत्या. याचा अर्थ खालच्या तारा पार केल्या तर कुठेतरी त्याची दखल एखादी यंत्रणा घेऊन धोक्याचा गजर करू शकत होती. कारण कोणताही माणूस काटेरी तारा टाळण्यासाठी खालच्या बिनकाटेरी तारातून जायचा प्रयत्न करणार व

सापळ्यात अडकणार. म्हणून मी मुद्दाम वरच्या तारांवरून चढून जाण्याचा प्रयत्न केला. यात रेनकोट फाटणे, खरचटणे, वगैरे प्रकार झालेच. पण शेवटी मी पलीकडे गेलोच. पुढे काही काही ठिकाणी झाडांची गर्दी झाली होती. तिथे तर गडद काळोख होता. त्या पाहुण्यांच्या घराच्या डाव्या बाजूस भाजीपाल्याची बाग होती. त्याला वळसा घालून मला मागच्या बाजूला बाजूला जायचे होते. मला नाईलाजाने ते ६०० फुटांचे अंतर झाडाखालून जावे लागले. समोर काहीही दिसत नसल्याने मी हात पुढे करून चाललो होतो. हेतू हा की वाटेतील अडथळा कळावा व कपाळमोक्ष टळावा. पण तरीसुद्धा एका झाडाच्या खोडावरती मी सणसणीत आपटलो. माझ्या पायाखाली अनेक वाळलेल्या काटक्या पडलेल्या होत्या. त्यावर पाय पडून त्या वाजू नयेत म्हणून मी उचलून पावले टाकत नव्हतो. मी पाऊल किंचित उचलून सरकवत काळजीपूर्वक पुढे नेत होतो. तसेच खात्री झाल्याखेरीज पुढच्या पावलावरती मी शरीराचा भार देत नव्हतो.हे सारे मिट्ट काळोखात चालले होते. मी नक्की योग्य त्या दिशेने जातो आहे की नाही याचीच मला आता शंका येऊ लागली. पण अचानक माझ्या भोवतालची झाडी संपली. मला समोर प्रकाशाचा एक ठिपका चमकून गेल्यासारखा वाटला. म्हणून मी अजून सावधगिरीने व सावकाश सरकू लागलो.

मला पुन्हा तो प्रकाश चमकून गेल्याचे दिसले. तो प्रकाश नक्की कुठून येतो आहे हे जाणण्यासाठी मी दोन तीन पावले जरा जोरात पुढे गेलो, आणि त्या भाजीपाल्याच्या बगीच्याच्या कुंपणावर आदळलो. लाकडी पट्ट्या व काटेरी तारा यांचा उपयोग त्या कुंपणात केला होता. एक लाकडी पट्टी खट्ट आवाज करून मोडली. मग अचानक माझ्या दिशेने बॅटरीच्या प्रकाशाचा झोत आला. पण हा झोत स्थिर नव्हता. तो सारखा डावीकडे व उजवीकडे वाटेल तसा फिरत होता. याचा अर्थ तो झोत फिरवणारी व्यक्ती नक्कीच घाबरलेली असावी. मला माघार घेण्यावाचून गत्यंतर नव्हती. मी सपासप मागे सरकत एका झाडाला धडकलो. ते एक ओकचे झाड होते. त्या झाडाला मी एवढा चिकटून राहिलो की त्याचाच मी एक भाग झालो.

''इकडे दे ती बॅटरी.'' तो रॉयेलचा आवाज होता. सहज ओळखू येत होता. मग बॅटरीचा झोत पुन्हा एकदा सर्वत्र फिरला. रॉयेल म्हणत होता, ''चला, आत्ताच ते करू!''

''पण, पण मी कसला तरी आवाज ऐकला होता,'' लॅरी म्हणत होता, ''त्या तिकडे. नक्कीच तिकडे.''

''ठीक आहे, मी पण ऐकला होता तो. झाले तर!'' रॉयेलच्या बोलण्यात समजूत काढण्याचा स्वर होता.

तो म्हणत होता, ''जंगलात लाकडाचे अनेक आवाज सारखे होत असतात.

दिवसा गरमी व रात्री थंड पाऊस आला की लाकूड फटकन आक्रसते. त्यावेळी ते आवाज करतात. चला, आता घाई करा. का रात्रभर पावसातच रहाणार आहेस?''

''पण मी खरंच आवाज ऐकला,'' लॅरीच्या आवाजात काकुळती होती.

''लॅरी तुझ्या हातून चुका होत आहेत. रात्री तुझा तो 'पांढरा पदार्थ' घेण्याची वेळ हुकली काय? तेव्हा गप्प बस आणि कामाला लाग. कुठल्या या वेड्याबरोबर मला काम करावे लागत आहे, देवा!''

पांढरा पदार्थ म्हणजे 'हेरॉईन' हा नशीला पदार्थ. लॅरी त्याचे सेवन करी. त्या व्यसनाच्या तो आहारी गेला होता. रॉयेलने लॅरीसारख्या भुक्कड अफीमबाजाला का जवळ केले? नक्कीच कुठेतरी फार मोठा लग्गा साधला जाणार असला पाहिजे. नाहीतर तो कुणालाही आपल्या इतके जवळ येऊ देत नाही. लॅरीचे वागणे बेताल असूनही त्याला जनरलपर्यंत पोचू दिले गेले होते. यामागेही हेच कारण असावे. शिवाय जर मोठा लग्गा साधायचा असेल तर आपल्या गुन्हेगारी संघटनेमधला माणूस फार मोठ्या खबरदारीने निवडला जातो. त्याची एखादी क्षुल्लक चूकही तो लग्गा हातून सुटू शकतो. इथे तर लॅरी हा व्यसनाधीन होता. फार मोठ्या कामाएवढीच फार सुरक्षितता लागत असली तरीही लॅरीला निवडले गेले. नक्कीच इथे काहीतरी पाणी मुरत होते. मोठमोठे गुन्हे करून अफाट लाभ मिळवणे हा एक मोठा धंदा असतो. तेव्हा मोठे गुन्हेगार हे मोठे धंदेवाईक असतात. मोठमोठ्या कॉर्पोरेट कंपन्या जशी आपली एक्झिक्युटिव्ह मंडळी निवडतात, अतिकाळजीपूर्वक वागतात तसेच इथेही होते. एक्झिक्युटिव्ह चुकला तरी ती कंपनी काही कोसळत नाही. पण सारी यंत्रणा विस्कळीत होऊन जाते. जिथे कायदा पाळणाऱ्या कॉर्पोरेट कंपन्यांची ही स्थिती तर कायदा न पाळणाऱ्या बड्या गुन्हेगारांना किती काळजी करावी लागत असेल. आपल्यासाठी काम करणाऱ्याने कसलीच चूक करता कामा नये व त्याचबरोबर तो आपल्याला डोईजडही होता कामा नये, असे गुन्हेगारी जगात बघितले जाते. मग लॅरीला का जवळ घेतले गेले?

लॅरी व तो नाकमोडक्या हे एका खड्ड्यात माती लोटत होते. म्हणजे नक्कीच इथे काहीतरी महत्त्वाचा व किंमती ऐवज पुरला जात असणार. पण त्यासाठी भाजीपाल्याची बाग ही काही आदर्श नव्हती, सुरक्षित नव्हती. रॉयेल बॅटरी धरून प्रकाश पाडत होता.

अखेर काही मिनिटांनी त्यांचे ते काम संपले. नंतर तिथली माती सारखी करून ते तिथून गेले. जाताना तिथल्या एका शेडमध्ये त्यांनी हातातली फावडी ठेवली. ते आपसात कुजबुजत बोलत दूरवरच्या बंगल्याच्या दिशेने निघून गेले. तिथला पोर्च लाईट लागला व दोन मिनिटांनी बंद झाला. मी तरीही पाऊण तास तसाच जाऊ दिला. नंतर हळूच बाहेर पडून मी त्या शेडमधे गेलो व एक फावडे घेऊन बाहेर

आलो. जिथे तो खड्डा बंद केला तिथे जाऊन ती जागा हुडकली. फावड्याने भराभरा माती उकरत गेलो. ती माती दाबलेली नव्हती. त्यामुळे भुसभुशीत होती. म्हणून मला भराभरा उकरता आले. थोड्या वेळाने एक पांढरा जाड पुठ्ठा लागला. त्याच्या आजूबाजूची माती सैल करून तो उचकटला. ते एका मोठ्या खोक्याचे झाकण होते. एखाद्या यंत्राचे मोठे पॅकिंग अडगळीत टाकून दिले असावे व आता ते या कामासाठी वापरले होते. मी खोक्यात माझ्या जवळच्या त्या पेन्सिल टॉर्चने प्रकाश टाकला. अन् मी नखशिखांत हादरून गेलो. त्या थंड हवेतही मला अक्षरश: घाम फुटला. त्या खोक्यात जॉब्लान्स्की होता. तो मृत झाला होता.

जॉब्लान्स्की मेला तरीही त्याच्या चेहेऱ्यावरचे स्मित लोपले नव्हते. बाकी त्याचा चेहेरा शांत होता. त्याच्या डोळ्याच्या बरोबर मध्यभागी एक भोक पडले होते. त्याच्या कडा पेन्सिलीने आखाव्यात एवढ्या रेखीव होत्या. पॉईंट टू टू ऑटोमॅटिक रिव्हॉल्व्हरच्या गोळीच्या व्यासाएवढा त्या भोकाचा व्यास होता. त्याच रात्री काही वेळापूर्वी मला जॉब्लान्स्कीची दोनदा आठवण झाली होती. तो किती शांतपणे झोप घेत असेल हे वाटून मला जरासे वैषम्यही वाटले होते. आता तो खरोखर निद्रा घेत होता. ती चिरनिद्रा होती. कित्येक तासांपूर्वी गाढ झोपल्यासारखा त्याचा चेहरा होता.

मी त्याचे खिसे तपासण्याच्या भानगडीत पडलो नाही. त्या ठगांनी आधीच त्यातील वस्तू काढून घेतल्या असल्या पाहिजेत. जॉब्लान्स्कीने आपल्याजवळ कसलेही ओळख पटवणारे व महत्त्वाचे कागदपत्र ठेवले नसणार. कसलाही दुवा मागे न ठेवता जॉब्लान्स्कीने या जगाचा निरोप घेतला होता. त्याच्या चेहेऱ्यावरती आता पाऊस पडत होता. मी खाली वाकून तो ओला चेहेरा माझ्या रुमालाने पुसला. तो पुठ्ठा वरती ठेवला व त्यावर फावड्याने माती लोटू लागलो. सर्व खड्डा भरून परत जसाच्या तसा करून ठेवला. शेडमध्ये जाऊन फावडे ठेऊन दिले.

मी नंतर बंगल्याच्या मागे असलेल्या नोकरांच्या घराकडे गेलो. ते एकमजली घर होते. तिथल्या गॅरेजमध्ये रोल्स राईस गाडी ठेवली होती. सर्व खिडक्या बाहेरून बंद होत्या. फक्त एक खिडकी आतून बंद केलेली नव्हती. पण ती जमिनीपासून उंचावर होती. त्या खिडकीपासून जवळच एक पाईप गेलेला होता. मी त्याला धरून चढत खिडकीपाशी गेलो व ती ढकलून माझे शरीर आत कसेबसे लोटले. अंधारात आतली जमीन गार व गुळगुळीत वाटत होती. मी नक्की कोणत्या खोलीत प्रवेश केला ते समजेना. आता हात पुढे करून चाचपडत जाण्याखेरीज पर्याय नव्हता. लवकरच मला कळून चुकले की मी एका बाथरूममध्ये प्रवेश केला होता. माझ्या सुदैवाने बाथरूमला बाहेरून बंद केले नव्हते. बाहेर पाऊल टाकले ते एका व्हरांड्यात. ते घर अगदी साधे होते. बाथरूमच्या समोरच एक स्वयंपाकघर होते. आणखी दोन खोल्या टोकाला होत्या. मी डावीकडची खोली उघडण्यासाठी दाराच्या

मुठीला होता घातला. ती मूठ हळूहळू, म्हणजे एकेका मिलीमिटरने फिरवत गेलो. शेवटी दोन मिनिटांनी ते दार आत ढकलून उघडले. आत गेल्यावर मी परत ते दार तेवढ्याच मंद गतीने व अजिबात आवाज न करता लावून घेतले.

डाव्या हाताच्या भिंतीकडून एका संथ लयीतल्या श्वासोच्छवासाचा आवाज येत होता. मी दबकत त्या दिशेने गेलो. तिथे एक पलंग होता व त्यापासून चार फुटांवर आल्यावर मी जवळच्या पेन्सिल-टॉर्चचा प्रकाश पाडला. तिथे झोपलेल्या व्यक्तीच्या चेहेऱ्यावरती तो पडला. तो केनेडी शोफर होता.

मी थोडा वेळ वाट पाहिली. केनेडी काही वेळातच जागा झाला. तो पलंगावर उठून अर्धवट बसत होता. एवढ्या रात्री झोपेतून उठल्यावरही तो ताजातवाना दिसत होता, देखणा वाटत होता. त्याचा भांग जरासाही विस्कटला नव्हता. त्याने फारशी हालचाल केली नाही. तो एक मजबूत गडी होता, पण बुद्धिमानही होता. आत्ता कसलाही विरोध करण्यात अर्थ नाही हे त्याने चटकन जाणले होते.

"केनेडी, तुझ्या डोळ्यासमोर जो झगझगीत प्रकाश आहे, त्यामागे एक पॉईंट थर्टी-टू गन आहे. तुझे पिस्तूल कुठे आहे?"

"कसले पिस्तूल?"

"चल उठ!" मी हुकूम केला. त्याच्या पायात मी वापरत असलेल्या पायजम्यासारखाच एक होता. अगदी त्याच रंगाचा, "दरवाजाकडे जा."

तो तिकडे गेला. मग मी त्याच्या उशीखाली हात घालून चाचपडले. तिथे एक पिस्तूल मला मिळाले. मी त्याला म्हणालो, "चल, आता परत पलंगावर बस."

मी उजव्या हातातला टॉर्च डाव्या हातात घेतला व त्याचे पिस्तूल उजव्या हातात धरले. मी खोलीवरून झरझर एक नजर टाकली. तिथे फक्त एकच खिडकी होती व तिच्यावर जाड पडदे सोडले होते. मग मी दरवाजाजवळ जाऊन दिव्याचे बटण दाबले. हातातल्या पिस्तुलाकडे एकदा पाहिले व त्याचा सेफ्टी कॅच सरकवला. तो 'खट्ट' आवाज फार मोठा वाटला. त्याचा अर्थ फक्त व्यावहारिक पातळीवरतीच चर्चा होणार. फक्त व्यवहार.

केनेडी म्हणाला, "म्हणजे तुझ्याकडे पिस्तूल नव्हते तर."

"पण आता एक आहे ना जवळ!"

"पण दोस्ता, त्यात गोळ्या नाहीत."

"असं? मग तू काय गादीला डाग पाडण्यासाठी ते उशाखाली घेऊन झोपतोस का?"

"तू कोण आहेस?" त्याने विचारले.

माझा चेहेरा अर्धवट झाकलेला होता. हॅट पुढे ओढून घेतली होती. रेनकोटाची कॉलर वर केलेली होती. मी ती भिजून लगदा झालेली हॅट काढून टाकली. मग मला

पहाताच केनेडीने आपले ओठ एकदम घट्ट आवळून घेतले. हळू आवाजात तो म्हणाला, ''टालबोट! जॉन टालबोट. एक माथेफिरू खुनी माणूस.''

''होय मीच तो खुनी माणूस.''

त्याच्या डोक्यात असंख्य विचारांचे नुसते मोहोळ उठले असले पाहिजे. पण त्याने प्रयत्नपूर्वक आपला चेहेरा निर्विकार ठेवला होता. पण त्याच्या तपकिरी डोळ्यातील भाव बरेच काही सांगून जात होते. तिथे माझ्यविरुद्ध शत्रुत्व होते.

''टालबोट, तुला काय पाहिजे? इथं का आलास?''

''म्हणजे, 'मोठ्या ठगांच्यामागे जाण्याऐवजी इथे येऊन काय उपयोग आहे?' असे तुला म्हणायचे आहे ना?''

''तू का परतलास? त्यांनी तुला त्या घरात कुलूपबंद केले होते ना? मंगळवार संध्याकाळपासून तू तिथे आहेस. का तसे केले ते मला ठाऊक नाही. पण तू तिथून पळालास. त्यांना ही बातमी समजली की नाही ठाऊक नाही. बहुतेक नसावी. पण तू बाहेर पडून दूर गेलास. बोटीतून पळालास. तुझ्या अंगाला समुद्राच्या पाण्याचा वास येतोय. तुझ्या अंगावरच्या त्या पातळ रेनकोटावर समुद्री शेवाळही चिकटलेले आहे. तू अर्धा तास जरी एखाद्या धबधब्याखाली उभा राहिलास तरी तो वास धुतला जाणार नाही. अन् शेवटी तू परत आलास. पोलिसांना हवा असलेला एक गुन्हेगार, एक खुनी, परत मागे फिरला. का? हे सगळे मला चमत्कारिक वाटते.''

''बरोबर आहे. चमत्कारिक आहे खरे. पण खुद्द इथला सारा मामलाच चमत्कारिकरित्या चालला आहे,'' मी म्हणालो.

त्याने यावर कसलीही प्रतिक्रिया व्यक्त केली नाही. आपल्या मालकाविरुद्ध तो कसा काय बोलू शकत होता? मग त्याच्या मनाचा वेध घेण्यासाठी मी तो बाण सोडला. मी त्याला म्हणालो, ''जनरलसाहेबांची कन्या, मिस् मेरी रुथव्हेन. ती दिसायला सुंदर असली तरी उठवळ आहे. हो ना?''

माझा बाण अचूक वर्मी लागला होता. तो एकदम पलंगावरून उठला. त्याच्या डोळ्यात वेडसर छटा दिसली. हाताच्या मुठी त्याने वळल्या व तो माझ्या दिशेने सरकला. मी त्याच्यावरती जरी पिस्तूल रोखले होते तरी त्याला न घाबरता तो म्हणाला, ''टालबोट, हातातले पिस्तूल टाकून तू ते परत म्हणून दाखवतोस का?''

मी समाधानाने म्हणालो, ''हं, आता कसं बोललास बघ. तुझ्यात तरी अजून मुर्दाडपणा आला नाही. जिवंतपणाची लक्षणे दिसत आहेत. तू एक तुझे ठाम मत आता व्यक्त केले आहेस. तुझी कृती मला आवडली. कारण ती शब्दांपेक्षा जास्त बोलकी आहे. जर तू मला केवळ प्रत्युत्तर केले असते तर मात्र मला खेद वाटला असता. मिस् रुथव्हेन ही उठवळ नाही हे मलाही ठाऊक आहे. ती खरोखरीच एक चांगली मुलगी आहे.''

"म्हणून तर तू तिला पळवून नेलेस व चांगले हादरवून सोडलेस," तो कडवटपणे म्हणाला. आता त्याच्या मुद्रेवरती गोंधळाचे भाव हळूहळू प्रगट होऊ लागले होते. तशा खुणा मला दिसू लागल्या.

"मला त्याबद्दल खेद होतो, केनेडी. आय ॲम सॉरी. सिम्पली सॉरी. पण मला ते सारे करणे भाग पडले. तुला किंवा या घरात घुसलेल्या त्या ठग मंडळींना काय वाटेल याचा मी विचार केला नव्हता, असे वाटते तुला?" थोडा वेळ मी थांबलो. मग विचार करून त्याच्याकडे ते पिस्तूल फेकले व म्हणालो, "आपण जर नीट चर्चा केली तर बऱ्याच गोष्टींचा खुलासा होऊ शकतो. चालेल ना?"

त्याला आश्चर्य वाटले होते. पण त्याने अत्यंत चपळाईने ते पिस्तूल झेलले. एकदा त्या पिस्तुलाकडे पाहिले व एकदा माझ्याकडे पाहिले. तो कचरत होता, गोंधळत होता. मग आपले खांदे उडवित तो स्मित हास्य करीत म्हणाला, "काही वेळ तरी याचा उपयोग बाजूला राहू दे," असे म्हणून त्याने ते पिस्तूल उशाखाली ठेवून दिले. मग उठून त्याने एक कपाट उघडले. व्हिस्कीची बाटली बाहेर काढली. ग्लासात दोन पेग ओतले. मला एक ग्लास दिला व आता पुढे काय होईल त्याची तो वाट पाहू लागला.

प्रथम बोलायला मीच सुरुवात केली. मी म्हणालो, "मी हे सांगून आपला उगीच खडा टाकून बघतो किंवा माझे नशीब अजमावतो आहे, असे मुळीच नाही. कदाचित् तुझ्या मनात तसे आले असेल तर आधीच हे सांगून ठेवतो. तुला काढून टाकण्यासाठी व्हायलंडने जनरलचे व मिस् रुथव्हेनचे मन वळवायचा प्रयत्न केला. माझा असा अंदाज आहे की, 'तुझ्यापासून भविष्यकाळात धोका होऊ शकतो', असे व्हायलंडला वाटते आहे. तेव्हा इथे जे काही चमत्कारिक घडते आहे ते तुला ठाऊक व्हायला हवे."

त्याने यावर आपली मान हलवून सहमती व्यक्त केली. तो म्हणाला, "मी इथे फक्त एक शोफर आहे, ड्रायव्हर आहे. मग ते दोघे व्हायलंडला काय म्हणाले?"

"ते जे म्हणाले त्यामुळे व्हायलंडच्या पेकाटात एक सणसणीत लाथ बसली. त्यांनी व्हायलंडची मागणी साफ धुडकावून लावली." हे ऐकून त्याला आनंद झाल्याचे दिसले. मी पुढे म्हणालो, "तू रुथव्हेन कुटुंबाची बराच काळ सेवा केली आहेस असे दिसते. एक दोन गुंड जेव्हा मिस् रुथव्हेनला पळवून नेऊ पहात होते तेव्हा तू त्यांच्यावर गोळ्या झाडून तिला वाचवले होते."

"तेव्हा मी खरेच सुदैवी ठरलो." जेव्हा झटकन कृतीची व हिंसेची बाब पुढे येते तेव्हा हा पठ्ठ्या सुदैवी ठरतो असे दिसते. तो पुढे सांगू लागला, "माझे इथले प्रमुख काम हे शरीरसंरक्षकाचे आहे. शिवाय वेळ पडल्यास मी ड्रायव्हिंग करतो. ज्यांना झटपट एका रात्रीत श्रीमंत व्हायचे आहे, अशा सर्वांना मिस रुथव्हेनचे एक

जबरदस्त आकर्षण आहे. म्हणजे मग नंतर जनरलसाहेबांना ब्लॅकमेल करून लक्षावधी डॉलर्स उकळता येतात.''

''तुझ्या जागी ज्याला नेमण्याचे व्हायलंडच्या मनात घाटते आहे त्या व्हॅलेन्टिनोला मी भेटलो. तो, तो नाकमोडक्या निग्रो.''

''तुम्ही त्याचा हात मोडलात असे मी ऐकले.''

''होय, खरे आहे ते. कारण त्याने मला पायावरती रट्टे मारले,'' मी म्हणालो. पण मग मला संशय येऊन त्याला विचारले, ''केनेडी, तू एका खुनी माणसाबरोबर बोलतो आहेस याचे भान आहे ना?''

त्याने नकार देत म्हटले, ''छे! तुम्ही अजिबात खुनी नाही.'' तो बराच वेळ माझ्याकडे टक लावून पहात राहिला. शेवटी त्याने आपली नजर जमिनीकडे वळवली.

मी म्हणालो, ''का, कोर्टात त्या डॉनेलीवर नाही का मी गोळ्या झाडल्या?'' यावर त्याने मान हलवून ते मान्य केले.

''पण डॉनेली हा सुखरूप आहे. त्याच्या पँटवरती फक्त काही डाग पडले होते. एवढेच त्याचे नुकसान झाले होते. तुझ्याइतकीच त्याची प्रकृती सध्या ठणठणीत आहे,'' मी खुलासा केला.

''म्हणजे तो एक सारा बनाव होता?'' त्याने आश्चर्याने म्हटले.

''होय. माझ्याबद्दल अन्य माहिती तू मासिके व वृत्तपत्रे यातून वाचली आहेस. अन् बाकीचे तू मिस रुथव्हेनकडून ऐकले आहेस. पण तू जे वाचलेस व ऐकलेस त्यातील फक्त काही भागच खरा आहे. आता तुला माझी खरी ओळख करून देतो. माझे नाव जॉन टालबोट, आणि कोर्टात सांगितले गेल्याप्रमाणे मी बुडालेले अवशेष समुद्रातून वर काढण्यात निष्णात आहे. त्यांनी याबाबतीत कोर्टात सांगितलेले सर्व खरे आहे. त्यात म्हटलेल्या सर्व ठिकाणी मी काम केले आहे. फक्त मुंबईला मी कधीच गेलो नव्हतो. परंतु मी कधीही कसल्याही गुन्हेगारीच्या कृत्यात भाग घेतला नाही. कोणताही गुन्हा मी आजवर केला नाही. पण व्हायलंड व जनरलसाहेब यांना मात्र माझा संशय येतो आहे. मी ज्या ज्या कंपनीत नोकऱ्या केल्या तिथे त्यांनी केबल केल्या, तारा केल्या व चौकशी केली. त्यांचे नक्की समाधान होईल. यासाठी बऱ्याच आधीपासून आम्ही तयारी करत होतो.''

''पण त्यांनी केबल पाठवून चौकशी केली आहे हे तुम्हाला कसे कळले?''

''या गावातून परदेशात जाणारी प्रत्येक केबल, प्रत्येक तार, ही गेले दोन महिने नीट वाचली जाते आहे. जनरलसाहेबांनी किंवा त्यांच्या नावावरती ज्यांनी कुणी त्या केबल्स गेल्या दोन तीन दिवसात पाठवल्या त्या लक्षपूर्वक वाचल्या गेल्या. त्या सर्व सांकेतिक भाषेत होत्या. अशी सांकेतिक भाषा अधिकृतपणे वापरायला सरकारची

परवानगी लागते हे तुला कदाचित ठाऊक नसेल. पोस्टाजवळ रहाणारी एक हुषार व्यक्ती कोणत्याही अशा सांकेतिक भाषेचा उलगडा करण्यात तरबेज आहे. त्या व्यक्तीने खरा मजकूर वाचून सांगितला.''

मी उठून येरझाऱ्या घालू लागलो. मला आता थकवा जाणवू लागला होता. मी त्याला म्हटले, ''मला आता परत माझ्या खोलीत गेले पाहिजे. मला या भानगडीत पडावेच लागेल. आम्ही अजून तरी कोणाला कळू न देता कामे करतो आहोत. यामागची कारणे मला आत्ता सांगता येत नाही. पण समुद्रातले अवशेष वर काढणाऱ्या माणसाच्या शोधात तुमचे जनरलसाहेब होते व माझ्यासारखा तसला माणूस समोर येताच त्यांनी ती संधी पटकन टिपली.''

''तुम्ही 'आम्ही' असे म्हणालात. हे 'आम्ही' कोण?''

''माझे मित्र, स्नेही व हितचिंतक. पण ते जाऊ दे केनेडी. आम्ही जे काही करतो आहोत त्यासाठी आम्हाला जगातल्या अद्ययावत कायद्यांचा आधार आहे. आम्ही काहीही बेकायदेशीर करीत नाही. तेव्हा तुम्ही काहीही काळजी करू नका. या प्रकारात मी फक्त स्वत:साठी काम करतो आहे असे नाही. आमच्या कार्यात जनरलसाहेब भुलून अडकावेत यासाठी आम्ही त्यांच्या कन्येला गोवले. पण तिला बिचारीला यातले काहीच ठाऊक नाही. जज्ज मॉलिसन हे रुथव्हेन कुटुंबाचे पूर्वीपासूनचे एक स्नेही आहेत. त्यांच्याकडून आम्ही मिस् रुथव्हेनला जेवण्याचे आमंत्रण दिले. त्याआधी तिने कोर्टात येऊन मग तिथून मॉलिसन बरोबर जेवायला जाण्यासाठी निघावे असे ठरले होते. त्याप्रमाणे ती तिथे आली व कोर्टात कामकाज संपायची वाट पहात होती.''

''जज्ज मॉलिसनही यात सामील आहेत?''

''होय. तुझ्यापाशी फोन आहे. त्यांना फोन करून तू खात्री करून घेऊ शकतोस. करायचाय फोन?''

त्याने यावर नुसतीच मान हलवली.

मी बोलू लागलो. ''जज्ज मॉलिसन यांच्याखेरीज पोलिस खात्यातील फक्त दहाबाराजणांनाच या कारस्थानाची माहिती आहे. या सर्वांनी गुप्तता पाळण्याच्या शपथा घेतल्या आहेत. अन् जर यातला एक शब्द जरी त्यांच्याकडून फुटला तर त्यांच्या नोकऱ्या गेल्याच म्हणून समजा. त्यांनाही याची जाणीव आहे. पोलिस खात्याखेरीज बाहेरच्या फक्त एकाच व्यक्तीला ह्या बनावाची कल्पना आहे. तो म्हणजे त्या डॉनेलीवरती लुटुपूटीची शस्त्रक्रिया करून त्याच्या मृत्यूचे खोटे सर्टिफिकेट देणारा डॉक्टर. त्याला या प्रकारामुळे धक्का बसला व आपण वैद्यकीय नीतीच्याविरुद्ध काम करून एक पाप केले असे वाटू लागले. पण मी त्याच्याशी बोलून त्याच्या मनातला गोंधळ संपवला.''

''म्हणजे हे सगळेच बनावट आहे तर.''

''होय. इंटरपोलकडून आलेले अहवाल. क्युबामधून आलेली माहिती, कोर्टात झाडलेल्या त्या नुसत्या आवाज करणाऱ्या दोन गोळ्या, रस्त्यावरील नाकेबंदी, पोलिसांकडून आमचा पाठलाग, सारे सारे काही खोटे होते, बनावट होते.''

''पण पाठलाग होताना तुमच्या मोटारीच्या काचेला गोळीने भोक पडले होते. ते कसे?'' केनेडीने आपली शंका विचारली.

''त्यावेळी मी मिस् रुथव्हेनला गाडीत अगदी खाली पडायला सांगितले होते. मग मीच गोळी झाडून आमच्या विंडस्क्रीनची काच फोडली. तिला वाटले की मी मागच्या पोलिसांच्या गाडीवरती गोळी झाडली. ती पळवलेली गाडी, ते रिकामे गॅरेज, जॉब्लान्स्कीचा यात प्रवेश, सारे काही पूर्वनियोजित होते.''

''मेरी मला जॉबलान्स्कीबद्दल सांगत होती,'' तो म्हणाला. त्याने 'मिस मेरी' असा तिचा उल्लेख न करता नुसताच 'मेरी' असा केला होता. ही बाब मी मनात टिपून ठेवली. तो सांगत होता, ''की जॉब्लान्स्की एक विकृत पोलिस अधिकारी आहे. हे तरी खरे का खोटे?''

''खोटे, साफ खोटे आम्ही या साऱ्या बनावाची दोन वर्षे तयारी करत होतो. आम्हाला क्युबातली माहिती असलेला व तिथली पार्श्वभूमी असलेला माणूस हवा होता.जॉब्लान्स्की हा हवा तसा होता. दोन वर्षांपूर्वी तो न्यूयॉर्कच्या मनुष्यवध विभागात दाखल झाला. आपल्याविरुद्ध खोटा अहवाल तयार केला तर फार उपयोग होईल असे त्यानेच आम्हाला सुचवले. त्यामुळे तो कलंकित होऊन पोलिस खात्यातून पळून गेल्यावर त्याचा गुन्हेगारी जगात योग्य वेळी सहज प्रवेश झाला. कॅरिबियन बेटावरती तो माझ्याबरोबर गेले दीड वर्ष काम करत होता. त्याने आपली दाढी वाढवली. मिशांचे वळण बदलले. डोक्यावरचे केस रंगवले. चष्मा काढून कॉन्टॅक्ट लेन्सेस बसवल्या. आपल्यात त्याने एवढे रुपांतर केले की खुद्द त्याची आईसुद्धा त्याला ओळखू शकली नाही.''

मी बोलायचा थांबलो. तिथे आता शांतता पसरली. थोड्या वेळाने केनेडीने विचारले, ''पण हे सारे कशासाठी चालले आहे? या मागचा काय हेतू आहे?''

''सॉरी, केनेडी. मला त्याबद्दल आत्ता या क्षणाला काहीही उघड करता येणार नाही. पण तुला माझ्यावरती विश्वास ठेवावाच लागेल. यामागचा हेतू मॉलिसनला ठाऊक नाही की हा सारा बनाव रचणाऱ्या पोलिसांनाही माहिती नाही. जितक्या कमी व्यक्तींना ते ठाऊक असेल तितके ते गुपित सुरक्षित राहील.''

''म्हणजे एवढे ते अति अति महत्त्वाचे आहे?''

''होय, केनेडी. पण कृपा करून तू आता मला प्रश्न विचारू नकोस. जर तुला आत्तापर्यंत मिस रुथव्हेनच्या जिवाची काळजी नसेल तर ती आत्तापासून करायला

लाग. व्हायलंड व जनरल यांच्यात काय बोलणी झालीत हे तिला अजिबात ठाऊक नाही. पण तिचे प्राण संकटात आहेत असे मला ठामपणे वाटते. ती ठग मंडळी ही महाठग आहेत व ते एका मोठ्या गोष्टीच्या मागे लागले आहेत. माझे काम हे मुख्यत्त्वेकरून त्यांच्या मागे लागणे आहे. आपला कार्यभाग साधण्यासाठी त्यांनी आत्तापर्यंत आठ खून पाडले आहेत. तेव्हा तू या भानगडीत पडलास तर त्याचा शेवट तुझ्या मेंदूत एक गोळी शिरून होईल. अन् तरीही मी तुला विनंती करतो आहे की तू या प्रकारात सामील हो. तुला असे सांगण्याचा मला काहीही हक्क नाही. पण तरीही मी कळकळीची विनंती तुला करतो आहे. बाकी मी यापेक्षा दुसरे काय करू शकतो.?''

केनेडीचा चेहेरा उतरलेला होता. त्याचे हात किंचित थरथरत होते. तो म्हणाला, ''टालबोट, तुम्ही एक हुषार माणूस आहात. कदाचित् अतिहुषार असाल. पण मी यात सामील होईनच असे समजून तुम्ही माझ्यासमोर हे रहस्य अर्धवट उघडे केले. ही गोष्ट मात्र तुमच्या हुषारीची निदर्शक नाही. नक्कीच नाही. तुम्ही म्हणता की यात फार जोखीम आहे. पण मी तर म्हणतो की मी ती जोखीम संपूर्ण उचलायला तयार आहे.''

यावर मी त्याचे झटपट आभार मानले. एक महत्त्वाचा टप्पा मी ओलांडला होता. आता मला घाई करायची होती. माझ्या खोलीत मला परतायचे हाते. तो आपण होऊन संकटात उडी टाकायला तयार होता. अन् एखादा आपण होऊन आपली मान फासात अडकवत असेल तर त्याचे अभिनंदन करणे उचित दिसेल काय? मी त्याला एवढेच म्हटले, ''मला तू सतत मिस् रुथव्हेनच्या सान्निध्यात हवा आहेस. तिच्या संरक्षणाची काळजी संपूर्णपणे तू स्वतः घ्यायचीस. ती जिथे जिथे जाईल तिथे तिथे तिचा शरीरसंरक्षक म्हणून तूही जायचे. माझी खात्री आहे की उद्या सकाळी, म्हणजे आता आज सकाळीच, आपल्या सगळ्यांना त्या एक्स-१३ तेलविहिरीवर जावे लागेल. तिलासुद्धा तिथे जावेच लागेल. तिच्याबरोबर तूही तिथे जा.''

तो यावरती मधेच काही बोलू पहात होता. पण मी हात उंचावून त्याला थोपवले व म्हणालो, ''मला ठाऊक आहे की तुझी सेवा त्यांनी तात्पुरती बाजूला ठेवली आहे. पण तरीही काहीतरी सबब काढून तू सकाळी लवकर बंगल्यावर जा. मिस् रुथव्हेनला भेट. त्या नाकमोडक्या व्हॅलेन्टिनोला सकाळी एक छोटा अपघात होईल, अशी बातमी तिला दे.''

''म्हणजे काय? कसला अपघात?''

''काही काळजी करू नकोस. ती काही फारशी गंभीर बाब नाही. तो फक्त स्वतःची काळजी घेण्याच्या अवस्थेत नसेल एवढेच. म्हणून तू तिला सांग की

त्याच्याऐवजी आपल्याला– म्हणजे तुला– शरीरसंरक्षक म्हणून बरोबर नेण्याचा ठाम आग्रह तिने धरावा. जनरल ह्या गोष्टीला हरकत घेणार नाही. तो व्हायलंडही हरकत घेणार नाही याची मला खात्री आहे. हा फक्त एक दिवसाचा प्रश्न आहे. त्यानंतर असल्या प्रश्नांची कायमची सोडवणूक झाली असेल. हे कसे घडेल ते मला ठाऊक नाही पण घडणार हे नक्की. मी त्यावरतीच माझी सारी मदार ठेवून आहे. तिने तुझा आग्रह धरला तर व्हायलंड एवढेच समजेल की तिच्या मनात तुझ्याबद्दल एक मृदू कोपरा आहे. तसा तो आहे की नाही हे मला ठाऊक नाही. पण व्हायलंडला असे वाटेल, असे मला वाटते. तो या बेताला संमती देईल अशी माझी ठाम धारणा आहे. कारण त्याला तुझा भरवसा वाटत नाही. तेव्हा तुला दूर ठेवण्यापेक्षा तेलविहिरीवरतीच नेले तर तू आपल्या नजरेत रहाशील, असा विचार व्हायलंड करेल.''

''ठीक आहे. मी भेटतो तिला व सांगतो तसे. पटवूनही देतो. मी ह्यात पडतो आहे ते जाणीवपूर्वक. परंतु त्या बदल्यात मी तुमच्याकडून प्रामाणिकपणाची अपेक्षा करतो. तुम्ही तुमचा शब्द पाळाल ना?'' तो मला म्हणाला.

''मी आत्तापर्यंत कुठे अप्रामाणिक होतो?'' मी म्हणालो. आता मला थकवा येत चालला.

''असं पहा, मी जनरलसाहेबांच्या मुलीची काळजी वहावी असे तुम्ही म्हणता. पण ज्या महत्त्वाच्या कामासाठी तुम्ही या प्रकारात उडी घेतली आहे ते काम तुम्हाला करायचे आहे. त्यापुढे या असल्या लहान कामाला तुम्ही महत्त्व देता याचे मला नवल वाटते. अन् जनरलसाहेबांच्या मुलीची जर एवढी तुम्हाला काळजी आहे तर मुळात तुम्ही तिला कोर्टातून खेचून या प्रकरणात का ओढलेत? अन् व्हायलंड व त्याच्या माणसांपासून तिला वाचवायचे होते तर यात तिला ओढल्यानंतर परत इथेच का आणून सोडलेत? त्या राक्षसांच्या तावडीत का आणलेत? अन् परत आता वरती मला तिची काळजी घ्यायला सांगता आहात. याचा अर्थ तुम्हाला माझा अन्य काही हेतूंसाठीही उपयोग करून घ्यायचा आहे.''

''बरोबर बोललास बघ. मी ह्यापुढे माझे हात बांधून भाग घेणार आहे. एक कैदी म्हणून मला त्यांच्याबरोबर जावे लागणार आहे. मला फारसे स्वातंत्र्य दिले जाईल असे वाटत नाही. तेव्हा ज्याच्यावर विश्वास टाकता येईल अशी एखादी व्यक्ती मला हवी आहे. माझ्या दृष्टीने तू तशी व्यक्ती आहेस.''

''का? त्यापेक्षा जॉब्लान्स्की अधिक योग्य नाही का? त्याच्या ऐवजी माझीच निवड का केलीत?''

''कारण जॉब्लान्स्की आता या जगात नाही. तो ठार झाला आहे,'' मी सावकाश ती वाक्ये उच्चारीत गेलो.

तो माझ्याकडे टक लावून पहात राहिला. काही क्षणानंतर त्याने मुकाट्याने

व्हिस्कीच्या बाटलीतून दोघांच्या ग्लासात एकेक पेग ओतला. तो वारंवार ओठावरून जीभ फिरवू लागला होता.

मी बोलू लागलो, ''त्यांनी त्याच्या कपाळात गोळी घातली. अगदी बरोबर दोन डोळ्यांच्या मध्यभागी. तुला सांगतो, त्यावेळी जॉब्लान्स्की नक्की कसले तरी चांगले स्वप्न पहात असावा. कारण मेल्यावरही त्याच्या चेहेऱ्यावरती स्मित हास्य होते. मरतानाच्या क्षणाचे ते हास्य गोठले होते. जेव्हा आपल्या डोळ्यासमोर मृत्यू उभा रहातो तेव्हा कोणीही असे स्मित करत नाही. याचा अर्थ जॉब्लान्स्कीने मृत्यूचा तो शेवटचा क्षण पाहिला नाही. त्याला झोपेत, बेसावध असताना, अंधारात ठार केले गेले. हा एक खून आहे आणि तो अत्यंत किळसवाण्या प्रकारातला आहे. त्यानंतर त्यांनी त्याला एका मोठ्या खोक्यात घालून पुरला. ते गेल्यावरती मी जागा उकरून पाहिली. जॉब्लान्स्कीचे प्रेत पाहिल्यावरच मला सारा प्रकार कळून चुकला.''

''कुणी मारले त्याला? रॅयेलने?''

''बहुतेक तोच. पण तसे सिद्ध करता येणे कठीण आहे. अन् मी त्या भानगडीत आता पडणार नाही. रॅयेलवर खटला भरण्याची पाळी बहुतेक येणार नाही. कारण जॉब्लान्स्की माझा एक फार जवळचा मित्र होता.''

माझ्या बोलण्याचा अर्थ त्याला बरोबर समजला. तो म्हणाला, ''टालबोट, आता तुम्ही काय करणार आहात?''

''आता मी तुझ्याकडून कोरडे बूट व पायमोजे उसने घेणार. मग मी माझ्या खोलीत जाऊन माझे कपडे वाळवणार. बिछान्यावर पडून हातात बेडी अडकवून तिच्या किल्ल्या दूर फेकून देणार. मला नेण्यासाठी ते सकाळी येतील.''

''तुम्ही खरोखरीच एक अजब माणूस आहात. त्यांनीच जॉब्लान्स्कीला का ठार केले असावे?''

''ते मला ठाऊक नाही,'' मी कंटाळून म्हणालो.

तो स्वरात गांभीर्य आणत म्हणाला, ''तुम्ही ते कारण शोधून काढलेच पाहिजे टालबोट. जर जॉब्लान्स्की खरा कोण आहे हे त्यांना कळले नव्हते तर त्यांनी त्याला ठार करण्यामागे काय हेतू असावा? तो दोन्ही पक्षांशी दगाबाजी करतो आहे असे त्यांच्या लक्षात आले असावे. तो एक दगाबाज व डबल क्रॉस होता. त्याचा विश्वास धरता येत नव्हता. अन् जर त्यांना जॉब्लान्स्कीबद्दल खरे काही कळले असेल तर मग तुमच्याबद्दलही खरे काय ते त्यांना आपोआपच कळलेले असणार. म्हणजे ते आता तुमची वाट पहात तुमच्या खोलीत थांबलेले असणार. तिथे पोचताच तुमच्यावरती ते तुटून पडतील व तुमचा जीव घेतील. जॉब्लान्स्की मेल्याचे तुम्हाला ठाऊक नसल्याने तुम्ही तिथे परत येणारच, असा त्यांचा होरा असणार. तुमच्या ध्यानात येते का हे?''

"अशी शक्यता मी फार पूर्वीच अजमावून पाहिली होती. त्यांना माझ्याबद्दल खरे काय ते कळेल किंवा न कळेल. पण यातला बराचसा भाग खुद्द मलाच कळलेला नाही, केनेडी. ते मला तरीही ठार करतील किंवा करणार नाहीत. पण तरीही मला माझ्या खोलीत गेलेच पाहिजे. तिथे परतलेच पाहिजे."

मी जाण्यास निघालो. त्यावर त्याने एकदम हालचाल केली. जाऊ न देण्यासाठी आता तो मला बळजबरीने अडवणार असे मला वाटले. पण त्याने तसे काहीही केले नाही. त्याऐवजी उठून उभे रहात आपला एक हात माझ्या खांद्यावरती टाकला व मला विचारले, "यात तुम्हाला किती आर्थिक लाभ होणार आहे टालबोट?"

"छदामही नाही."

"याबद्दल काही नंतर पुरस्कार, पारितोषिक किंवा काही मानसन्मान?"

"अजिबात नाही."

"मग असे काय तुम्हाला झाले आहे की या संकटाच्या दर्यात उडी टाकून भाग घ्यावा?"

त्याच्या चेहेऱ्यावरती माझ्याबद्दलची चिंता, काळजी स्पष्ट दिसत होती. शिवाय तो कोड्यातही पडला होता. तो मला समजूच शकत नव्हता.

अशी काय तीव्र प्रेरणा होऊन मी यात भाग घ्यावा, हे माझे मलाही समजत नव्हते. मी एवढेच म्हणालो, "मलाही ते ठाऊक नाही... अं, पण... पण मी तुला नंतर कधी तरी सांगेन असे वाटते."

"पण त्यासाठी तुम्ही जिवंत राहिलात तर ना?" तो मोठ्या खेदाने म्हणाला.

मी त्याचे कोरडे कपडे व बूट घेतले व त्याला 'गुड नाईट' करून तिथून बाहेर पडलो.

■

प्रकरण ७

माझी अपेक्षा करीत माझ्या खोलीत कुणीच थांबलेले नव्हते. मी माझ्याजवळील डुप्लिकेट चावी काढली. ती जॉब्लान्स्कीनेच मला दिलेली होती. मी बाहेरचे व्हरांड्यातले दार उघडले. ते ढकलून बाजूला उभा राहिलो. काही वेळाने आत प्रवेश केला. आत कुणीच नव्हते. मला दिवा लावण्याचा मोह झाला, पण मी तो आवरला. कारण ज्या माणसाला बेडी घालून पलंगाला जखडून ठेवले आहे त्याच्या खोलीत प्रकाश कसा? बाहेरून कोणी चुकून जरी पाहिले तरी ही शंका येणारच. दिवा फक्त जॉब्लान्स्कीच लावू शकत होता व तो तर आता मृत झाला होता.

मी खिशातला तो पेन्सिल टॉर्च बाहेर काढून खोलीतल्या प्रत्येक चौरस फुटाची तपासणी केली. जमीन, भिंती व छत तपासले. कुठेही काहीच बदल झाला नव्हता. काहीही नाहीसे झाले नव्हते. जर इथे कोणी येऊन गेले असेल तर त्याने आपल्या खुणा मागे ठेवल्या नव्हत्या.

भिंतीवरती एक मोठा इलेक्ट्रिकचा रुम हीटर होता. तो मी चालू करून कमाल क्षमतेवरती त्याचे बटण फिरवून ठेवले. त्याच्या मंद प्रकाशात मी कपडे बदलले, टॉवेलने अंग कोरडे केले, खुर्चीच्या पाठीला पँट आणि कोट अडकवून ते वाळवायला ठेवले. केनेडीकडून आणलेले अंडरवेअर, पायजमा व पायमोजे चढवले. माझे भिजलेले अंडरवेअर्स व पायमोजे मी माझ्या ओल्याचिंब बुटात दाबून खोचले. खिडकीवरचा पडदा सारून खिडकी उघडली व त्यातून ते लांब भिरकावून दिले. मागच्या बाजूच्या झाडीत ते कुठेतरी दूर जाऊन पडले. इथे प्रवेश करण्याआधी त्याच झाडीत मी अंगावरचा तो पातळ रेनकोट व ओव्हरकोटही लपवलेला होता. मी कान देऊन कोणाच्या पावलांचा आवाज येतो का ते पाहिले. फक्त पावसाचा आवाज व वाऱ्याचे विव्हळणे ऐकू येत होते.

खुर्चीवरच्या माझ्या कोटातून आता वाफा येऊ लागल्या होत्या. मी त्याच्या खिशातून एक किल्ली काढून मधले दार उघडले व जॉब्लान्स्कीच्या खोलीत गेलो. कदाचित् तिथे कुणीतरी दबा धरून बसले असेल. पण त्याची पर्वा न करता मी आत शिरलो. आत कोणीही नव्हते. त्या खोलीच्या बाहेर उघडणाऱ्या दारापाशी गेलो व दाराची मूठ फिरवून पाहिली. ते दार बाहेरून बंद होते. जॉब्लान्स्कीचा बिछाना विस्कटलेला होता. चादर व पांघरूण खाली जमिनीवरती पडले होते. कुठेही

संघर्षाच्या किंवा झगड्याच्या खुणा नव्हत्या. मी गादीवरची उशी उचलून उलटली. तिथे भोक पडलेले होते व त्यातून कापूस बाहेर पडला होता. म्हणजे जॉब्लान्स्कीच्या कवटीतून गोळी आरपार गेली हाती व ती सरळ उशीत गेली होती. उशीमध्येच मला ती गोळी सापडली. ती तांबे व निकेल याची बनलेली होती. रॉयेलने जर गोळी झाडली असेल तर हा पुरावा मागे सोडून देण्याइतपत मी नक्कीच बावळट नव्हतो. मी ती गोळी आता अंगठीतल्या हिऱ्यासारखी जपून ठेवणार होतो. पण कुठे ती लपवायची? त्या खोलीत शोध घेतल्यावरती टेबलाचे एक ड्रॉवर मला दिसले. त्यात एक चिकटपट्टीचा रोल होता, कात्री होती, कागद होते व लिहिण्याचे साहित्य होते. मी पायमोजा काढून दुसऱ्या व तिसऱ्या बोटांखाली ती गोळी ठेवून वरतून चिकटपट्टी गुंडाळून टाकली, पुन्हा पायमोजा चढवला. बोटाच्या खालच्या जागेत तशी बरीच पोकळी असल्याने ती गोळी तिथे नीट रहाणार होती व मलाही चालताना त्रास होणार नव्हता. तो विख्यात जादूगार हूदिनी आपल्या तळपायाच्या मधल्या खड्ड्यात अशीच हत्यारे चिकटपट्टीने लपवून ठेवायचा. कित्येक वर्षे त्याची ही युक्ती कोणाच्याही ध्यानात आली नव्हती.

खाली वाकून मी टॉर्चच्या प्रकाशात जमिनीवरील गालिच्याची पहाणी केली. त्यावरती दोन समांतर अशा खरवडल्यासारख्या रेषा होत्या. जॉब्लान्स्कीला ओढत नेताना त्याच्या पायामुळे त्या खुणा उमटल्या होत्या. मी उठून उभा राहिलो व खुर्चीवर पडलेल्या उशीची पहाणी केली. तिला पिस्तुलाच्या गोळीच्या दारुचा वास येत होता.

मी आता तिथल्या खुर्चीवरती बसून विचार करू लागलो. सारे धागेदोरे जुळवून नक्की कसे घडले असेल त्याचा विचार करू लागलो. मुळात ते तिघे इथे आत आलेच कसे? खुद्द जॉब्लान्स्कीला या खोलीत सुरक्षित वाटत होते. किती चुकीचे होते ते! एखाद्या लांडग्यांच्या कळपात मेंढराने आपण सुरक्षित आहोत असे समजण्यासारखे होते ते. जॉब्लान्स्कीने दाराच्या भोकात किल्ली घालून ती किंचित फिरवून ठेवली होती. त्यामुळे बाहेरून काडीने ढकलून ती खाली पाडणे शक्य नव्हते. शिवाय तसे कुणी केले असेल तर आवाज झाला असता व जॉब्लान्स्की जागा झाला असता. त्याची झोप अत्यंत सावध होती. त्याला झोपेत ठार करण्यात आले हे नक्की. झोपताना त्याच्या अंगावर फक्त पायजमा व गंजीफ्रॉक होता. पण बाहेर त्याचे मी प्रेत पाहिले तेव्हा त्याच्या अंगावर व्यवस्थित संपूर्ण ड्रेस होता. याचा अर्थ त्याला ठार केल्यावरतीच तो चढवलेला होता. पण जॉब्लान्स्कीचे वजन १०० किलोच्या पुढे होते. एवढ्या जड देहावर कपडे चढवणे खूप कठीण जाते. आणि ज्या पिस्तुलाने त्यांनी त्याला गोळी घातली त्याला सायलेन्सर का लावले नव्हते? कदाचित् असेही असेल, हे घर लांब होते. आजूबाजूला खूप मोकळी जागा हाती. जरी आवाज झाला तरी बाहेर ऐकायला कोण होते? अन् वाऱ्याच्या घोंगावण्यात

व मुसळधार पावसाच्या आवाजात हा आवाज लपून जाईल. पण शेजारच्याच खोलीत मी होतो ना? निदान त्यांची तशी समजूत हाती. मला तेवढ्या आवाजाने सहज जाग आली असती. इतकी ढोबळ चूक त्यांनी कशी केली? का रॉयेलने माझ्या खोलीची तपासणी करून मी नाही हे पाहिल्यावर 'जॉब्लान्स्कीने मला बाहेर जाऊ दिले' हे ओळखले असेल? अन् मग त्याची शिक्षा म्हणून जॉब्लान्स्कीला ठार केले गेले? बहुतेक असेच झाले असावे. कारण केवळ हेच तर्कसुसंगत होते. पण मग जॉब्लान्स्कीच्या चेहेऱ्यावरती ते स्मित हास्य का तरळत होते? झोपेत त्याला त्यावेळी एखादे गोड स्वप्न पडत असावे हा माझा तर्क होता. तो खरा की खोटा हे समजत नव्हते. जॉब्लान्स्कीचे स्मित, त्याचे अंगावरती कपडे चढणे, पलीकडच्या खोलीतील माझ्या अस्तित्वाची दखल न घेतली जाणे वगैरे गोष्टीतून नीट चित्र निर्माण होत नव्हते.

मी खोलीतील कपाटे धुंडाळू लागलो. तिथे मला दुवा सापडणे शक्यच नव्हते. पण तो एक वेडा प्रयत्न होता. शोधता शोधता मला एक दारूची बाटली सापडली होती. ती व्हिस्की होती. त्यात अजूनही पाऊण बाटली दारू होती. जॉब्लान्स्की कधीच व्हिस्की पीत नव्हता. तो नेहमी रमच प्यायचा. शिवाय तो रात्री दारू पीत नसे. निदान एवढ्या मोठ्या प्रमाणात तरी. याचा अर्थ त्याला कोणीतरी व्हिस्की जबरदस्तीने पाजली असणार. मग सहाजिकच त्याला नशा चढली असणार. त्या नशेत तो हसला. त्याचे हसणे नशेतले असल्याने ते जरा जादाच ठरले असेल. मेल्यावरही त्याच्या चेहेऱ्यावर स्मित का तरळत होते याचा हाच उलगडा होऊ शकत होता.

मी विचार करून थकून गेलो. शेवटी तिथला एक ग्लास घेऊन त्यात बाटलीतील व्हिस्की थोडी ओतली, ग्लास उंचावून जॉब्लान्स्कीला टोस्ट सादर केला. हा टोस्ट म्हणजे शुभचिंतन होते. पण तो तर बिचारा मृत झाला होता. मला स्कॉच व्हिस्कीचा वास व स्वाद नेहमीच आवडत आला होता. शिवाय मी त्या व्हिस्कीत सोडा, बर्फ किंवा पाणी घातले नव्हते. मी ती अत्यंत सावकाश, अगदी एका वेळी चमचाभर एवढीच जिभेवरून घशात सोडत होतो. अन् अचानक मला एका गोष्टीची आठवण झाली. जॉब्लान्स्की व मी बंगल्यातून बाहेर पडताना रॉयेलने त्याला एक व्हिस्कीची सीलबंद बाटली व दोन ग्लास दिले होते. मी रात्री बाहेर पडताना जॉब्लान्स्कीने मला शुभेच्छा देण्यासाठी एकत्र दारू घेण्यास सुचवले होते. त्याने दोन ग्लास करून ठेवले व एक ग्लास पिण्यासाठी मी हातातही घेतला होता. अन् यातला आत्ता सांगितलेला धोका आठवताच मी माझा ग्लास तसाच खाली ठेवून नकार दिला होता. कारण मला पुढे पाण्यात बुडी मारल्यावरती पाठीवरच्या नळकांड्यातला प्राणवायू श्वासात घ्यायचा होता. त्यावेळी रक्तात अल्कोहोल असणे हे कदाचित् धोक्याचे ठरले असते. मी जॉब्लान्स्कीला नकार देऊन माझा ग्लास

खाली ठेवला होता. नंतर मी तिथून निघून गेलो. पुढे काय झाले ते ओळखणे सोपे होते. जॉब्लान्स्कीने दोन्ही ग्लासातील व्हिस्की पिऊन टाकली. कदाचित् वरती आणखीही काही पेग त्याने मारले असतील. ती बाटली रॉयेलने दिली होती ते तो विसरला होता. मग त्यात रॉयेलने कदाचित गुंगीचे औषधही घातले असेल. याचा परिणाम जॉब्लान्स्कीला नंतर लवकरच नशा आली व तो अंगावरच्या कपड्यासकट बिछान्यावर जाऊन पडला. त्यानंतर रॉयेल आणि कंपनी तिथे आल्यावर त्यांना खोलीचे दार उघडणे सोपे गेले असणार. कारण आता आवाज झाला तरी भीती नव्हती. जॉब्लान्स्कीच्या चेहेऱ्यावरचे हास्य हे नशेतले हास्य होते.

त्या अंधाऱ्या खोलीत मी तीच व्हिस्की आता पीत होतो. मला एकदम जाणवले की या व्हिस्कीला नेहमीच्या चवीपेक्षा वेगळीच चव आहे. पण मग जॉब्लान्स्कीला ती वेगळी चव का जाणवली नाही? कारण तो नेहमी रम प्यायचा. व्हिस्कीतल्या चवीचे बारकावे त्याने कधी अनुभवले नव्हते. त्यामुळे तो बेसावधपणे पेगवर पेग रिचवत गेला. गुंगी आणणारे औषध घातलेली व्हिस्की जॉब्लान्स्की जेवढी प्यायला तेवढ्या दारूने एखाद्या हत्तीलाही नशा चढली असती. आत आल्यावरती रॉयेलने व्हिस्कीचे दोन रिकामे ग्लास पाहिल्यावर त्याला बरे वाटले असेल. कारण जॉब्लान्स्की बरोबर मीही दारू घेतली असा त्याचा ठाम समज झाला. तेव्हा पिस्तुलाच्या आवाजाने मला जाग येणार नाही याची त्याला खात्री पटली असणार.

आता कसे सारे तुकडे जागच्याजागी आपापली जागा धरून बसल्यावरती चित्र स्पष्ट झाले होते. अन् एकदम माझ्या लक्षात आले की त्याच गुंगी आणणाऱ्या व्हिस्कीचा एक पेग मी आता पितो आहे. मी पटकन उठून ग्लासातली व्हिस्की बेसिनकडे जाऊन त्यात ओतून दिली. बाटलीतली उरली सुरली व्हिस्कीही ओतून दिली. मग तोंड धुतले. पाण्याने भरपूर गुळण्या केल्या. माझे समाधान होईपर्यंत मी ते करत होतो. आणखीन् एक गोष्ट माझ्या ध्यानात आली. जॉब्लान्स्कीला कट करून मारले होते, तसे मला मारले नाही. म्हणजे तो कट फक्त याच्यासाठीच केला होता. माझ्याकडे त्यांनी दुर्लक्ष केले होते का? का मला जिवंत ठेवणे त्यांच्या हिताचे होते?

मला आता बहुतेक सर्व प्रश्नांची उत्तरे मिळाली होती. फक्त एकाच प्रश्नाचे नीट उत्तर मिळत नव्हते. जॉब्लान्स्कीला त्यांनी का ठार केले? मी खुर्चीवरती बसून तासन् तास यावर विचार केला. पण काहीही अधिक सुचेना. एव्हाना मी वाळत घातलेले कपडे सुकले असणार. म्हणून तिथून उठलो व एकदम थिजून उभा राहिलो. दारावर टकटक केल्याचा आवाज येत होता. तो आवाज दबका होता. तो एकदा झाला, दोनदा झाला व पुन्हा तिसऱ्यांदाही झाला. आत्तापर्यंत घडत गेलेल्या घटनांमुळे माझे मन पार उद्विग्न होऊन गेले होते. तेव्हा मला भास होणे शक्य होते. रॉयेल आणि कंपनीने जॉब्लान्स्कीला ठार केल्याने ते येथे परतणार नव्हते. म्हणजे

ज्याला जॉब्लान्स्की मेला हे ठाऊक नाही तोच येथे येणार. दबक्या आवाजातली टकटक ही गुप्त कामाची शक्यता दर्शवत होती. कोणाचे जॉब्लान्स्कीशी काम होते? त्याला येथे माझ्याखेरीज कोणीही मित्र नव्हते की विश्वासातले नव्हते. असलाच तर तो फक्त केनेडी असता. पण त्याच्याशी जॉब्लान्स्कीने कधीही संपर्क साधला नव्हता. अन् मी नुकतीच केनेडीला त्याच्या मृत्यूची बातमी दिली नव्हती का? हा सारा त्या व्हिस्कीचा प्रताप असणार. माझ्या मेंदूला भास होत असणार. मी हुश्श केले.

अन् पुन्हा त्या टकटकीचा आवाज आला. आता मात्र मी गोठून गेलो. पुढे काय वाढून ठेवले आहे ते मला कळेना. नक्कीच बाहेर रॉयेल पिस्तूल घेऊन उभा असणार. त्याला मी बाहेर जाऊन आल्याचे ठाऊक असणार. लॅरी ज्यावेळी आपण अंधारात काहीतरी आवाज ऐकल्याचे म्हणत होता, त्यावेळी रॉयेलने त्याला धुडकावले होते. पण मनातून त्याने माझे जवळच असलेले अस्तित्व हेरले असणार. तेव्हा आत्ता मी जॉब्लान्स्कीच्या खोलीत असणार हेही त्याने ओळखले असेल. खात्री करून घेण्यासाठी तो टकटक करत असेल. जर कुणीच बाहेर आले नाही तर तो समाधानाने निघून जाणार होता. अन् मी जर आतून बाहेर आलो तर तो सरळ मला गोळी घालणार होता.

पण पुन्हा तो आवाज आला. मी जोखीम पत्करायचे ठरवले. जॉब्लान्स्कीचा आवाज काढत मी विचारले, ''कोण आहे ते?''

बाहेरून आवाज आला, ''मी, मी मेरी रुथव्हेन. प्लीज दार उघडून मला चटकन आत घ्या. प्लीऽज!''

मी दार उघडले. ती झटकन आत घुसली. मी परत दार लावून टाकले. खोलीत बाहेरून घुसलेला मंद प्रकाश होता. त्या अंधुक प्रकाशात ती मला जॉब्लान्स्की समजत होती.

भेदरलेल्या आवाजात व धापा टाकीत ती म्हणाली, ''मिस्टर जॉब्लान्स्की, मला तुम्हाला भेटायचे होते. पण गुंथरचा माझ्यावरती पहारा आहे. त्याला आत्ता डुलकी लागली म्हणून मी आले. पण तो जागा व्हायच्या आत मला इथून परतले पाहिजे.''

''सावकाश, सावकाश!'' मी कुजबुजत्या स्वरात म्हणालो. मी जॉब्लान्स्की आहे हे वाटण्यासाठी कुजबुजता आवाज ठेवण्याचे नाटक माझ्या पथ्यावर पडणार होते. ''मला का भेटायचे होते?''

''कारण तुमच्याखेरीज दुसऱ्या कोणालाही मला हे सांगता येत नाही. तुम्ही खुनी नाही आहात. गुन्हेगारही नाही. ते तुम्हाला काय समजतात याची मला पर्वा नाही.'' बायकांच्यात खरे काय ते जोखण्याची जी एक उपजत प्रवृत्ती असते त्यानुसार तिला तसे वाटत होते. ती पुढे म्हणाली, ''तुम्ही मला मदत केली पाहिजे.

अगदी केलीच पाहिजे. आम्ही... आम्ही एका फार मोठ्या संकटात सापडलो आहोत.''

''आम्ही म्हणजे?''

''म्हणजे मी आणि डॅडी. मला माझ्या वडिलांबद्दल नक्की काही सांगता येत नाही. कदाचित् ते संकटात सापडलेलेही नसतील. कदाचित् ते त्या गुंड माणसांना स्वेच्छेने सहाय्यही करीत असतील. डॅडी कधीही येतात व कधीही जातात. हे त्यांच्या स्वभावाशी जुळत नाही. कदाचित् त्या गुंडांचा दबाव डॅडींच्यावर असावा. किंवा त्यांनी कशाचा तरी धाक दाखवून डॅडींना ताब्यात घेतले असावे. कारण डॅडी हे एक नेहमी सरळमार्गी होते. पण आता...''

''ते जाऊ दे. फक्त काय घडले व घडते आहे तेवढेच आधी सांगा,'' मी म्हणालो. माझ्या खोलीतील हीटरच्या तापलेल्या तारांमुळे या खोलीतही तिथला मंद लाल प्रकाश पडलेला होता. तेवढ्या प्रकाशातही माझी शरीरवैशिष्ट्ये कधीही ओळखू येण्याची शक्यता होती. शिवाय दोन खोल्यांमधले दारही उघडे होते. त्यामुळे लवकरात लवकर तिच्याकडून मला माहिती काढून घ्यायची होती. सावधगिरी म्हणून मी खोलीकडे पाठ करून उभा राहिलो.

ती सांगू लागली, ''कुठून सुरुवात करू मी? आमचे सारे स्वातंत्र्य हिसकावून घेतले गेले आहे. फक्त घरातल्या घरात आम्ही हिंडू शकतो. डॅडी तसे कैदी नाहीत. पण ते स्वत: निर्णय घेऊ शकत नाहीत. आम्हा दोघांना एकमेकांपासून अलग ठेवू दिले जात नाही. डॅडी मला म्हणतात की जर कुणाला पत्रे लिहायची असतील तर ती लिहून आधी त्यांना दाखवावीत. पण कोणालाही फोन करायचा नाही. कोणालाही भेटायचे नाही. कुठेही एकट्याने जायचे नाही. म्हणून तो भयानक निग्रो नेहमी माझ्याबरोबर असतो. मी माझ्या मैत्रिणीच्या घरी जरी गेले तरी तो प्राणी सर्व वेळ माझ्याबरोबरच रहातो. डॅडी यावर म्हणतात की, मला पळवून नेल्या जाण्याच्या धमक्या त्यांना अलीकडे आल्या आहेत. माझा त्याच्यावर विश्वास नाही. अन् जरी तशी धमकी खरोखरीच आली असेल तर सायमन केनेडी– तो शोफर– त्या निग्रोपेक्षा जास्त चांगले माझे रक्षण करील. माझ्या खोलीच्या खिडक्या स्क्रूने बंद करून टाकलेल्या आहेत. माझा इथला खाजगीपणा संपला आहे. जेव्हा मी एक्स-१३ वर जाते तेव्हा मात्र मी तिथे कैदी नसते. तो गुंथर रात्रभर माझ्या खोलीच्या बाहेर पहारा देत असतो. तो माझ्या बाबतीत संधी शोधत... ''

शेवटचे चार शब्द तिच्या तोंडून बाहेर पडायला खूप वेळ लागला. त्यामुळे त्या शब्दांमागचा खरा अर्थ सहज उघड झाला. ती इतके दिवस खूप मानसिक ताणातून गेली असली पाहिजे. आता तिने आपली मनातली भीती बोलून दाखवल्यामुळे तिला थोडेसे हलके वाटले. ती थोडी माझ्या जवळ आली. पण एव्हाना अंधाराला तिचे डोळे सरावले होते. तिने मला ओळखले असावे. कारण एकदम ती थरथरू लागली

व तिचा उजवा हात तिने आपल्या तोंडावरती नेला. तिचे डोळे विस्फारले होते. मग तिने एक मोठा श्वास खोलवर आत घेतला. ती किंचाळणार असल्याचे ते एक पूर्वलक्षण होते.

मी पटकन तिच्या मागे गेलो, एका हाताच्या पंजाने तिचे तोंड दाबून धरले आणि दुसऱ्या हाताने तिच्या कमरेला अर्धवट मिठी मारली. काही सेकंद ती तशीच स्तब्ध होती. मग ती जीव एकवटून धडपड करू लागली. तिच्या अंगात अक्षरश: दहा हत्तींचे बळ आले होते. माणूस भयाने ग्रासला गेला की तो नेहमीच जिवाच्या आकांताने धडपड करू लागतो. पण थोड्याच वेळात तिने प्रतिकार सोडून दिला. तिच्या अंगातले त्राण गेले व ती एखादे पोते घसरू लागते तशी माझ्या अर्धवट मिठीत खाली घसरत जाऊ लागली. तिचे भान हरपले आहे व ती बेशुद्ध पडली आहे हे मी ओळखले. तिच्या मनाला मोठा धक्का बसला हे मला समजले. माझी अपकिर्ती, भयानक वाईट प्रतिमा आणि मी पाडलेले खून तिने पाहिले असल्याने तिच्या मनात माझी क्रूरकर्मा, नराधम, राक्षस अशी वाईट व भीतीयुक्त प्रतिमा निर्माण झाली असणार.

तिला मी दोन हातांवर उचलले व पलंगावर ठेवले. पण लगेच माझ्या लक्षात आले की याच पलंगावरती काही वेळापूर्वी जॉब्लान्स्कीचा खून केला गेला होता. त्या पलंगावर तिला निजवायचे हे बरे वाटेना. मी तिला उचलून पुन्हा हातांवर घेतले, माझ्या खोलीत नेले व माझ्या पलंगावरती निजवले.

तिला शुद्धिवरती कसे आणायचे त्याचा मी विचार करू लागलो. पण आपण काहीही प्रयत्न केले व शुद्धिवर आल्यावर पुन्हा तिला धक्का बसला तर? काहीतरी भलतेच झाले तर? माझा सारा नियोजित कार्यक्रम कोसळेल. शेवटी मी विचार केला की तिला आपोआपच शुद्धीवर येऊ द्यावे. पण परत शुद्धीवर आल्यावर तिला मी दिसलो तर ती किंचाळू लागेल ही भीती होतीच. म्हणून मी तिच्यावर हातातल्या टॉर्चचा झोत पाडला आणि मी अंधारातच उभा राहिलो.

तिने आपल्या पायात एक पायजमा चढवला होता आणि वरती निळ्या रंगाचा रेशमी गाऊन होता. तिचा चेहरा हा हस्तीदंतासारखा पांढराफटक पडला होता. मला ती पोरगी सुंदर वाटत नव्हती, पण आकर्षक मात्र वाटायला लागली. कदाचित् गेल्या तीन वर्षातल्या माझ्या धावपळीमुळे व आताच्या मनावरच्या ताणतणावामुळे मी तिच्याकडे झुकू लागलो असेन. ते सारे नैसर्गिक असो वा नसो, पण आम्हा दोघांच्यामध्ये तिच्या वडिलांची ३० कोटी डॉलर्सची संपत्ती अडथळ्यासारखी उभी होती. पण जगातला मीच एकमेव असा माणूस होतो की जो तिला भीतीच्या दर्यात लोटून देऊ शकत होतो. मी तिच्याबद्दल कसलीही स्वप्ने पहायची नाहीत असे माझ्या मनाला ठामपणे बजावले.

ती थोडीशी हलली. हळूहळू तिने डोळे उघडले. केनेडीला जसे मी हातातल्या टॉर्चच्या मागे पिस्तूल आहे असे सांगून घाबरवले होते, ते तंत्र तिच्या बाबतीत उपयोगी पडले नसते. म्हणून मी पुढे वाकून तिचा जो एक हात खाली लोंबत होता तो हळुवारपणे उचलून तिच्या अंगावर ठेवला. मग तिला मी मृदू आवाजात म्हणालो, "तुम्ही अलीकडच्या पोरट्या, एकदम असे एवढे तडकून किंकाळ्या फोडायला काय बघता? किती वेडेपणा करत होतीस!" तिचे डोळे विस्फारलेले होते. तिच्या डोळ्यात भीतीची भावना नक्कीच होती, पण त्यात आता कोड्यात पडल्याचे भाव होते. खुनी माणूस असा हळुवारपणे हाताला स्पर्श करून मृदू आवाजात थोडाच बोलत असतो? विषप्रयोग करणारी, पाठीत खंजीर खुपसणारी, विश्वासघात करणारी माणसे अशी मृदूपणे बोलत असतील. पण माझ्यासारखा 'एक घाव की दोन तुकडे'वाला खुनी नक्कीच असे बोलण्याचे नाटक करणार नाही.

"तू आता परत किंकाळी फोडणार का?"

"नाही! आय ॲम सॉरी. मी तो मूर्खपणा करत होते."

"ठीक आहे. तुझे चुकत होते हे तुला पटले असेल तर पुढचे आपण बोलून घेऊ या. कारण आपल्या दोघांजवळ फार थोडाच वेळ उरला आहे."

"जरा दिवे लावा ना," तिने काकुळतीने म्हटले.

"नाही. उगाच कुणाचे लक्ष इकडे वेधून घेतले जाईल. एवढा प्रकाश पुरेसा आहे."

"मग खिडक्या लावून घ्या. इथल्या कोणत्याही खिडक्यांच्या दारांना काचा नाहीत." ती म्हणाली.

मी उठून खिडकी लावून घेतली, जॉब्लान्स्कीच्या खोलीकडे जाणारा दरवाजा बंद केला, व नंतर दिवा लावला. ती पलंगावर एका कडेला बसली होती. आपल्या दोन्ही हातांची घडी तिने केली होती. मी तिला म्हणालो, "तुला अजूनही मी खुनी आहे असे वाटते. त्यासाठी तुझ्याकडे काही कारणेही असतील. पण ती सर्व चुकीची आहेत." मी माझ्या पायातला पायजमा थोडा वर करून तिला दाखवला व म्हटले, "हे मोजे पाहिलेस यापूर्वी कधी?"

तिने त्याकडे काही सेकंद पाहिले व मग माझ्याकडे पाहून ती कुजबुजत म्हणाली, "ते सायमनचे आहेत."

"दोन तासापूर्वी मी त्याला भेटलो. मला त्याला पटवून द्यायला माझी बरीच मिनिटे खर्च झाली. मी खुनी माणूस नाही यावर त्याचा आता पक्का विश्वास बसला आहे. हे मोजे त्यानेच आपण होऊन मला दिलेत. त्याला पटवायला जेवढा वेळ लागला तेवढाच वेळ तूही आता घेणार का?"

तिने खाली पाहून आपली मान हळूहळू हलवली. मग मी ते तिला तीन

मिनिटात सारे समजावून दिले व तिची खात्री पटवली. फक्त जॉब्लान्स्कीच्या मृत्यूची बातमी मी तिला दिली नाही. कारण उगाच तिला धक्का बसायचा.

ती म्हणाली, ''म्हणजे तुम्हाला डॅडी, मी आणि इथली परिस्थिती यांच्याबद्दल सारे काही आधीपासून ठाऊक होते तर.''

''होय. ते आम्हाला गेले कित्येक महिने ठाऊक होते. मात्र तुम्हाला व तुमच्या वडिलांना नक्की काय त्रास होतो आहे हे कळत नव्हते, आम्हाला फक्त एवढेच कळत होते की, जनरल ब्लेअर रुथव्हेन हे नको त्या भानगडीत सक्रिय गुंतले आहेत. आता 'आम्ही' म्हणजे कोण हे विचारू नकोस. कारण या प्रश्नांची उत्तरे मी आत्ता देणार नाही व त्यातच तुमचे हित आहे. हं, तर मेरी, तुझ्या वडिलांना कशाची एवढी भीती वाटत आहे?''

''मला... मला ते ठाऊक नाही. पण मला एवढेच ठाऊक आहे की ते रॉयेलला घाबरत आहेत.''

''मीही रॉयेलचा धसका घेतला आहे. आपल्या सगळ्यांनाच रॉयेलची भीती वाटते आहे. व्हायलंड हा तुझ्या वडिलांना रॉयेलबद्दल आणखीही काही सांगून अधिक भीती दाखवत असेल व त्यांच्यावरती दबाव ठेवत असेल. पण आपल्याला वाटते तेवढे तुझे वडील त्यांना घाबरत नाहीत ही काही महत्त्वाची समस्या नाही. ते फक्त तुझ्या काळजीने व्यग्र झाले आहेत. अन् ही काळजी जेव्हा व्हायलंड, रॉयेल आणि कंपनी यांच्या सहवासात आले तेव्हापासून सुरू झाली असावी, असा माझा तर्क आहे. तुझे वडील या भानगडीमध्ये जाणीवपूर्वक अडकत गेले आहेत. त्याचा शेवट चांगला नाही हे ठाऊक असून सुद्धा. अन् बहुतेक हे सारे त्यांच्या मनाविरुद्ध त्यांनी केले असावे. केव्हापासून या व्हायलंड कंपनीचा सहवास तुझ्या वडिलांना मिळायला लागला?''

तिने थोडा वेळ विचार केला व ती बोलू लागली, ''मी ते अचूक सांगते बघा. आम्ही एकदा आमची सुट्टी घालवण्यासाठी आमची 'टेम्प्ट्रेस' ही नौका घेऊन निघालो. गेल्या वर्षीच्या एप्रिल महिन्यातील ही गोष्ट आहे. आम्ही वेस्ट इंडिजमध्ये गेलो होतो. आम्ही किंग्जटनला गेलो, जमेका देशाला भेट दिली. अन् अचानक एके दिवशी आईच्या वकिलाकडून डॅडींना एक नोटीस मिळाली. तिला त्यांच्यापासून कायदेशीररित्या विभक्त व्हायचे होते. ही बातमी त्यावेळी अमेरिकेतील एकूण एक वृत्तपत्रात खळबळजनक म्हणून छापून आली होती. काही काही वर्तमानपत्रांनी तर ती अतिरंजित करून फार दुष्ट बुद्धिने प्रसिद्ध केली होती.''

''अशी बातमी एवढी प्रसिद्ध का पावेल? तर जनरलसाहेब हे एका देशातील अत्यंत आदर्श नागरिक म्हणून प्रसिद्ध होते व त्यांचा विवाह हाही एक आदर्श विवाह समजला जात होता.''

''होय. पण त्यामुळे विकृत पत्रकारितेला एक मोठेच खाद्य पुरवले गेले,'' ती कडवटपणे म्हणाली. ''मम्मीला का तसे वाटले हे कळत नाही. आम्ही नेहमी एकमेकांशी किती चांगले वागत होतो, खेळीमेळीने रहात होतो. पण आपल्या आईवडिलांमध्ये नक्की काय घडते याचा त्यांच्या मुलांना कधीच पत्ता लागत नसतो.''

''मुलांना?''

''मी एक सर्वसाधारण विधान केले आहे.'' तिला थकवा आला आहे, खचली आहे, पराभूत झाली आहे, हे तिच्या स्वरांवरून कळत होते. शिवाय तिचा चेहेराही तेच सांगत होता. ती सांगत होती ते नक्कीच खरे असले पाहिजे. अन्यथा एका अपरिचिताला कुणी आपल्या घरच्या भानगडी कधी सांगेल. तिला ते सारे आता असह्य होत होते म्हणूनच ती मला भडाभडा सांगत गेली. ती पुढे सांगू लागली. ''माझी धाकटी बहीण जीन ही माझ्यापेक्षा दहा वर्षांनी लहान आहे. डॅडींनी आपले लग्न फार उशीरा केले होते. आता जीन ही आईबरोबर रहाते आहे. येथून पुढेही जन्मभर ती आईबरोबरच रहाणार आहे असे दिसते. वकील मंडळी अजूनही यातून काही मार्ग निघतो का ते पहात आहेत. पण कोणत्याही परिस्थितीत घटस्फोट होणार नाही हे नक्की. कारण टालबोट, आमचे पूर्वज हे इंग्लंडमधून इथे चारशे वर्षांपूर्वी आले. इंग्लंडमधून आलेल्यांचा इथे वेगळा समाज तेव्हापासून 'न्यू इंग्लंड सोसायटी' म्हणून ओळखला जातो. अन् या समाजाच्या शब्दकोशात 'घटस्फोट' हा शब्द अजिबात नाही. कारण या समाजाची नीतीमूल्ये ही खूप वरच्या दर्जाची आहेत.''

''पण मग तुमच्या वडिलांनी तडजोडीसाठी काही प्रयत्न केले की नाही?''

''त्यांनी दोनदा आईला जातीनिशी भेटायचा प्रयत्न केला. पण तिने त्यांना भेटावयास नकार दिला. ती जीनला घेऊन दूर कुठेतरी निघून गेली आहे. फक्त डॅडींनाच तिचा पत्ता ठाऊक असावा. जवळ पैसे असले की माणसाला अज्ञातवासात रहायला सहज जमते.'' आपली श्रीमंती किती आहे नि त्या श्रीमंतीची केवढी ताकद आहे हे तिला कळलेले दिसत होते. ती पुढे म्हणाली, ''पण मिस्टर टालबोट, आमच्या कौटुंबिक समस्यांशी तुमचा कसा काय संबंध पोचतो?''

''ते मलाही समजत नाही. कदाचित मी ती चटोर वर्तमानपत्रे वाचत असतो म्हणून इतरांच्या खाजगी जीवनात मला रस वाटत असावा. आय ॲम सॉरी! पण मला या समस्येचा व्हायलंडशी कुठेतरी संबंध आहे काय एवढेच पाहिले पाहिजे. अन् ही कौटुंबिक समस्या उद्भवली त्यावेळीच नेमका त्याचा वावर जनरलभोवती सुरू झाला ना?''

''होय. डॅडींना ती नोटीस मिळाल्यानंतर दहा पंधरा दिवसांनी तो डॅडींना भेटला. डॅडी त्याचे बोलणे अगदी काळजीपूर्वक ध्यान देऊन ऐकत होते. त्यांना होत असलेल्या मानसिक त्रासांकडे दुर्लक्ष करण्यासाठी त्यांनी व्हायलंडचे बोलणे ऐकण्यात

रस घेतला असावा. निदान मला तरी त्यावेळी तसे वाटले. कारण डॅडी त्यावेळी खूप हताश मन:स्थितीत होते. आणि... आणि...''

''आणि अर्थातच त्यांची व्यावसायिक कौशल्ये ही सुद्धा तशा मन:स्थितीमुळे त्यांना तात्पुरती सोडून गेली असावीत. पण त्यांना आपल्या धंद्यात अन्य कोणी शिरकाव करीत आहे असे दिसले असते तर त्याला त्यांनी नक्कीच दाराबाहेर ठेवले असते. एवढे त्यांना धंद्याचे भान नक्कीच होते. व्हायलंड हा दिसायला एक यशस्वी उद्योगपती वाटतो. निदान त्याच्या पोषाखावरून व वागण्यावरून तरी तसे वाटते. त्याचे सभ्य भाषेतले बोलणे, अंगातला उंची सूट, खिशात घडी केलेला रुमाल व तो थोडासा बाहेर डोकावणारा, मिशांची वळणे, वगैरे पाहिल्यावर कोणाचेही तसे मत होईल. शिवाय तो शेअर बाजारावरची सारी नियतकालिके वाचतो. गेले कित्येक वर्षे तो न चुकता दर शनिवारी थिएटरमधे जाऊन सिनेमे बघत आलेला आहे. आपण एखादा परिपूर्ण उद्योगपती वाटावे म्हणून तो एकही आनुषंगिक गोष्ट करण्याची बाकी ठेवीत नाही. रॉयेलही त्याच वेळी जनरलसाहेबांना भेटला ना?''

तिने मान हलवून हो म्हटले. तिच्या डोळ्यात आता अश्रू जमा होणार असे मला दिसू लागले. कुणाचेही अश्रू पाहिले की मी विरघळतो. पण इथे मला वेळेचे कठोर भान ठेवावे लागत होते. बाहेर पुन्हा एकदा वादळ घोंगावू लागले. पुन्हा तो पाऊस कोसळू लागला. पण त्याहीपेक्षा पूर्वेकडील आकाश आता काळे न दिसता फिकट करड्या रंगाचे दिसू लागले होते. पहाट झाली होती.

मी तिला म्हणालो, ''आज ते हेलिकॉप्टरने एक्स-१३ वरती अशा वादळी हवेत जाऊ शकतील?''

''हेलिकॉप्टर कोणत्याही हवेत तिथे जाऊ शकते. पण कोण म्हणते की आज तिथे कुणी जाणार आहे?''

''मी म्हणतो तसे. पण आता मला एकच सांग की तू जॉब्लान्स्कीला भेटायला का आली होतीस?''

''तुम्हाला माहिती आहे की डॅडींची ती खोली किती मोठी आहे ती. पण तिथे त्यांनी जागोजागी मायक्रोफोन्स बसवून ठेवले आहेत. नवीन माणसाला ते कळत नाहीत. त्या खोलीपलीकडे एक छोटी जोडखोली आहे. तिथेही एक ऑफिस आहे. तिथे हेडफोन्स असतात. मी तिथे सहज गेले असताना कुतूहल वाटून उचलले व ते कानाला लावले. डॅडींच्या खोलीत व्हायलंड व रॉयेल होते. ते जॉब्लान्स्कीबद्दल बोलत होते. जॉब्लान्स्की सकाळी जेव्हा बाहेर पडले तेव्हा त्यांनी त्यांच्या मागावरती आपली माणसे सोडली होती. जॉब्लान्स्की मग एका हार्डवेअर स्टोअरमध्ये शिरला. का ते मला ठाऊक नाही.'' तो तिला ठाऊक नसलेला भाग मला ठाऊक होता. त्याला डुप्लीकेट चाव्या बनवून घ्यायच्या होत्या व बरेच फोन करायचे होते. ''तिथे

ते अर्धा तास तरी होते असे दिसते.'' ती सांगत होती, ''त्यानंतर त्यांच्या मागावरचा माणूस आत गेला पण नंतर तिथून फक्त जॉब्लान्स्कीच बाहेर पडले. तो माणूस बाहेर आलाच नाही. जणू काही तो अदृश्य झाला होता. मला वाटते की जॉब्लान्स्की यांनी त्याच्याकडे खास लक्ष दिले असावे.''

''पण तो मागावरचा माणूस तिथे गायब झाल्यावर व्हायलंड व रॉयेल ह्यांना कसे ते कळले?''

''कारण त्यांनी आपली तीन माणसे मागावर सोडली होती. त्यातली दोन परत आली. जॉब्लान्स्की यांना आणखी काही माणसे मागावर आहेत हे कळले नसावे.''

''मग पुढे?''

''मग पुढे ते पोस्ट ऑफिसात गेले. हे मी व डॅडींनीसुद्धा पाहिले. कारण आम्ही त्यावेळी तिथून जात होतो. डॅडींनी माझ्यापाशी आग्रह धरला होता की मी पोलिसांना असे सांगावे की तुम्ही मला कसे वाटेत सोडून दिले व मी लिफ्ट मागून कशी घरी परतले! असे दिसते की जॉब्लान्स्की यांनी तिथल्या तारेच्या फॉर्मचे पॅड उचलून पहिल्या कागदावरती मजकूर खरडला. आणि ती तार तिथून पाठवली असावी. जॉब्लान्स्की तिथून बाहरे पडल्यावरती मागावरचा तो दुसरा माणूस आत गेला नि त्याने त्या पॅडवरचा पहिला कागद उचलून आणला. व्हायलंड व रॉयेल ह्यांनी त्या कागदावर आधीच्या कागदावरचा मजकूर उमटला आहे का ते तपासून पाहिले. कारण त्यासाठी कसली तरी पावडर व कसले तरी अल्ट्रा व्हायोलेट सारखे दिवे वापरले असावेत. कारण ते सारखे त्यांच्या बोलण्यात येत होते. परंतु त्या कागदावर आधीच्या कागदावरच्या मजकुराचा जो दाब उमटला होता त्यामुळे त्यांनी तो मूळ मजकूर पूर्णपणे हुडकून काढला होता.''

म्हणजे जॉब्लान्स्कीसारख्या एका निष्णात डिटेक्टिव्हने ती क्षुल्लक चूक केली होती. मी जरी त्याच्या जागी असतो तरी माझ्याही हातून तशीच चूक होऊ शकली असती. मागावरच्या पहिल्या माणसाची विल्हेवाट लावल्यावरती मी सुद्धा निर्धास्त होऊन वागलो. जॉब्लान्स्कीनेही तसेच केले. व्हायलंड हुशार होता. जॉब्लान्स्की घसरल्याचा त्याला फायदा झाला होता.

ती सांगत होती, ''त्यांनी सर्व मजकूर शोधून काढला खरा. पण त्यांना त्याचा अर्थ लावता येत नव्हता. कारण तो सांकेतिक भाषेत असावा.''

''आणि कोणाला उद्देशून ती तार केली होती?''

''कुणीतरी फेडरल ब्युरो ऑफ इन्व्हेस्टिगेशनचे जे. सी. कर्टिन असे होते. त्यांना हे कळल्यावर जॉब्लान्स्कीला त्यांनी नक्कीच काहीतरी केले असते. म्हणून त्यांना सावध करायला मी येथे आले. मला वाटते की त्यांच्या जिवाला फार मोठा धोका निर्माण झाला आहे, मिस्टर टालबोट.''

मी गेली पंधरा मिनिटे मनात विचार करीत होतो की ती बातमी तिला कशी द्यावी. पण आता विचार न करता मी तिला म्हणालो, "तू हे सारे सांगायला फार उशीर केलास पोरी." मी माझ्या आवाजात सत्य सांगण्याचा कठोर स्वर धारण केला नव्हता. पण शक्य तितका थंडपणा मात्र ठेवला होता. मी पुढे म्हणालो, "जॉब्लान्स्की संपला, वारला, मेला. त्याचा खून करण्यात आला."

अखेर सकाळी आठ वाजता ते मला नेण्यासाठी आले. रॉयेल आणि व्हॅलेन्टिनो, म्हणजे तो नाकमोडक्या निग्रो, असे दोघेच आले. माझा एक हात बेडीने पलंगाला जखडला गेला होता. मी बेडीचे कुलूप लावून बेडीच्या किल्ल्या आणि जॉब्लान्स्कीने दिलेल्या खोलीच्या इतर तीन किल्ल्या, अशा चारही डुप्लिकेट किल्ल्या हात लांब करून खिडकीबाहेर भिरकावून दिल्या होत्या.

त्याआधी मी बिछान्यावर बसून नुसताच विचार करत होतो. त्याला कुठेच अंत नव्हता. या भानगडीत मी आता गळ्यापर्यंत बुडालो होतो. पुढे काय होणार याचा मला अंदाज येईनासा झाला. अन् मग केव्हातरी वीज चमकावी तशी ती कल्पना माझ्या मनात प्रगट झाली व नाहीशी झाली. मी एकदम ताठ बसलो. त्या कल्पनेवरती विचार करू लागलो. शेवटी एक मोठा कागद घेऊन त्यावरती खूप मजकूर लिहिला. कागदाच्या घड्या केल्या. एकूण सहा घड्या मी केल्या. आता तो कागद फक्त काही इंचभर लहान झाला होता. तो कागद पातळ असल्याने इतक्या घड्या घालणे शक्य झाले होते. न्या. मॉलिसन ह्यांना उद्देशून ते पत्र मी लिहिले होते. मी त्या कागदाच्या घड्या अशा घातल्या की त्याची शेवटी केवळ एक लांब पट्टी व्हावी. त्यावरती मग सेलोटेप लावली व ती पट्टी माझ्या शर्टच्या कॉलरच्या आत गळपट्टीसारखी ठेवून दिली. माझी कॉलर आता त्यामुळे ताठ झाली होती. मग शांत चित्ताने झोपी गेलो.

पण ही झोप मला अर्धा तासच मिळाली. कारण मी साडेसातला झोपलो होतो व ते बरोबर आठ वाजता आले. कुणीतरी मला गदगदा हलवून जागे करत होते. मला अर्धवट जाग केव्हाच आली होती. पण मी गाढ झोपेत असल्याचे ढोंग करत होतो. तीन वेळा मला हलवल्यावर त्या व्यक्तीने फाडकन माझ्या मुस्कटात भडकावून दिली. मग मी डोळे बारीक करीत विव्हळत उठून बसलो. गाल चोळीत मी खाली जमिनीकडे बघत होतो.

"चल उठून उभा रहा, टालबोट." रॉयेल म्हणत होता. तो थंडपणे माझ्याकडे पहात होता. तो परत म्हणाला, "उठ पाहू आता. अन् एकच बेडी कशी तुझ्या हातात?"

''अंऽ?'' मी डोके हलवीत म्हणालो, ''च्यायला, काल रात्री कसले जेवण घेतले होते देव जाणे. सगळे अपसेट झाले आहे.''

''जेवण?'' रॉयेल हसत म्हणाला, ''तू आणि तुझा तो जेलर जॉब्लान्स्की यांनी यथेच्छ दारू प्यायली. हेच ते जेवण होते बरे.''

मी मान हलवून ते मान्य केले. काही क्षण तसाच बसून राहिलो व मग म्हणालो, ''हे साले लोढणे काढून टाका की आता.''

''पण एकच बेडी कशी?'' रॉयेलने परत हळू आवाजात विचारले.

''एक असली काय आणि वीस असल्या काय, त्यामुळे काय फरक पडतो? मला काहीच आठवत नाही. जॉब्लान्स्कीने इथे ढकलत आणले. तो घाईत होता. त्यामुळे त्याला दुसरी बेडी सापडली नसावी. त्याला काहीतरी आतून होत असावे.'' असे म्हणून मी माझे दोन्ही हात चेहऱ्यावर ठेवून दाबले. जणू काही माझे डोके दुखते आहे असे नाटक मी करत होतो. पण बोटांच्या फटीतून मला दिसले की रॉयेल 'सारे काही समजले' अशा अर्थी मान हलवित होता.

माझ्या हातातली बेडी काढून टाकली गेली. मला घेऊन ते निघाले. आम्ही जॉब्लान्स्कीच्या खोलीतून बाहेर पडलो. तिथे टेबलावर व्हिस्कीची रिकामी झालेली बाटली दिसली. रॉयेलने ती पाहूनच काय तो तर्क केला असावा. माझ्या मागून तो नाकमोडक्या व्हॅलेन्टिनो येत होता. आपले पिस्तूल तो माझ्या कंबरेखाली मुद्दाम घुसवून ढकलत होता. त्याचा एक हात अजूनही गळ्यातल्या पट्टीत अडकवलेला होता. ते पाहून मला बरे वाटले. पण त्याचे हे पिस्तुलाचे टोचणे त्यामुळेच तीव्र झाले होते. मग मी नंतर चालता चालता अचानक थांबलो. बेसावध व्हॅलेन्टिनोची माझ्या अंगावरती धडक बसली. रॉयेल गर्रकन मागे वळला व म्हणाला, ''काय झाले?''

''हे बघा, तुमच्या ह्या शिकवलेल्या माकडाला माझ्यापासून जरा दूरच रहायला सांगा. तो माझ्या पार्श्वभागात पिस्तूल खुपसतो आहे. मी एकदाच हे सांगतो आहे. परत जर असे झाले तर त्याच्या हातात पिस्तूल असो वा नसो, मी बेधडक त्याच्यावर हल्ला करेन.''

''तू त्याच्यापासून जरा दूरच रहा, व्हॅलेन्टिनो,'' रॉयेलने त्याला बजावले.

''बॉस, पण मी त्याला काहीच केले नाही. मी फक्त त्याला थोडेसे पुढे ढकलले.''

''तरीही तू दूर रहा. समजलं?'' रॉयेल त्याला म्हणाला.

त्या निग्रोच्या चेहेऱ्यावरील मोडलेले नाक, मारामारीत झालेल्या जखमांचे व्रण, माकडासारख्या दाट भुवया, छोटे कपाळ, इत्यादीतून फारच थोडी जागा ही भावना प्रगट करण्यास उरली होती. पण तेवढ्याही थोड्या जागेत आपल्यावर अन्याय केला जातो आहे अशी त्याची भावना स्पष्ट दिसून येत होती.

बंगल्यात शिरल्यावरती रॉयेल पुढे होऊन जिना चढून वर जाऊ लागला. निम्मा

जिना तो चढून गेल्यावर मी अचानक माझा वेग मंद केला. तो निग्रो बेसावधपणे मला धडकला. मग मी गर्रकन वळून माझ्या हाताने त्याच्या पिस्तूल धरलेल्या हातावर तडाखा हाणला. त्याच्या हातातले पिस्तूल गळून पडले. त्याने ते घेण्यासाठी पुढे झेप घेतली. त्याने जमिनीवरती अक्षरश: सूर मारला होता. पण पिस्तुलाला हात लावताच मी त्याच्या हातावर जीव एकवटून अशी काही लाथ मारली की तो एकदम ओरडला. त्याचा हात माझा बूट व पिस्तूल यात चांगलाच चिरडला गेला होता. बिचाऱ्याने दोन्ही हाताने पिस्तूल उचलायचा प्रयत्न केला होता. त्यामुळे दोन्ही हातांना इजा झाली. हाडे मोडल्याचा आवाज जरी आला नाही तरी त्याचे हात आता काही दिवस तरी कामातून गेले होते. आता मिस् रुथव्हेनला एका नवीन शरीरसंरक्षकाची गरज भासणार होती.

मी खाली वाकून ते पिस्तूल उचलण्याचा अजिबात प्रयत्न केला नाही. रॉयेल तोपर्यंत जिन्यावरून खाली उतरला. मी त्या निग्रोच्या हातावर पाय ठेवून अजून दाबून धरले होते. रॉयेल ओरडून म्हणाला, "तुम्ही दोघेही त्या पिस्तुलापासून दूर व्हा पाहू आधी."

आम्ही दूर झाल्यावर त्याने ते पिस्तूल उचलून घेतले आणि ते जिन्याच्या दिशेने हलवून मला जिना चढायची खूण केली. एखादे पान गळून पडताना जसे आपण पहातो तसे तो माझ्याकडे पहात होता. त्याने व्हॅलेन्टिनोकडे ढुंकूनसुद्धा पाहिले नाही.

जनरलच्या खोलीत ते तिघे बसले होते. आमची वाट पहात होते. जनरलसाहेब, व्हायलंड व लॅरी नावाचे गाढव. जनरलच्या चेहेऱ्यावर काहीच दिसत नव्हते. पण त्यांच्या डोळ्यात जरासे तेज आले होते व ते थोडे आनंदी वाटत होते. कदाचित् मला तसा भासही होत असावा. व्हायलंड हा नेहमीप्रमाणे उच्चभ्रू वर्गातील जंटलमेन सारखा पोषाख करून सजून बसला होता. अगदी फोटोला बसावा तसा. लॅरी नेहमीपेक्षा जरा शांत वाटत होता. कदाचित् त्याला त्याचा अफूचा, किंवा हेरॉईनचा, किंवा एलएसडीचा डोस आज पुरवला गेला असावा.

व्हायलंड म्हणाला, "मॉर्निंग टालबोट!" तो गुंडांचा दादा आज जितक्या सभ्यतेने वागता येईल तितका वागत होता. "काय, कसला आवाज खाली करत होता?"

रॉयेलने म्हटले, "व्हॅलेन्टिनो!" एवढे म्हणून त्याने व्हॅलेन्टिनोकडे अगदी तटस्थपणे नजर फेकली. "त्याने टालबोटशी धसमुसळेपणा केला, अन् टालबोटला ते आवडले नाही."

व्हॅलेन्टिनो आपला हात चोळत कण्हत होता. त्याच्याकडे पाहून रॉयेल थंडपणे त्याला म्हणाला, "इथून दूर जाऊन रडत बस. इथे अजिबात आवाज करायचा नाही."

जनरलसाहेब काहीच बोलत नव्हते. ते पार्श्वभूमीवरती उभे होते. जे चालले आहे ते फारच निंद्य आहे असा भाव मला त्यांच्या वागण्यात वाटत होता. पण माझे हे

वाटणे म्हणजे माझ्या मनाचा खेळ असू शकेल. कदाचित् जनरलच्या मनात वेगळीच भावना असेल. अन् ती फारच घातकही असू शकेल. काही समजायला मार्ग नव्हता.

"जॉब्लान्स्की कुठे आहे?" मी मागणी करण्याच्या सुरात विचारले.

"जॉब्लान्स्की?" आपल्या भुवया अगदी शांतपणे वर उचलून व्हायलंडने सावकाश विचारले. तो पुढे म्हणाला, "तुला कशाला जॉब्लान्स्की पाहिजे टालबोट? तुझा व त्याचा काय संबंध?"

"तो माझा जेलर आहे. कुठे आहे तो?" मी आवाजात थोडा करडेपणा आणीत म्हटले.

"जॉब्लान्स्कीबद्दल तू आज जास्तच उत्सुक झालेला दिसतोस. तू आम्हाला भेटला होतास. जनरलना भेटला होतास. आम्ही तुझ्याशी बोलणी केली. अन् तू आमच्या ताब्यात आहेस. तेव्हा आम्हालाच उलट जाब विचारणारा तू कोण?"

"तुमचा बाप समजा. जॉब्लान्स्की कुठे आहे?"

मी माझा हेका सोडणार नाही हे त्यांना स्पष्ट जाणवले. मग व्हायलंड म्हणाला, "जॉब्लान्स्की पळाला! सत्तर हजार डॉलर्स घेऊन त्याने पोबारा केला!"

"पोबारा केला? पण तो कुठे गेला?"

"तू फारच चौकशा करतोस माय फ्रेंड." मग एक चुटकी वाजवत लॅरीकडे वळून तो म्हणाला, "लॅरी त्या केबल्स आण बर."

लॅरीने टेबलावरचे काही कागद उचलून त्याला दिले, माझ्याकडे पहात एखाद्या लांडग्यासारखे दात विचकले आणि तो परत येरझाऱ्या घालू लागला.

व्हायलंड बोलू लागला, "टालबोट, जनरल आणि आम्ही फारच सावध आहोत. कदाचित तू आम्हाला त्याऐवजी 'संशयखोर' म्हणशील. पण काही म्हटले तरी तेच ते. आम्ही तुझी मागची माहिती काढली. तू पूर्वी जिथे जिथे कामे केलीस तिथे तिथे आम्ही विचारणा करणाऱ्या केबल्स पाठवल्या. इंग्लंड, हॉलंड, व्हेनेझुएला, वगैरे. तू ज्या ज्या ठिकाणी नोकऱ्या केल्यास त्या कंपन्यांनी आम्हाला केबलने तुझी माहिती कळवली. समुद्रातले अवशेष हुडकून बाहेर काढण्यात तू तज्ज्ञ आहेस, असा तू दावा केला होतास. तुझा दावा आम्ही पडताळून पाहिला. तो खरा आहे असे आम्हाला या आलेल्या केबल्सवरून समजले. तेव्हा आता आपल्याला जॉब्लान्स्कीची गरज नाही. तो असता तर त्यालाच ही माहिती काढण्यासाठी आम्ही सांगितले होते. शेवटी तो पोलिस खात्यातला होता. त्याचे काही कॉन्टॅक्टस होते. ते वापरण्याचे सहकार्य त्याने आम्हाला देऊ केले होते. पण आता त्याची अजिबात गरज नाही. आज सकाळी तो गेला. तेव्हा जाताना आम्ही त्याला अजिबात अडवले नाही. आपण आता युरोपच्या टूरवर जाऊन चैन करणार असे त्याच्या बोलण्यात आले."

एवढे बोलून व्हायलंड थांबला व शांत राहिला. तो एवढ्या सहजपणे म्हणाला की, त्याचे बोलणे कोणालाही पटावे. अगदी देवालासुद्धा. पण मी काही इतका भोळा नव्हतो. मी गुरगुरत म्हणालो, "साला डबल चाल खेळणारा...!"

"कोण, जॉब्लान्स्की?" व्हायलंडने भोळेपणाचा आव आणून म्हटले.

"तोच तो. मी त्याच्या थापांवर विश्वास ठेवला. त्याने मला वचन दिले होते."

"वचन? कसले वचन टालबोट?" लहान मुलाशी गोड बोलून माहिती काढून घ्यावी त्या स्वरात व्हायलंड म्हणाला.

"उफ. तो पळाला असेल तर आता सांगायला हरकत नाही. माझ्या हातून तुम्ही कसले तरी जबरदस्त काम करून घेऊन मोठे घबाड साधणार आहात हे त्याने ओळखले होते. जर न्यूयॉर्क पोलिसांशी याबाबतीत संपर्क साधला तर त्याच्यावरचे आरोप खात्याकडून मागे घेतले जाऊ शकणार होते. आपल्यावरचे आरोप कसे खोटे आहेत हे तो काही फायलींच्या सहाय्याने सिद्ध करणार होता. अन् हे करण्याची संधी पोलिस खात्याकडून त्याला मिळू शकणार होती. जर त्याने तुमच्या त्या घबाड साधण्याबद्दल पोलिसांना कळवले तरच. यातले किती खरे व किती खोटे हेच मला आता समजेनासे झाले आहे. त्याच्या भूलथापांना मी कसा फसत गेलो... "

"टालबोट, जे काही तो म्हणाला ते आधी सांग. उगाच भरकटत जाऊन बोलू नकोस. मुद्यावरती ये," व्हायलंडने आपली शांतता सोडत मला चमकावले.

"तो म्हणत होता की, ही योजना जमवून आणण्यास मी त्याला मदत केली तर तोही मला मदत करणार होता. तो खोलीमध्ये सारखा येरझाऱ्या घालत कसला तरी केंद्र सरकारचा जुना कायदा आठवून पहात होता. मला त्याने सांगितले की, कोणत्या तरी एजन्सीला ह्या कायद्याचे आधारे तारेने कळवून जनरल रुथव्हेनबद्दल माहिती सांगण्याची तयारी दर्शवणार होता व त्या बदल्यात त्याला हव्या होत्या त्या पोलिस खात्यातील फायली पहाण्याची संधी घेणार होता. मी कसा एवढा मूर्ख की त्याच्या या बनावाला फसत गेलो."

"कोणत्या एजन्सीला तो कळवणार होता? किंवा कोणत्या माणसाला तो तार देणार होता? त्याचे नाव त्याने तुला सांगितले का?"

"सांगितले, पण मला ते आता आठवत नाही."

"टालबोट, आठव ते नाव. तुला ते आठवायलाच पाहिजे. कदाचित् बदल्यात तुला जीवदानही आम्ही देऊ."

मी त्यांच्याकडे निर्विकारपणे पाहिले व जमिनीकडे टक लावून बघत बसलो. काही वेळाने मी मान वर करून म्हटले, "तो काही तरी काटिन असे म्हणत होता. काटिन किंवा कर्निही असेल... अं, होय. कर्टिनच होते ते. कर्टिन. जे. सी. कर्टिन."

"अन् जर त्याला त्या फायली दाखवण्याचे कबूल केले तर तो आपल्याजवळची सारी माहिती देणार होता?"

"होय पण....ने मला दगा दिला," मी चरफडत म्हणालो.

"काही वाईट वाटून घेऊ नकोस, टालबोट. तू जे सांगितलेस त्यावरून आम्ही तुला जीवदान देण्याचे ठरवले आहे."

मला नक्कीच त्यांनी जीवदान दिले होते. पण किती काळ? या प्रश्नाचे उत्तर ते देणार नव्हते. कदाचित् ते मला चोवीस तासच जीवदान देऊन नंतर ठार करणार होते. पण हे सारे त्यांनी सांगितलेले काम मी कसे करणार होतो व किती वेळ लावणार होतो, त्यावरती अवलंबून होते. पण काही का असेना, मला पाहिजे होते ते मी यातून साध्य केले होते. मघाशी त्या व्हॅलेन्टिनोचा हात चिरडल्यावर मला जसे समाधान वाटले, त्यापेक्षाही आत्ता वाटणारे समाधान मोठे होते.

व्हायलंड व रॉयेल ह्यांनी एकमेकांकडे क्षणभर नजरानजर केली. त्यांच्यात काहीतरी नक्की आता ठरले आहे हे यावरून मला कळले. ते दोघेही थंड होते व कठोर होते. ते बरोबर हिशेब करून जोखीम पत्करत होते. ते महाभयंकर व धोकेबाज होते. गेल्या बारा तासात आपल्या भोवती केंद्रीय पोलिसांचे पाश आवळले जातील याची त्यांना नक्की कल्पना होती. पण तरीही ते किती थंड होते. यावरून ते खूप निर्ढावलेले होते हे समजून येत होते.

"हं, तर जंटलमेन, आता कशाला उशीर करायचा?" जनरलसाहेब प्रथमच बोलले. शांतपणे बोलले. पण त्या शांतपणाच्या खाली त्यांच्या मनावरचा ताण स्पष्टपणे कळून येत होता. ते म्हणत होते, "चला तर आता. हळूहळू हवा खराब होत चालली आहे. वादळ होणार आहे याची सूचना हवामानखात्याने दिली आहेच. लवकरात लवकर आपण निघू या."

व्हायलंड म्हणाला, "जनरल, आपण सगळे आता निघतोच आहोत. पीटर्सन आपली वाट पहात आहे." पीटर्सन हे बहुतेक त्या हेलिकॉप्टरच्या वैमानिकाचे नाव असावे. "दोन तीन खेपा केल्या की आपण सगळे तिथे पोचू."

"आपण सगळे? म्हणजे कोण कोण?"

"तुम्ही, मी, रॉयेल, टालबोट, लॅरी आणि अर्थातच तुमची कन्या."

"का? तिला का न्यायचे?" जनरलने विचारले. त्याने हाताच्या मुठी आवळल्या होत्या. व्हायलंड यावरती काहीच बोलला नाही. त्याने नुसते थंडपणे टक लावून जनरलकडे पाहिले. पाच सेकंद पाहिले. जनरलच्या हाताच्या मुठी मग ढिल्या झाल्या. त्याचे खांदे इंचभर तरी खाली पडले.

तेवढ्यात टकटक असा सँडलचा आवाज करीत जनरलची मुलगी तेथे आली. तिचा चेहेरा पांढरा पडलेला होता व डोळ्याखाली वर्तुळे उमटल्यासारखी वाटत

होती. तिच्या मागोमाग केनेडी होता. पण तो अदबीने बाहेरच थांबला होता. तो दूर कशात तरी नजर लावून उभा होता व आपण आतले संभाषण ऐकत नाही असा भाव त्याने चेहेऱ्यावरती आणला होता. हातात त्याने आपली हॅट धरली हाती. एक परिपूर्ण असा शोफर तो वाटत होता. दोन तासापूर्वी मी त्याला मेरीने काय करावे हे जे सांगितले होते तसे काही घडते का त्याची मी वाट पहात होतो. मी निर्हेतुकपणे येरझाऱ्या घालत दाराकडे सरकू लागलो.

ती जनरलसाहेबांना म्हणत होती, ''मी केनेडीला घेऊन जरा गावात जाऊन येते, डॅडी.''

''पण... पण आपण आता एक्स-१३ वर चाललो आहोत, माय डियर,'' जनरल अस्वस्थ होत म्हणाले.

''बर येते बुवा मी. पण सगळे काही एकदम जाऊ शकणार नाही. मी दुसऱ्या ट्रीपला येते. तुमच्या मागोमाग आम्ही वीस मिनिटात तिथे पोचू. तुमची काही याला हरकत आहे का मिस्टर व्हायलंड?'' तिने शेवटचे वाक्य लाडीकपणे फेकले.

''पण मिस्, ते जरा कठीण आहे. त्या व्हॅलेन्टिनो गुंथरला दुखापत झाली आहे.''

''छान!'' ती अनवधानाने बोलून गेली.

व्हायलंडने आपल्या भुवया यावरती सवयीप्रमाणे उंचावल्या. तो म्हणाला, ''पण मिस्, तुमच्या वडिलांना तुमची काळजी वाटते. तुम्हाला सतत संरक्षण असावे असे त्यांना वाटते. विशेषत: जेव्हा...''

''मग त्यासाठी केनेडी आहेच ना. आता जास्त काय पाहिजे? मी कोणत्याही परिस्थितीत तुम्ही, रॉयेल व 'तो' इसम यांच्याबरोबर येणार नाही,'' तिने शेवटचे वाक्य लॅरीकडे बोट दाखवत म्हटले, ''जर माझ्याबरोबर केनेडीला येऊ दिलेत तरच मी येईन नाहीतर नाही. अन् हे आता पक्के आहे. आता मी तेवढ्या वेळात गावात जाऊन येते.''

व्हायलंडला एवढे रोखठोक कोणी बोलले नसेल. पण पठ्ठ्या तरीही काही विचलीत झाला नाही. तो थंडपणे म्हणाला, ''कशाला गावात जाऊन यायचे आहे?''

''काही प्रश्न हे सभ्य माणसे बायकांना कधीच विचारीत नाहीत, मिस्टर व्हायलंड.'' ती फाडकन बोलली.

तिच्या बोलण्यातला अर्थ त्याला नीट समजेना. तो बुचकळला. अन् त्यामुळेच तो खिळून उभा राहिला. खोलीतील प्रत्येकाच्या नजरा त्या दोघांवरती लागल्या होत्या. फक्त मी त्यांच्याकडे पहात नव्हतो. मी पहात होतो ते केनेडीकडे व तो माझ्याकडे. माझी पाठ आतल्या माणसांकडे होती. त्यामुळे मी काय नेत्र संकेत करतो आहे ते केनेडीखेरीज कुणाला समजत नव्हते. माझ्या कॉलरखालची ती कागदी पट्टी मी मघाशीच कोणालाही कळू न देता काढून छातीशी धरली होती.

त्यावरील न्या. मॉलिसन हे नाव स्पष्टपणे केनेडीला दिसत होते. त्याने आपली मान किंचित हलवली. अगदी किंचित. पण माझा उद्देश सफल झाला.

तेवढ्यात रॉयेल म्हणाला, ''व्हायलंड मलाही जरा मोकळी हवा खाऊन यावीशी वाटते. मी त्या दोघांबरोबर गावात जाऊन येतो. नंतरच्या खेपेत मी एक्स-१३वर पोचेन.'' त्याच्या या बोलण्यामुळे खोलीतला तणाव एकदम नाहीसा झाला.

पण तेवढ्यात, पाणबुडीतून एखादा टॉर्पिडो सुटावा तसा मी दारातून बाहेर झेपावलो. केनेडी तयारीतच होता. त्याने आपले हात आधीच पसरले व मला पकडले. आम्ही दोघेही खाली पडलो. एकमेकांशी झोंबू लागलो. जमिनीवरती एकमेकांवरती गडबडा लोळू लागलो. पण पहिल्या दोन सेकंदातच मी जवळचा कागद केनेडीच्या शर्टाच्या आत सरकवला होता.

आमची झोंबाझोंबी पाहून रॉयेल बाहेर आला. मी एक खट् आवाज ऐकला. तो त्याच्या पिस्तुलाच्या सेफ्टी कॅचचा आवाज होता. तो दरडावून म्हणाला, ''तुम्ही दोघेही सोडा पाहू एकमेकांना.''

मी झोंबणे सोडून उभा राहिलो. माझ्यावरती रॉयेलने पिस्तूल रोखले होते. लॅरीनेही आपले पिस्तूल रोखले होते. व्हायलंड ते सारे पाहून म्हणाला, ''मिस्टर केनेडी, तुम्ही एक फार चांगले काम केलेत. मी कधी विसरणार नाही हे.''

''थँक यू सर! मला हे खुनी लोक कधीच आवडत नाहीत,'' केनेडी रागाने म्हणाला.

''मला पण आवडत नाहीत,'' व्हायलंड म्हणाला. अन् तरीही तो जन्मभर अशा लोकांना कशासाठी जवळ करीत होता? तर फक्त भूतदयेने प्रेरीत होऊन त्यांचे पुनर्वसन करण्यासाठी. वाऽ! व्हायलंड किती दयाळू होता! मग तो पुढे म्हणाला, ''बरंय मिस् रुथव्हेन. रॉयेल तुमच्या बरोबर येईल. नंतरच्या खेपेत तुम्ही तिघेही या. तोपर्यंत गावात जाऊन या. पण भरभर आवरा.''

ती व केनेडी तिथून बाहेर पडले. पण तिची मान आता ताठ होती.

■

प्रकरण ८

तो हेलिकॉप्टरमधला प्रवास हा काही मला सुखाचा वाटला नाही. वर्णन करता येणार नाही एवढी हवा खळबळजनक होती. आम्ही मागेपुढे, उजवीकडे-डावीकडे व खालीवर असे तिन्ही प्रकारे हलत होतो, झुलत होतो व हिंदकाळत होतो. मधेच खाली घसरून एकदम वर उचलले जात होतो. खालीवर होणारे ते मुलांचे खेळणे, 'यो-यो' हे जर एखादा नशेतला माणूस वाटेल तसे खेळायला लागला, तर त्यावर बसलेल्या माशीला जसे वाटेल तसे मला वाटत होते. पाऊस तर हेलिकॉप्टरच्या विन्डशील्डच्या काचेला सारखा चाबकाचे फटके मारल्यासारखा फटकारत होता. पण पीटर्सन हा एक निष्णात वैमानिक होता. त्याने सुखरूप आम्हाला एक्स-१३च्या हेलिपॅडवर उतरवले त्यावेळी नुकतेच सकाळचे १० वाजून गेलेले होते.

जनरल, व्हायलंड, लॅरी आणि मी असे आम्ही चौघेजण एकेक करून हेलिकॉप्टर मधून बाहेर पडलो. त्यावेळी एवढ्या जोराचे वारे सुटले होते की त्या हलणाऱ्या हेलिकॉप्टरला सहा माणसांना धरून ठेवावे लागत होते. हेलिपॅडच्या एक्सटेन्शन शिडीवरून आम्ही खाली उतरलो व पीटर्सन ते हेलिकॉप्टर घेऊन पुन्हा आकाशात उडाला. नंतर दहा सेकंदातच आम्हाला पावसाने एवढे झोडपून काढले की समोरचे काहीही दिसेना. मग त्या हेलिकॉप्टरचे वर आकाशात कसे झाले असेल ते देव जाणे! अजून आम्ही उघड्यावरून चालत होतो. पायाखालच्या धातूच्या पृष्ठभागावरून पाय घसरू पहात होता. लॅरीचे रिव्हॉल्व्हर माझ्या पार्श्वभागाला अधूनमधून टोचले जायचे. त्याने अंगात एक मोठे लेदर जॅकेट घातले होते. त्या जॅकेटच्या खोल खिशातील रिव्हॉल्व्हर त्याने बाहेर न काढता आतूनच माझ्यावरती रोखून धरले होते. तो अफीमबाज कधी पिसाळेल हे सांगता येत नव्हते. त्याची किंमत त्याला फक्त जॅकेटला पडलेल्या भोकाएवढीच असेल. तो मला मागून अगदी चिकटून चालत होता. मी अधूनमधून त्याच्याशी बोलायचा प्रयत्न केला. पण त्याच्या प्रतिसादावरून हळूहळू त्याने घेतलेल्या त्या नशील्या द्रव्याचा प्रभाव कमी होत चालला अशी मला शंका आली. मी एकदा त्याला बेधडक तसे विचारलेही. त्यावर त्याने न छापण्याजोगे वाईट शब्द उच्चारले व खवळून तो माझ्याशी झोंबू लागला. त्याला आवरायला जनरल, व्हायलंड व रॉयेल हे तिघेही जणू काही अपुरे पडत होते, एवढे बळ त्याच्या अंगात संचारले होते. नशील्या पदार्थांच्या आहारी

गेलेल्या माणसाचा कसलाही भरवसा नसतो. तो भयंकर धोकेबाज बनतो. त्याचबरोबर त्याच्याबद्दल दया वाटावी एवढी त्याची करुणास्पद स्थिती असते. पण माझ्या मनात लॅरीबद्दल यत्किंचितही दया नव्हती. परंतु त्या तिन्ही ठगांच्या साखळीतील लॅरी हा एक कच्चा दुवा होता हे मी जाणले. हाच दुवा हेरून मी तो आता हळूहळू घासत नेणार होतो. याचा परिणाम शेवटी ती साखळी तुटण्यात व्हायला हवा होता.

आम्ही वाऱ्याशी झुंजत एका छपराखाली आलो. तेथून खालच्या डेकला जायला एक आच्छादित रस्ता होता. काही माणसे तिथे आमची वाट पहात होती. मी माझी कॉलर उंचावली, हॅट खूप खाली ओढली आणि एका हातरुमालाने सारखा चेहेऱ्यावरील पाणी पुसून काढू लागलो. पण मला फारशी चिंता करण्याजोगे नव्हते. त्या माणसांमध्ये दहा तासांपूर्वी याच तेलविहिरीवर भेटलेला फोरमन नव्हता. जर तो आत्ता येथे असता व त्याने मला सी. सी. फॉर्नबरो समजून त्या हरवलेल्या ब्रीफकेसबद्दल विचारले असते, तर काय झाले असते याची मी कल्पना करू लागलो. या कल्पना करण्यामुळे माझ्या मनावर एवढा ताण येऊ लागला की शेवटी ते लॅरीजवळचे पिस्तूल घेऊन स्वत:चे डोके फोडून टाकावेसे वाटले.

आम्हाला भेटायला दोन माणसे पुढे आली. जनरल रुथव्हेनने त्यांची ओळख करून दिली ते म्हणाले, ''हे आमचे फील्ड फोरमन व हे आमचे पेट्रोलियम इंजिनियर.'' मग माझी ओळख त्यांना करून देण्यात आली, ''हे मिस्टर जॉन स्मिथ. इंग्लंडहून आले आहेत. स्पेशॅलिस्ट इंजिनियर आहेत. व्हायलंड साहेबांना त्यांच्या संशोधनात ते मदत करणार आहेत.''

त्या दोघांनी सर्वांशी हस्तादोलन केले. मी सर्वात मागे होते. मग लॅरीने मागून ढोसल्यावर पुढे होऊन त्यांच्याशी हस्तांदोलन केले. पण त्यांना माझ्यात बिलकूल रस नव्हता असे मला वाटले. त्यांना कसलीतरी चिंता होती व ते ती लपवून ठेवण्याचा प्रयत्न करीत होते. जनरलसाहेबांनी त्यांना तसे विचारलेही.

त्यावर त्यातला तो तरुण माणूस जवळच्या एका नकाशाची माझ्यापुढे गुंडाळी उलगडत म्हणाला, ''सर, हा नकाशा ठीक आहे. यापेक्षा जास्त चांगला तो असूच शकणार नाही. अन् प्राईड अँड हनिवेल ही भूगर्भशास्त्रातील कंपनी असले नकाशे बनविण्यात निष्णात आहे. पण या नकाशानुसार आम्हाला ५०० फुटांवरती तेल लागायला हवे होते. पण जादा १२०० फूट खाली खोदल्यावर तेल तर सोडाच पण गॅसचा नुसता वासही तिथून येत नाही. मला हा घोटाळा काय आहे तो कळत नाही.''

त्याचा खुलासा मी देऊ शकत होतो. पण ही ती वेळ नव्हती.

जनरल म्हणाले, ''असं होतं कधी कधी,'' ते अगदी सहजपणे म्हणाले. ते एवढ्या मानसिक ताणाखाली होते की त्यांना हे उत्तर इतक्या सहजपणे कसे देता

आले याचेच मला नवल वाटत होते. जनरल रुथव्हेन यांना मी मानले. ते पुढे म्हणाले, "पाच प्रयत्नात दोन वेळा यश मिळण्याची शक्यता असते. भूगर्भशास्त्रीय अंदाज हे १०० टक्के कधीच खरे नसतात. ते आपले ढोबळ मानाने समजायचे असतात. अजून हजार फूट खाली जा. त्याची जबाबदारी मी घेतो."

"थँक यू, सर." तो तरुण म्हणाला. त्याला आता आपल्या डोक्यावरचे ओझे उतरल्यासारखे वाटत होते.

पण तो दुसरा माणूस अजूनही चिंतेत आहे असे दिसत होते. जनरलने तेही हेरले व त्याला विचारले, "आता तुमची चिंता काय आहे?"

"सर," तो बोलू लागला, "हवामान खात्याकडून अहवाल आला आहे की लवकरच मार्बल स्प्रिंग्जच्या दिशेने 'डाएन' नावाचे चक्री वादळ येत आहे. म्हणजे त्याच्या वाटेत आपले हे एक्स-१३ सापडणार."

"मला ठाऊक आहे ते. पण तुम्ही या तेलविहिरीचे कॅप्टन आहात. मी फक्त पॅसेंजर आहे. तुम्हाला पाहिजे तो योग्य निर्णय घ्या. रोज आपले दहा हजार डॉलर्स खर्च होतात. पण त्याची काळजी तुम्ही करू नका. जर तुम्हाला वाटले तर ड्रिलिंग बंद ठेवा."

"मला ते म्हणायचे नाही, सर. तो नवीन खांबाचा जो प्रयोग चालला आहे ना, तो खाली सोडला नाही तर तेलविहिरीचे स्थैर्य बिघडणार नाही."

समुद्राच्या खवळलेल्या पृष्ठभागामुळे तो पोकळ खांब हलणार होता. येणाऱ्या वादळामुळे त्या खांबाबद्दल कुणी जाणकाराने निर्णय द्यायला हवा होता. शेवटी तो एका प्रयोगाचा भाग असल्याने कॅप्टनवरती ती जबाबदारी नव्हती. पण म्हणूनच त्याला निर्णय घेणे अवघड जात होते. पण याचा आणखी एक अर्थ असा की ह्या पाण्यातल्या लोंबत्या व पोकळ खांबाच्या प्रयोगाबद्दल तेलविहिरीवरती फारशी गुप्तता नव्हती. जर गुप्तता ठेवण्यासाठी त्या भागाभोवती कडे करून कोणालाही जाऊ दिले नसते तर मात्र कुतूहलापोटी लोकांनी त्या प्रयोगाबद्दलची सारी माहिती शोधून काढली असतीच. या प्रयोगाबद्दल काय थापा मारल्या गेल्या आहेत ह्याचा शोध घ्यायचा होता.

"व्हायलंड?" जनरलने व्हायलंडकडे पाहून आपल्या भुवया प्रश्नार्थक केल्या.

"मी ती जबाबदारी घेतो जनरलसाहेब," व्हायलंड अत्यंत अदबीने म्हणाला. त्याच्या आवाजात शांतपणा तसाच ठामपणाही होता. एखाद्या तज्ज्ञाला जसा आत्मविश्वास असतो असा आत्मविश्वास त्याच्या बोलण्यात जाणवत होता. पण बेट्याला या शास्त्रातले कणभर तरी कळत असावे की नाही याची मला शंकाच होती. पण तो आपली सारासार विवेकबुद्धि वापरत होता हे नक्की. कारण तो पुढे म्हणाला, "हे चक्री वादळ पश्चिमेकडून येणार असल्याने या तेलविहिरीच्या पश्चिम

बाजूवरती दाब पडेल. अन् आपला तो खांब तर पूर्वेच्या बाजूला आहे. पूर्वेची बाजू फार तर उचलली जाईल. त्यामुळे त्या खांबावरती कसलाही ताण पडणार नाही. पडलाच तर तो अगदीच क्षुल्लक असेल. तेव्हा त्या खांबाच्या बाजूला स्थैर्य येण्यासाठी आणखी एखादा जादा खांब पाण्यात सोडण्याची गरज वाटत असेल तर तेही जरूरीचे नाही. अन् जनरल, आपण आपला प्रयोग आता एवढ्या परिपूर्णतेकडे नेत आणला आहे की त्यामुळे पाण्याखालच्या खोदाईच्या तंत्रात लवकरच क्रांती घडणार आहे. तेव्हा तात्पुरता जरी हा शेवटच्या अवस्थेत आलेला प्रयोग थांबवला आणि एखादा जादा खांब त्या बाजूला सोडला, तर निर्माण होणाऱ्या कंपनांमुळे आपली नाजूक यंत्रे बिघडतील. मग पुन्हा जुळवाजुळव करण्यात आणखी सात आठ महिने जातील. आपल्याला ते परवडण्याजोगे नाही.'' तर व्हायलंडची अशी ही आपल्या हेतूसाठी वकिली होती तर. त्याच्या बोलण्यातून तो उतावीळ झाला हाता असे दिसत होते.

तेलविहिरीच्या त्या कॅप्टनचे या खुलाशाने समाधान झालेले दिसत होते. तो म्हणाला, ''सर, तुमच्या क्वार्टरकडे चलता ना?''

''नंतर येतो. पण जेवणासाठी आमची वाट पाहू नका. माझ्या स्टेटरुममध्ये ते पाठवण्याची व्यवस्था करा. मिस्टर स्मिथ यांना त्यांचे काम लगेच सुरू करायचे आहे,'' जनरलसाहेब त्याला म्हणाले.

मग आम्ही जिना उतरुन खाली गेलो. तो जिना खूपच रुंद होता. खाली गेल्यावर तिथे बाहेरचे आवाज ऐकू येईनासे झाले. वाऱ्याचे घोंगावणे, लाटांचा आवाज, समुद्राच्या पाण्याच्या खांबावरच्या धडका, वगैरे सर्व आवाज तिथे पोचत नव्हते. खालच्या डेकवर आम्ही एक वळण घेऊन पार टोकाला गेलो. तिथे एका खोलीच्या दारावरती पाटी होती :

PRIVATE

MOST SECRET

Positively No Admittance

अत्यंत गुप्त व खाजगी प्रयोगाची अशी जाहिरात करणे हेच किती विरोधाभास दाखवणारे होते! व्हायलंडने दरवाजावरती सांकेतिक टकटक केले. मी मनातल्या मनात त्यांची नोंद केली. चार छोटे, दोन मोठे व दीर्घ, अन् परत चार छोटे असे ते ठोके होते. नंतर काही क्षण वाट पाहिल्यावरती आतून तीन दीर्घ ठोके वाजवल्याचे ऐकू आले. परत व्हायलंडने मघाचाच संकेत चार वेळा पण जलद वाजवला. दहा सेकंदाने दार उघडले व आम्ही आत प्रवेश केला. आत पुन्हा एक प्रवेशद्वार होते. आम्ही तेही पार करून आत पाऊल टाकले.

ती एक पोलादी खोली होती. संपूर्ण रिकामी होती. त्यानंतरही एक खोली होती. पण मध्ये एक जाळी हाती. बाजूला जी खोली होती ती अर्धवर्तुळाकार होती. त्यातूनच खाली तो पोकळ खांब गेला असला पाहिजे. याच खोलीसमोर जी खोली होती त्यात बरेच अवजड सामान होते. मोठमोठ्या रिळांवर गुंडाळून ठेवलेल्या हजारो फूट लांबीच्या रबरी नळ्या होत्या. त्या नळ्यांवरती लवचिक पोलादी आवरण होते. प्रत्येक रिळाखाली एकेक मोटार होती व ती जमिनीला बोल्टने पक्की केली होती. एका बाजूला एअर कॉम्प्रेसर होता. आदल्या रात्री याच कॉम्प्रेसरचा आवाज मी पाण्याखाली जाऊन त्या पोकळ खांबातून ऐकला होता. आणखी एक पाणी खेचून घेणारा पंपही तिथे होता. दोन बाके, एक टेबल आणि भिंतीला एक फडताळ, एवढेच बाकी सामान तिथे होते.

तिथे फक्त दोनच माणसे होती. त्यातल्या एकाने दार उघडले होते व दुसरा टेबलापाशी बसला होता. त्याच्या तोंडातली सिगार विझलेली होती. टेबलावर त्याने एक पत्त्यांचा डाव मांडला होता. ग्रीसचे काळे हात लागून त्या पत्त्यांवरती डाग पडलेले होते. ती दोन्ही माणसे सारखीच वाटत होती. कारण दोघांचे कपडे सारखे होते. दोघांच्याही डाव्या खांद्याखाली रिव्हॉल्व्हरचे म्यान होते व त्याचे पट्टे छातीवरून गेले होते. दोघांचेही चेहेरे कमालीचे थंड होते. ते दोघेही गुन्हेगारी जगातले होते आणि अत्यंत खतरनाक व अट्टल असले पाहिजेत हे मी ओळखले. पण मग अशी माणसे नोकरीवर ठेवली असतील तर लॅरीसारख्या नशेबाज माणसाची गरज रॉयेलला का वाटत होती? खरोखरच ते एक गूढ होते.

व्हायलंड त्या खोलीत गेला व तिथल्या फडताळात ठेवलेली एका कागदाची गुंडाळी त्याने घेतली. त्या कागदाला मागून कॅनव्हासचे कापड चिकटवलेले होते. ती गुंडाळी टेबलावर ठेवून त्याने ती उलगडली. तो एक मोठा व अत्यंत गुंतागुंतीचा कसला तरी आराखडा किंवा नकाशा होता. मग तो मला म्हणाला, "इकडे ये टालबोट, हा असला कागद कधी पाहिला होता?"

मी टेबलावर वाकून नीट पाहिले. एक नळकांडे व सिगार यांचा संयोग झालेल्या आकाराचे ते एक यंत्र होते, त्याचा तो नकाशा होता. त्यातील ८० टक्के जागा ही मालाच्या साठवणुकीसाठी वापरली गेली होती. इंधनाच्या टाक्याही मला त्या आराखड्यात दिसल्या. त्यातून निघालेल्या नळ्या ह्या मधल्या फुगीर आकारासारख्या माथ्याकडे गेल्या होत्या. तिथूनच त्या आकाराच्या पोटात एक नळकांडे गेलेले होते व त्यातून अनेक ठिकाणी जाणारे मार्ग दाखवलेले होते. त्याखेरीज त्या आकाराला बाहेरून सर्चलाईट होते. खालच्या बाजूला अनेक चौकोनी आकार चिकटलेले होते. पुढच्या बाजूला लांबलचक यांत्रिक हात बाहेर आलेले होते.

मी तो सर्व नकाशा नीट पाहिला व म्हटले, "सॉरी, हे असले कधी मी पाहिले

नव्हते.''

दुसऱ्या क्षणाला मी जमिनीवर पालथा पडलेलो होतो. कारण रॉयेलने खाडकन मला तडाखा मारला होता. नंतर पाच सहा सेकंदांनी मी हातापायावर ओणवा झालो होतो. माझे डोके मी जोराजोरात हलवले. काय घडले ते समजायला मला थोडा वेळ हवा होता. मी कण्हत पाहू लागलो. पण नीट दिसेना. मोठ्या कष्टाने माझे डोळे ताणून दृष्टी नीट फोकस केली. व्हायलंड समोरच उभा होता. त्याच्या हातात पिस्तूल होते. पण त्याने पिस्तुलाची नळी पकडली होती. माझ्या कानशिलाखाली दुसरा तडाखा पिस्तुलाच्या दस्त्याने मारायचा त्याचा विचार होता. तो म्हणत होता, ''टालबोट, तू असले काही बरळणार हे मला ठाऊक होतेच. तेव्हा आता तुझ्या स्मृतीला नीट तू ताण देऊन सांगायला हवे. नाहीतर आम्ही ती ताणू. चालेल?''

जनरल मधेच म्हणाला, ''हे असे करणे खरोखरीच जरूरीचे आहे का? व्हायलंड मला वाटते की नक्कीच आपण...''

''शट अप!'' तो जनरलसाहेबांवरती जोरात खेकसला. मग माझ्याकडे वळून तो म्हणाला, ''मग?''

मी उठून उभा राहिलो आणि म्हणालो, ''हे असे जर तुम्ही डोक्यावर मारत राहिलात तर मग मला आठवायला कठीण जाईल,'' मी हिंस्त्रपणे म्हणालो. माझे वाक्य संपता संपता एक तडाखा माझ्या डोक्याच्या दिशेने धावून आला. पण मी चटकन डोक्यावर हात घेऊन मागे सरकलो. तरीही तो तडाखा माझ्या हाताला लागला. पण त्यावेळी मागे सरकत असल्याने त्या तडाख्याचा फारसा दाब माझ्या हातावर बसला नाही. मग मी वेगाने मागे सरकलो व मागच्या त्या पोलादी भिंतीवर जाऊन आपटलो. पण आपटण्यामुळेही मला फारसे लागले नाही. परंतु मी खूप लागले असे भासवण्यासाठी जोरात ओरडलो. शिवाय आणखी परिणामकारकता साधण्यासाठी मी भिंतीवरून घसरत मुद्दाम खाली पडलो.

कोणीच काही बोलले नाही. त्या खोलीतली ती दोन गुंड माणसे माझ्याकडे अगदी निर्विकारपणे पहात होती. जनरलसाहेब पांढरेफटक पडले होते. त्यांनी खालचा ओठ आपल्या दातात घट्ट आवळून धरला होता. तर लॅरीच्या चेहेऱ्यावर एक आनंद चमकू लागला होता. तो मला म्हणाला, ''काय आठवते की नाही?''

मी त्याला एक सणसणीत शिवी घातली आणि उठून उभा राहिलो. व्हायलंड मग आपले खांदे उडवित म्हणाला, ''ठीक आहे. आता लॅरीच तुझे मन वळवेल.''

''खरंच?'' लॅरीच्या आवाजात अधीरता व्यक्त होत होती. त्याच्या चेहेऱ्यावरच्या रेषा कठीण होत चालल्या होत्या. हळूहळू सर्व चेहेऱ्यावर एक भेसूरपणा प्रतीत होऊ लागला. तो विचारत होता, ''याला मीच बोलता करायला हवा ना?''

व्हायलंडने एक स्मित केले व संमतीदर्शक आपली मान हलवली तो म्हणाला,

"पण एक लक्षात ठेव. तुझे काम झाल्यावर आम्हाला त्याच्याकडून काम करवून घ्यायचे आहे हे विसरू नकोस."

अफीमबाज लोकांच्या डोळ्यातला विकृत भाव लॅरीच्या डोळ्यात प्रगटला. आता तो माझ्यावर आपला वचपा काढणार होता. शिवाय बॉसला आपली कामगिरी करून दाखवण्याची त्याला संधी मिळाली होती. तो त्या संधीचा पुरेपूर फायदा उठवणार होता. तो माझ्यावर चाल करून येऊ लागला. त्याच्या डोळ्यातली ती वेडसर छटा मला आता नीट जवळून दिसली. त्याचा हात थरथरत होता व त्यामुळे हातातले पिस्तूल थरथरत होते. तो आपल्या ओठांवरून आपली जीभ सारखी फिरवित होता. अन् घशातून एक चमत्कारिक आवाज काढत होता. तो म्हणत होता, "उजव्या मांडीच्या आतल्या बाजूला बरेच वरती घेतो. मग बघा कसा डुकरासारखा ओरडेल तो. मग डावी मांडी घेईन. पण तरीही नंतर त्याला काम करण्यात अडचण येणार नाही." त्याचे डोळे मोठे झाले होते. तो आता पुरा पागल झाला होता. आयुष्यात प्रथमच मी एका मानवी तोंडातून जनावरांचा आवाज काढणाऱ्या द्विपाद प्राण्याला पहात होतो.

व्हायलंड हा एक मनोविज्ञानातला तज्ज्ञ होता असे म्हणायला पाहिजे. त्याला ठाऊक होते की या वेडसर लॅरीच्या हिंस्त्रपणाला मी हमखास भेदरणार. अन् मी तसा खरोखरीच घाबरलो होतो. शिवाय मी एव्हाना बऱ्यापैकी विरोध मुद्दामच केला होता. तसे न करणे हेच त्यांच्या संशयाला कारणीभूत ठरले असते. पण हे आता मी जरा जास्त ताणून धरत होतो. म्हणून मी म्हणालो, "ठीक आहे. हा आराखडा एका बेथिस्कॅफचा आहे. ब्रिटिश व फ्रेंच आरमारांच्या संयुक्त प्रयत्नातून हे मॉडेल जन्माला आले आहे. या आधीच्या मॉडेलपेक्षा हे मॉडेल पाण्यात जादा वीस टक्के खाली उतरू शकते. ते २५०० फुटापर्यंत जास्तीत जास्त नेता येते. पण हे मॉडेल इतर तत्सम मॉडेलपेक्षा खूपच वेगवान आहे. याच्या वरती नियंत्रण सहज ठेवता येते." मुख्य म्हणजे याच्या सहाय्याने त्याला जे पाहिजे होते ते साध्य झाल्याने त्याने लॅरीला म्हटले, "ते पिस्तूल बाजूला कर आता."

"पण मी सांगतो आहे ना..." लॅरी मोठ्या दुःखाने चरफडत व चिडून म्हणत होता.

पण तेवढ्यात त्या दोन गुंडांपैकी एकाने लॅरीचा हात पकडून जबरदस्तीने त्याच्या पिस्तुलाची नळी जमिनीच्या दिशेने वाकवली. तो म्हणाला, "ते खेळणे बाजूला ठेव. नाहीतर मी ते खेचून घेईन."

व्हायलंडने त्या दोघांकडे पाहिले व त्या उपनाट्याकडे दुर्लक्ष केले. तो मला म्हणाला, "अन् टालबोट, तुला हे कसले यंत्र आहे हे तर ठाऊक आहेच, पण तू प्रत्यक्षात हे चालवलेलेसुद्धा आहे. जनरलच्या ओळखी युरोपात खूप आहेत. आज

सकाळीच आम्हाला तिकडून एक माहिती मिळाली की तू पूर्वी हे यंत्र चालवतही होता. आणि युरोपापेक्षा क्युबातल्या आमच्या ओळखी ह्या आणखी घट्ट आहेत.''

''असतील. पण ह्या यंत्रावर अलीकडे कधीच काम केले नव्हते, हे मी शपथेवर सांगतो.'' हे ऐकताच व्हायलंडने आपले दातओठ घट्ट आवळले. मी सांगू लागलो, ''हा बेथिस्कॅप एका फ्रेटर बोटीतून नॅसाऊपाशी आणला होता. तिथल्या समुद्रात बुड्या मारून पूर्वतयारी करण्यासाठी काही पहाणी करायची होती. त्यासाठी युरोपातून आणखी एक जहाज मागवून त्याची मदत घ्यावी लागणार होती. तेव्हा ब्रिटिश व फ्रेंच तज्ज्ञांना असे वाटले की यासाठी एखाद्या स्थानिक जहाजाची मदत भाड्याने घेतली तर हेच काम अधिक स्वस्तात करता येईल. मी तसल्याच एका कंपनीत क्यूबातल्या हॅवाना शहरात काम करत होता. त्या कंपनीजवळ एक जहाज होते व त्यावरती एक मोठी अवजड यारीही होती. त्यामुळे हा बेथिस्कॅप समुद्रातून उचलणे व परत आत सोडणे सुलभ जात होते. ते जहाज असल्या कामाला एकदम आदर्श असे होते. मी त्याच जहाजावर काम करत होतो. पण खुद्द बेथिस्कॅफमधे जाऊन कधीच काम केले नाही. अन् आता उगाच 'त्यावर काम करत होतो' असे खोटे कशाला सांगायचे? शिवाय त्या जहाजावर मी फक्त एक आठवडाच होतो. त्यामुळे त्यांची अशी समजूत झाली की मी बेथिस्कॅपवरती खरोखरच काम केले आहे. पण तेवढ्यात माझ्या मागे चौकशीचा ससेमिरा चालू झाल्यावर मी तिथून पळ काढला.''

''कुणी ही चौकशी चालू केली होती?'' व्हायलंड अजूनही थंडपणेच बोलत होता.

''कुणी का असेना? त्यामुळे काय फरक पडतो?'' मी कंटाळवाण्या स्वरात म्हणालो.

''बरोबर, बरोबर!'' व्हायलंड स्मित करीत म्हणाला. ''जनरल, आपल्याला एकच मुद्दा गोंधळात पाडत होता. दहाबारा देशांच्या पोलिस खात्याच्या याच्याबद्दलच्या रेकॉर्डवरून एक गोष्ट आपल्याला कळत नव्हती. हा माणूस आपल्याला शेवटचा कुठे दिसला होता?''

जनरल यावर काहीच बोलले नाही. माझा संशय त्यामुळे दृढ झाला. जनरल हा व्हायलंडच्या हातातील बाहुले बनला होता. एखादा सावकार आपल्या ऋणकोला जसा नाचवतो तसा व्हायलंड वागत होता. खुद्द जनरलचा या साऱ्या प्रकारात मनापासूनचा भाग नव्हता. त्याचा त्रासिक व दुःखी कष्टी चेहेरा हेच सांगून जात होता.

अचानक माझ्या डोक्यात काही प्रकाश पडला. मी एकदम म्हणालो, ''तो बेथिस्कॅफ नंतर तिथून चोरीस गेला. म्हणजे... म्हणजे तुम्हीच तर ती चोरी केली नाही ना?... हो. नक्की तुम्हीच त्यामागे होता. पण हे कसे...''

“टालबोट, तुला वाटले की आम्ही तुला इथे फक्त या बेथिस्कॅफबद्दल चर्चा करण्यासाठी आणले आहे काय?” त्याच्या चेहेऱ्यावर आता एक स्मित तरळत होते. पण त्याने ते लपवण्याचा अजिबात प्रयत्न केला नाही. तो म्हणत होता, “अर्थातच आम्हीच हा बेथिस्कॅफ पळवून नेला होता. तसे करणे फारच सोपे होते. त्या मूर्खांनी फक्त एका दोरखंडाच्या सहाय्याने हा बेथिस्कॅफ पाण्यात लोंबकळत ठेवला होता. आम्ही त्याला दुसरा दोर बांधला व पहिल्याची गाठ सोडवून टाकली. बांधलेल्या दोराचे टोक जरा दूर असलेल्या एका बोटीला खाली पक्के केले होते. मग ती बोट हा बेथिस्कॅफ तसाच पाण्यात ठेवून त्याला ओढत तिथून निघून गेली. किती सोपे होते ते! त्या बावळटांना वाटले असणार की लाटांच्या हालचालींमुळे दोराची गाठ सुटली असावी. हे सर्व आम्ही रात्री केले. समोरून एखादे जहाज आले व जवळून जाऊ लागले तर हाच बेथिस्कॅफ आम्ही यॉटच्या ज्या बाजूने जहाज जात नाही त्या बाजूला ठेवीत असो. ते सारे एवढे व्यवस्थित जमले होते. एक खाजगी यॉट बेथिस्कॅफ ओढून नेत असेल असे कुणालाच वाटले नाही व वाटणार नव्हते.”

“खाजगी यॉट. म्हणजे तुम्ही...” असे म्हणून मी एकदम थांबलो. माझ्या डोळ्यासमोर ती ग्रीक बोट आली. तीही एक खाजगी यॉटच होती. म्हणजे काही तासातच सारा मामला उघड होऊ शकत होता. माझी आदल्या रात्रीची गुप्त मोहीम ही समजणार होती. माझ्या डोक्यावरचे केस ताठ झाले. अंगाला घाम सुटू लागला. त्या ग्रीक यॉटचा उल्लेख माझ्या तोंडून अगदी निसटण्याच्या बेतात होता. पण थोडक्यात बचावलो. व्हायलंडला मी म्हणालो, “म्हणजे जनरलसाहेबांची खासगी यॉट? त्यांच्यापाशी आहे अशी?” मिस् रुथव्हेनच्या बोलण्यातून मला त्या यॉटचा उल्लेख समजला होता. म्हणून ऐनवेळी मला ही शंका उपस्थित करता आली.

तो हसून म्हणाला, “आमच्या तिघांपैकी कोणाकडेही अशी यॉट नाही. फक्त जनरलकडेच ती आहे.”

मी मनातल्या मनात एक सुस्कारा सोडला. मग मी म्हणालो, “म्हणजे तो बेथिस्कॅफ आत्ता इथेच कुठेतरी जवळपास असला पाहिजे. आता हा नक्की कोणत्या कामासाठी तुम्ही आणला हे जरा सांगता का?”

“अर्थातच नाही. आमचा हेतू तूच ओळखून घेतला पाहिजेस. वाटल्यास असे समज की आम्हाला समुद्रातला गुप्त खजिना शोधायचा आहे. झालं तुझे समाधान?”

“उगाच लहान मुलांना सांगितल्या जाणाऱ्या कथांसारख्या गोष्टी सांगू नका.” मी म्हणालो.

“अरे वा! टालबोट, तुझा धीर चेपला वाटते? पण तसल्या थरारक कथांसारखाच हा आधुनिक प्रकार आहे असे समज.”

“मग सापडला का हा खजिना तुम्हाला?” मी उपरोधाने विचारले.

"सापडला का?" व्हायलंड म्हणाला. मग जसा प्रत्येक गुन्हेगाराला आपल्या धाडसी कृत्याचा अभिमान वाटतो व तो ती गोष्ट गर्वाने सांगतो, तसेच व्हायलंड करू लागला. त्याच्या सांगण्यात आता विजयाची भावना होती. तो म्हणत होता, "तू म्हणतोस तो खजिना कुठेतरी इथेच आहे अशी आमची अंधुक कल्पना होती. आम्ही ट्रॉलर बोटी वापरून त्यांची उभी जाळी पाण्यात सर्वत्र फिरवून पाहिली. पण हातात काहीही आले नाही. त्यावेळी जनरलचे भूगर्भवैज्ञानिक या भागातील समुद्रतळाची पहाणी करत होते. ते समुद्रतळावर एक बॉम्बस्फोट करायचे व तळातल्या खडकांच्या थरांमधून कुठे, कशा भूकंपलहरी प्रवास करत जातात हे पहायचे. त्यावरून त्यांना खडकातील थरांचा अंदाज लागायचा. त्याच वेळी आम्ही इथल्या समुद्रातील खोलीचे तपशीलवार नकाशे बनवीत होतो. आम्हाला इथल्या समुद्रतळाच्या प्रत्येक चौरस इंचाची अत्यंत अचूक माहिती होती. आमचा बराचसा कार्यभाग साधला गेला होता. जनरलची आम्ही नंतर गाठ घेतली."

"मग सापडला का तो खजिना?"

"जवळजवळ सापडलाच म्हणा ना."

"असं? मग तो वर का काढला नाही?"

"कसा काढणार टालबोट, तूच सांग."

"अर्थातच समुद्रात बुड्या मारून. पाणबुडे मंडळी तिथे सोडून. शेवटी येथे काही फारशी खोली नाही. हा सारा खंडान्त उतार आहे. भूखंडाची जमीन तशीच पुढे पाण्यात घुसलेली असते. त्या भागाला 'खंडान्त उतार' म्हणतात. बाकी तुम्हाला हे माहिती झालेलेच असणार. तेव्हा किनाऱ्यापासून समुद्रात आत शंभर मैल समुद्रतळ हा सावकाश उतरत गेलेला असतो. नंतर मात्र एकदम तीव्र उतार होऊन समुद्राची खरी खोली सुरू होते. तर खंडान्त उताराच्या भागात समुद्रतळ हा फार तर ५०० फूट खोल असतो. इथून किनारा फार दूर नाही. तेव्हा इथली समुद्राची खोली ही फार तर शंभर फूट किंवा दीडशे फूट असेल." मी हे भडाभडा बोलत गेलो.

व्हायलंड जनरलकडे वळून म्हणाला, "जनरल, एक्स-१३ किती खोल पाण्यात उभे आहे?"

"ओहोटीच्या वेळी इथली खोली १३० फूट असते," जनरल रुथव्हेन यांत्रिकपणे म्हणाले.

मी खांदे उडवत म्हणालो, "मग ठीक आहे ही खोली तुमच्या कामाला."

व्हायलंड आपली मान नकारार्थी हलवत म्हणाला, "नाही. पाणबुडे हे जास्तीत जास्त किती खोल जाऊ शकतात टालबोट?"

"कदाचित् ३०० फुटापर्यंतही जाऊ शकतात. होनोलूलू बेटाजवळ एका

पाणबुड्याने २७५ फुटापर्यंत खाली मजल मारली होती. अमेरिकन पाणबुडी एफ-फोर ही तर...''

''टालबोट, तू खरोखरीच या विषयातला एक तज्ज्ञ दिसतो आहेस. हो ना?''

''मी सांगतो ही माहिती प्रत्येक पाणबुड्याला व संबंधित माणसाला ठाऊक असावीच लागते.''

''तर २७५ फूट अंऽ? पण दुर्दैवाने आम्ही समुद्रतळावरील एका प्रचंड खड्ड्यावरती आमचे लक्ष केंद्रित केले आहे. आम्ही या खड्ड्याचा शोध लावल्यावर जनरलच्या वैज्ञानिकांचा जागेतला रस वाढला. ते म्हणाले, काय म्हणाले बर जनरल?''

''द हर्ड डीप.''

''दॅटस् इट. 'द हर्ड डीप' हे या विस्तृत खड्ड्याला शास्त्रज्ञांनी ठेवलेले एक नाव आहे. इंग्लीश चॅनेलमधेही असाच एक समुद्रतळावर मोठा खड्डा आहे. तिथे सारा जुना दारुगोळा टाकून देऊन त्याची विल्हेवाट लावली जाते. पण त्याहीपेक्षा हा इथला खड्डा खोल आहे. तो ४८० फूट खोल आहे.''

''ओफ;! मग मात्र अडचणीचे आहे. पाणबुडे तिथवर जाऊ शकणार नाहीत,'' मी गंभीरपणे व सावकाश म्हणालो.

''मग येथवर खाली तू कसा जाशील टालबोट?''

''ते सारे खाली जाण्यात किती अडचणी उभ्या आहेत यावर अवलंबून आहे. बाजारात अगदी नव्याने आलेला पाणबुड्याचा पोषाख अंगावर चढवला तरी तेथवर जेमतेम पोचता येईल. त्या पोषाखावरती चांगले पोलादाचे आवरण चढवलेले असते. पण तरीही त्याला मर्यादाच पडतात. तो पोषाख घातला तरी तेवढ्या खोलीवर पाणबुड्याला काम करता येईल की नाही याबद्दल मला शंकाच आहे. कारण त्यावेळी त्याच्या अंगावर दर चौरस इंचावर १०० किलो वजनाचा दाब पडतो. एखादे डांबराचे जड पिंप हलवताना जसा त्रास होतो, तसेच त्याचे होईल. माझ्या मते त्याला साध्या हालचालीही करता येणार नाही. जर फक्त निरीक्षणच करायचे असेल तर त्यासाठी बंदिस्त घुमट वापरला पाहिजे. माझी जुनी कंपनी सिबी-गॉर्मन आणि गेलाझी कंपनी यांनी संयुक्तपणे एक तसला घुमट तयार केला आहे. त्यातून १५०० फूट खोल सहज उतरता येते. आतमध्ये एक फोन असतो. त्यातून जहाजाला सूचना देऊन वरून स्फोटक द्रव्ये सोडता येतात, नेमक्या जागी मोठमोठे हूक सोडता येतात, प्रचंड पकडी सोडता येतात. 'नायगारा' नावाचे एक जहाज न्यूझीलंडजवळ एवढ्याच खोलीवरती बुडाले होते. त्या जहाजावरील एक कोटी डॉलर्स किंमतीची संपत्ती असेच तंत्र वापरून वर काढली. उशांत शहराजवळ 'ईजिप्त' नावाचे एक जहाज ४०० फूट खोल बुडाले होते. त्यावरील चाळीस लाख

डॉलर्स किंमतीचे सोने असेच वर काढले होते. ही दोन अलिकडच्या काळातील गाजलेली उदाहरणे आहेत. तुम्हाला अशा पद्धतीने काही काम करायचे आहे का?''

''असे काम करायला निदान दोन तीन जहाजे लागतील आणि अत्यंत खास अशी यंत्रेही लागतील,'' व्हायलंड हळू आवाजात म्हणाला. मग तो पुढे डोळे बारीक करीत म्हणाला, ''तुला असे वाटते का टालबोट, की आम्हाला ती ड्रेजर जहाजे, तो निरीक्षण करणारा घुमट विकत घेऊन गाजावाजा न करता या ठिकाणी गुप्तपणे काम करता येईल?''

मी विचार करून म्हणालो, ''तुमच्या म्हणण्यात नक्कीच तथ्य आहे.''

मग व्हायलंड स्मित करीत म्हणाला, ''म्हणून तर बेथिस्कॅफ हा एकच पर्याय आमच्या पुढे उरतो. हा खड्डा किंवा 'हर्ड डीप' नावाची तळावरची दरी ही येथून सुमारे १५०० फूट अंतरावरती आहे. आपण पोलादी दोर, ड्रम, मोठमोठे आकडे, वगैरे बेथिस्कॅफला लावून घेऊन जाऊ व तिथे त्या मालाला अडकवू. बेथिस्कॅफच्या बाहेर नाहीतरी यांत्रिक हात आहेत. त्याच्या सहाय्याने जमेल ते सारे. तुला हे जमेल सारे. तू नुसते तिथे आकडे लावून पक्के जखडून ठेवायचे. मग आम्ही इकडून त्या वर काढून घेऊ. पाण्यात बुडालेल्या वस्तू पकडून वर काढणे सहज जमते. तसे या आधीच्या मॉडेलकडून करवून घेता येत नव्हते.''

खोलीत स्तब्धता पसरली. पण आत्तापर्यंत माझ्यावरती जे जे कोणी चिडले असतील त्यांच्यापेक्षा लॅरी जास्त चिडला होता, चरफडत होता. आपली शिकार हातात आली असताना निसटून गेली म्हणून खूप संतापला होता. तो माझ्याजवळ सावकाश येतच राहिला व ओरडून म्हणाला, ''तो खोटे बोलतो आहे.'' त्याचा आवाज संतापाने चिरकला होता. तो किंचाळत पुढे म्हणाला, ''तो नुसते नाटक...''

''तो नाटक करत नाही की खोटे बोलत नाही,'' व्हायलंडने लॅरीच्या बोलण्यात अडथळा आणीत म्हटले. व्हायलंडच्या आवाजात नेहमीचाच थंडपणा नव्हता. कुठेही जिंकल्याची भावना नव्हती की समाधानाचा स्वर नव्हता. ''ते नंतर ओढत आणून वरती खेचून घेऊ.''

''इतके सोपे आहे ते, अंऽ?''

''होय टालबोट.''

मला ते सोपे वाटत नव्हते. पण व्हायलंड आता यातील अडचणी जाणून घ्यायच्या मूडमध्ये आला नव्हता. पाण्याखालील अवशेष शोधणे व ते वर काढणे यात खरोखरीच अनेक अडचणी असतात. आत पाण्यात फार सावकाश हालचाली होत असतात. उजेड अंधुक असतो. त्यामुळे शोध लावण्यात फार वेळ जातो. प्रत्येक वेळी प्रयत्न करायचा व निराशा पदरात घ्यायची. प्रत्येक वेळी नव्याने पूर्वतयारी करण्यात वेळ घालवायचा. तेव्हा यामागे अनेक वर्षांचा अनुभव व

कौशल्ये लागतात. 'लॉरेन्टिक' नावाच्या बुडालेल्या जहाजावरून २५ लाख डॉलर्स किंमतीचे सोने चांदी वर काढण्यात किती महिने खर्च झाले ते मला आठवत होते आणि ते जहाज तर अवघे १०० फूट पाण्याखाली होते. मी या कामात प्रत्यक्ष भाग घेतल्याने मला ते सारे ठाऊक होते. अन् इथे व्हायलंडला वाटत होते की मला हाताशी धरून तो खजिना दुपारच्या आत वर काढता येईल. मी त्याला विचारले, "हा पळवून आणलेला बेथिस्कॅफ नक्की कुठे आहे?"

तेलविहिरीच्या नकाशावरील एका अर्धवर्तुळाकडे निर्देश करीत तो म्हणाला, "या इथे तो पोकळ खांब आहे. आणि त्याच्या तळाला तो बेथिस्कॅफ जोडला आहे. समुद्राच्या तळापासून तो २० फूट उंचीवरती आहे."

"खांबाच्या तळाला बेथिस्कॅफ जोडला आहे? पण तिथे तो कसा जोडता येईल?" मी व्हायलंडकडे रोखून पहात म्हटले.

"अगदी सोपे आहे ते. तुझ्याइतके इंजिनियरिंगचे ज्ञान मला नाही. पण यातला एक तज्ज्ञ माझा मित्र आहे. त्याने या खांबाच्या टोकाशी थोडासा निमुळता होत जाणारा पाईप बसवला. तो सहा फूट लांब आहे. मात्र आधी त्याने खांबाच्या तळाला एक जाडजूड पोलादी बूड किंवा दार बसवून टाकले. त्याखाली खांबाचा सहा फूट भाग होता. त्यात हा आत्ता म्हटलेला नरसाळ्यासारखा पाईप घातला. हा पाईप अर्थातच वरच्या त्या बुडाला पक्का करण्यात आला. बुडाला एक झडप ठेवण्यात आली. मग एक जाडजूड व पोलादी आवरण असलेली रबरी नळी घेतली... .... काय, तुझ्या डोक्यात काही प्रकाश पडतो आहे की नाही टालबोट?"

"होय. मग तुम्ही रात्री तेलविहिरीच्या इंजिनियरच्या सहकार्याने हा खांब पाण्यात सोडला. पण पाण्यात सोडण्याआधी पाण्यावर हा बेथिस्कॅफ तरंगत होता. त्याच्या तोंडावरचे झाकण काढून टाकले व त्यात हे खांबाचे निमुळते टोक वरून सोडले. त्या रबरी नळीची दोन्ही टोके जोडून एक गोल रिंग बनवली. त्यात आधीच गच्च हवा दाबून भरली होती. त्यामुळे ही रिंग म्हणजे बेथिस्कॅफचे वरचे तोंड व खांबाचे खालचे तोंड यांच्यामधली एक जाडजूड उशी ठरली. ती एक पक्की पाणबंद व हवाबंद सीलचे काम करू शकली. त्या बेथिस्कॅफच्या तोंडात एकदा वरचा खांब शिरल्यावर तो बेथिस्कॅफला हळूहळू खाली पाण्यात दाबून नेऊ लागला. बेथिस्कॅफमध्ये आत आधीच एक तुमचा माणूस बसवलेला होता. ज्यावेळी तो खांब पाण्यात आणखी खाली जाण्याचे थांबले तेव्हा आतल्या माणसाने समुद्राचे पाणी बेथिस्कॅफच्या टाक्यात घेऊन तो पुरेसा जड केला. अगदी पाणबुडीतल्याप्रमाणे. परंतु तो खांबाच्या तोंडाला घट्ट दाबून बसण्यासाठी तो थोडासा हलकाही ठेवला होता. त्यामुळे तो तरंगू पाहू लागून खांबाला तोंडाशी थोडी दाब देऊन चिकटून बसे. मग पोकळ खांबातून बेथिस्कॅफमध्ये जाणे येणे सुकर झाले. खांबापासून बेथिस्कॅफ

सुटा करणे व परत येऊन त्या जागीच चिकटून बसणे हे मग तांत्रिकदृष्ट्या सहज साध्य होते. त्याचा तपशील मी सांगायची जरूरी नाही. बरोबर आहे?''

''अगदी तंतोतंत. वाऽ! अगदी लाजवाब,'' व्हायलंड आपले ते दुर्मिळ हास्य करीत म्हणाला.

''हे सगळे करणारा तुमचा तो इंजिनियर खूप शहाणा होता बिचारा,'' मी म्हणालो.

''बिचारा? बिचारा का म्हणून?''

''कारण तो मेला आहे. खरे ना?'' मी व्हायलंडला ठासून म्हटले.

त्या खोलीत एकदम शांतता पसरली. दहा सेकंदांनी गंभीर झालेला व्हायलंड म्हणाला, ''तू काय म्हणालास?''

''मी अगदी स्पष्टपणे म्हटले व ते सर्वांना चांगले ऐकू आले आहे. मी अजूनही म्हणतो की, तो बिचारा इंजिनियर आता मेला आहे. कारण एवढे त्याने काम केल्यावर त्याची उपयुक्तता संपली. अन् तुम्हाला तो खजिना अजून सापडलेला नसल्याने त्याचे पैसे त्याला देणे जिवावर आले असणार. मग अशा वेळी सहाजिकच त्याला 'अपघात' होणार. तसा तो झालाही.''

परत एकदा तिथे बराच वेळ शांतता पसरली. मग तो म्हणाला, ''अपघात झाला असेल असे का बरे तुला वाटते?''

''अन् हो, व्हायलंड, तो एक वयस्कर माणूस होता. हो की नाही?'' मी सवाल टाकला.

''अपघात झाला असे तुला का वाटले, टालबोट?'' व्हायलंड ठासून व सावकाश एकेक शब्द उच्चारीत म्हणाला. त्याच्या आवाजात आता एक गर्भित धमकी होती. लॅरी पुन्हा आपल्या ओठांवरून जीभ फिरवू लागला होता.

''तो पोकळ खांब हा खालून बंद करून मग त्याला झडप बसवण्यात आली होती. पण ते बंद करणारे झाकण नीट पाणबंद नव्हते. मग त्यातून पाणी गळू लागले. हो ना व्हायलंड? फक्त एखादे छोटे भोक पडले असेल. पण ते तिथले झाळकाम नीट न झाल्याने पडले होते. त्या झाकणाच्या कडेला तसे झाले होते. पण तुम्ही नशीबवान होता. त्या झाकणाच्याही वरती काही अंतरावरती आणखी एक झाकण होते. त्यामुळे खांबाला बळकटी येत होती. म्हणून तुम्ही ते यंत्र वापरलेत.'' मी तिथल्या एका यंत्राकडे बोट दाखवून म्हटले. तो एक जमिनीला बोल्टने पक्का केलेला जनरेटर किंवा जनित्र होते. ''त्यामुळे तुम्हाला कॉम्प्रेसर चालवून, आत हवा ढकलता आली. मग आत साठलेले पाणी बाहेर ढकलले जाऊन ते शेवटी फक्त बेथिस्कॅफच्या तळात उरले. त्यानंतर आत दोघेजण उतरून आतली दुरूस्ती करू लागले. बरोबर व्हायलंड?''

‘‘बरोबर!’’ व्हायलंडचा आता स्वत:वरती ताबा येत चालला होता. त्याने विचार केला असावा की ज्या माणसाला आपण नंतर जिवंत ठेवणार नाही त्याच्यापाशी हे कबूल करायला काय जाते? व्हायलंडने विचारले, ‘‘पण हे सगळे तुला कसे कळले, टालबोट?’’

‘‘जनरलच्या घरी मी एक नोकर पाहिला. त्याला तो केसियन्स डिसिझ नावाचा विकार झाला आहे. यालाच डायव्हर्स बेन्ड असेही म्हणतात. यातून तो कधीच बरा होणार नाही. जेव्हा माणसे अत्यंत दाबाखालच्या हवेत किंवा पाण्यात कामे करतात आणि जेव्हा एकदम हा सभोवतालचा दाब नाहीसा होतो तेव्हा त्याच्या शरीरातील रक्तात विरघळलेला नायट्रोजन एकदम बुडबुड्यात रुपांतर पावतो. तेव्हा हा विकार त्यांना जडतो. ती दोन्ही माणसे नेहमीच्या वातावरणाच्या चौपट दाबाखाली काम करत होती. म्हणजेच त्यांच्या शरीरावरील दर चौरस इंचावरती २८ किलो वजनाचा दाब पडला होता. जर त्यांनी एवढ्या दाबाखाली तिथे अर्धा तास काम केले असते तर नंतर त्यांना नेहमीच्या वातावरणाच्या दाबाखाली यायला अर्ध्या तासापेक्षा जास्त वेळ लागला असता. म्हणजे एवढ्या वेळात त्यांच्यावरच्या हवेचा दाब हळूहळू कमी कमी करत न्यावा लागला असता. पण तुमच्यातल्या कोणीतरी गुंडाने तेच काम– म्हणजे डीकॉम्प्रेशनचे– झटपट उरकले. दाबाच्या अशा अचानक होणाऱ्या फरकाला वयस्कर माणसे टिकत नाहीत. म्हणून तो इंजिनियर मेला. तर तो जनरलच्या घरातला दुसरा नोकर हा त्या मानाने तरुण असल्याने तो मेला नाही, पण त्याला ती व्याधी जडली. आता वेदनारहित जगणे काय असते हे तो विसरूनही गेला असेल. जन्मभर त्याला या यातना भोगत रहाव्या लागणार. पण व्हायलंड, याचे तुम्हाला थोडेच वाईट वाटणार?’’

‘‘आपण उगाच वेळ वाया घालवतो आहोत,’’ व्हायलंड म्हणाला. त्याच्या मुद्रेवर सुटकेची भावना दिसत होती. काही क्षणांपूर्वी त्याला असे वाटले होते की पूर्वी एक्स-१३वरती जे काही घडले ते सारे मला ठाऊक आहे, आणि ते आता सर्वांना कळणार. पण आता त्याचे समाधान झालेले दिसत होते. पण मला त्याच्या मुद्रेवरचे कोणते भाव आहेत याची पर्वा नव्हती. मी जनरलच्या मुद्रेकडे पहात होतो. तिथे मला कोड्यात पडल्याची भावना दिसली. काहीतरी टोचणी लागल्याचे भाव दिसले. अन् त्याचबरोबर काहीतरी नवीन सत्य उमगल्याने होणारी अस्वस्थता दिसली. हेच भाव जर व्हायलंडने टिपले तर? तर त्याला बरेच काही कळून गेले असते. म्हणून मी व्हायलंडचे लक्ष वेधण्यासाठी म्हणालो, ‘‘तर अशा रितीने तुमचा इंजिनियर मेला आणि म्हणून तुम्हाला आता बेथिस्फिअर चालवायला एका ड्रायव्हरची गरज आहे. खरे की नाही?’’

‘‘चूक! तो कसा चालवायचा ते आम्हाला पूर्ण ठाऊक आहे. आम्ही तो

अविचाराने चोरला असे तुला वाटते का? नॅसाऊ येथल्या ऑफिसातून या बेथिस्कॅफबद्दलची संपूर्ण माहिती देणारे छापील साहित्य आम्ही मिळवले. त्यात त्याची देखभाल कशी करावी व तो कसा चालवावा याची संपूर्ण व तपशीलवार माहिती दिलेली आहे. ती फ्रेंच व इंग्लीश अशा दोन्ही भाषेमध्ये आहे. तेव्हा त्याची तू काळजी करूच नकोस. आम्हाला तो कसा चालवायचा याची पूर्ण कल्पना आहे.''

"असं? मग तर ही फारच मोठी मजेदार गोष्ट आहे असे म्हटले पाहिजे.'' एवढे म्हणून मी तिथल्या लोखंडी बाकावर बसलो. खिशातून एक सिगारेट काढून ती शिलगावली व तोंडातून धुराची वर्तुळे सोडायचा प्रयत्न करू लागलो. मला तशी वर्तुळे काढणे कधीच जमले नाही. आत्ताही जमले नाही.

मग मी पुटपुटत म्हणालो, "हं, तर हे असे आहे. व्हायलंड, तुम्हाला ही परिस्थिती भलतीच गैरसोयीची आहे, तर मला मात्र सोयीची व फायदेशीर आहे. तुम्हाला हा बेथिस्कॅफ चालवणे फार सोपे वाटत असेल ना? त्याला बॅटरीवर चालणाऱ्या दोन मोटर्स आहेत. त्या सुरू करून प्रत्येक मोटर पाहिजे तशी कमी अधिक वेगाने फिरवायची बस्स. आहे काय त्यात फारसे कौशल्य? तुम्हाला असेच वाटते आहे ना? पण लक्षात ठेवा, तुम्हाला ह्या मोटर्स सुरूच करता येणार नाहीत. ते काम फक्त मीच करू शकतो. तेव्हा माझ्या दृष्टीने ही किती फायद्याची बाब आहे!''

"तुला हे यंत्र चालवता येते?'' त्याने शांतपणे विचारले. हे विचारण्यामागे त्याचा काहीतरी हेतू असावा.

"शक्य आहे. अहो, आहे काय त्यात. त्या नुसत्या इलेक्ट्रिकच्या मोटर्स तर आहेत. पण... पण आतली इलेक्ट्रिक सर्किटस, बटणे, फ्यूज बॉक्सेस, वगैरे गोष्टी खूपच गुंतागुंतीच्या आहेत. अन् हे सारे त्या मेन्टेनन्स करण्याच्या पुस्तकात असणारच.''

"आहेत,'' व्हायलंड म्हणाला. पण आता त्याच्या आत्मविश्वासाला कुठेतरी तडा गेला आहे हे मला जाणवले. त्याच्या आवाजात किंचित कंपही आला होता. तो म्हणाला, "पण ते सर्व सांकेतिक स्वरुपात लिहिलेले आहे. तो संकेत उलगडण्यासाठीची माहिती मात्र आम्हाला मिळाली नाही.''

"वंडरफुल. जस्ट वंडरफुल,'' मी आनंदाने ओरडलो, "वाऽ! काय झकास गोष्ट आहे ही!'' मग मी उठून व्हायलंड समोर जाऊन उभा राहिलो व कमरेवर हात ठेवून त्याला म्हटले, "म्हणजे माझ्यावाचून तुमचे आता अडणार. अन् तुमचे अडणार म्हणजे तो खजिनाही तुम्हाला मिळणार नाही. तुम्ही आणि तो खजिना यांच्यामध्ये हा टालबोट उभा आहे. वंडरफुल!''

व्हायलंड यावर काहीच बोलला नाही.

"तेव्हा व्हायलंड, मी माझी किंमत वसूल केल्याखेरीज मी कसलीही मदत करणार नाही. अन् ही किंमत म्हणजे मला जीवदान पाहिजे. अगदी गॅरंटीड हवे आहे.'' व्हायलंडने मला तसे वचन दिले तरी तो आपल्या वचनानुसार थोडाच वागणार होता. त्याने आनंदाने वचन दिले असते आणि काम होताच माझा खून करण्याचा निर्णयही त्याचवेळी पक्का केला असता. पण तरीसुद्धा मला माझा हेतू साध्य करण्यासाठी त्याला संशय येऊ नये म्हणून हे जीवदान मागण्याचे नाटक करावे लागत होते. मी पुढे म्हणालो, "तेव्हा व्हायलंड महाशय, तुम्ही माझ्या प्राणाची कोणती व कशी गॅरंटी देणार?''

तो काही बोलणार, एवढ्यात जनरलसाहेबच म्हणाले, "टालबोट, तुझ्यासारख्याला खरे म्हणजे गॅरंटीची जरुरी नाही. तुला कोण ठार मारेल असे वाटते?''

मी त्यांच्याकडे वळून त्यांना समजावून देण्याच्या स्वरात व सावकाश म्हणालो की, "असं पहा जनरलसाहेब, तुम्ही तुमच्या व्यवसायात, शेअर मार्केटमध्ये वाघ असाल. आपल्या प्रतिस्पर्ध्याला तुम्ही सहज खाऊन टाकत असाल. पण जेव्हा कायद्याच्या पलीकडच्या बाजूचा प्रांत सुरू होतो तिथे मात्र तुम्ही वाघ नसून साधे मांजरसुद्धा नाहीत. व्हायलंड ज्यांना ज्यांना त्याच्या फायद्यासाठी इतरांना काम देतो त्यांच्यापैकी जे जादा हुषार आहेत, ज्यांना बरेच ठाऊक झाले आहे, त्यांचे काम संपल्यावर त्यांचा शेवट करून टाकतो. व्हायलंडला त्याचा पैसा प्यारा आहे. मग अगदी तो फुकट मिळाला तरीही तो दुसऱ्यासाठी कधीच खर्च करणार नाही. त्याच्या स्वभावाची ही दोन वैशिष्ट्ये आहेत जनरलसाहेब.''

"म्हणजे तुला असे सुचवायचे आहे का की त्यांचा हेतू साध्य झाल्यावर खुद्द माझेही ते तसेच करणार?'' जनरलने विचारले.

"नाही जनरल. तुम्ही तसे खूप सुरक्षित आहात. तुमच्यात आणि व्हायलंडमधे कोणता किळसवाणा दुवा आहे तो मला समजत नाही. त्याने तुम्हाला घट्ट पकडून ठेवले आहे. त्यामुळे तो गाळात गेला तरी तुमच्यासकट जाणार. पण अगदी गळ्यापर्यंत गाळात बुडेतोवर तुमच्या ते ध्यानात येणार नाही. पण ते काहीही असले तरी तुम्ही सुरक्षित आहात हे नक्की! कारण या देशातल्या एका सर्वात धनाढ्य माणसाचा मृत्यू किंवा त्याचे नाहीसे होणे हे व्हायलंडला परवडणारे नाही. कारण तसे झाले तर अवघे अमेरिकन सरकार त्याचा शोध घेण्यासाठी आपल्या सर्व शक्तीनिशी त्याच्या मागे लागेल. मग त्यासाठी ते काहीही करतील. कसलाही विधीनिषेध बाळगणार नाहीत. मग ह्या लॅरीसारखी माकडे त्यांच्या हातात सापडल्यावरती ती दडपणापुढे, मारापुढे सहज कोलमडतील व खरे काय ते सांगतील. व्हायलंडला याची जाणीव आहे. जेव्हा त्याचा हेतू साध्य होईल. वर काही काळ लोटेल. सारे काही शांत होईल. तेव्हा मात्र तुमचे तोंड बंद करण्यासाठी व्हायलंड काही ना काही

शक्कल लढवेल. मग त्याच्याविरुद्ध तुम्हाला काहीही सिद्ध करता येणार नाही. केवळ तुमचा शब्द हा प्रमाण मानला जाणार नाही. फार काय, खुद्द तुमच्या कन्येचा तुमच्या शब्दावरती त्यावेळी विश्वास बसणार नाही, एवढी बाजू उलटवून लावण्याचे कौशल्य व्हायलंडमध्ये आहे. शिवाय रॉयेलही आहे. तो सतत तुमच्यावर नजर ठेवेल व तुमच्या हातून झालेली एखादी क्षुल्लक गफलतही त्याला फायद्याची ठरेल. त्यावरून तो आपले जाळे विणून त्यात तो तुम्हाला बरोबर अडकवेल.'' मग मी व्हायलंडकडे वळून म्हणालो, ''पण मी मात्र तरीही तडजोड करणारा व्यवहारी माणूस आहे. हो की नाही?'' मग चुटकी वाजवित मी म्हणालो, ''तेव्हा व्हायलंड माझ्या जीवदानाची मला हमी हवी, गॅरंटी हवी.''

''मी हमी देतो, टालबोट,'' जनरलसाहेब म्हणाले, ''तू कोण आहेस ते मला ठाऊक आहे. तू एक खुनी माणूस आहेस. पण खुनी माणसाचा खून होऊ नये अशी माझी इच्छा आहे. जर तुझे काही बरेवाईट झाले तर मात्र मी मला जे काही करायचे ते करेन. आकाश पाताळ एक करेन. मग भले त्याचे काहीही बरे-वाईट परिणाम होणार असले तरी त्याची मी पर्वा करणार नाही. व्हायलंड हा एक प्रथम बिझनेसमन आहे. तुला मारून त्यांना आपले कोट्यवधी डॉलर्स गमवायचे नाहीत. तेव्हा तू तुझ्या मनातली भीती काढून टाक.''

कोट्यवधी डॉलर्स! मी प्रथमच ते शब्द उघडपणे ऐकले. एवढ्या किंमतीचा तो खजिना आहे! हे कोट्यवधी डॉलर्स मी त्यांना मिळवून द्यायचे आहेत तर.

''थँक्स जनरल, तुमच्या या शब्दांनी तुम्ही एकदम स्वत:ला दानवांच्याऐवजी देवांच्या बाजूला झोकून दिले आहे,'' असे मी पुटपुटलो. मग मी हातातले सिगारेटचे थोटूक खाली टाकून पायाने दाबून विझवले, व व्हायलंडकडे वळून हसत म्हटले, ''माय फ्रेन्ड, हत्यारांची पेटी आण. आता आपल्याला कामे चालू करायची आहेत. तुमचे ते जे खाली बेथिस्कॅफ नावाचे खेळणे आहे त्यात जाऊन बघू या काय करायचे ते.''

■

प्रकरण ९

थडगे बांधायचे असेल तर कुणी ते धातूचे व २०० फूट उंचीच्या नळकांड्याच्या स्वरुपात बांधत नाही. पण एक्स-१३ वरील त्या तथाकथित प्रायोगिक खांबाला कुणी थडगे म्हणत असतील तर एका अर्थाने ते कदाचित् खरेही ठरेल. तिथे थडग्याचे सारे गुणधर्म होते. ते थंड होते, दमट होते व अंधारी होते. आतमध्ये अंधुक प्रकाश पडला होता. कारण एक दिवा अगदी वरती, एक दिवा मध्यभागी व एक दिवा तळाशी होता. जणू काही अंधाराची नीट कल्पना यावी म्हणूनच ते दिवे तुलनेसाठी लावले होते. त्या एवढ्या अपुऱ्या प्रकाशामुळे आपण एका लांबट गुहेत शिरलो आहोत असेच वाटे. त्यातून तिथे आवाज घुमत असल्याने गांभीर्याचा परिणाम आपोआप होई. जीवनाचा अंत झाला असून आपण एका लांबलचक बोगद्यात प्रवेश केला आहे आणि बोगद्याच्या टोकाशी चित्रगुप्त एकेकाचे नाव पुकारून बोलावत आहे असाच भास त्या पोकळ खांबात शिरल्यावर होई. म्हणजे तो खांब खऱ्या अर्थाने थडगे आहे असे वाटल्यास नवल नव्हते.

थडगे म्हटले तर ते योग्य होते, यथार्थ होते. पण केवळ दुसऱ्या ठिकाणी जाण्यासाठी असलेली एक जागा किंवा बोगदा म्हटले तर मात्र ती जागा भयंकरच होती असे म्हटले पाहिजे. वरचे टोक व खालचे टोक यांना जोडणाऱ्या फक्त बारा शिड्या होत्या. तो खांब जाड पोलादी पत्रे वापरून केला होता. वाकवलेले पत्रे जिथे एकमेकाला मिळत तिथे रिव्हेट मारून ते जोडलेले होते. त्यामुळे त्या खांबाची आतली एक बाजू ही रिव्हेट-मारलेली अशी झाली होती व या रिव्हेटलाच त्या बारा लोखंडी शिड्या एका खाली एक अशा झाळकामाने जोडलेल्या होत्या. प्रत्येक शिडीला १५ पायऱ्या होत्या. त्यामुळे वरून खाली जाणारी एकच एक १८० पायऱ्यांची लोखंडी शिडी तयार झालेली होती. वाटेत कुठे थांबून क्षणभर विश्रांती घेण्यासाठी जागा केलेली नव्हती. माझ्या पाठीवरती विजेची सर्किटस तपासणारे मेगर यंत्र लोंबकळत होते. माझ्या पाठीला ते जड तर होतेच, पण त्यामुळे मला तोल सांभाळणे कठीण जात होते. त्या लोखंडी पायऱ्यांचे बार हे ओले होते व म्हणून निसरडे होते. त्यावरून पाय घसरू शकत होता. तसाच हातही घसरू शकत होता. मी अत्यंत काळजीपूर्वक त्या पायऱ्यांना हाताने घट्ट पकडून सावकाश खाली उतरत होतो. माझ्या खांद्याच्या व हाताच्या स्नायूंवरती त्यामुळे खूपच ताण पडत

होता. तो ताण मला आता अगदी असह्य झाला होता.

जो मालक आहे किंवा यजमान आहे त्याने पुढे होऊन मागून येणाऱ्यांना आपल्या जागेत मार्गदर्शन करायचे असते. पण व्हायलंडने ती प्रथा पाळली नाही. माझ्यानंतर तो उतरत होता. मी त्याच्यानंतर जर उतरत असतो तर मी कदाचित् वरतून त्याच्या डोक्यावर लाथ मारून खाली ढकलले असते, अशी भीती त्याला वाटत असावी. मग शंभरापेक्षा जास्त फुटांवरून खाली पडल्यावर मोक्ष मिळायला किती वेळ लागतो. त्याचे ते दोन गुंड नोकर आधीच खाली उतरले होते. म्हणजे वरती फक्त लॅरी आणि जनरलसाहेब असे दोघेच उरले होते. जनरलसाहेबांना कुठेही फिरण्याची मुभा होती. त्याचा फायदा घेऊन ते व्हायलंडविरुद्ध काहीही कृती करू शकत होते. पण तसे ते करणार नाहीत याची व्हायलंडला खात्री आहे, हे मी ओळखले होते. पण असे कसे काय त्याला वाटत होते? या कोड्याचे उत्तर मला काही मिळत नव्हते. पण ते उत्तर मला आता मिळाले होते. किंवा मला तसे वाटत होते. पण मला जर चुकीचे वाटत असेल तर मात्र काही निरपराध व्यक्तींवरती मृत्यू नक्कीच घाला घालणार होता. मी तो विचार शेवटी बाजूस सारला.

मी व व्हायलंड खांबाच्या पायथ्याशी पोचलो. पुढचा मार्ग एका झडपेने बंद केला गेला होता. तिथे आधी पोचलेली व्हायलंडची ती दोन माणसे होती. त्यातल्या एकाला व्हायलंडने हुकूम दिला, ''ठीक आहे. उघडा ते झाकण.'' त्या दोघांमधल्या जाड माणसाने त्या झडपेचे स्क्रू फिरवले. मग ती झडप वर उचलली गेली. तिला एक बिजागरी होती. वरती तिला पकडून धरायला बाजूच्या भिंतीत एक आकडा होता. त्यात ती झडप गुंतवून टाकण्यात आली. झडपेच्या भोकातून खाली एक अरुंद नळकांडे गेलेले होते. ते बेथिस्कॅफमध्ये गेलेले होते. मी त्यात डोकावून पाहिले आणि व्हायलंडला म्हटले, ''हे नळकांडे म्हणजे प्रवेश करण्याची एक कोठी आहे.जर बेथिस्कॅफ या खांबापासून वेगळा करून पाण्याखाली संचाराला न्यायचा असेल तर ही कोठी पाण्याने भरून टाकायला हवी. बाकी तुम्हाला ठाऊकच असेल म्हणा हे.''

''काय? का असे करायचे?'' व्हायलंडने आपले डोळे बारीक करीत माझ्याकडे संशयाने पहात म्हटले.

''मग तुम्ही काय तशीच हवेची पोकळी ठेवून निघणार आहात काय? असं पहा, हा बेथिस्कॅफ म्हणजे एक आडवी बाटली असून त्यावर मध्यभागी एक तोंड आहे. हे तोंड व बेथिस्कॅफची बाटली यांना जोडलेले ते नळकांडे म्हणजे एक मान आहे. जर तुम्ही या नळकांड्यात किंवा मानेत जर पाणी भरून न घेता निघालात तर बघा काय होईल ते. हा प्रवेशाचा मार्ग किंवा ही मान सोडली तर बेथिस्कॅफच्या बाकी पृष्ठभागावरती संपूर्णपणे एक बंदिस्त पोकळी आहे व त्यात पेट्रोल भरले आहे.

पेट्रोलमधला दाब आणि सभोवतालच्या पाण्याचा दाब हे जवळपास एकच असतात. समुद्रतळावरती बाहेरच्या दाबाला हे पेट्रोल विरोध करते. शिवाय ते पाण्यापेक्षा हलके असल्याने बेथिस्फिअर तरंगत ठेवण्यास मदत करते. म्हणूनच त्याला बॉयन्सी टँक म्हणतात. त्यात ३२,००० लिटर पेट्रोल मावलेले आहे. पण बेथिस्फिअरच्या मानेत किंवा प्रवेश कोठीत फक्त हवा आहे. ह्या कोठीभोवती मात्र पेट्रोलची कोठी नाही. तेव्हा तिथे दर चौरस इंचावर १०० किलो वजनाचा दाब सहज पडणार. त्याला ही मान टिकणार नाही. ही कोठी आतमध्ये चुरमडून जाईल, फुटून जाईल. परिणामी बाकीच्या भागात असलेले पेट्रोल हेही निघून जाईल. बेथिस्कॅफची उद्धरण शक्ती किंवा पाण्यात तरंगत रहाण्याची शक्ती मग कायमची निघून जाईल. मग हेच बेथिस्कॅफ खाली ८० फुटांवर असलेल्या समुद्रतळावर जाऊन बसेल. अगदी कायमचे. अशा रितीने काळाच्या अंतापर्यंत तुम्हाला तिथे जलसमाधी मिळेल.''

त्या अंधुक प्रकाशात काही दिसणे कठीण होते. पण तरीही व्हायलंडचा चेहेरा पांढरा फटक पडलेला दिसला. तो म्हणाला, ''ब्रायसनने मला हे कधीही सांगितले नाही,'' तो हे हिंस्रपणे म्हणाला खरा. पण त्याचा आवाज कापरा झाला होता.

''कोण ब्रायसन? तुमचा तो इंजिनियर मित्र?'' मी विचारले. पण मला उत्तर दिले गेले नाही. म्हणून मी पुढे बोलत गेलो. ''तो कशाला ही माहिती तुम्हाला देईल? तो तुमचा मित्र नव्हता, व्हायलंड. तुम्ही त्याच्यावर पिस्तुलाची नळी रोखून कामे करवून घेत होता. आपले काम पुरे झाले की आपली उपयुक्तता संपली व परिणामी आपल्याला जिवंत ठेवले जाणार नाही हे त्याने ओळखले होते. त्याच्यावर रोखलेले पिस्तूल नंतर तुम्ही केव्हाही झाडले असते. त्याला याची पूर्ण कल्पना होती. म्हणून त्याने बरीच माहिती हातची राखून ठेवली होती. जर आपण मेलो तर या माहिती अभावी तुम्हाला अपघात घडून येईल आणि आपोआपच आपल्या मृत्यूचा बदला घेतला जाईल, असा त्याने रोखठोक विचार केला होता. तेव्हा त्याने केलेला हा विचार माझ्या मते बरोबर होता.'' एवढे बोलून मी खांद्याला लटकलेले मेगर यंत्र जरा सारखे केले. मी पुढे म्हणालो, ''अन् कोणीही माझ्याबरोबर खाली येण्याची गरज नाही. तुम्ही नुसते बघत राहिलात तरी मला नीट काम करणे सुचणार नाही.''

''तुला एकट्याला आम्ही कसे खाली जाऊ देऊ? म्हणजे मग तुला काहीतरी युक्त्याप्रयुक्त्या तिथे लढवता येतील,'' व्हायलंड सावधगिरी दर्शवित म्हणाला.

मी यावरून कंटाळून म्हटले, ''उगाच वेड्यासारखे वागू नका. मी तिथे इलेक्ट्रिकल स्विच बोर्ड, फ्यूज बॉक्स यासमोर उभा राहून काहीतरी घातपात करेन व हा बेथिस्कॅफ येथून हलूच शकणार नाही असे करेन, असे तुम्हाला वाटते तरी

कसे? अन् तुमच्यासमोर जरी मी तसा उद्योग केला तरी तुम्हाला तो कळणार कसा? तुम्हा तिघांना यातली थोडीच काही अक्कल आहे? हा बेथिस्कॅफ चालू करण्यात व पुढच्या सर्व गोष्टी झटपट उरकण्यात मला स्वत:ला रस आहे म्हणून मी तो ठीक करतो आहे. हे मी माझ्यासाठी करतो आहे. तुमच्यासाठी नव्हे. जितक्या लवकर माझे काम संपेल तितके बरे,'' एवढे म्हणून मी घड्याळात पाहिले, व म्हटले, ''११ ला २० मिनिटे बाकी आहेत. तो बिघाड शोधून काढण्यासाठी मला निदान तीन तास तरी लागतील. दोन वाजता मी सुट्टी घेईन. या झडपेवरती मी ठोठावेन, आवाज करेन. म्हणजे मला बाहेर काढायचे तुम्हाला समजेल.''

व्हायलंडला माझा हाही कार्यक्रम मंजूर नव्हता. जोपर्यंत त्याला माझ्यावर अविश्वासाचा आरोप ठेवता येत नव्हता किंवा दगाबाजीचा वास येत नव्हता तोपर्यंत त्याला नाईलाजाने मी म्हणेन तसे वागावे लागत होते. तो म्हणाला, ''ठोठावण्याची गरज नाही. आतमध्ये एक मायक्रोफोन आहे. तिथून निघालेली वायर बाहेरच्या एका ड्रमला गुंडाळून या खांबाच्या कडेने वर नेलेली आहे. वरती ती खोलीत गेलेली आहे. तिथेच आपण मघाशी उभे होतो. शिवाय बोलावण्यासाठी तिथे एक बटणही आहे. तू जेव्हा बोलावशील तेव्हा आम्ही तयारीत असू.''

मी मान हलवून होकार दिला व त्या नळकांड्यासारख्या प्रवेश कोठीत शिडीवरून उतरू लागलो. तळाशी पोचल्यावर बेथिस्कॅफच्या अंतर्भागावरची झडप, म्हणजे या प्रवेशमार्गावरचे किंवा प्रवेशकोठीवरचे खालचे झाकण, मी फिरवून उघडू लागलो. ते उघडल्यावरती आत जाण्यासाठी फारच चिंचोळा भाग झाला. मग ते अवजड झाकण मी तिथल्या एका खास हुकाला पक्के जखडून ठेवले. अंग चोरत मी आत शिरलो. आतला मार्ग तर फारच अरुंद होता. तो एक पाईप होता. व त्यालाही शिडी पक्की केली होती. पाईपचे शेवटचे टोक आत बेथिस्कॅफमध्ये उघडत होते व ते तिथे जवळजवळ आडवे होऊन वळले होते. मी तेथवर पोचलो. पण आणखी एक अवजड दार वाटेत होते. तसे ते दार नव्हतेच. ते एका गोल भोकाचे झाकण होते. मी ते फिरवून उघडले व खऱ्या अर्थाने आत बेथिस्कॅफमध्ये प्रवेश केला.

माझ्या मागे मी त्या भोकाचे झाकण लावून घेतले व आता सभोवताली पाहू लागलो. तिथे कसलाही बदल झाला नव्हता. मला आठवत होते तसेच ते अजूनही होते. तशी ती खोली बऱ्यापैकी मोठी होती. हालचाल करण्यासाठी पुरेशीच मोकळी जागा तिथे होती. त्यामुळे त्या बेथिस्कॅफच्या सांगाड्याची मजबुती अर्थातच थोडीशी कमी झाली होती. पण हा बेथिस्कॅफ पाण्याखाली फक्त २५०० फूट खोल जाण्यासाठीच रचलेला असल्याने त्यामुळे फारशी मजबुती कमी झाली नव्हती, असेच म्हटले पाहिजे. तिथे तीन खिडक्या होत्या. एक तळाशी होती. तिचा

आतल्या बाजूचा शंकूसारखा आकार होता. समुद्राच्या पाण्याच्या दाबामुळे ती यामुळे आपल्या कोंदणात आणखीनच पक्की बसते. बाजूच्या उभ्या पृष्ठभागावरच्या त्या दोन खिडक्या तशा नाजूक व तकलादू वाटत होत्या. परंतु त्या खास प्लेक्सिग्लासपासून बनवलेल्या असल्याने बाहेरच्या पाण्याचा दाब सहज सहन करू शकत होत्या. एक फूट व्यासाच्या गोलाकार अशा त्या खिडक्या २५० टन वजनाचा पाण्याचा दाब सहज सहन करू शकत होत्या. एवढ्या दाबाला त्यांना अजिबात तडा जाऊ शकत नव्हता.

ती खोली, किंवा केबिन, म्हणजे एक अप्रतिम रचना होती. एका भिंतीवरती, म्हणजे गोलाकार भिंतीच्या १/६ भागावरती, निरनिराळी उपकरणे, उपकरणांच्या तबकड्या, फ्यूज बॉक्सेस, स्विच बोर्डस लगडलेली होती. त्यातली कितीतरी यंत्रे ही आतल्या माणसांना वापरण्यासाठी नव्हती. त्यांचा अन्य काही हेतू होता. दुसऱ्या एका भागावर बेथिस्कॅफच्या हालचालींवरती नियंत्रण ठेवण्यासाठी अनेक चाके, दांडे, खटके व बटणे होती. त्यामुळे बेथिस्कॅफचे इंजिन, म्हणजे इलेक्ट्रिक मोटर, सुरू करता येत होती, तिला वेग देता येत होता, उलट गतीने फिरवता येत होती. तसेच बाहेरचे सर्चलाईटही आतून फिरवता येत होते. बेथिस्कॅफच्या खाली एक लांब केबल होती व तिला टोकाला एक वजन लावले होते. ही केबल खाली सोडून ते वजन समुद्रतळाला टेकवले जाई. म्हणजे बेथिस्कॅफचा पाण्यातला प्रवास चालू झाला की ते वजन तळावरून घसरत फरफटत पुढे ओढत नेले जाई. या युक्तीमुळे मागेपुढे हालचाली करताना बेथिस्कॅफला स्थैर्य येई व तिचे बरेचसे डुचमळणे थोपवले जाई. त्यामुळे पाण्यातला समतोल साधणे खूपच जमून जाते. बेथिस्कॅफला बाहेर अनेक हात फुटलेले होते. त्या हातांच्या टोकांना चिमटे होते, आकडे होते, टोच्यासारखी यंत्रे होती व पकडी होत्या. त्या हातांची हालचाल आतून नियंत्रित करता येत होती. सापडलेल्या अवशेषांना पकडणे, दोर लावणे, ओढून घेणे, भोके पाडणे, तुकडे पाडणे, करवतीने कापणे, वगैरे कामे आतून करता येत होती. याशिवाय आतल्या वातावरणात उच्छ्वासावाटे जमणारा कार्बन डायॉक्साईड शोषून घेऊन हवा शुद्ध करणारी यंत्रणाही होती.

पण तिथल्या एका नियंत्रकाचे काम काय आहे ते मला समजेना. थोडा वेळ मी त्यामुळे कोड्यात पडलो होतो. तो एक ऱ्हेओस्टॅट होता. विद्युतप्रवाह कमी अधिक करू शकणारा प्रवाह-रोधक होता. त्याखाली एक पितळी वाटी होती. त्यावर कोरून लिहिलेले होते Tow Rope Control हा बेथिस्कॅफ तयार करताना अशी यंत्रणा त्याच्या निर्मात्याने कधीच यापूर्वी बसवलेली नव्हती. ती येथे व्हायलंडने बसवून घेतलेली असावी. किंवा त्याच्या त्या इंजिनियर मित्राची ती करामत असावी. बेथिस्कॅफच्या मागे व माथ्यावरती एक जाड केबलचे रीळ असले पाहिजे. त्यावर

गुंडाळलेल्या केबलचे एक टोक हे खांबाच्या पायथ्याला कशाला तरी पक्के केले असले पाहिजे. हे रीळ विजेच्या मोटरवर फिरणार व ती वीज मघाशी आम्ही वरती ज्या खोलीत आराखडा पहात होतो, त्यातून खाली तारेने आली असणार व ती तारही शेवटी रिळावर गुंडाळली गेली असणार. याचा अर्थ उघड होता. बेथिस्कॅफ खांबापासून दूर जाऊ लागला की ते रीळ आपोआप फिरले जाऊन त्यावरील केबल व विजेची तार उलगडत जाईल. असे जास्तीत जास्त किती अंतर कापता येईल याची मला कल्पना नव्हती. पण पार टोकाला गेल्यावर एक बटण दाबून रिळाला फिरविणारी विजेची मोटार चालू करता येत होती. त्यामुळे रीळ फिरत राहून त्यावर केबल गुंडाळली जात होती. परिणामी बेथिस्कॅफ मागे मागे प्रवास करत पुन्हा खांबापाशी येऊ शकत होता. त्यामुळे दोन महत्त्वाच्या गोष्टी साध्य होऊ शकत होत्या. एक तर परतीच्या प्रवासासाठी बेथिस्कॅफच्या बॅटऱ्यातील वीज वापरली न गेल्याने वाचणार होती. किंवा जर बॅटऱ्या उतरून गेल्या असल्या तरीही तेलविहिरीवरची वीज वापरून रिळाला गती देता येत होती व परत फिरता येत होते. शिवाय सर्व प्रवासात पाण्यातल्या अंधुक प्रकाशात दिशांचे भान हरवण्याची जी शक्यता होती ती भीती बाळगण्याचे आता काहीच कारण नव्हते. खरोखर इंजिनियर ब्रायसनची कमाल होती. त्यावरून मला हेही एक कळून चुकले. मी एकटा आत बॅथिस्कॅफमध्ये गेल्यावर तो चालू करून त्या तेलविहिरीपासून दूर पळून जाऊ शकत होतो. स्वतंत्र होऊ शकत होतो. मग व्हायलंडने मला एकट्याला आत राहून दुरुस्ती का करू दिली? या प्रश्नाचा आता मला उलगडा होत होता. मी पळून जाऊच शकत नव्हतो. कारण बेथिस्कॅफ त्या लोंबत्या खांबाला पक्का जखडला गेला होता.

त्या रिकाम्या जागेत तीन कॅनव्हासच्या खुर्च्या होत्या. त्या बिजागरीच्या सहाय्याने भिंतीला पक्क्या केल्या होत्या. शिवाय भिंतीला एक फडताळ होते व त्यात विविध तऱ्हेचे कॅमेरे ठेवलेले होते, व फोटो-फ्लड यंत्रणा होती.

माझ्या या प्राथमिक पहाणीला फारसा वेळ लागला नाही. आता माझे पहिले लक्ष हे खुर्चीपाशी असलेल्या एका कंट्रोल बॉक्सकडे गेले. तिथेच एक मायक्रोफोनही होता. वरतून व्हायलंड हा या सिस्टिमवरून मला अधूनमधून विचारत बसू शकणार होता. त्याला जर शंका आली व मी खरोखरीच काम करतो आहे की नाही हे पहायचे असेल तर तो खात्री करून घेणार होता. पण ही टू-वे सिस्टिम नव्हती. वन-वे होती. म्हणजे आपले बोलणे झाल्यावर बटण बंद केले तरच पलीकडच्या टोकाचा मायक्रोफोन चालू होऊ शकत होता. म्हणून मी ते बटण असे केले की फक्त इकडून तिकडेच मी संपर्क साधू शकत होतो. पण व्हायलंड मात्र माझ्याशी बोलू शकत नव्हता. पण यामुळेच मी येथे काम करतो आहे हेही त्याला समजणार होते. इथले बारीक सारीक आवाज कदाचित् वर पोचवले जात असतील.

मला आता कामाला सुरुवात करायची होती. तपासणी करून कुठे काही बिघाड असेल तर दूर करायचा होता. पण खरे म्हणजे येथे कुठेच वायरिंगमध्ये बिघाड नव्हता. सर्व तारा जिथल्या तिथे जशा असायला हव्या तशा होत्या. व्हायलंडला हे ठाऊक होते का?

पुढच्या पाच मिनिटात मी सर्व यंत्रसामुग्री तपासली. फक्त बेथिस्कॅफ चालू करायच्या यंत्रणेची मी चाचणी घेतली नाही.

एका मोठ्या सर्किट बॉक्सवरचे झाकण तिथले स्क्रू फिरवून काढले. तिथल्या जवळजवळ वीस तरी रंगीत वायर्सची एकेक टोके मी सॉकेटमधून सुटी केली आणि खाली लोंबत ठेवली. ती अशा रितीने गुंता करून लोंबती ठेवली की नंतर नवीन माणसाला पुन्हा कोणती वायर कुठे जोडायची याचा जाम पत्ता लागला नसता. दुसऱ्या दोन सर्किट बॉक्सेस व एका फ्यूज बॉक्सचे कव्हर मी उघडले. जवळची सर्व हत्यारे तिथे वेडीवाकडी मांडून ठेवली. आता मधेच जरी तिथे कुणी आले तरी त्याला तो पसारा पाहून जोरात तपासणीचे व दुरुस्तीचे काम चालू आहे असे वाटले असते. तो सारा देखावा मुद्दाम अशी समजूत करून देण्यासाठी मी केला होता.

खालची जमीन ही फार लांबरूंद नव्हती. तिथे झोपून मला पाय नीट ताणून देता येत नव्हते. पण मी त्याची फारशी काळजी न करता बेधडक माझे अंग लोटून दिले. आदल्या रात्री मला झोप मिळाली नव्हती. ते जागरण मी इथे भरून काढणार होतो. गेल्या बारा तासात माझ्यावर फार मोठा ताण पडला होता. मला विश्रांतीची नितांत गरज होती. झोपी जाण्यापूर्वी मला बाहेर समुद्रावर येणारे वादळ, त्यामुळे लाटांचे उसळणे, वगैरेची आठवण येत होती. पण आता मला चिंता करायचे कारण नव्हते. कारण इथे खोलवर समुद्राच्या पोटातले पाणी हलणार नव्हते. हलला तर तो लोंबकळणारा खांब आणि त्याला जोडलेली ही बेथिस्कॅफची केबिन. पण ते हलणे इथे फारच मंद असेल. एखादा पाळणा हलावा तसे. मी त्या पाळण्यात सुखरूपपणे निद्रेच्या आधीन झालो. एखाद्या तान्ह्या बाळासारखा. अन् पहाता पहाता मला झोप लागली. अगदी गाढ!

मी जागा झालो तेव्हा दुपारचे अडीच वाजले होते. मला ह्याचे नवल वाटले. मी नेहमी झोपी जाण्यापूर्वी केव्हा उठायचे ह्याचा निश्चय करून झोपायचो. मनातला हा गजर मला अचूक वेळी उठवायचा. यावेळी मी दुपारी दोन वाजता उठायचे ठरवून झोपी गेलो होतो. पण प्रत्यक्षात माझ्या मनातल्या घड्याळाचा गजर यावेळी वाजला नव्हता. पूर्वी असे कधीही झाले नव्हते. माझे डोके भयंकर दुखत होते. पण लवकरच याचे उत्तर मला मिळाले. केबिनमधली हवा दूषित झाली होती. त्यातील

कार्बन डायॉक्साईडचे प्रमाण वाढले होते. पण त्याला मीच जबाबदार होतो. हवेतला कार्बन डायॉक्साईड शोषून घेणाऱ्या यंत्रणेकडे मी लक्ष दिले नव्हते. मी ताबडतोब ती कमाल मर्यादेवरती चालू करून ठेवली. मग पाचच मिनिटात तिथली हवा शुद्ध झाली. माझी डोकेदुखी थांबली. मग मायक्रोफोनने मी वरची झडप उघडून मला वर घेण्याची सूचना दिली. तो जाडगेला गुंड खाली आला होता. त्याने झडप उघडून मला वर घेतले. तीन मिनिटात मी वरती पोचलो.

त्या छोट्या पोलादी खोलीत व्हायलंड सचिंतपणे येरझाऱ्या घालत होता. मला दिसल्यावर तो चिडून म्हणाला, "का? एवढा का वेळ लागला?" तिथेच रॉयेलही उभा होता. म्हणजे हेलिकॉप्टरची दुसरी खेप झाली होती, आणि मिस् रुथव्हेन व केनेडी हे सुद्धा आले असणार. त्या खोलीत आत्ता फक्त आम्ही तिघे होतो.

मी चिडून म्हटले, "तुम्हाला तो बेथिस्कॅफ कधी तरी चालू करायचा आहे की नाही? अन् मी इतका वेळ काय खाली गोट्या खेळायला गेलो होतो का? का उगाच गंमत म्हणून दुरुस्ती करत होतो?"

व्हायलंडने माझा चेहेरा पाहिला. त्यात नक्कीच फरक पडला असला पाहिजे. त्याने विचारले, "तुला काही होते आहे का?"

"त्या थडग्यात मी काही तास कोंडून घेतले होते, काम करत होतो. पण तिथली हवा शुद्धिकरणाची यंत्रणा नीट चालू ठेवलेली नव्हती. पण आता ती मी ठीक केली आहे!"

"काही इतर प्रगती?"

"फारच थोडी. मी प्रत्येक यंत्र तपासत गेलो. सर्व सर्किटस् तपासली. फक्त गेल्या वीस मिनिटातच कुठे काय गडबड आहे ते मला समजून आले."

"असं? कसली गडबड? कुठे आहे ती?"

"तुमचे ते स्वर्गवासी दोस्त मिस्टर ब्रायसन यांनी ती गडबड करून ठेवली होती." एवढे बोलून मी व्हायलंडच्या चेहेऱ्यावरती कोणते भाव उमटत आहेत ते बारकाईने निरखून पाहू लागलो. "तुम्ही कधी ब्रायसनला बरोबर घेऊन तो खजिना शोधायला जाणार होता का? का तुम्हीच दोघे फक्त जाणार होता?" मी त्या दोघांकडे पाहून विचारले.

"मी व रॉयेल असे एवढेच फक्त जाणार होतो. आम्हाला वाटले की..."

"मला ठाऊक आहे तुम्हाला काय वाटले ते. ब्रायसनकडून काम करून घेतल्यावर तो मरणार होता. मग मेलेला माणूस बरोबर घेऊन काय उपयोग होता? नाही का? त्याला बरोबर न घेता फक्त तुम्हीच जाणार असे काहीतरी सूचक तुम्ही बोलला असणार. याचा अर्थ आपल्याला त्याआधी संपवले जाणार, आपण मारले जाणार हे ब्रायसनने ओळखले असावे. मग आपल्या भावी मृत्यूचा सूड भविष्यकाळात

घेण्यासाठी त्याने ती व्यवस्था केली. आपल्या नंतर तुम्हालाही या जगातून नेण्याची व्यवस्था त्याने केली होती. त्याने अत्यंत हुषारीने आतल्या यंत्रणेत अशी काही गडबड केली होती की तुम्हाला कधी ती कळली नसती. कदाचित् तो तुमचा एवढा मनातून द्वेष करीत असावा की समजा जरी तुम्ही त्याला बरोबर नेले असते तरी आपल्याबरोबरच आपल्या भावी मारेकऱ्यांना संपवायचे, असाही त्याचा एक हेतू यामागे दिसून येतो. पण त्याला त्या यंत्रणेत जो काही बदल घडवायचा होता तो संपूर्णपणे करता आला नाही. कारण तेवढ्यात तो अपघात घडला, किंवा घडवला गेला. पाण्याच्या तीव्र दाबाखाली ब्रायसन गेला. त्याला वर काढले गेले खरे. पण हीच मोठी चूक, कदाचित् मुद्दामही असेल, पण झाली. त्याच्या रक्तात विरघळलेले वायू हे बुडबुड्यांच्या रुपात प्रगट झाले. रक्त हे द्रव न रहाता तो एक फेस झाला. शेवटी तो मेला. त्याने नियंत्रण यंत्रणेत जो काही अर्धवट बदल केला त्यामुळे बेथिस्कॅफच्या मोटारी चालू होत नव्हत्या. त्या तुम्ही जरी चालू करू शकला असता तरी तुम्हाला कुठेही अन्य बिघाड दिसला नसता. मागे पुढे होणे, वर खाली होणे, कमी अधिक वेगाने जाणे, वगैरे सर्व प्रकार तुम्हाला सहज जमले असते. पण जर तुम्ही ३०० फुटांपेक्षा जास्त खोल गेला असतात तर बेथिस्कॅफवरचा पाण्याचा दाब वाढला असता. या दाबावर चालणारे काही खटके त्याने सिस्टिममधे घालून ठेवले होते. त्यानुसार पुढचा नियोजित हाहा:कार उडाला असता. वा:! काय हुषार आहे ब्रायसन!'' फार काही थापा मारून जुगार खेळण्याचे मी टाळत होतो. पण माफक प्रमाणात थापा मारून माझा कार्यभाग साधायला काय हरकत होती? त्यांचे या विषयातले गाढ अज्ञान असल्याने मी जी काही तांत्रिक माहिती व कारणे देत होतो, ते ती मुकाट्याने स्विकारीत होते.

व्हायलंड थरकाप पावत म्हणाला, ''अन् मग पुढे काय झाले असते?''

''पुढे काहीच झाले नसते. बेथिस्कॅफ ३०० फुटांच्या खोलीतून वरती कधीच आला नसता. तेवढ्या वेळात बॅटऱ्या उतरून गेल्या असत्या, त्यामुळे ऑक्सिजनची पुनर्निमिती करणारे युनिट बंद पडले असते. काही तासातच हे घडून गेले असते. अन् मग तुम्ही गुदमरून मरून गेला असता.'' मी त्यांच्या चेहेऱ्याकडे खूप लक्षपूर्वक पहात पुढे म्हणालो, ''हं, एवढे सगळे झाल्यावर मरण्याआधी तुम्ही एक गोष्ट नक्की केली असती ती म्हणजे तुम्ही बेभान होऊन भयाने किंकाळ्या फोडत सुटला असता. तुम्ही खरोखरीच ठार वेडे झाला असता. तरीही मृत्यूने तुम्हाला गाठले असतेच.''

मी पाहिले की व्हायलंडचा चेहरा झरझर उतरत गेला आहे. आपली अस्वस्थता लपवण्यासाठी त्याने खिशातून एक सिगारेटचे पाकिट काढले आणि त्यातील एक सिगारेट त्याने तोंडात धरून ती पेटवली. पण त्याच्या हातांची थरथर तरीही नंतर

बराच वेळ दिसून येत होती. रॉयेल हा त्यावेळी टेबलापाशी बसून होता. त्याच्या चेहेऱ्यावरतीही गांभीर्य पसरले होते आणि तो आपला एक पाय सारखा हलवू लागला. याचा अर्थ तोही माझ्या बोलण्यामुळे अस्वस्थ झाला होता. रॉयेलने आत्तापर्यंत अनेक माणसांना ठार करून त्यांचे बळी घेतले होते. त्यावेळी त्या बळी जाणाऱ्यांच्या चेहेऱ्यावर उमटलेले भीतीचे मूर्तिमंत दर्शन पाहून तो खूष झाला असेल. या दोघांचे चेहेरे भयभीत झालेले पहाण्याची मी शपथ घेतली होती. ते भय काही प्रमाणात मला त्यांच्या चेहेऱ्यावरती प्रगट झालेले दिसले. त्यामुळे मला थोडेसे बरे वाटले.

व्हायलंडने एव्हाना स्वत:ला बऱ्यापैकी सावरले होते. तो म्हणाला, ''असे आहे तर?''

''पण काही का असेना, ब्रायसनने असे करण्यामागचा त्याच्या हेतूबद्दल नक्कीच सहानुभूती बाळगण्याजोगा होता असे म्हटले पाहिजे,'' मी त्यांना आणखी खचवण्यासाठी म्हणालो.

''हे सारे अगदी मनोरंजक आहे. भलतेच गमतीदार प्रकरण आहे,'' तो उसने अवसान आणीत म्हणाला. पण मग एकदम थबकून व्हायलंड म्हणाला, ''टालबोट, पण तुझ्या डोक्यातही असले काही विचार आले आहेत काय? म्हणजे शेवटी ऐन वेळी आमच्या साऱ्यांचा घात होईल?''

मी हसत म्हणालो, ''वा:! काय झकास कल्पना आहे. पण इथे तुम्ही माझ्या बुद्धिमत्तेचा अपमान केलात. अन् जर माझ्या डोक्यात असे काही असते तर ब्रायसनचे हे हेतू मी कधीतरी तुम्हाला सांगितले असते का? मी सरळ त्याने केलेला तो प्राणघातक बदल तुमच्यापासून लपवून ठेवला असता. मग मला खरे जीवदान नसते मिळाले? पण मी असे काहीही केले नाही, यावरून तुम्ही माझ्याबद्दल असली शंका घ्यायला नको होती. शिवाय तुमच्या त्या मोहिमेवरती मलाही बरोबर न्यावे असे मीच याआधी तुम्हाला सुचवले होते की नाही? तुम्ही मला न्याल अशी मी आता केवळ आशा करतो.''

''असं का?'' व्हायलंडचा तोल आता सावरला गेला होता. त्याचा कावेबाजपणा आता पुन्हा परत आला होता. तो म्हणत होता, ''का बरं, एकदम तू इतका सहकार्य कसे काय देऊ लागलास टालबोट?''

मी मग स्पष्टपणे म्हणालो, ''व्हायलंड, मी काहीही जरी म्हटले तरी तुम्ही माझ्यावर आरोप लादणार. जर मी म्हटले असते की, 'मला तुमच्याबरोबर त्या बेथिस्कॅफमधून यायचे नाही' तरीही तुम्हाला माझा संशय येणार आणि वरती मलाच त्याचा जाब विचारणार. एक गोष्ट लक्षात घ्या. काही तासांपूर्वीची परिस्थिती आता राहिली नाही. जनरलने माझ्या जीवाची हमी मला दिलेली आठवते ना? जनरलसाहेब

आपण बोललेला प्रत्येक शब्द पाळण्याबद्दल प्रसिद्ध आहेत. तुम्ही मला संपवायचा प्रयत्न करा, मग जनरल तुम्हाला संपवेल. त्यातून व्हायलंड, तू तर एक बिझनेसमन आहेस. सौदा आतबट्ट्यात जाईल असे तू कधीच करणार नाहीस. माझ्याकडून तुम्हाला सहकार्य होते आहे याचे कारण मी आता निर्धास्त झालो आहे. मला तुम्ही मारू शकणार नाही. बिचाऱ्या रॉयेलला मला ठार करण्याचा आनंद कधीच मिळणार नाही.''

''कुणालाही ठार करण्यात मला आनंद मिळत नसतो, टालबोट,'' रॉयेल म्हणाला.

तसे पाहिले तर ते एक केवळ विधान होते. म्हटले तर खरेही होते. पण रॉयेल असे काही विधान करेल याची मला कल्पना नव्हती. मी क्षणभर गडबडलो. मग त्याच्याकडे रोखून पहात म्हटले, ''मी जे आत्ता ऐकले ते खरे आहे काय, रॉयेल?''

''खड्डे खणणारा हा काही केवळ खणण्याचा आनंद मिळावा म्हणून खणत नाही!'' रॉयेल म्हणाला.

यावर मी काही क्षण त्याच्याकडे टक लावून पाहिले. मला वाटत होते त्यापेक्षा तो कितीतरी क्रूर होता. मी म्हणालो, ''असं? तुझ्या बोलण्यात थोडेफार तथ्य आहे नक्की.'' मग व्हायलंडकडे वळून मी म्हणालो, ''ते काही असू दे, मी आता जिवंत रहाणार आहे हे सत्य आहे व्हायलंड. तेव्हा आता मी सगळेच वेगळ्या दृष्टीकोनातून पहातो आहे. हे सगळे जितक्या लवकर संपेल तितक्या लवकर मी तुमच्यासारख्या अतिप्रेमळ लोकांपासून दूर जाईन. एकदा मी सुरक्षित झालो की जनरलसाहेबांशी संपर्क साधून कित्येक हजार डॉलर्स मला द्यायला लावेन. कारण तुमच्या या गुन्हेगारीच्या कृत्यात आपला सहभाग आहे हे जगजाहीर होऊ नये म्हणून ते त्याची किंमत मला सहज मोजतील.''

व्हायलंड आश्चर्यचकित होत म्हणाला, ''म्हणजे... म्हणजे तू जनरलना ब्लॅकमेलिंग करणार? ज्यांनी तुझा जीव वाचवला त्यांच्यावरच तू असा उलटणार?'' व्हायलंडने असा विचार करावा याचे मला नवल वाटले. तो पुढे म्हणाला, ''माय गॉड! तू तर आमचा बाप निघालास.''

मी निर्विकारपणे म्हणालो, ''असं पहा व्हायलंड, हा काळ मोठा कठीण आहे. मला जिवंत रहायचे आहे. कोणत्याही परिस्थितीत. केवळ पैसाच मला सुरक्षित ठेवू शकतो व माझा चरितार्थ चालू राहू शकतो. मला आता तसे निर्धास्त जीवन कधी सुरू करतो आहे, असे झाले आहे. म्हणून म्हणतो की ही तुमची मोहीम कधी संपते आहे हे पहायला मी अधीर झालो आहे. अन् म्हणूनच तुमची मोहीम यशस्वी करण्यासाठी मी त्यात सामील व्हायला पहातो आहे. व्हायलंड तुम्हाला तो बेथिस्कॅफ पुस्तक वाचून चालवता येईल. खालीवर हलवता येईल. तुम्हाला

पाण्यातून जे काही बाहेर काढायचे आहे ते वर काढणे मात्र अजिबात जमणार नाही. ते काही नवशिक्यांचे काम नाही, हे लक्षात ठेव व्हायलंड. तुम्ही या क्षेत्रात नवखे आहात, नवशिके आहात. तर मी मात्र एक अनुभवी माणूस आहे, तज्ज्ञ आहे. तेव्हा मी बरोबर येतो व तुमचे काम करून टाकतो. ही मोहीम तुम्ही लवकर संपवा, म्हणजे मला इथून जाता येईल.''

व्हायलंड यावर बराच वेळ माझ्याकडे रोखून पहात होता. अगदी विचारपूर्वक पहात होता. माझ्या म्हणण्याप्रमाणे काही अन्य हेतू असतील तर त्याचा तो वेध घेत होता. मग तो मृदू आवाजात म्हणाला, ''टालबोट, तुझ्यावाचून पाण्याखाली फिरण्याची मी कल्पनाही करू शकत नाही. तुला मी बरोबर घेऊन जाणारच.''

मग आम्ही तिघेही त्या खोलीतून बाहेर पडलो. आमच्या मागे त्या दणकट गुंडाने ते पोलादी दार लावले व पक्के कुलूपबंद केले. एखाद्या बँकेच्या तिजोरीपेक्षाही ती खोली आता अभेद्य झाली होती. नंतरचा छोटा बोळ हा १५ फूट लांबीचा होता. तिथेही एक दार होते. बाहेरून येताना हे पहिले दार लागत होते. ठराविक सांकेतिक पद्धतीने त्यावरती ठोकले असता ते उघडले जाऊ शकत होते. व्हायलंडबरोबर आत प्रवेश करताना मी तो संकेत लक्षात ठेवला होता. वेळोवेळी तो आठवून पाठही करत होतो.

पण आम्ही त्या बाहेरच्या दाराकडे न जाता लगतच्या दुसऱ्याच एका खोलीकडे वळलो. त्या दुसऱ्या धटिंगणाने आतून दार उघडले. ही खोली बऱ्यापैकी होती. तिथल्या खुर्च्या व बाके ही नुसती लोखंडी नव्हती, तर ती गाद्यांनी मढवलेली होती. पण तिथे टेबल नव्हते की जमिनीवर गालिचा किंवा कसलेही आच्छादन नव्हते. भिंतीला पक्क्या केलेल्या बाकावरती जनरल व त्याची कन्या मेरी असे दोघेच तिथे बसले होते. कोपऱ्यातल्या एका खुर्चीवरती केनेडी हा पाठ ताठ करून बसला होता. तर लॅरी तिथे अस्वस्थ होऊन हातात रिव्हॉल्व्हर घेऊन पहारा देत होता. त्याचे डोळे सर्वत्र गरगरा फिरत होते. नेहमीप्रमाणे जनरल ताठ बसले होते. पण त्यांचे खांदे पडले होते व डोळ्यांच्या खाली अर्धवर्तुळ अंधुकपणे उमटलेली दिसत होती. दोन दिवसांपूर्वी त्यांचा चेहरा असा नव्हता. मेरी ऊर्फ मिस् रुथव्हेनचीही अशीच अवस्था होती. पण तिच्यात वडिलांएवढा पोलादी कणखरपणा नव्हता. केनेडीकडे मी पाहिले तर त्याच्या अंगावरती तो मरून रंगाचा सूट होता. त्याला तो फिट बसला होता. त्याचा चेहेरा तसाच देखणा होता. पण त्याच्याजवळ मिस् रुथव्हेनचे रक्षण करण्यासाठी पिस्तूल नव्हते. असते तर त्याचा फुगवटा मला त्याच्या कपड्यावर दिसला असता. बहुतेक ते काढून घेतले असावे.

आम्ही खोलीत शिरल्यावरती मेरी रुथव्हेन एकदम उठली. लॅरीकडे न बघता माझ्याकडे हात करीत तिने रागाने व्हायलंडला विचारले, ''मिस्टर व्हायलंड, हे

काय चालले आहे? आम्हाला इथून पुढे गुन्हेगारांसारखे वागवण्यात येणार आहे काय? आमच्यावर का रिव्हॉल्व्हर रोखून पहारा केला जात आहे?'' तिने व्हायलंडला वरच्या पट्टीत खडसावून विचारले.

मग मीच तिची समजूत काढीत म्हणालो, ''त्या लॅरीकडे तू लक्ष देण्याची मुळीच गरज नाही. त्याच्या हातात ते शस्त्र असले तरी ते आपल्यासाठी नाही, त्याच्यासाठीच आहे. ही गुन्हेगार मंडळी नेहमीच मनातून धास्तावलेली असतात. लॅरीला आता कशाची तरी भीती वाटत असावी. त्याने केवळ आधार म्हणून ते पिस्तूल हातात धरले आहे. पिस्तूल हातात असले की बऱ्याच गुन्हेगारांना आपण सुरक्षित आहोत असे वाटते व थोडा धीर येतो. त्याला जर गोळी झाडायची संधी मिळाली की मग बघ त्याची भीती कुठल्याकुठे पळून जाते ती. तो आता केव्हाही गोळी झाडेल. त्याची ती लक्षणेच मला सांगत आहेत.''

मी एवढे बोलल्यावर लांब पावले टाकीत लॅरी माझ्याकडे आला व आपले रिव्हॉल्व्हर त्याने माझ्या पोटात खुपसले. त्याच्या डोळ्यात अफीमबाज लोकांची ती वैशिष्ट्यपूर्ण चमक आता दिसत होती. त्याचा श्वासोच्छ्वास जोरजोरात होत होता. त्याने दातओठ आवळून धरले होते व दातांच्या फटीत श्वासाचा फिस् फिस् आवाज बाहेर येत होता. तो गुरगुरत मला म्हणाला, ''टालबोट, तू उगाच मला चिडवू नकोस. मी तुला हे शेवटचे....''

मी त्याच्या खांद्यावरून पलीकडे पाहिले व त्याच्याकडे पाहून स्मित हास्य केले. मग मी अत्यंत मृदू आवाजात त्याला म्हटले, ''लॅरी बेटा, तुझ्या मागे बघ अन् मगच काय ते बोल,'' हे म्हणताना मी पुन्हा त्याचे मागे बघून माझी मान किंचित हलवली.

लॅरीच्या मनाचा ताबा क्रोधाने घेतला होता. त्यामुळे त्याची सारासार विवेकबुद्धि काम करीत नव्हती. तो माझ्या युक्तीला फसला. मागे बघण्यासाठी तो किंचित वळला नि मी तो क्षण नेमका साधला. माझा उजवा हात अत्यंत वेगाने हलवून मी त्याचा तो रिव्हॉल्व्हरचा हात धरला. मी त्याच्या मनगटाला घट्ट धरले. मग सर्व ताकदीनिशी रिव्हॉल्व्हरचा रोख जमिनीकडे वळवला. पण या वेड्याने जर शस्त्र झाडले तर गोळी कुठेच घुसून बसणार नव्हती. ती सर्व एक लोखंडी खोली होती. तेव्हा प्रत्येक पृष्ठभागावरून ती परावर्तन पावत जाणार होती. तिच्या वाटेत कुणी आले तर मात्र त्या व्यक्तिच्या शरीरात ती घुसणार होती. मी हे सर्व एका सेकंदात हेरले.

लॅरी माझ्याशी झटापट करीत होता. त्याचा चेहेरा माझ्याकडे वळला होता. तिथे अत्यंत विकृत व हिंस्त्र भाव प्रगट झाले होते. आपण ड्रॅक्यूलाचा चेहेरा पहातो आहोत असेच मला क्षणभर वाटले. संताप, मत्सर, द्वेष, वगैरे सर्व दुष्ट विकारांचा

चेहेरा मी जवळून पहात होतो. आपला दुसरा रिकामा हात तो रिव्हॉल्व्हरपाशी आणत होता. पण त्याला ते जमणे कठीण होते. शस्त्र बाळगणाऱ्याचे हात नेहमी बळकट व ताकदवान असावे लागतात. लॅरीच्या हातात फक्त नशील्या पदार्थांचे इंजेक्शन स्वत:ला टोचून घेण्याइतपतच बळ होते. त्याचा हात पिरगाळून मी ते रिव्हॉल्व्हर खाली पाडले. मग त्याचा तोच पिरगाळलेला हात मागे नेऊन जोरात त्याला भिंतीच्या दिशेने ढकलले. त्या लोखंडी भिंतीवर त्याचे नाक आपटताच त्यातून रक्त येऊ लागले. मी लॅरीच्या रिव्हॉल्व्हरमधील गोळ्यांचे मॅगेझिन उपसले, त्यातल्या गोळ्या काढल्या व दोन्ही गोष्टी खाली जमिनीवरती भिरकावून दिल्या. ते रिव्हॉल्व्हरही मी दूर टाकले.

मग मागे न वळून बघता मी म्हणालो, "ठीक आहे रॉयेल, तुझे पिस्तूल आता खिशात ठेव. खेळ संपला आहे."

पण मागून एक आवाज आला. त्यामुळे मला कळले की खेळ अजून चालूच राहिला आहे. तो व्हायलंडचा आवाज होता. कठोर शब्दात तो म्हणत होता, "टालबोट, त्या जमिनीवरच्या गोळ्या गोळा कर, रिव्हॉल्व्हरमध्ये घाल, आणि ते लॅरीला परत दे. मुकाट्याने दे."

मी हळूहळू पाठीमागे वळलो. व्हायलंडच्या हातात एक रिव्हॉल्व्हर होते. त्याचे बोट चापावर होते व ते आता पांढरे पडले होते. याचा अर्थ बोटाची पकड घट्ट झाली होती. त्याचा श्वास थोडासा वेगाने होत होता. मला याचा अर्थ समजत नव्हता. व्हायलंडसारखी माणसे कधीही अशी चटकन भावनेच्या आहारी जात नाहीत. त्यातून त्या वेडसर लॅरीवर मी मात केली म्हणून व्हायलंडचे काहीही नुकसान होणार नव्हते. इथे काहीतरी नक्कीच पाणी मुरत असावे मला वाटले. माझा स्वभाव आता एवढा शंकेखोर झाला होता की साध्या गोष्टींमागे मी नको तो अर्थ शोधत होतो. मला तेही भान होते. पण तरीही संशयाचा किडा माझ्या डोक्यात वळवळू लागला होता.

मी थंडपणे व्हायलंडला म्हणालो, "मिस्टर व्हायलंड, मला वाटते की वर जाऊन जरा गार हवेत तुम्ही फिरावे."

"मी आता फक्त पाच आकडे मोजेन," व्हायलंड गुरगुरत म्हणाला.

"अन् ते मोजून झाल्यावरती पुढे काय?" मी तरीही शांतपणे म्हणालो.

कदाचित् माझा हा शांतपणाच त्याला चिडवीत असावा. तो चिडून म्हणाला, "टालबोट, नंतर मी सरळ तुला गोळी घालेन."

"तुला तसे करताच येणार नाही व्हायलंड. इतक्या निर्ढावलेल्या गुन्हेगारात तू नक्कीच मोडत नाहीस. म्हणून तर तू आपल्या हाताखाली असली कामे करायला गुंड माणसे ठेवली आहेस. शिवाय मग ती बेथिस्कॅफ तुम्हाला कशी पाण्यात नेता येणार? मी अजूनही ती पुरी दुरुस्त केली नाही."

“टालबोट, मी आकडे मोजू लागलो आहे. एक... दोन...” व्हायलंड धमकावत म्हणाला. तो खरोखरच रागाने वेडा झाला होता.

त्याचे बोलणे अडवत मी त्याला म्हणालो, “ठीक आहे, ठीक आहे! तुला आकडे मोजता येतात ते कळले मला. अगदी दहापर्यंत सुद्धा मोजता येतील हे मी पैजेवरही मान्य करतो. पण ते कोट्यावधी डॉलर्स मात्र तुला मोजता येणार नाही, हेही मी पैजेवरती सांगतो. अन् केवळ मी जमिनीवरच्या गोळ्या गोळा केल्या नाहीत म्हणून तू ते कोट्यावधी डॉलर्स गमावण्याइतका मूर्ख नक्कीच नाहीस. तू तर प्रथम एक बिझनेसमन आहेस ना?”

“तो बेथिस्कॅफ मी दुसऱ्या कोणा तज्ज्ञाकडून दुरुस्त करून घेईन.”

“शक्यच नाही व्हायलंड. निदान सबंध अटलांटिक महासागरावरती आणि सभोवताली तुला माझ्यासारखा कोणीही मिळणार नाही. अन् जरी तू ते तसे करायचे ठरवलेस, तरी तुला तसल्या माणसाचा शोध घ्यायला वेळ आहेच कुठे? जॉब्लान्स्कीने ती जी सांकेतिक भाषेत एफ.बी.आय. ला तार पाठवली, त्याचा अर्थ तुला अजून उमगला नाही, व्हायलंड. कदाचित् एव्हाना एफ.बी.आय. ची अनेक माणसे खास विमानाने निघालीही असतील. मार्बल स्प्रिन्ज गावात ती उतरतही असतील. मग ती जनरलसाहेबांच्या
घरी जाऊन त्यांची चौकशी करतील. तुमचा बटलर ‘साहेब इथे नाहीत’ म्हणून सांगेल. त्यावर ‘कुठे आहेत? पत्ता काय? तिथला फोन नंबर काय?’ असले प्रश्न त्याला विचारतील. त्यांच्यापुढे तो बटलर टिकणार नाही. तो खरे काय ते सांगून टाकेल. मग या तेलविहिरीवरती येऊन पोचायला त्या माणसांना कितीसा वेळ लागणार आहे? कदाचित् एव्हाना असे होतही असेल. व्हायलंड, तू उगाच एका भ्रमाखाली वावरतो आहेस. तुझी व्यवहारी बुद्धी तू गमावून बसला आहेस.”

“व्हायलंड, मला वाटते की टालबोटचे खरे ठरू शकते. आपल्याजवळ खरोखरच फार थोडा वेळ उरला आहे,” रॉयेल म्हणाला. त्याच्याकडून माझी बाजू घेतली जाईल असे मला वाटले नव्हते. त्याच्या नकळत का होईना ती एक ऐन वेळी माझ्या सहाय्याला आलेली अनपेक्षित मदत होती.

बराच वेळ व्हायलंड काहीही यावर बोलला नाही. शेवटी त्याने आपला रिव्हॉल्व्हरचा हात खाली घेतला, खिशात ते शस्त्र टाकले व सरळ तो त्या खोलीतून बाहेर पडला.

काही झालेच नाही असे दर्शवित रॉयेल म्हणाला, “व्हायलंडसाहेब आता जेवायला गेले आहेत. चला, आपण सगळेच आता तिकडे जेवायला जाऊ या.”

आम्ही सारे एका मागोमाग त्या खोलीतून बाहेर पडलो. पण मला तो सारा प्रसंगच अनपेक्षित व चमत्कारिक वाटला. त्यातून काही नीट अर्थच निघत नव्हता,

की कशाचाही खुलासा होत नव्हता. लॅरीने खाली पडलेले रिव्हॉल्व्हर व दारुगोळा गोळा केला होता. या लॅरीला एवढे महत्त्व का दिले जात आहे? अचानक मला जाणवले की आपल्या पोटात खूप आग पडली आहे. खूप भूक लागली आहे. बाहेर चालता चालता माझ्या डोक्यात हे विचारचक्र फिरत होते. रॉयेल सर्वात शेवटी चालत होता. सहाजिकच आहे.

हवेत उंच गेलेले मनोरे, पोलादी खांब, वगैरेंना तिथल्या कर्मचाऱ्यांनी पोलादी केबलचे जादा ताण लावले होते. येणाऱ्या वादळापासून बचाव करण्याची ती पूर्वतयारी होती. वारा आताच खूप जोरात वाहू लागला होता. आम्ही वाटेतल्या त्या केबल्सचे अडथळे कसेबसे ओलांडले. सकाळपेक्षा वाऱ्याचा वेग आता नक्कीच दुप्पट झाला होता. अजून खरे वादळ येऊन पोचायचे होते. त्यावेळी तर कशी परिस्थिती असेल? असल्या वादळी हवेत हेलिकॉप्टर किंवा बोट येथवर कधीच येऊ शकणार नव्हती म्हणजे आम्ही आता बाहेरच्या जगापासून पूर्णपणे तोडले गेलो होतो.

दुपार झाली होती तरी संध्याकाळचा संधिप्रकाश वाटावा एवढाच उजेड होता. क्षितीजावरती क्युम्युलो-निंबस जातीच्या वादळी ढगांनी एक उंच भिंत निर्माण केली होती. ती भिंत हळूहळू आमच्या दिशेने सरकत येत होती. पण त्याआधी जोरदार वारे पुढे येत होते. त्यांच्या मार्गात ही समुद्रातली तेलविहिर उभी होती. तिच्याभोवती ते वारे पिंगा घालू लागले. वाऱ्याच्या अशा पिंग्यात किंवा वातचक्रात झाडे सापडली तर ती मुळापासून उपटून उखडली जातात व दूर भिरकावून दिली जातात. झाडे असो किंवा खोल भक्कम पाया असलेल्या इमारती असो. सर्वांचे असेच होते. एक्स-१३ या तेलविहिरीची अशी अवस्था न होण्यास काहीच कारण नव्हते. एखाद्या कोळ्याला भिरकावून दिले जावे तसे १४ पायांवर उभ्या असलेल्या या तेलविहिरीची वाताहात होण्यास आता फारसा वेळ उरला नव्हता. आम्हाला तेलविहिरीच्या दुसऱ्या टोकाला जायचे होते. ते अंतर शंभर दोनशे फूट असेल. परंतु आम्ही सर्वजण मोठ्या कष्टाने चाललो होतो. वाटेत गर्डर, खांब, जाळ्या, वगैरेसारख्या अडथळ्यांना वळसा घालून जात होतो. वाऱ्याच्या घोंगावण्याचा एक भेसूर सैतानी आवाज येत होता. वाऱ्याला विरोध करून जाणे कठीण होते. जर मागून वारा आला तरच आम्ही ढकलले जाऊन पुढे सरकू शकणार होतो. वाऱ्याच्या त्या खळबळाटात श्वास घेणेही मुष्किल होत होते. त्यातून मधेच पावसाच्या सरींचे आसूड तिरपे येऊन आम्हाला फटकारून जात होते.

मिस् रुथव्हेन सर्वात पुढे वाट काढीत चालली होती. तिच्या मागोमाग केनेडी होता. मी संशय येणार नाही इतक्या वेगाने जाऊन त्याला गाठले. मान न वळवता मी त्याला विचारले, "काही निरोप आला का?"

केनेडी हा खरोखरीच हुषार होता. मागून रॉयेलची आपल्यावर नजर आहे याचे त्याला भान होते. त्याने आपल चाल यत्किंचितही मंद केली नाही. समोर पहात त्याने आपली मान थोडीशी नकारार्थी हलवली.

पण यावरून मला संपूर्ण बोध होत नव्हता. शेवटी मी हिय्या करून जोखीम पत्करत विचारले, "तू फोन केलास का?"

पुन्हा त्याची मान नकारार्थी हलली. पण यावेळी मान हलवायला जरा वेळ लागला होता. तो कदाचित आजूबाजूच्या परिस्थितीचा अंदाज घेत असावा. त्याला लॅरीचे व रॉयेलच्या अस्तित्वाचे भान असावे. म्हणून मी थोडेसे मोठ्या आवाजात म्हणालो, "आपल्यात बातचीत होणे जरुरीचे आहे. तशी संधी शोध." यावेळी मात्र त्याची मान चटकन होकारार्थी हलली.

आम्ही तेलविहिरीच्या दुसऱ्या टोकाला पोचलो. जनरलच्या त्या स्टेटरूमसमोर, त्यांच्या खाजगी खोलीसमोर उभे राहिलो. एका अवजड दाराने ती बंद होती. सगळे तिथे आल्यावर रॉयेलने ते दार हाताने जोर लावून उघडले. आम्ही आत शिरल्यावरती ते पटकन आमच्यामागे बंद केले गेले. फटकन् एकदम तिथे शांतता पसरली. कारण ते वादळ, ते घोंगावणे, ते पावसाचे चाबूक, सारे काही दारापलीकडेच राहिले होते. पण ते परावर्तन एवढे झटपट होते की मला त्याचा धक्काच बसला. बाहेर अंधुक प्रकाश होता, तर इथे दिव्यांचा लखलखाट होता. उब होती. बसायला गुबगगुबीत आसने होती. कुठेही पोलादी भिंती दिसत नव्हत्या की पोलादी तक्तपोशीही दिसत नव्हती. भिंतींना सुरेख लॅमिनेटेड तक्ते जडवले होते. जमिनीवरती रबरी गालिचे घातलेले होते. त्यामुळे पावलांचा आवाज शोषला जात होता. दिसणार नाहीत असे लाऊडस्पीकर्स जागोजागी लावले होते. त्यातून मंद संगीत पाझरत होते. जणू काही एखाद्या फाईव्ह-स्टार हॉटेलच्या उंची दालनात आम्ही प्रवेश केला होता.

जेव्हा आम्ही सगळे आत आलो तेव्हा रॉयेलने दार लावून घेतले. केनेडी तिथेच घुटमळत होता. त्याने रॉयेलला विचारले, "सर, मी नेहमी इथल्या लोकांच्या मेसमध्ये जेवण घेतो. तिकडेच जातो." मला मनात हसू आले. रॉयेलसारख्या गुन्हेगाराला 'सर' म्हणून संबोधणे हे किती विचित्र होते. तसेच केनेडीचे कौतुकही वाटले. आपली शोफरची पायरी आपण ओलांडत नाही असे भासवून तो इथून पळ काढू पहात होता.

रॉयेल म्हणाला, "छे:! आज तू इथेच जेव. अन् झटपट आटप."

थोड्या वेळातच केनेडी माझ्या जवळपास घुटमळत होता. मला ती कल्पना होती म्हणून मी जरासा मुद्दाम बाजूला राहिलो होतो. त्याच्याकडे न बघता, डोके खाली करून, ओठ न हलवता, हळू आवाजात मी त्याला विचारले, "इथून फोन लावता येईल का?"

"शक्य नाही. रॉयेलचा माणूस ऑपरेटरजवळ बसला आहे. त्याचे प्रत्येक कॉलवर लक्ष आहे.'' माझ्यासारखेच ओठ न हलवता केनेडी पुटपुटत होता.

"शेरीफला भेटलास?''

"डेप्युटी शेरीफ भेटला. त्याला निरोप दिला.''

"त्यांना जर ते सापडले तर ते आपल्याला कसे कळवणार?''

"जनरलला निरोप येईल की, तुमच्यासारखा दिसणाऱ्या माणसाला जॅक्सनव्हील गावात पकडलेले आहे. तो उत्तरेकडे प्रवास करत जात होता. आपण जर एक्स-१३ वर असला तर उलट उत्तर देऊन आमची खातरजमा करा.''

मला मोठ्याने एक शिवी घालावीशी वाटली. पण मी संयम केला. या पद्धतीने निरोप येण्यात व ते जनरलपर्यंत पोचण्यात खूप अज्ञात अडथळे होते. ऑपरेटरला संशय येऊन हा निरोप त्याने जनरलकडे पोचवला नसता तर? अन् समजा, तसा तो संदेश पोचवला असता, तरी मला कसा तो समजला असता? जर त्यावेळी त्यांच्या जवळपास राहिलो तरच ते शक्य होते. अन् हा एक दुर्मिळ योगायोग होता. निरोपाची ही पद्धत खूपच दुबळी होती. वाटेत कच्चे दुवेही भरपूर होते. पण इतक्या कमी वेळात काही चलाखी करून डाव रचणे याला पोलिसांच्याही मर्यादा होत्या.

लाऊडस्पीकरवरचे संगीत एकदम थांबले. पण आम्ही इतरांपासून जरा दूर होतो. मग एक शेवटची संधी घेत म्हटले, "शॉर्ट-वेव्ह रेडिओचा ऑपरेटर. तो सतत ड्युटीवर असतो?''

"काही कल्पना नाही. कदाचित रेडिओ संदेश आल्याची घंटा वाजली तरच तो रेडिओसेटपाशी जात असेल.''

"तुला त्या शॉर्ट-वेव्ह रेडिओचा ट्रान्समीटर चालवता येईल?''

त्याने नकारार्थी मान हलवली.

"केनेडी कोणत्याही परिस्थितीत तू आता मला मदत केलीच पाहिजे.''

"टालबोट!''

मला उद्देशून केनेडी बोलला नव्हता, तर रॉयेलने मला मारलेली ती हाक होती. तो माझ्या जवळ येत होता. त्याने आम्हा दोघांना बोलताना ऐकले होते काय? माझ्या जवळ येऊन तो मला तुटकपणे म्हणाला, "जरा इथेच थांब.'' मग त्याने पुढे होऊन तिथले एक दार उघडले, आत डोकावले व मला खूण करून आत चलण्यास सांगितले.

आम्ही आत गेलो. ती एक मोठी खोली होती. चांगली वीसएक फूट लांबरुंद व भपकेदार रितीने सजवलेली. खोलीभर लाल गालिचा घातलेला होता. खिडक्यांवरतीही जाड लाल पडदे होते. गुबगुबीत आसने होती. कोपऱ्यात कॉकटेलचा एक बार होता. तिथे काऊंटरपाशी स्टुले ठेवली होती. खोलीत एक महागडे टेबल आठजणांना

बसून वापरता येईल एवढे ते मोठे होते.

व्हायलंड तिथे होता. आमची वाट पहात होता. तो मघाच्या प्रसंगातून सावरला होता. त्याचा चेहेरा आता परत एकदा सुसभ्य नागरिकासारखा झाला होता. त्याने दरवाजात लॅरी उभा होता त्याला फर्मावले, ''दार बंद कर.''

मग माझ्याकडे वळून, एका कोपऱ्यातल्या छोट्या आडोशासारख्या खोलीकडे बोट दाखवून तो म्हणाला, ''टालबोट, तू तिथे जेव.''

''ठीक आहे! माझी काहीही हरकत नाही. 'स्वैपाकघरात जेव' असे तुम्ही सांगितले तरी माझी तयारी आहे.''

''आत्ता येथपर्यंत येताना सुदैवाने वाटेत तुला कोणीही पाहिले नाही. इथल्या कर्मचाऱ्यापैकी कुणी पाहिले असते तर नक्कीच तुला ओळखले असते. कारण तुझे फोटो गेले दोन दिवस सारखे वर्तमानपत्रात छापून येत आहेत. अन् इथे रोज एक हेलिकॉप्टर येऊन रसद पुरवते. त्यात वर्तमानपत्रेही असतात. आत्ता आमच्याबरोबर जेवताना जर तुला वाढप्याने पाहिले तर एक्स-१३ वर ती बातमी चटकन फैलावेल.''

मग तो जनरलकडे वळून म्हणाला, ''तुमच्या त्या स्ट्यूअर्डला बोलवा आता.''

मी चटकन त्या आडोसावजा खोलीत गेलो. तिथला पडदा लावून घेतला. तिथे एक छोटे टेबलखुर्ची होती. आता मी एक सुस्कारा सोडला. याचा अर्थ माझे व केनेडीचे संभाषण रॉयेलने ऐकले नव्हते तर. त्याला आमचा अजिबात संशय आला नव्हता. पण व्हायलंडने आता जी शंका बोलून दाखवली होती ती माझ्या कशी ध्यानात आली नाही. एवढ्या चटकन मी माझी खुन्याची भूमिका विसरलो? जर मी एक अट्टल व खतरनाक गुन्हेगार असतो तर मी माझा चेहेरा नेहमीच लपवत आलो असतो. निदान बाहेर उघड्यावर तरी. तेलविहिरीच्या प्लॅटफॉर्मवरून चालताना मी तसे अजिबात केले नाही. म्हणून रॉयेलला माझा संशय आला होता का?

बाहेरचा दरवाजा उघडून एक स्ट्यूअर्ड आत आला. मी ते पडद्याआडून ओळखले. जनरलसाहेब त्याला हुकूम सोडत होते. ते चटकन मालकाच्या भूमिकेत शिरले होते. आजुबाजूचे लोक आपली नोकर मंडळी व काही पाहुणे मंडळी आहेत, अशा भावनेने त्यांचे वागणे आता होऊ लागले. पण त्यांनी किती चटकन व सफाईने आपली भूमिका बदलली. माझ्यावर त्याची छाप पडली. त्यांच्याबद्दल मला आस्था वाटू लागली. आपण त्यांच्याशी संपर्क साधून त्यांची मदत मागितली तर ते ती नक्कीच करतील अशी आशा वाटू लागली. त्यावेळी ते त्या ठग मंडळींना संशय येणार नाही अशी भूमिका सहज वठवतील. पण तरीसुद्धा हा मार्ग माझ्यापासून खूप खूप दूरचा होता. निदान आत्ता तरी.

जनरलने सर्वांच्या जेवणाची ऑर्डर दिल्यानंतर स्ट्यूअर्ड निघून गेला. त्याने दार

लावल्याचा आवाजही झाला. नंतर मिनिटभर तिथे शांतता होती. मग कुणीतरी उठून चालत जाऊन खोलीच्या दुसऱ्या टोकाला गेल्याचा आवाज मी ऐकला. नंतर बाटल्यांचा व ग्लासांचा आवाज ऐकला. कुणीतरी जनरलसाहेबांसाठी नक्कीच ड्रिंक बनवीत असणार. पुन्हा तो पावलांचा आवाज माझ्या जवळ जवळ येत गेला. मी बसलो होतो तिथे ती पावले आली, पडदा सारला गेला व पाहिले तर खुद्द जनरलसाहेब हातात ड्रिंकचा ग्लास घेऊन माझ्या समोर उभे होते. त्यांनी तो ग्लास वाकून माझ्या टेबलावर ठेवला. दोन तीन सेकंद ते तसेच वाकलेले होते, माझ्याकडे पहात होते. आपल्यासमोर एक खुनी आहे व त्याने आपल्या लाडक्या कन्येला पळवून नेले होते, तिला ठार करण्याची धमकी दिली होती, अशा व्यक्तीला ते पहात नव्हते. निदान त्यांच्या डोळ्यातले भाव तसे सांगत होते. मग काही क्षणांनी त्यांच्या ओठाच्या कोपऱ्यावर एक बारीक स्मित फुटले व त्यांनी आपले डोळे हळूच मिचकावले. पुढच्या क्षणाला ते निघून गेले. जाताना अर्थातच त्यांनी पडदा परत नीट सारला होता.

असे काही होईल याची मला कल्पना नव्हती. जनरलसाहेब माझ्या बाजूला झुकले होते, नव्हे ते माझ्या बाजूचे पूर्णत: झाले होते. त्यांना माझी भूमिका कधी कळून चुकली होती? पण नक्कीच त्यांच्या कन्येने त्यांना माझ्याबद्दल सांगितले नसणार. कारण गुप्तता राखण्यासाठी अगदी वडिलांच्या जवळही बोलू नये, असे मी तिला बजावले होते. तिने नक्कीच तिचे वचन पाळले होते. मग जनरलसाहेबांना कसे कळले हे सारे?

बाहेर हलक्या आवाजात माणसांचे बोलणे चालू झाले होते. पण जनरलसाहेबच बहुतांशी बोलत होते. पण त्यांच्या आवाजात कठोरता होती. सारे सभ्य संकेत मोडून ते म्हणत होते, "मी त्या टालबोटला अजिबात दोष देत नाही. मग भले तो खुनी असला तरी. हे पिस्तूल रोखणे, धमक्या देणे, ती मारामारी करणे, वगैरे सर्व थांबलेच पाहिजे. व्हायलंड, तू हे लक्षात घे. या सगळ्याची काहीही जरूरी नाही. अन् तुझ्यासारख्या माणसानेही हातात पिस्तूल घेऊन एखाद्या गुंडाप्रमाणे वर्तन करावे? अगदी भडक तमाशा झाला! आय हेट धिस. निदान तुमच्या लक्षात यायला हवे होते की बाहेर निदान वादळ आहे नि येत्या बारा तासात तरी येथली कोणतीही व्यक्ती इथून निघून जाऊ शकत नाही."

जनरलसाहेबांच्या आवाजाचा स्वर खूपच चढा बनला होता. एवढा आवाज खुद्द व्हायलंड व रॉयेलला कधी काढता आला नसावा. ते म्हणत होते, "हे सारखी नजर ठेवणे, कैद्यासारखे वागवणे, पिस्तूल हातात धरून धमकी देणे कोणत्याही परिस्थितीत बंद झाले पाहिजे. मी, माझी मुलगी व माझा शोफर केनेडी यांच्याकडे जरा तुमची वाकडी नजर पडली तर पुढे काय होईल ते मी आत्ता सांगत नाही."

जनरलसाहेबांनी आपल्या मुलीलाही नीट वागवावे म्हणून धमकी दिली होती. पण शोफरचे का नाव घेतले होते? या प्रकरणात त्याचा काहीही संबंध नाही हे जसे त्या ठग मंडळींना वाटत होते तसेच जनरलसाहेबांनाही वाटत असणार. पण ज्याअर्थी त्यांनी त्याचेही नाव घेतले त्याअर्थी त्यांना खरे काय ते समजले असावे. व्हायलंड, रॉयेल व मी असे आम्ही तिघे जेव्हा बेथिस्कॅफमधून पाण्याखाली संचार करायला जाऊ तेव्हा वरती त्या खोलीत जनरलसाहेब, त्यांची मुलगी, केनेडी व व्हायलंडची तीन माणसे तिथे असतील, अशी योजना व्हायलंडपुढे मांडली गेली होती. व्हायलंड त्या योजनेला कुरकुरत संमती देत होता. व्हायलंडच्या त्या तीन माणसात अर्थातच लॅरीचाही समावेश होता.

त्यांचे ते बोलणे एकदम थांबले. कारण दरवाजावरती टकटक ऐकू आली होती. एक किंवा अनेक स्ट्यूअर्डस तिथे अन्नपदार्थ घेऊन आले असावेत. मग प्लेट मांडल्यांचे, काटे चमचे ठेवल्याचे, ग्लासात पाणी ओतल्याचे, भांडी सरकवल्याचे व खुर्च्या सरकवल्याचे आवाज आले. नंतर ते स्ट्यूअर्ड निघून गेले असावेत. जनरलसाहेबांनी त्यांना हाताने खूण करून घालवून दिले असावे. थोड्या वेळाने ते मेरीला म्हणाले, "मेरी, तू टालबोटसाठी काही खायला घेऊन जाशील का? तुला आवडत नसेल तर राहू दे."

पण तेवढ्यात केनेडीचा आवाज आला, "सर, मी नेऊन दिले तर चालणार नाही का?"

"थँक यू केनेडी! त्याला या प्लेटमध्ये वाढेपर्यंत थांब जरा."

थोड्याच वेळात पडदा बाजूस सारून केनेडी आत आला व त्याने माझ्यासमोर हातातल्या प्लेटस ठेवल्या. त्या पदार्थांनी भरलेल्या होत्या. त्या प्लेटशेजारी त्याने एक लहान निळसर रंगाचे नोटबुकही ठेवले. माझ्याकडे निर्विकारपणे पाहून तो लगेच तिथून निघून गेला.

मला एक अर्थ कळून चुकला. जनरलसाहेबांनी व्हायलंडकडून जी स्वातंत्र्याची सवलत घेतली होती ती मला लागू नव्हती. चोवीस तास माझ्यावरती पिस्तुलाची नळी रोखली जाणार होती. म्हणजेच मी येथून पुढे केनेडी, मिस रुथव्हेन किंवा जनरलसाहेब यांच्याशी संपर्क साधू शकणार नव्हतो.

पण ते छोटे निळे पुस्तक कसले होते? डायरी व बँकेचे पासबुक यांच्यामधला आकार असलेली ती एक वही होती. ती चामड्याने मढवली होती व एका बाजूच्या फाशात एक पेन्सिलही तिथे अडकवली होती. बहुतेक सर्व गॅरेजेस, पेट्रोल पंप अशा वह्या गिऱ्हाईकांना भेट देण्यासाठी मोठ्या प्रमाणात वापरत असतात. त्यामुळे केनेडीकडे तसली एक वही नेहेमी खिशात असे. माझे कान बाहेरचा आवाज टिपण्यासाठी रोखले होते. डाव्या हाताने काट्या चमच्याचा मोठा आवाज करीत मी

प्लेटमधले अन्न तोंडात कोंबत होतो, आणि उजव्या हाताने त्या वहीत झरझर लिहित होतो. पाच मिनिटे मी खरडत गेलो. केनेडीला जे काही सांगायचे होते ते मी अगदी मोजक्या व सूचक शब्दात लिहित गेलो. सर्व लिहिल्यावरती मला समाधान वाटले. पण अजूनही मला अनुकूल संधी हवी होती. तशी ती येईल की नाही हे मला सांगता येत नव्हते. पण तरीही केवळ अशा संधीची वाट पहात डाव टाकणे हा या कारस्थानाचा किंवा खेळाचा महत्त्वाचा भाग होता. पण तरीही हा नुसता खेळ नव्हता. मी किंवा शत्रूपक्ष यापैकी कोण जिंकते असा नुसता सामन्याच्या निकालासारखा प्रकार नव्हता. इथे काहीजणांचे प्राण अवलंबून होते. ती माणसे निष्पाप होती.

दहा मिनिटांनी केनेडीने मला कॉफी आणून दिली. त्याने टेबलावरती कपबशी ठेवली व काहीही न बोलता नॅपकीनखाली ठेवलेली ती वही उचलून शर्टाच्या आत सोडली. तो तिथून झटपट निघून गेला. त्याने किती सफाईने हे सारे उरकले. त्याच्यावर ठेवलेला विश्वास हा खरोखरीच तो सार्थ करीत होता.

पाच मिनिटांनी व्हायलंड व रॉयेल हे मला घेऊन परत निघाले. पण आता आम्हाला आमच्या त्या कामाच्या जागेकडे जाणे कठीण झाले होते. बाहेर खूपच अंधारून आले होते. मघापेक्षा जास्त काळोख झाला होता. वाऱ्याचा जोर तर खूपच वाढला होता. वाटतले अडथळे पार करत पुढे सरकणे कठीण होते. पण तरीही आम्ही शेवटी तिथे पोचलो.

दुपारी ३ वाजून २० मिनिटांनी मी परत एकदा त्या बेथिस्कॅफमध्ये प्रवेश केला. माझ्या माथ्यावरतीची झडप मी लावून घेतली व आतून बंद केली.

■

प्रकरण १०

संध्याकाळी साडेसहा वाजता मी तो बेथिस्कॅफ सोडला. तिथून निघताना मला आनंद होत होता. ते काम मी अखेर पुरे केले होते. अन् त्यासाठी वेळ लागला होता तो अवघा एक मिनिट! उरलेल्या वेळात मी छानशी झोप घेतली होती. झोप पुरी झाल्यानंतर मात्र वेळ कसा घालवावा ते कळेना. आत्तापर्यंत मी केलेल्या हालचाली, डावपेच, वगैरे आठवत बसलो, पुढच्या संभाव्य घटनांची कल्पना करीत बसलो आणि याचा शेवट आपल्या अपेक्षेप्रमाणे होईल की नाही त्यावरही विचार करत गेलो. पण विचार करून करून माझे डोके दुखू लागले. मला फार कंटाळा आला म्हणून तिथून निघताना मला आनंद झाला होता.

मी वरती आल्यावर तिथे झडपेपाशीच रॉयेल उभा होता. एकटा! त्याने मला विचारले, "झाले सगळे काम, टालबोट?"

"खालचे सारे काम संपले आहे. आता मला काही गणिते करायची आहेत. तेव्हा कागद, पेन्सिल, बेथिस्कॅफची तपशीलवार माहिती देणारे ते पुस्तक, दुसरे त्याचे मेटेंनन्स मॅन्युएल सारे सारे काही हवे आहे. मग जर मी बरोबर असेन... बाकी असणारच म्हणा... तर खाली गेल्यावर ती इंजिने मला चुटकीसरशी चालू करता येतील. व्हायलंड कुठे आहे?"

"जनरलने त्याला पाच मिनिटांपूर्वीच बोलावून घेतले. ते दोघेही कुठेतरी गेले आहेत. कुठे ते मला ठाऊक नाही."

"छान! जनरलने अगदी अचूक वेळ पाळली म्हणायची." मी मग रॉयेलला म्हणालो, "काही हरकत नाही. मला जास्तीत जास्त अर्धा तास गणिते करायला लागेल. संध्याकाळी सातनंतर आपण केव्हाही निघू शकतो, असा निरोप व्हायलंडला द्या. आता मला कागद द्या आणि जरा शांतता लाभू द्या. म्हणजे ती किचकट गणिते मला सोडवता येतील. जवळ आहे का कुठे अशी जागा की जिथे मला हे निवांतपणे करता येईल?"

रॉयेल म्हणाला, "का? ही खोली का नाही चालणार? मी कागद आणायची व्यवस्था करतो."

"इथे? इथे शक्यच नाही. तुमच्या त्या बटबटीत डोळ्याच्या माणसाची माझ्यावर कायम नजर रोखलेली असताना मला गणिते करणे जमणार नाही." मग

क्षणभर थांबून विचार करून मी म्हणालो, ''इथे येताना वाटेत एक कसली तरी खोली उघडी दिसली हाती. ते बहुतेक ऑफिस असावे. आत कोणीच दिसले नाही. तिथे कागद आहेत, लिहायचे सामान आहे व बसायला छानपैकी टेबल खुर्चीही आहे.''

''ठीक आहे! काहीच फरक पडत नाही,'' रॉयेलने आपले खांदे उंचावत म्हटले.

आम्ही दोघे बाहेर पडलो. शंभर एक फुटांवरती आम्हाला ते ऑफिस सापडले. कारण त्याचे दार उघडेच टाकलेले होते. आम्ही आत गेलो. ती एक बऱ्यापैकी प्रशस्त खोली होती. काम करायला तर छानच होती. मी डोळे तिरपे करून हळूच रॉयेलकडे पाहिले, तर तोही समाधानाने आपली मान हलवित होता. मी टेबलामागच्या खुर्चीवरती जाऊन बसलो. ती फिरणारी खुर्ची होती. टेबलावरती चार-पाच लेटरपॅडस होती. लिहिण्याचे साहित्यही होते. रॉयेलने माझ्या टेबलासमोर एक खुर्ची घेऊन आपले ठाण मांडले.

दहा मिनिटे मी कागदावरती गणिते करीत होतो. समीकरणे मांडत होतो, आकडेमोड करत होतो व गणिते सोडवण्याचा प्रयत्न करत होतो. मधेच मी बेथिस्कॅफचे मेंटेनन्स मॅन्युएल पाही. आधीच्या खोलीतून निघतानाच रॉयेलने बेथिस्कॅफबद्दलचे सारे छापील साहित्य बरोबर घेतले होते. मी वायरिंगचा एक आराखडा काढला. त्यात अनेक ठिकाणी खुणा करून ठेवल्या. रॉयेल माझ्या ह्या साऱ्या कृती लक्षपूर्वक पहात होता. त्याला यातले ओ का ठो कळत नव्हते. मध्येच मी दीर्घ सुस्कारा सोडे, डोके खाजवे व त्रासिक चेहेरा करून हातातली पेन्सिल कागदावर आपटे. कुठेतरी कोंडी झाली आहे व ती सुटत नाही, असा माझा अविर्भाव अधूनमधून मी करत असे.

ते सारे पाहून रॉयेललाच माझी दया आली असावी. शेवटी तो उठला व म्हणाला, ''टालबोट, मी इथे असल्यामुळे तुला नीट जमत नाही ना?''

''अंऽ? हो. नाही, तसेच काही नाही. पण मला हा गुंता का सुटत नाही?'' मी त्रासिकपणे म्हणालो.

''तुला जेवढे सोपे वाटले होते तेवढे ते दिसत नाही. किंवा तुला निवांतपणा कमी पडतो आहे. मलाही हे लवकर आटपायला हवे. कदाचित् माझ्यामुळे तुला नीट सुचत नसेल. मी आपला बाहेरच थांबतो कसा,'' असे म्हणून त्याने ती खुर्ची उचलली व खोलीबाहेर जाऊन तिथे ती ठेवून त्यावर त्याने आपले ठाण मांडले. पण बसण्यापूर्वी खोलीचे दार बंद केले व किल्लीने लॅच लावून टाकले. किल्ली तशीच भोकात ठेवून दिली.

मी अजूनही कैदीच होतो. आता तर नक्कीच एका तुरुंगात होतो. मला गणिते थोडीच करायची होती? मी ते केवळ नाटक करत होतो. वेळ काढत होतो, संधी शोधत होतो व वाटही पहात होतो. मला फार वेळ वाट पहावी लागली नाही. बाहेर

कुणाची तरी पावले वाजत होती. मग "सॉरी, मॅक" असे म्हटल्याचा आवाज आला. ते उच्चार अगदी ठराविक अमेरिकन पद्धतीचे व अनुनासिक होते. मग एकदम धपकन काहीतरी पडल्याचा आवाज आला. काही क्षणातच खोलीच्या दारातली किल्ली फिरवली गेली. दार उघडून केनेडी आत आला. मीही तयारीतच होतो. आम्ही दोघांनी मिळून रॉयेलचे बेशुद्ध झालेले धूड ओढत आत आणले.

केनेडी आपल्या अंगावरचा पातळ रेनकोट उतरवत होता. मी त्याला म्हटले, "तुझ्या त्या खास अमेरिकन उच्चाराच्या नकलेने मीही क्षणभर फसलो होतो."

केनेडी खाली वाकून रॉयेलकडे पहात होता. त्याच्या कपाळावरती एक टेंगूळ आले होते. केनेडी म्हणाला, "हा बेटा मरणार नाही. जगेल."

मी माझ्या अंगावरचा कोट उतरवून टाकला व केनेडीने उतरवलेला रेनकोट माझ्या अंगावर चढवला. मी त्याला म्हटले, "सगळे काही नीट पक्के केलं ना? वर्कशॉपमध्ये 'ते' आणले ना?"

"होय. सारे काही ठरल्याप्रमाणे. आता मला तीन तास वेळ आहे." तो म्हणाला.

"उत्तम! जर आपला हा मित्र रॉयेल शुद्धिवर येण्याची लक्षणे दिसू लागली तर?"

"तर मी त्याला आणखी एक झोपेचा डोस देईन," त्याने डोळे मिचकावून म्हटले.

मी यावर हसलो आणि तिथून त्वरेने निघालो. जनरलसाहेबांनी व्हायलंडला काय कारण सांगून बोलावून घेतले ते मला ठाऊक नव्हते. नक्कीच काहीतरी दिखाऊ कारण असणार. व्हायलंड असा सहजासहजी फसणारा नव्हता. तेव्हा त्या दोघांची बैठक ही फार काळ नक्कीच चालणार नव्हती. शिवाय आपल्याजवळ आता थोडाच वेळ उरला आहे, याची जाणीव व्हायलंडला झाली होती. 'ती एफबीआयची माणसे वादळे उलटून जाण्याची वाट पहात असतील' असे मी म्हणायला नको होते, असे आता मला वाटू लागले. पण त्यावेळी व्हायलंड मला कधीही गोळी घालण्याची शक्यता असल्याने मी असे बोलणे हे क्रमप्राप्तच होते.

बाहेर उघड्यावरती वाऱ्याचा जोर वाढला होता, पण त्याची दिशा बदलली होती. याचा अर्थ वादळाचा केंद्रबिंदू आता आणखी उत्तरेकडे सरकला असला पाहिजे. मी फार मुष्किलीने वाऱ्याला तोंड देत कठड्यासारख्या दोरीला धरून पुढे चाललो होतो. जवळजवळ पूर्ण काळोख झाला आहे असे वाटत होते. सहज मी मागे वळून पाहिले तर तेवढ्या अंधुक प्रकाशातही एक व्यक्ती माझ्याच मागोमाग येत होती. पण मी लक्ष दिले नाही.

मी तेलविहिरीच्या दुसऱ्या टोकाला पोचलो. तिथे एका लांबचलक कॉरीडॉरमधून चालत गेलो. याच ठिकाणी दुपारी मी केनेडीशी कुजबूज केली होती. तिथून आता मला ड्रिलिंग डेककडे जायचे होते. तिथे बरीच माणसे कामे करीत होती. वाटेत एका ठिकाणचे दार उघडे दिसले म्हणून डोकावले. आतमध्ये बरीच माणसे धूम्रपान करीत

होती. खातपीत होती. ती एक घटकाभर करमणूक करवून घेण्याची रिक्रिएशन रुम होती. याचा अर्थ ड्रिलिंग डेकवरचे काम आता पूर्णपणे थांबले होते. सर्वजण मजा करत होते. त्यांना ही मजा मनापासून वाटत असणार. वादळामुळे काम थांबवले गेले होते. त्यांच्याशी नेहमी दर दहा दिवसांचा करार केला जातो. किनाऱ्यापासून निघाल्यापासून पुन्हा किनाऱ्याला लागेपर्यंतचे दिवस यात धरतात. मग भले ड्रिलिंग रिगवरती सतत काम असो, किंवा अधूनमधून असो, किंवा अजिबात नसो. त्यामुळे त्यांना कामाची कसलीही चिंता नसते. पण मलाही आता त्यामुळेच चिंता नव्हती. कारण वरती मी एकटाच असणार होतो. माझे काम आणखी सोपे झाले.

समोरून दोन माणसे येताना दिसली. ती तावातावाने एकमेकांशी वादविवाद करत होती. जवळ आल्यावर मला समजले की ते जनरलसाहेब व व्हायलंड आहेत. मला माघार घेऊन पळून जाणे शक्य नव्हते. एवढे आता थोडे अंतर राहिले होते. मी सरळ व्हायलंडवर जाऊन धडकलो व "सॉरी मॅक" असे अमेरिकन धाटणीत म्हणून झटकन पुढे गेलो. सुदैवाने तो कोपरा जवळच आल्याने मी त्याला वळसा घातल्यावर ते दिसेनासे झाले. जर जनरलने व्हायलंडपुढे वादग्रस्त असा वैयक्तिक लाभाचा मुद्दा ठेवला असेल तरच व्हायलंड त्यावर वाटेल तितका वेळ चर्चा करेल. पण जर पाण्यातली ती मोहीम आणखी पुढे ढकलावी," असे काही जर जनरल म्हणत असेल तर व्हायलंड त्याला स्वच्छ नकार देऊन संभाषण संपवू शकत होता. ते दोघे नक्की कशावर बोलत होते ह्यावर आता नुसता तर्क करून काय उपयोग? मी ज्या कामासाठी बाहेर पडलो ते काम मला प्रथम पार पाडायला हवे होते.

मी कम्पॅनिअनवेपाशी गेलो. दोन-दोन पायऱ्या एका दमात चढून वरती पोचलो. तिथे एका आडोशाला मिस् रुथव्हेन उभी होती. तिने एक प्लॅस्टिकचा रेनकोट अंगात चढवला होता. मी वर येताच ती मागे सरकली. पण मी कॉलर खाली करताच तिने माझा चेहेरा पाहिला व म्हणाली, "तुम्ही? पण.... तुमचा पाय? तुम्ही लंगडत चालता ना?"

"छे:! माझ्या पायाला काहीही झालेले नाही. मी उगाच ते लंगडत जाण्याचे नाटक करत होतो. ते जाऊ दे. तुझे काय काम ते केनेडीने तुला समजावून सांगितले ना?"

"होय, पहारा देण्याचे काम." ती म्हणाली.

"दॅटस् इट. त्या वायरलेस रुममध्ये मी काम करताना माझ्या पाठीत कोणी चाकू मारायला नको किंवा गोळी घालायला नको. हे काम करायला तुला सांगावे लागत आहे याबद्दल सॉरी. पण माझा नाईलाज आहे. तो शॅक कुठे आहे?"

शॅक म्हणजे जिथे बिनतारी यंत्रणा ठेवलेली असते तिथली काम करण्याची जागा. तिने समोर बोट दाखवीत म्हटले, "तिथून पन्नास पावलांवरती आहे."

मी निघालो आणि वादळाने अचानक थैमान घालण्यास सुरुवात केली. ती रात्र

खरोखरीच एक भीतीदायक स्वप्न वाटावे अशी होती. त्या वादळात पावसाच्या धारांचे आसूड इतक्या वेगाने झोडपत होते की कोणीही माणूस त्यापुढे हतबल झाला असता. आम्हाला इंचभरही पुढे सरकता येत नव्हते. एकमेकांचे हात घट्ट धरून व दंडाला दंड लावून आम्ही चार पावले पुढे सरकत होतो व तीन पावले मागे रेटले जात होतो. त्या जागी दिवे नव्हते. त्यामुळे आम्ही दिसण्याचा प्रश्न नव्हता. पण वाटेत एखादे चमत्कारीक यंत्र किंवा रचना अडथळा म्हणून पुढे आली असेल तर मात्र पंचाईत होती. शेवटी आम्ही एका दारापाशी पोचलो. तिथल्या खिडकीच्या काचेचा एक प्रकाशित चौकोन दिसत होता. मी दाराच्या भोकातून पहाण्यासाठी वाकलो तर तिने सरळ ते दार उघडले. ती म्हणाली, "आत खोलीत जायचे खरे दार पुढेच आहे. पण तिथे आत कोणीतरी बसले आहे." शेवटचे वाक्य ती माझ्या कानात कुजबुजत बोलली.

मी त्यावर म्हणालो, "कदाचित् घंटा वाजली तर परत वायरलेस सेटपाशी येण्यासाठी दिवा ठेवून ऑपरेटर निघून गेला असेल. पण तू इथेच पॅसेजमध्ये थांब."

मग मी चवड्यावर चालत पुढे गेलो, सरळ दार उघडले व वायरलेस-रुममध्ये प्रवेश केला. तिथल्या झगझगाटापुढे माझे डोळे क्षणभर दिपून गेले. मी पापण्यांची दोन तीन वेळा उघडझाप केली. तिथे टेबलावरील वायरलेस सेट समोर एक जाडजूड माणूस बसला होता. मी आत शिरताच तो गर्रकन वळाला व उठला. जाडजूड असूनही तो एवढ्या वेगाने उठला की त्याच्या अंगाखालची जड खुर्ची ही मागे कोलमडून पडली. आता तो उभा असल्याने माझ्यापेक्षा उंच आहे हे मला दिसले. तसाच तो माझ्यापेक्षा धिप्पाड, वजनदार व तरुण आहे हेही मला कळले. हा नक्कीच व्हायलंडचा माणूस आहे याची मला खात्री पटली.

मी ओरडून म्हणालो, "काय, एवढे गडबडून जायला काय झाले?" मी अमेरिकन उच्चारात म्हणालो. पण माझे उच्चार भलतेच वेगळे वाटत होते. "बॉसचा तुम्हाला निरोप आहे."

"कोण बॉस?" त्याने हळू आवाजात पण छद्मीपणे विचारले. नंतर तो म्हणाला, "थांब, आधी तुझा चेहेरा पाहू दे मला मॅक."

मी रेनकोटाची कॉलर खाली केली व म्हटले, "झाले तुझे समाधान? तुझ्या डोक्यात कसला किडा वळवळतो आहे?"

"ती डोक्यावरची हॅटही काढ," हेवीवेट चॅम्पियनसारख्या वाटणाऱ्या त्या माणसाने मला फर्मावले. जणू काही तोच माझा बॉस होता.

मी हॅट काढली व वेगाने त्याच्या तोंडावरती मारली. पण तेवढ्या अर्ध्या क्षणात त्याने मला पाहिले व नीट ओळखले. "टालबोट!" तो ओरडला. पण हॅट मागोमाग मी हवेत सूर मारून त्याच्या अंगावरती झेप घेतली होती. एखाद्या भव्य

झाडाच्या खोडावर धडक बसल्यासारखे मला वाटले. पण या झाडाची मुळे जमिनीवर नीट रुतली नव्हती. त्यामुळे तो धडपडत मागे गेला, तिथल्या भिंतीवरती जोरात आपटला. त्यामुळे त्या वायरलेस सेटचे टेबलही हादरले. पण त्याने झटकन गुडघा वर करून माझ्या छातीत हाणला. आता आम्ही दोघे एकमेकांशी झोंबत होतो, खोलीत गडबडा लोळत होतो, एकमेकांना ठोसे मारत होतो.

माझ्या अंगावरच्या रेनकोटामुळे मला सहज हालचाल करता येत नव्हती. मी जिवाच्या आकांताने त्याच्याशी मारामारी करत होतो. पण थोड्याच क्षणात माझ्या लक्षात आले की त्याची सारी धडपड ही वायरलेस सेटकडे जाण्याची आहे. याचा अर्थ उघड होता. त्याला तो नष्ट करायचा होता. अन् हेच तर मला घडू द्यायचे नव्हते. मला त्याला तडाखे हाणण्यात, लोळवण्यात, नामोहरम करण्यात रस नव्हता. मला तो वायरलेस सेट हवा होता, सुरक्षित अवस्थेत हवा होता. त्यातून येणारा तो टर्र्रर्र आवाज मला प्रोत्साहन देऊन बोलावत होता. मी त्यामुळे अधिकाधिक उत्तेजित होत गेलो. त्या जाड्याचे ते हात नव्हते तर ते जणू काही घण होते. या घणाचे घाव तो एका पाठोपाठ माझ्यावर घालत होता. मी ते चुकवू पहात होतो. कधी कधी माझ्या अंगावरच्या रेनकोटमुळे त्याचे अंदाज चुकत होते. त्याचे तडाखे हे कुठेतरी पोकळीत बसायचे. मग तो आणखीनच चिडून बेभान व्हायचा. पण मी तरीसुद्धा त्याला जे ठोसे लगावले ते नक्कीच त्याच्या वर्मी बसले असले पाहिजेत. कारण एकदोनदा तर तो विव्हळलाही होता. मग मी माझा वेग वाढवला व एकामागून एक असे ठोसे त्याच्यावर चढवत गेलो. कुठेतरी वर्मी बसलेल्या ठोशामुळे त्याची क्षणभर शुद्ध गेली. मी त्या क्षणाचा फायदा घेऊन त्याच्यापासून विलग झालो व उठून उभा राहिलो.

पण काही सेकंदातच तो शुद्धीवर आला व उठून उभा राहिला. तो आणि वायरलेस सेट यांच्यामध्ये मी उभा होतो. हातपाय वापरून मारामारी करण्याचा त्याला कंटाळा आला असावा. त्याला काहीतरी हत्यार पाहिजे होते. म्हणून बाजूला पडलेली खुर्ची त्याने उचलली व माझ्या दिशेने भिरकावली. मी पटकन खाली वाकल्याने मला ती लागली नाही. माझ्या मागच्या भिंतीवर जाऊन ती आदळली. तिचे अक्षरश: चार तुकडे झाले. यावरून त्याने किती मोठ्या ताकदीने ती भिरकावली असेल याची मला कल्पना आली. एखाद्या बॉक्सिंगच्या रिंगणात उभे असावे असे आम्ही एकमेकांसमोर पवित्र्यात उभे होतो. खुर्ची फेकून मारल्याने व ती मोडल्याने त्याला आता भिरकावण्याजोगे कोणतेच शस्त्र सापडेना. मग त्याने आपली मुंडी खाली केली व एखाद्या माजलेल्या रेड्याप्रमाणे तो माझ्यावर चाल करून आला. मी त्याची धडक चुकवली. तो आता उठत होता. आम्ही दोघे दारापाशी होतो. त्या दारातून दोन हात आत आले. त्या हातांच्या पकडीत त्या मोडलेल्या खुर्चीचा एक

पाय होता. तो गेंडा वर उठायच्या आत त्याच्या डोक्यात त्या खुर्चीच्या पायाचा खाडकन तडाखा बसला.

मिस रुथव्हेन आत आली. ती भीतीने थरथरत होती. हातातला खुर्चीचा पाय तिने अजून सोडला नव्हता. काय झाले ते त्याला क्षणभर कळले नाही. त्या अनपेक्षित हल्ल्याने तो गोंधळून गेला होता. या हल्ल्याचा उगम कुठे आहे हे पहाण्यासाठी त्याने आपले डोके वर केले. पण तेवढ्यात मी वेगाने त्याच्यावर चाल करून त्याच्या कानाखाली एक जबरदस्त ठोसा मारला. दुसरा मारला. तिसरा मारला. मग मात्र त्याची शुद्ध हरपून तो खाली कोसळला. तो जमिनीवर हात आडवे करून पसरला होता. पंख पसरून पडलेल्या एखाद्या गरुड पक्षासारखे हे दृश्य मला वाटले.

मग मी फार वेळ घालवला नाही. मिस् रुथव्हेनला केवळ ''थँक्स'' म्हटले. आधीच माझी मौल्यवान अशी कित्येक मिनिटे वाया गेली होती. पुढचे काम करायला हा रेडा परत शुद्धिवर येऊन उपयोगाचे नव्हते. पण आता त्याला अधिक तडाखे देण्यात मला स्वारस्य नव्हते. तिथे भिंतीवरती निरनिराळ्या जाडीच्या तारांची भेंडोळी होती. भिंतीतून बाहेर आलेल्या खुंट्यांवरती ठेवली होती. मी त्यातले एक जाड तारेचे भेंडाळे काढले व त्या जाड्याच्या गळ्याभोवती, हातांभोवती व पायांभोवती असे गुंडाळून त्याचा गुंता करून ठेवला, की जर त्याने शुद्धीवर येऊन हालचाल केली तर त्याचा गळा तारेने आणखी करकचून आवळला जावा. जीव वाचवायचा असेल तर त्याला स्वस्थच बसून रहाणे भाग होते.

त्या खोलीत आणखी एक स्टूल होते. ते घेऊन मी टेबलासमोर ठेवले व त्यावर बसून वायरलेस सेटशी चाळा करू लागलो. वायरलेस सेटचा रिसिव्हरचा भाग चालू होता. मी मला पाहिजे ती फ्रिक्वेन्सी मिळवण्यासाठी बटणे फिरवू लागलो. हा वायरलेस सेट कसा चालवायचा याचे मला पूर्ण ज्ञान होते. मार्बल स्प्रिंग्ज गावच्या शेरीफने कळवलेली ती फ्रिक्वेन्सी मी मनातल्या मनात पाठ करून ठेवली होती. मी सर्व बटणांची नीट जुळवाजुळव केली आणि अर्ध्या मिनिटातच त्या फ्रिक्वेन्सीला तो वायरलेस सेट पूर्णपणे जुळला. त्याच फ्रिक्वेन्सीवरती पलीकडच्या टोकाला पोलिस खाते चोवीस तास लक्ष देऊन होते. त्यांचे शॉर्ट-वेव्ह रिसिव्हर सतत चालू ठेवले गेले होते. मी ट्रान्समीटरचे बटण दाबून माझा सांकेतिक शब्द किंवा कॉल साईन मायक्रोफोनमध्ये बोललो. एकदा, दोनदा, तीनदा मी बोललो. अन् दुसऱ्याच सेकंदाला माझ्या कानावरच्या हेडफोनमध्ये खरखर आवाज झाला. मला कुणाचा तरी आवाज ऐकू येत होता. तो मानवी आवाज स्पष्ट, स्वच्छ होता. कुणीतरी म्हणत होते, ''धिस इज पोलिस हेडक्वॉर्टर्स. शेरीफ हिअर. प्लीज गो अहेड.'' मग मी एक खटका दाबून रिसिव्हरचा ट्रान्समीटर केला. माझे बोलणे आता प्रक्षेपित होऊ लागले. मी प्रत्येक शब्दावर जोर देत म्हणालो, ''कार नंबर नाईन्टिन रिपोर्टिंग. पोलिस पॅट्रोल, एकोणीस

नंबरची गाडी.'' वायरलेसवर बोलण्यासाठी प्रत्येकाला एक सांकेतिक नंबर किंवा अक्षरसमूह आधी ठरवून दिलेली असतात. त्याला कॉल साईन म्हणतात. मी ती कॉल साईन जाहीर करत नव्हतो. कारण तशी गरजच नव्हती. पोलिसांची १९ नंबरची गाडीच काय पण रस्त्यावरच्या साऱ्या गाड्यातील वायरलेस सेट खात्याने तात्पुरते बंद करून ठेवले होते. तेव्हा आता येणारा १९ नंबरच्या गाडीचा संदेश हा माझ्याकडून येणार हे पोलिस खात्याला ठाऊक होते. शिवाय व्हायलंडने पोलिसातील बऱ्याच जणांना फितवून ठेवले होते. सर्व गाड्यातील वायरलेस सेट बंद राहिले तर व्हायलंडचा जो कोणी माणूस नेहमी पोलिसांचे वायरलेसवरचे बोलणे ऐकत असेल त्यालाही काही कळणार नव्हते. व्हायलंडची पोलिस खात्यावर चोवीस तास नजर असते हे मला ठाऊक होते. शिवाय अलीकडे हौशी वायरलेस मंडळींचा सुळसुळाट झाला होता. त्यांना हॅम म्हणतात. ही हॅम मंडळी सतत पोलिसांच्या वेव्हलेन्थवरील बोलणे चोरून ऐकण्याचा प्रयत्न करत असतात. त्यांना फक्त तेवढाच उद्योग असतो. म्हणून काही काळ पोलिसांचे सर्वच वायरलेस सेट हे बंद ठेवण्याचा मार्ग मी व शेरीफने निवडला होता. मी बोलत गेलो, ''धिस इज कार नंबर नाईन्टिन... रिपोर्टिंग. सस्पेक्ट अन्सरिंग डिस्क्रिप्शन, संशयित इसमाला अडकवून ठेवले आहे. त्याच्याकडून खुलासा होतो आहे. व्हेन्युरा क्रॉसरोडवरती त्याला अडवले आहे. त्याला तिकडे घेऊन येऊ का? ओव्हर!''

''निगेटिव्ह!'' माझ्या कानात तिकडून आवाज आला. मग क्षणभर शांतता. शेरीफ सांगत होता, ''संशयिताला सोडून द्या. आम्हाला हवा होता तो माणूस मिळाला आहे. प्लीज रिलीज सस्पेक्ट. संशयिताला सोडून द्या.''

अहाहा! माझ्या कानात जणू अमृतवाणी झाली होती. या निरोपाची मी किती तरी दिवस वाट पहात होतो. गेल्या ४८ तासात मी खूप चमत्कारिक प्रसंगातून गेलो होतो. अनेकदा मृत्यूचा स्पर्श मला होऊ शकत होता. त्याचा केवढा ताण मनावर आला होता. तो सर्व ताण आता एकदम ओसरून गेला. कुणीतरी मला लक्षावधी डॉलर्सचे बक्षीस दिले असा आनंद झाला. फार दिवसांनी प्रथमच मी एक चांगली बातमी ऐकत होतो. त्या सांकेतिक भाषेतल्या बातमीचा अर्थ केवळ मला व शेरीफलाच ठाऊक होता.

मी परत माझे बोलणे प्रक्षेपित केले, ''कार नंबर नाईन्टिन. वुड यू रिपीट प्लीज? कृपा करून आता सांगितलेले परत सांगा. ओव्हर!''

मी रिसिव्हरचा खटका दाबल्यावर परत तिकडून आवाज आला, ''रिलीज यूवर सस्पेक्ट. अडवलेल्या संशयिताला सोडून द्या.'' शेरीफ अत्यंत स्पष्ट, मोठ्याने व एकेक शब्द सावकाश उच्चारत होता, ''आम्हाला हवा असलेला माणूस मिळाला आहे. परत सांगतो, आम्हाला हवा...''

त्या वायरलेस सेटला एक प्लॅस्टिकची चकचकीत डायल होती. अचानक त्यामध्ये एक रिव्हॉल्व्हरची नळी उगवली. अन् एकदम दणकन कोल्ट रिव्हॉल्व्हरमधून गोळी सुटली. त्या डायलला भोक पडून ती वायरलेस सेटमध्ये गेली. तो सेट त्या दणक्याने दोन तीन इंच मागे हटला. काडतूसाचा स्फोट मात्र माझ्या कानापाशीच झाला होता.

डायलमध्ये दिसले होते ते माझ्या मागे कुणीतरी येऊन रोखलेल्या पिस्तुलाच्या नळीचे प्रतिबिंब. त्यातून सुटलेल्या गोळीने त्या वायरलेस सेटला भोक पडले होते. आता तो सेट बंद पडला होता. पण तिकडे शेरीफलाही तो स्फोटाचा आवाज ऐकू येऊन माझे प्रक्षेपण बंद पडलेले कळले होते. मी एकदम उठण्याची घाई केली नाही. ज्याअर्थी माझ्या कानाशी कानठळ्या बसवणारा आवाज झाला त्याअर्थी कुणीतरी माझ्या मागे अगदी तयारीत असणार. गोळी झाडल्यावर माझी जलद प्रतिक्षिप्त क्रिया होईल अशीही त्या व्यक्तीने अपेक्षा केली असणार. आत्ता या क्षणाला मला कसलीही युक्ती लढवता येत नव्हती. मी उठून उभा राहिलो. सावकाश वळलो. हातात एक जाड कोल्ट रिव्हॉल्व्हर घेतलेली व्यक्ती म्हणजे लॅरी होता. त्याने त्या नळीचा रोख माझ्यावर धरला होता. त्याचा हात थरथरत होता. रक्तातले हेरॉईन संपत येत चालल्याचे ते लक्षण होते. मग हेरॉईनचे दुसरे इंजेक्शन घेईपर्यंत तो पिसाळणार होता. मला ती लक्षणे आत्ताच त्याच्यात दिसू लागली. माझ्या दोन डोळ्यांच्यामध्ये त्याने नळीचा रोख धरला होता. ती नळी एवढी जवळ होती की मला ती आता एक उखळी तोफ वाटत होती. त्याच्या डोक्यावरचे आखूड केस हे ओले झाल्याने कपाळावरती चिकटून बसले होते. हातातले रिव्हॉल्व्हर जसे थरथरत हलत होते तसेच त्याचे डोळेही थरथरत फिरत होते. मला फक्त त्याचा चेहेरा व रिव्हॉल्व्हर धरलेला हात दिसत होता. कारण त्याने दुसऱ्या हाताने मिस रुथव्हेनच्या गळ्याभोवती घट्ट विळखा घालून तिला आपल्यापुढे ढालीसारखी धरली होती. जोखीम पत्करून त्याच्यावर हल्ला करायचे ठरवले तरीही मला आधी दहा वेळा विचार करावा लागला असता.

"वा:! एखाद्या इमानी कुत्र्यासारखा तू आमच्यावर नजर ठेवून आहेस, लॅरी."

"शट अप!" लॅरी ओरडून म्हणाला. मग बेभान होऊन मला शिव्या घालू लागला. "तू शेवटी पोलिस खात्यातलाच निघालास. घाणेरडा! विश्वासघातकी! हलकट, नीच, ..., ..., ..." तो मला अनेक शिव्या घालत होता. त्याच्या आवाजात सापाच्या फूत्कारातून जसा विखार प्रगट होतो तसा होत होता.

त्याच्या घाणेरड्या शिव्या वाढत चालल्या तसे मी त्याला म्हटले, "लॅरी, इथे एक सभ्य स्त्री हजर आहे हे लक्षात घे."

"ही सभ्य स्त्री? साली श्रीमंताघरची ही .... उठवळ बया," असे म्हणून त्याने

तिच्या गळ्यावरचा आपला विळखा आणखी घट्ट केला. ती अर्धवट गुदमरु लागली. तडफडू लागली. लॅरीला उलट त्याचीच मजा वाटू लागली. त्याच्या त्या अविर्भावावरून त्याने पूर्वी तिच्याशी लगट करायचा प्रयत्न केला असावा. त्यावेळी ते कधीच जमले नाही. पण आता त्याच्या हातात जणू काही सारा खजिना पडला होता. त्याला त्यामुळे सुद्धा उन्माद होणे शक्य होते.

तो म्हणत होता, ''टालबोट, मीही तुला हुषार समजत होतो. आपल्याला सगळ्या प्रश्नाची उत्तरे ठाऊक आहेत असा तू आव आणत होतास नाही का? तुला वाटले तू आमचा बोऱ्या वाजवला, आम्हाला हातोहात फसवले. हो ना? ... बोल ना साल्या आता. .... आता का तुझी दातखीळ बसली. शेवटी तू पोलिसांचा कुत्राच निघालास. तू सर्वांना फसवलेस. पण मला नाही फसवू शकलास. माझी तुझ्यावर नजर होती. इथे आल्यापासून मी सारखा तुझ्या पाठीवर होतो.'' लॅरीच्या भुवया बोलताना खालीवर होत होत्या. मधेच त्या वेड्यावाकड्या व्हायच्या. इतके दिवस त्याला कोणीच फारसे महत्त्व दिले नव्हते. अनेकदा त्याच्याकडे तुच्छतेनेच सारे पहात. कधी कधी तर तो लिंबूटिंबूच समजला जाई. लॅरीला ते सारे कळत होते. पण आज त्याने बाजी मारली होती. त्यामुळे त्याला हर्षोन्माद होणे सहाजिक होते. त्याच्या बोलण्यात पदोपदी विखारीपणा उसळून येत होता. त्याच्यातली सूडाची भावना आता पराकोटीला पोचली होती. शेवटी तोच बरोबर ठरला होता. त्याला वेडे ठरवणारेच वेडे ठरले होते. आजची रात्र त्याचीच होती.

तो म्हणत होता, ''तू व तो केनेडी यांचे बरेच गुफ्तगू झाले होते ना? हो ना शिपुरड्या? बोल की आता. का आता तुझ्या जिभेला महारोग झाला काय? अन् ही ती टवळी. हिच्याबरोबरही तुझे मेतकूट जमले होते ना? टालबोट, तू बेथिस्कॅफमधून वर आल्यावर दहा मिनिटांनी त्या ड्रायव्हरने रॉयेलवर मागून फटका मारल्याचे मी बघितले होते.''

''कसे काय? तो फटका मारणारा केनेडीच कशावरून होता? त्याने तर अंगावरती...''

पण माझे बोलणे तोडून टाकत लॅरी म्हणाला, ''चूप रे कुत्र्या! तो ड्रायव्हर रॉयेलला आत घेऊन गेल्यावर त्या खोलीच्या दाराला मी कान लावून ऐकले. तुम्हा दोघांचे सारे बोलणे मी बाहेरून ऐकले. तुम्ही नक्की काय करणार आहात हे मला काढून घ्यायचे होते. रॉयेल बेशुद्ध झाला म्हणून काही मी त्याची काळजी करत बसलो नाही.'' त्याला आणखीही पुढे काही बोलायचे होते. पण मिस् रुथव्हेनचे अंग एकदम लुळे पडले. तिने आपली मान खाली टाकली. तिची शुद्ध गेली असावी. लॅरीला तिचे वजन पेलवेना. स्नायूंच्या बळकटीसाठी प्रोटिन्सची गरज असते. प्रोटिनच्या जागी हेरॉईन थोडेच काम करू शकते? लॅरीला आता तिचे वजन

पेलवेना. तो तिला हळूच खाली सोडून देऊ शकत होता. पण त्याने तसे केले नाही. त्याने तिच्यावरचा आपला विळखा काढला व तो एकदम मागे सरकला. मग लोळागोळा झालेली जनरलसाहेबांची मुलगी धाडकन खाली पडली. ती जमिनीवर आपटल्यावर लॅरीला आसुरी आनंद झाला.

मी अर्धे पाऊल एकदम पुढे टाकले. माझ्या मुठी अगदी गच्च आवळल्या गेल्या होत्या. लॅरीने आपले दात माझ्यापुढे एखाद्या लांडग्यासारखे विचकले. तो म्हणाला, ''अरे कुत्र्या, उचल की तिला आता. आता का शेपूट घालतोस. कुठे आहे तुझे ते पोलिस खाते? भिकारड्या, तू या श्रीमंत सटवीवर मरत होतास ना? अन् तो केनेडी ड्रायव्हरही तिच्यावर लाईन मारतो आहे.'' तो हसू लागला. ते हसणे विकृत होते. मला त्यात वेडाची लहर जाणवली. ''मी त्या खोलीकडे परत जाईन ना, तेव्हा त्या ड्रायव्हरला एक झकास अपघात घडवेन. रॅयेलवर फटका मारणाऱ्या केनेडीला मी गोळी घातली तर कोण मला दोष देईल? देईल का कोणी? सांग की रे ....!''

मी कंटाळून त्याला म्हटले, ''ठीक आहे लॅरी, तू हिरो आहेस व एक थोर डिटेक्टिव्हही आहेस. चल, आपण आता व्हायलंडकडे जाऊ आणि त्यालाच काय करायचे ते ठरवू देऊ.''

''त्यालाच काय करायचे ते ठरवू देऊ?'' असे म्हणून लॅरी एकदम बोलायचे थांबला. त्याला हा मार्ग मंजूर नव्हता असे दिसते. तो पुढे म्हणाला, ''पण टालबोट, तू त्याला इथून पुढे कधीच भेटणार नाहीस. मी तुला ठार करणार आहे. अगदी आत्ता!''

कोणीतरी माझ्या तोंडात टिपकागदाचा बोळा घालून तिथला सारा ओलावा शोषून घेतला आहे असे वाटू लागले. माझ्या हृदयातील धडधडही मला ऐकू येऊ लागली. तळहाताला घाम फुटू लागला. लॅरी वेडसर होता. त्याच्या रक्तातले हेरॉईन संपत चालल्याने तो अधिकाधिक बिथरत चालला होता. त्याचे डोके हळूहळू आऊट होत चालले. हा पागल माणूस खरोखरीच मला गोळी घातल्यावाचून रहाणार नाही असे मला वाटू लागले. शेवटी माझ्या हातातोंडाशी आलेले यश असे निसटून जात होते. अखेर मी पराभूत होत होतो व ते ठग जिंकत होते. निराशेने मला ग्रासून टाकले होते.

पण क्षणभरच! मी प्रयत्नपूर्वक माझ्या मनावर ताबा मिळवला व त्याला सावकाश सावकाश म्हटले, ''तर तू मला ठार मारणार. पण का मारणार? ते तर सांगशील ना?''

''कारण तुझ्यासारखी माणसे ही हलकट असतात. तू हलकट आहेस. तू प्रत्येक वेळी मला चिडवत गेलास, टालबोट. सर्वांसमोर माझा खुशाल अपमान केलास. मला तू बिनडोक म्हणालास, माझी छी थू करत गेलास. प्रत्येक वेळी

इंजेक्शनच्या सिरिंजची आठवण कुचकटपणे करून मला हिणवीत गेलास. या पोरीला माझ्याकडून तू बाजूला केलेस व त्या हलकट ड्रायव्हरला तिचा बॉडीगार्ड नेमलेस. तुझा कावा माझ्या लक्षात आला होता. तू, ती व तो ड्रायव्हर. सगळे हरामखोर आतून एक झाला आहात. त्यातून तू पोलिसांचा कुत्रा निघालास. तुला मी आधी गोळी घालणार. मग नंतर त्या ड्रायव्हरला. नंतर या पाखराकडे बघतो. आता कुठे पळून जाईल?''

लॅरीला मी आवडत नव्हतो. तो मनापासून माझा द्वेष करत होता. त्याच्या बोलण्यातून हे प्रगट होत होते. जेव्हा तो बोलत नव्हता तेव्हा त्याचे ओठ थरथरत होते आणि मधेच फेफरे आलेल्या माणसासारखा झटका बसून त्याचे तोंड वाकडे होत होते. तो आत्ता मला जे जे काही बोलला होता ते तो कोणालाही नंतर सांगणार नव्हता. त्याला ते सारे गुप्त ठेवायचे होते. व्हायलंड व रॉयेलपासूनही. काय झाले ते मी मेल्यावर थोडेच सांगायला परत येणार होतो? जॉब्लान्स्की मेल्यावर तो कुठे परत आला? तो जमिनीच्या खाली दोन फुटांवरती विश्रांती घेत पडला होता, तर मी इथे समुद्रात १३० फूट खाली पाण्यात तळावरती विश्रांती घेत पडलेला असेन. म्हणून मृत माणूस कुठे पडला आहे याला महत्त्व नाही. मृत माणसे मुकी असतात याला महत्त्व आहे. पण एवढी धडपड केल्यावर माझा हा अंत असा का व्हावा? हाडे, स्नायू, रक्त आदींनी बनवलेल्या, थरथरणाऱ्या नशेबाज मानवी देहाच्या पदार्थाकडून माझा अंत व्हावा?

त्याचे थरथरणारे बोट चापावरती होते. तिकडे बघतच मी त्याला म्हणालो, ''म्हणजे तू आत्ता मला सरळ सरळ गोळी घालणार तर!''

तो खदखदा हसत म्हणाला, ''अगदी बरोबर! तुला आता थोडेसे खाली वाकले पाहिजे. म्हणजे गोळी घालताना तू ती चुकवण्यासाठी या खोलीत धावशील, किंकाळी फोडशील. दोनतीनदा तरी असे सहज होईल. मला वरून ते पहाताना फार फार बरे वाटेल. तुझ्या किंकाळ्या ऐकायला इथे कोणीही नाही. तुझ्या मदतीला कुणी येणार नाही. तू घाबरून तडफडशील व धडपडत पळत रहाशील. वा:! काय छान सीन असेल. तुला कसा काय वाटतो हा सीन, कुत्र्या?''

''मूर्ख! बिनडोक!!'' मी हळूच म्हणालो. तसे म्हटल्याने मी काय गमावणार होतो?

''काय?'' त्याने चिडून विचारले, ''काय म्हणालास?''

''रेमेडोक्या! गेंड्या!!'' मी स्पष्टपणे व मोठ्याने म्हणालो.

तो रागाने लाल झाला. त्याला हे संपूर्णपणे अनपेक्षित होते. आपणच धरलेल्या रिव्हॉल्व्हरवरती तो वाकला होता. त्याने चिडून परत तेच म्हटले, ''काय म्हणालास रे?''

“अरे बुद्दू माणसा, तुझा आता स्वत:वर ताबा नाही. हेरॉईनची आता तुला गरज आहे. आपण जे करणार आहोत त्याचे परिणाम तू लक्षात घेत नाहीस असे दिसते. तू मला गोळी घातल्यावर या खोलीतून माझे प्रेत तुला कसे काय बाहेर काढता येईल? मला उचलायची तुझ्यात थोडीच ताकद आहे? मग व्हायलंड व रॉयेलना गोळी घातलेली माझी बॉडी सापडणार. माझ्यावाचून त्यांचे आता अडले आहे. मी मेलो की त्यांची सारी योजना कायमची बारगळली जाणार. मग सारा राग तुझ्यावर निघणार. नंतर तुला ते काय करतील याचा जमत असेल तर तू अंदाज कर. तो तुला करता येणारच नाही म्हणा. कारण तू बुद्दू आहेस, रेमेडोक्या आहेस, बिनडोक आहेस! कळले?”

हे ऐकताच तो स्तब्ध झाला. तो विचार करू लागला. वेळ पुढे सरकत होता व तेवढीच काही मिनिटे मला जीवदान मिळत होते. शेवटी तो पुटपुटत म्हणाला, “च्यायला बरोबर आहे तुझे! तुला इथे गोळी घालता येणार नाही. हो ना? मग मी ती तुला बाहेर नेऊन घालतो. काय जमेल की नाही? अगदी प्लॅटफॉर्मच्या कडेला तुला गोळी घालून नंतर समुद्रात ढकलून देतो. बरोबर?”

“अगदी बरोबर!” मी म्हणालो. माझ्या प्रेताच्या विल्हेवाटीचा मार्ग मीच त्याला अप्रत्यक्षपणे सुचवला होता. हा वेडेपणाच नव्हता काय? पण मी लॅरीसारखा वेडा नव्हतो, उतावळा नव्हतो की नशेबाज नव्हतो. मी यामुळे वेळ काढत होतो,आणि एकदा येथून बाहेर पडले की मला एखादी संधी मिळून मी त्याच्यावर मात करणार होतो. तशी संधी नक्की मिळेल की नाही हे मला ठाऊक नव्हते. तो एक जुगार ठरणार होता. पण आता जुगार खेळण्याव्यतिरिक्त माझ्याजवळ अन्य पर्याय उपलब्ध नव्हता.

“तू अशा रितीने नाहीसा झाल्यावर ते हातात पिस्तुले घेऊन धावत धावत तुझा शोध करत रहातील,” लॅरी आता स्वप्नरंजन करत होता, “मीही हातात हेच रिव्हॉल्व्हर घेऊन तुला शोधत राहीन. पण त्याचवेळी मी हसत असेन. कारण शेवटी मीच त्यांच्यापेक्षा हुषार ठरणार ना?”

“वा! तुला कल्पनाविलास छान करता येतो,” मी म्हणालो.

पण तो तेवढ्या शब्दांनीही उत्तेजित झाला व मोठ्याने खदखदा हसत म्हणाला, “बघ, जमते की नाही मला? पण तू उगाच मला बिनडोक ठरवतोस.” त्याचे ते हसणे खरोखरच भयंकर होते. तो वेडाच्या कडेवर पोचला असे वाटत होते. माझ्या मानेवरचे केस ताठ झाले.

त्याने मिस् रुथव्हेनला पायानेच ढोसले. पण तिची काहीच हालचाल त्याला दिसेना. खाली वाकून तिला त्याने पाहिले व तो म्हणाला, “साली मेली नाही हे बरे झाले. एकदा तुझा बाहेर निकाल लावून येतो व मग बघतो हिच्याकडे. तुला उडवायला असा किती वेळ लागतो? बरोबर ना? तेव्हा बाहेर पडायला लाग. माझ्या

हातात टॉर्च आहे व रिव्हॉल्व्हरही आहे. विसरू नकोस ते.''

''छे, छे, मी कसे विसरेन ते?''

तो वायरलेस ऑपरेटर व मिस् रुथव्हेन तसेच निश्चल पडलेले होते. निदान तो ऑपरेटर तरी. कारण त्याने जबरदस्त मार खाल्ला होता. तर तिला फक्त मानसिक धक्का बसला होता. कदाचित ती एव्हाना शुद्धीवर यायची वेळही झाली असेल. किंवा तशी शुद्धीवर आलीही असेल. तिचा श्वासोच्छ्वास आता जोरजोरात होऊ लागला होता. त्यात अनियमितता होती. ही काही बेशुद्ध व्यक्तीची लक्षणे नक्कीच नव्हती.

''चल, हो पुढे टालबोट!'' तो अधीरपणे म्हणाला. त्याने माझ्या पाठीत ते रिव्हॉल्व्हर जोरात खुपसले. मला त्यामुळे फार वेदना झाल्या. तो म्हणत होता, ''आऊट! आऊट यू डॉग!''

मी दाराबाहेर पडलो, त्या पॅसेजसारख्या बोळातून पुढे गेलो आणि टोकाला असलेला व बाहेर उघड्यावर पडू देणारा दरवाजा ढकलला. त्या क्षणाला बाहेरचे वादळ आमच्यावर चाल करून आले. वाऱ्याचा वेग मघापेक्षा जास्त तर होताच. पण पावसाचे फटकारे मागून पुढून बसत होते. परंतु हेच मला अपेक्षित होते व त्याचाच मला फायदा घ्यायचा होता.

आम्ही दोघे पुढे निघालो. वाऱ्यामुळे पुढे जाण्यास प्रतिबंध होत होता. त्याचा फायदा घेऊन मी आणखी हळू हळू पुढे सरकत होतो. पण मला ठार करण्याच्या कल्पनेने लॅरी बेभान झाला होता. तो मधेच पाठीत ते रिव्हॉल्व्हर असे काही जोरात खुपसे की माझ्या शरीरात तीव्र कळ उमटे. कोपऱ्यापर्यंत गेल्यावर आम्हाला वळसा घालून पुढे जायचे होते. तिथे पोचल्यावर मी त्या कोपऱ्याला वळसा घातला व झटकन खाली वाकून पळत सुटलो. मात्र मी वाऱ्याच्या उलट दिशेने पळत गेलो. जणू काही त्या वादळात मी उडी घेतली होती. लॅरीला ते अनपेक्षित होते. काय करावे ते न सुचून तो तिथेच उभा होता. पण माझ्या दिशेने टॉर्चचा झोत पाडत होता. तो झोत वेडावाकडा होत होता व थरथरत होता. यावरून त्या वाऱ्यात नीट उभे रहाणे त्याला जमत नसावे हे मला कळले. पळण्याच्या स्पर्धेत डोके खाली घालून जसे स्पर्धक सुटतात तसा मी आता पळत सुटलो.

मी वाऱ्याला तोंड देत लॅरीपासून दूर दूर जात होतो खरा. पण अचानक माझ्या लक्षात आले की आपले गणित चुकले आहे. मी वाटले होते तेवढे अंतर मी कापू शकत नव्हतो. त्या सोसाट्याच्या वाऱ्यात पुढे सरकणे म्हणजे एखाद्या चिकट मधाच्या नदीतून धावण्याचा प्रयत्न करण्याजोगे होते. त्यामुळे मी लॅरीपासून फार तर तीसएक फूटच दूर गेलो असेन. दुसरा माझा अंदाज असा चुकला वेगाने समोरून येणाऱ्या वाऱ्याच्या विरुद्ध एखादी गोष्ट जाऊ लागली की तिचा वेग कमी होईल. म्हणून अशा वाऱ्याविरुद्ध दिशेने गोळी झाडली तर तिचा वेग खूपच कमी होईल.

पण ते फक्त माझ्या शरीराच्या बाबतीत ठीक होते. गोळीच्या पुढे माझे शरीर विस्तृत व रुंद होते. तर रिव्हॉल्व्हरची गोळी ही बारीक व पुढे निमुळत्या आकाराची होती. त्यामुळे ताशी ६०० मैल वेगाने बाहेर पडलेल्या गोळीला ताशी ७० मैल वेगाने वहाणारा वारा फारसा अटकाव करू शकत नव्हता.

अखेर माझा शोध घेणारा तो प्रकाशाचा झोत माझ्या अंगावर पडलाच व मी कसाही जाऊ लागलो तरी त्याचा नेम पक्का झाला होता. शेवटी लॅरीने गोळी झाडलीच. परंतु तेवढ्यात मला आडोसा सापडला होता. त्याने आणखीही एक गोळी झाडली.

जगातले बहुतेक सारे गुंड व मवाली लोक हे नेमबाजीत फारसे तरबेज नसतात. त्यांची नेहमीची पद्धत ते आपल्याला सावजाच्या जेवढे जवळ जाता येईल तेवढे जातात आणि मग गोळ्यांचा पाऊस पाडतात. जे काम एका अचूक नेम धरलेल्या गोळीने होईल त्यासाठी ते भरमसाठ गोळ्या खर्च करतात. अनेकदा ते आपल्या सावजाच्या घराच्या दारासमोर उभे रहातात व वाटेल तशा फैरी झाडत सुटतात. दारापासून दहा पावले अंतरावर जरी असले तरीही त्यांना त्या दरवाजावर अचूक नेम धरून एकच गोळी झाडता येत नाही. पण ही एक सर्वसाधारण गोष्ट झाली. पण कदाचित् लॅरी याला अपवाद असला तर?

मी जीव खाऊन वाऱ्याला विरोध करीत पळू लागलो आणि वाटेत कसला तरी तिरपा गर्डर आडवा आला. त्याचा जोरदार फटका मला बसला. मी एवढ्या जोरात पुढे जाऊ पहात होतो की त्याच वेगाचा मला तडाखा बसला. तो एवढा जबरदस्त होता की मी गर्रकन पूर्ण वर्तुळातून फिरला गेलो व खाली पडलो. तेवढ्यात लॅरीने पुन्हा गोळीबार केला. त्याने माझ्या दिशेने दोनदा रिव्हॉल्व्हर झाडले. खाली पडता पडता माझ्या रेनकोटाच्या कॉलरला एक गोळी चाटून गेली. त्यामुळे माझ्या रेनकोटाला एक जोरदार खेच बसल्याचे मला जाणवले. मग लगेच दुसरी गोळी येऊन ती रेनकोटाच्या कॉलरमधून आरपार गेली. याचा अर्थ लॅरी मला ठार करण्याच्या हेतूने खरोखरच प्रयत्न करीत होता. त्याने पुन्हा एक गोळी झाडली. वाऱ्याचा आवाज एवढा प्रचंड होता तरी त्यावर मात करून रिव्हॉल्व्हर झाडल्याचा फाड् असा आवाज मला ऐकू आला. त्याच्या रिव्हॉल्व्हरमधून ठिणग्या उडाल्याचे मला अंधारात स्पष्ट दिसले. माझ्या शेजारी इंचभर अंतरावरच्या एका पोलादी आधारावरती ती गोळी आपटली. तिथून ती परावर्तन पावून दुसरीकडे गेली. तिचा 'ठिखँऊ' आवाज माझ्या कानाजवळ झाला. जर ती गोळी माझ्या दिशेने परावर्तन पावली असती तर? त्या रिव्हॉल्व्हरमधल्या ठिणग्यांमुळे त्यात कोणत्या गोळ्या वापरल्या आहेत ते मला कळले. नेहमीच्या गोळ्या आपल्या लक्ष्यावर आपटल्या की पसरट होतात. तशा गोळ्यांमुळे होणारी जखम आकाराने मोठी असते. पण या

गोळ्यांवरती जर कठीण मिश्रधातूचे जादा आवरण चढवले असेल तर मात्र त्यांची भेदक शक्ती वाढते व त्या आरपार जातात. पोलिस नेहमी अशाच गोळ्या वापरतात. कुलूप तोडायला किंवा बंद दाराआड लपलेल्यावर या गोळ्यांचा भडिमार करतात. शरीरात असली गोळी गेली तर ती आरपार भोक पाडून जाते. पण त्यामुळे जखम लहान होते व नंतर शस्त्रक्रियेने ती बरी होण्याची शक्यता असते. लॅरी अशा भेदक गोळ्या झाडत होता हे त्यातल्या त्यात बरे होते. आता झाडलेली गोळी कदाचित माझ्या खांद्यातून आरपार गेलीही असेल.

मी पुन्हा जीव घेऊन पळू लागलो. मी कोणत्या दिशेने जातो आहे याची पर्वा न करता पळू पहात होतो. मला वाटेल त्या परिस्थितीत लॅरीपासूनचे अंतर मला वाढवायचे होते. एकदम समोरून पावसाच्या धारा येऊन तोंडावर अशा सपासप आदळू लागल्या की मी एकदम डोळे बंद केले. मी जसे डोळे बंद केले तसेच ते लॅरीलाही बंद करावे लागले असणार. म्हणून मी डोळे बंद केले होते तरी पळत गेलो. कारण लॅरी डोळे उघडायच्या आत मला त्याच्यापासून अदृश्य व्हायचे होते. पण त्यामुळेच मी वाटेतल्या एका लोखंडी शिडीवरती आपटलो. काहीही विचार न करता मी ती शिडी पकडली व वरती चढू लागलो. ती वरती कुठे गेली आहे याच्याशी मला कसलेही कर्तव्य नव्हते. कदाचित् वरती जाणे म्हणजे अधिक सुरक्षित परिस्थितीकडे जाणे अशी माणसाच्या मनातली मूळची नैसर्गिक भावना मला तसे आंधळेपणाने करण्यास प्रवृत्त करीत असेल. मुष्किलीने शिडीवरून एकेक पायरी चढत होतो. माझ्या डाव्या खांद्यातून गोळी गेली असावी. तो खांदा व हात बधिर झाला होता. तिथे नंतर वेदनेचा आगडोंब उसळणार होता. म्हणून डावा हात मला वापरता येत नव्हता. उजव्या हाताने व पायाने मी चढण्याचा प्रयत्न करीत होतो. म्हणजे मला प्रत्येक पायरीवर दोन्ही पाय आल्यावर उजवा हात काढून घेऊन वरती नेऊन पुन्हा शिडीला धरावा लागत होता. मग त्या हाताने सारे शरीर वर खेचावे लागत होते. मी अशा सुमारे चाळीस पायऱ्या चढून गेलो असावे. आता माझा उजवा खांदा व हात दुखू लागला. हळूहळू तिथेही वेदना होऊ लागल्या.

मी आता खूपच वरती आलो होतो. माझ्या चोहोबाजूंनी वारा माझ्यावर सतत कुरघोडी करू पहात होता. खालचे दृश्य खूप खोल गेले होते. सभोवतालच्या समुद्राचा बराच भाग नजरेत आल्याचा भास होत होता. जणू काही अवकाशाच्या पोकळीत मी एकटाच लटकलो होतो.

मग मी एक खोल श्वास घेतला, उजवा हात शिडीच्या पायरीत घातला व कोपरापाशी मुडपून पायरी पकडून धरली. आणखी एक पायरी चढल्यावर मी खाली पाहिले. पाहिले कसले, नुसता एक दृष्टीक्षेप खाली टाकला. तेवढा तो पुरेसा होता. लॅरी शिडीच्या पायथ्याशी आला होता व मी कुठे गायब झालो म्हणून तो टॉर्चचा

झोत इकडे तिकडे मारत मला शोधत होता. मग साऱ्या वेदना विसरून मी प्रत्येक पायरीत हात घालून तो कोपरात मुडपून वर चढू लागलो. एखादे अस्वल जसे कष्टाने झाडावर चढते तसा मी चढत होतो. पण जरी लॅरी बिनडोक असला तरी आपला टॉर्चचा झोत तो कधीतरी वरती मारणार होता. त्या शिडीच्या पायऱ्या संपत नाहीत, ती एक न संपणाऱ्या उंचीची शिडी आहे असे मला वाटू लागले. ती वरती कुठे नेऊन सोडत असावी? खोदकाम करणारे पाईप त्या भोक पाडणाऱ्या यंत्रात घालताना सरळ उभे करून सोडावे लागतात. त्यामुळे लांब पाईप हवेत उंच धरण्यासाठी तेलविहिरीच्या तोंडावरती डेरिक मनोरा बांधावा लागतो. मी सर्वात उंच असलेल्या त्या मनोऱ्याकडे तर जात नव्हतो. ही शिडी संपतच नव्हती. मी खूप वरती आलो असलो पाहिजे. डेरिक मनोरा स्पष्ट दिसू लागला होता. पण वर गेलो तरी पुढे कुठे पळून जाणार होतो? शेवटी माझा व माझ्या कार्याचा विनाश एका नशेबाज मवाल्याच्या हातून होणार होता.

एकदम शिडीवरती खणकन असा आघात होऊन आवाज झाला. त्यावेळी शिडी कंपही पावली होती. लॅरीने मला वर चढत जाताना पाहिले होते व खालून आपले रिव्हॉल्व्हर झाडले होते. ती गोळी ज्या पायरीवरती मी होतो त्या पायरीला लागून गेली होती. आवाज त्यामुळे झाला होता. माझ्या पायातून आरपार ती गोळी गेली असेच क्षणभर मला वाटले. पण तसे झाले नाही हे कळल्यावर मी परत खाली वाकून पाहिले. लॅरी आता शिडी चढून वर येऊ लागला होता. मला तो दिसत नव्हता. पण त्याने हातात धरलेला टॉर्च कळत होता. शिडी चढण्याचा त्याचा वेग हा सहाजिकच माझ्या वेगाच्या तिप्पट होता. पण लॅरी माझ्यावर आता रिव्हॉल्व्हर का झाडत नव्हता? मुळात लॅरीमध्ये फारसे धैर्य नव्हतेच. त्यामुळे तो आता गोळी झाडत नसेल. मग तरी तो माझ्या दिशेने का चाल करून येतो आहे? मघाशी त्याचे डोळे गरागरा फिरताना मी पाहिले होते. जर तो धीट नसेल तर कशाला तरी नक्की घाबरत असणार. भीती हीच प्रेरणा त्याला माझ्यावरती चाल करण्यास भाग पाडत असेल. कशाची भीती त्याला वाटत होती? याचे उत्तर सरळ होते. 'जर आपण टालबोटला मारले आणि त्याचे प्रेत सापडले तर? किंवा टालबोट आता आपल्या हातून निसटला तर? तर ही गोष्ट व्हायलंडला नक्की कळणार होती. मग मात्र आपली खैर नाही,' असे त्याला वाटणे सहाजिक होते. आणखीही एक शक्यता होती. जर लॅरीच्या त्या कोल्ट रिव्हॉल्व्हरमध्ये एक दोनच गोळ्या उरल्या असतील तर त्या शेवटच्या गोळ्या नेम चुकल्यामुळे गमावणे हे त्याला परवडणारे नव्हते. माझ्या मते हीच एक दाट शक्यता होती. म्हणून तो काय वाटेल ते झाले तरी माझ्या मागावर येत होता व मला जवळून गोळ्या घालणार होता.

आता मी बराच वर आलो होतो. हळूहळू आपल्या आजुबाजूला अंधुक प्रकाश

पसरला आहे याची मला जाणीव व्हायला लागली होती. डेरिक मनोऱ्यावरती विमानांना कळावे म्हणून तांबडे दिवे लावले होते. त्यांचा तर हा प्रकाश नव्हता? पण मनोऱ्यावरचे ते दिवे माझ्यापासून अद्याप अजून शेकडो फूट दूर होते. मी एक दीर्घ श्वास घेतला व तशा पावसातही वरती जाणे चालूच ठेवले. माझ्या डोक्यावरती आता दहा फुटांवर एक सपाट पृष्ठभाग होता. त्यावर एक बारीक दिवा उजवीकडे अंधुकपणे जळत होता. तसा तो फार उजेड नव्हता. पण तेवढ्या उजेडात तिथल्या गर्डर्सने केलेली रचना स्पष्ट कळून येत होती. शिवाय उजवीकडे तिथे एक छोटी केबिनही मला दिसली. अन् तिथल्या अंधुक प्रकाशात आणखीही एक गोष्ट कळून चुकली. तो वरचा पृष्ठभाग अगर प्लॅटफॉर्म हा म्हणजे केवळ एक जाळी होती. तिथे मी चढून गेलो तरी जाळीखालून वरच्या सर्व हालचाली कळू शकल्या असत्या. म्हणजे येथे लपता येत नव्हते, लॅरीला गुंगारा देता येत नव्हता. माझा बेत असा होता की तिथे जाऊन लॅरीची वाट पहायची. मग त्याचे डोके प्लॅटफॉमच्या जरा वरच्या पातळीत आले की एक सणसणीत लाथ त्यावर मारायची. तो नक्कीच वरून खाली दाणकन आदळला असता. पण ती जाळी आता माझ्या हेतूच्या आड येत होती.

मी परत खाली पाहिले. तो आता माझ्या खाली फक्त दहा फुटांवरती आला होता. मंद प्रकाशात त्याच्या हातातल्या रिव्हॉल्व्हरचा पृष्ठभाग सहज कळून येत होता. त्या रिव्हॉल्व्हरच्या नळीच्या मध्यभागी असलेले एक काळेभोर वर्तुळही समजत होते. तिथूनच मृत्युदूत बाहेर पडून माझ्यावरती झडप घालणार होता.

.... पण नंतर, हळूहळू मला समजले की लॅरी माझ्यावर रिव्हॉल्व्हर झाडणार नव्हता. जर तो मला गोळी घालायला उत्सुक होता व तरीही तसे करत नव्हता, याचा अर्थ तसे करण्यात त्याला धोका असला पाहिजे. तो धोका मला समजून आला. जर त्याने वरती मला गोळी घातली तर माझे ८० किलो वजनाचे ओझे त्याच्या अंगावरती कोसळणार होते. मग माझ्याबरोबर तोही खाली पडणार होता. दोघेही मरणार होतो. फक्त मी आधी व दहा पंधरा सेकंदांनी तो खालच्या लोखंडी जमिनीवर डोके फुटून मरणार होता. लॅरीने ते नक्की ओळखले होते.

मी तसेच वर चढणे चालू ठेवले आणि वरच्या प्लॅटफॉर्मपाशी पोचलो. जर तो प्लॅटफॉर्म एक सलग लोखंडी पत्रा असता तर त्या पृष्ठभागाला धरायला मला काहीच आधार मिळाला नसता. मग वाऱ्याच्या जबरदस्त झोतापुढे मी टिकलो नसतो व एखादे चिलट जसे उडवले जावे तसा मी हवेत दूर भिरकावलो गेलो असतो. ज्या जाळीला काही क्षणांपूर्वी मी शिव्या घालीत होतो तिलाच आता मी मनात धन्यवाद देत होतो. तिच्या भोकात माझी बोटे मी कशीबशी अडकवली आणि मोठ्या कष्टाने माझे ८० किलो वजनाचे शरीर वर ओढले. वर गेल्यावर मला कळले की तो प्लॅटफॉर्म कशासाठी आहे. तिथे ड्रिलिंगचे पाईप वर ओढून घेतले जात.

म्हणून त्या प्लॅटफॉर्मला कुठेही कठडा नव्हता. लॅरीच्या दृष्टीने ते सोयीचेच होते. प्रत्येकी अर्धा टन वजनाचे हे पाईप तिथे ढिगाने रचून ठेवले होते.

लॅरी माझ्या मागून काही फूट अंतरावर होता. त्याने हातातला टॉर्च हलवला. त्याचा अर्थ मला समजला. मी खाली वाकून धडपडत वाऱ्याला तोंड देत त्या वरच्या केबिनकडे गेलो. तिथे एक दिव्याचा खांब होता. खांबावरचा दिवा मिणमिणता उजेड देत होता. मी केबिनच्या समोर जाऊन थांबलो. केबिनच्या समोर मात्र प्लॅटफॉर्मचा फारच थोडा भाग होता. दिव्याचा प्रकाश अंगावर येऊ नये म्हणून मी मागे सरकत गेलो. पण कमरेपासूनचा खालचा भाग हा थोडा उजेडात होता. लॅरीही आता वर चढून आला होता व तिथेच उभा होता. मला मागे सरकणे अशक्य होते. कारण प्लॅटफॉर्मची ती कड होती. तिथून दीडशे फूट खाली समुद्र होता. लॅरी आणखी जवळ आला. हातातल्या रिव्हॉल्व्हरचा नेम त्याने माझ्यावर धरला. तो धापा टाकत होता. पण त्याच्या चेहेऱ्यावरती ते लांडग्याचे हसू पुन्हा उमटले होते. तो पुढे आला. केबिनपाशी जाऊन उभा राहिला. आता आम्ही दोघेही आमने सामने उभे होतो.

''तसाच मागे जात रहा, टालबोट,'' तो ओरडून म्हणाला.

मी मान हलवून त्याला नकार दिला. तो माझ्यापासून पाच फूट अंतरावर उभा होता. मी म्हणालो, ''मी फार तर येथवर सरकू शकतो.'' माझ्या तोंडून ते शब्द आपोआप बाहेर पडले. पावसाच्या माऱ्यात आम्ही दोघे उभे होतो. खाली वायरलेस सेटच्या खोलीत मिस् रुथव्हेन जर बेशुद्धिचे ढोंग करत पडली असेल तर एव्हाना ती उठून बाहेर यायला पाहिजे होती. अन् माझा हा तर्क खरा ठरला आहे हे मला कळले. ती आमच्यानंतर ताबडतोब बाहेर पडली असणार. कारण शिडीच्या वरच्या टोकावर मला एक डोके उगवलेले दिसले. त्या डोक्यात एक मण्यांचा दागिना घातला होता व ते मणी क्षणभर चमकून जायचे. ती मिस् रुथव्हेन होती!

अग, पोरी कशाला तू इथे कडमडलीस? सभोवतालच्या धोक्यात कशाला उडी घेतलीस? हा सारा पुरुषांचा मामला आहे. शेकडो फुटांची शिडी चढून या वादळात लॅरीसारख्या विकृत गुन्हेगाराजवळ येऊन काय साधले जाणार? फक्त मृत्यू साधला जाईल. बिचारीचे आयुष्य कदाचित खरोखरच संपत आलेले असावे, म्हणून ती आपल्या पायाने येथे आली. यात भले जरी तिचे धैर्य, मला वाचवण्याचा चांगला हेतू, वगैरे दिसून आले तरी ती स्वत: मात्र वाचू शकत नव्हती.

लॅरी पुन्हा ओरडून मला म्हणाला, ''जा, जा मागे अजून.''

''म्हणजे मग तुला मला समुद्रात ढकलून देता येईल, हो ना? छे:! मी मागे हटणार नाही.''

''तोंड फिरवून मुकाट्याने पाठ कर.'' त्याने पुन्हा दरडावून हुकूम सोडला.

''म्हणजे मग तू माझ्या डोक्यावर मागून मारणार. मला बेशुद्ध करणार आणि

खालच्या डेकवर ढकलून पाडणार. मी तसा खाली पडून मेलो की मग आपल्यावरती कोणीच संशय घेऊ शकणार नाही, असेच तुला वाटते ना?''

मिस् रुथव्हेन आता लॅरीच्या मागे दबकत जवळ येत होती.

''तेव्हा लॅरी बॉय, मला तसे करता येणार नाही.''

ती त्याच्यामागे सहा फुटांवर आली. मी पुढे त्याला म्हणालो, ''लॅरी तुझ्या टॉर्चचा प्रकाश माझ्या डाव्या खांद्यावर पाड आणि बघ.''

टॉर्च परत लावला गेला आणि मी पुन्हा त्याचे विकृतपणे खदखदून हसणे ऐकले. ती त्याच्या मागे तीन फुटांवर आली.

लॅरी म्हणाला, ''म्हणजे माझा नेम बरोबर बसला तर, टालबोट.''

ती त्याच्या मागे अगदी जवळ येऊन उभी राहिली. आता मात्र मी तिच्याकडे चोरून न पहाता लॅरीच्या खांद्यावरून सरळ मागे नजर टाकली.

लॅरी पुन्हा खदखदून हसला. मी त्याच्या मागे पहातो आहे हे त्याला स्वच्छ कळले. तो म्हणाला, ''टालबोट, तुझ्या या युक्तीला मी एकदा फसलो होतो. पण आता दुसऱ्यांदा अजिबात फसणार नाही.''

मी मनातल्या मनात तिला म्हणत होतो, ''अग तुझ्या हातांनी त्याच्या पायाला धरून पाड. किंवा त्याला मागून घट्ट विळखा घाल. किंवा तुझा कोट त्याच्या डोक्यावर घाल. पुढचे काय ते मी बघतो. पण वाटेल ते झाले तरी त्याच्या रिव्हॉल्व्हरपुढे जाऊ नकोस!''

पण तिला माझ्या मनातले हे बोलणे ऐकू गेले नाही. तिने नको तेच केले! त्याच्यापुढे तिने जाऊन त्याचा रिव्हॉल्व्हरचा हात पकडला. क्षणभर लॅरी चमकला. त्याने उडी मारली असती, किंवा तो वळला असता, तर मी एखाद्या एक्स्प्रेस आगगाडीसारखा त्याच्यावरती धावून गेलो असतो. पण त्याने तसे काहीही केले नाही. त्याने आपला हात एखाद्या दगडी पुतळ्याच्या हातासारखा घट्ट व स्थिर ठेवला. रिव्हॉल्व्हरचा रोख माझ्यावरती तसाच ठेवला.

सुमारे दहा सेकंद ते एकमेकांचे हात झिडकारू पहात होते. त्यासाठी आपापले बळ पणाला लावत होते. भीती आणि बेभानता यामुळे मिस् रुथव्हेनच्या अंगात नेहमीपेक्षा जास्त बळ आले होते. तर लॅरीचेही बळ भीतीमुळे उफाळून आले होते. तो आपला हात जास्त वेळ स्थिर ठेवून माझ्यावरती रिव्हॉल्व्हरचा रोख ठेवू शकत होता. त्याने तिचे मनगट घट्ट पकडले होते. फक्त लॅरी जरासा डावीकडे झुकला व त्या बाजूला त्याने तिला खेचले. तो आता तिचे मनगट पिरगाळू लागला होता. हे करताना त्याच्या चेहेऱ्यावर नेहमी उगवणारे ते लांडग्याचे हास्य परत आले होते. कारण आपण कोणाला धरले आहे हे आता त्याला कळले होते. त्यामुळे माझ्यावरचा रिव्हॉल्व्हरचा रोखही त्याने बिलकूल बदलला नाही. तिच्या तोंडून आत दबके हुंदके

हे दु:खाने व निराशेने बाहेर पडत होते. तिला होणाऱ्या वेदना ती कशीबशी सहन करीत होती. ती त्याच्यासमोर गुडघे टेकून खाली बसली. कारण त्याच अवस्थेत तिला आपल्या मनगटाच्या पिरगाळण्याला बऱ्यापैकी तोंड देता येत होते. ती खाली बसल्यामुळे तिच्यावरील तिथल्या एकुलत्या एका मिणमिणत्या दिव्याचा प्रकाश पडेनासा झाला. कारण ती आता केबिनच्या छपराच्या छायेत गेली होती. फक्त अधूनमधून तिच्या केसांची अंधुक चमक मला जाणवत होती. लॅरीचे शरीर फक्त कंबरेपर्यंत प्रकाशात होते. त्याच्या चेहेऱ्यावरील खुनशीपणा, लालसा, वेडाची लहर, वगैरे सर्व काही मी वाचू शकत होतो. त्या दोघांच्या मागे जवळच प्लॅटफॉर्मची कड होती. मी त्याच्यापासून अवघा पाच सहा फुटांवरती उभा असूनही काहीही करू शकत नव्हतो. एका वेड्या गुन्हेगाराच्या हातात फार मोठी परिस्थिती दैवाने दिली होती.

"इकडे ये रे, पोलिसा" लॅरी अत्यंत कठोरपणे म्हणाला. "तू जर आला नाहीस तर या पोरीला असा एक हिसका देईन की शेवटी तुझ्यावर तिला 'गुडबाय' म्हणण्याची पाळी येईल." तो जे म्हणाला तसेच नक्की करणार होता. मला तशी खात्री होती. याचे कारण तिला या प्रकरणातली बरीच माहिती आहे, हे लॅरीला ठाऊक झाले होते. तेव्हा तिलाही मारून टाकण्याचा निर्णय त्याच्या मनात पक्का झाला असणार. मी आता काय करू शकत होतो? मी माझ्या डाव्या पायाने उजव्या पायाच्या बुटावर काम चालू केले. पाय अंधारात असल्याने लॅरीला माझा हा उद्योग दिसणेच शक्य नव्हते. पण मी जी काही युक्ती करायला जाणार होतो ती एवढी वेडगळ होती की तिला यश येण्याची सुतराम शक्यता नव्हती. पण बुडत्याला काडीचाही आधार पुरतो.

लॅरी पुन्हा माझ्यावरती ओरडला, "ए बहिरटा, ऐकू येते ना तुला? चल जवळ ये नाहीतर या पोरीचे काय होईल ते तुला ठाऊकच आहे." आता मात्र तो इरेला पेटल्याची माझी खात्री पटली. त्याच्यात व माझ्यात पाच पावलांचे अंतर होते. मी तीन पावले त्याच्या दिशेने सरकलो. मी आणखी पुढे येतो की नाही याचा तो अंदाज घेत होता. मी उजव्या बुटाला खाली एक जादा टाच चिकटवली होती. त्यामुळे मला लंगडत चालण्याचे नाटक आजवर छान वठवता आले होते. मी लंगडा कधीच नव्हतो. लंगडत चालणे ही ती केवळ एक धूळफेक होती. हेतूपूर्वक तो भाग माझ्या योजनेत मी अंतर्भूत केला होता. मी ती टाच माझ्या डाव्या पायाच्या बुटाच्या दाबाने सोडवली. ती आता अगदी जेमतेमच बुटाला चिकटली होती. तिच्या तिन्ही कडा व सारा पृष्ठभाग बुटापासून सोडवला होता. उरलेली चौथी कड चिकटलेली असल्याने ती टाच बुटाला आता एखाद्या बिजागरीवर दार हिंदकळले जावे तशी ती होती. मी उजवा गुडघा हळूहळू वर नेला. तेवढ्यात लॅरीने चिडून आपल्या रिव्हॉल्व्हरची नळी खसकन माझ्या तोंडात खुपसली. ती एवढ्या जोराने खुपसली

की माझा एक दात पडला. तोंडात रक्तस्त्राव होऊ लागला. एक खारट चव जिभेवर तरळू लागली. मी तोंड वळवून जेवढे रक्त थुंकून टाकता येईल तेवढे टाकले. पण ते तसे अशक्यच होते. कारण त्या वेड्याने माझ्या तोंडातली नळी अजून बाहेर काढली नव्हती. उलट ते रिव्हॉल्व्हर माझ्या घशात आणखी पुढे सरकवले. मृत्यूची लगट मी आता अनुभवत होतो. सारे काही जवळ जवळ संपल्यात जमा होते.

निराशेची छटा माझ्या चेहेऱ्यावरती उमटली असली पाहिजे. कारण लॅरी म्हणाला, ''काय रे, घाबरलास ना?'' तो हे अत्यंत हळू आवाजात कुजबुजत म्हणाला. पण त्या वादळाच्या घोंगावण्यावरही मात करून मला त्याचे ते शब्द ऐकू आले. हेच शब्द मी शेवटचे ऐकलेले ठरणार होते. माझ्या खांद्यात एकदम तीव्र वेदना प्रगट होऊ लागली. तोंडात शिरलेल्या त्या रिव्हॉल्व्हरच्या धातूची चव हळूहळू घशात उतरू लागली त्यामुळे मला उलटीची भावना होऊ लागली. पोटात ढवळू लागले. आता कोणत्याही क्षणी मला ओकारी होणार होती. त्याचवेळी त्या अनपेक्षित उलटीमुळे लॅरीच्या हातून रिव्हॉल्व्हरचा चाप दाबला जाणार होता. पण माझे पाय मात्र काम करत होते.

लॅरी ते शस्त्र आणखी आत खुपसू पहात होता. मी त्याला कसेबसे म्हटले, ''लॅरी तू मला मारलेस तर व्हायलंडचे काम होणार नाही. त्यांना तो खजिना कधीच मिळणार नाही.''

तो हसू लागला. बेभानपणे हसू लागला. लॅरी पुढे म्हणाला, ''हे बघ, मी हसतोय, अरे मी तुझ्या बोलण्यालाही हसतो आहे. बघ, बघ अरे! 'लॅरीला काही जमणार नाही?' असे इतके दिवस ते म्हणायचे. पण बघ आता मी कसे जमवले ते! त्या आमच्या बुढ्ढ्याने आपल्या प्रेमळ मुलाला फक्त एकच काम करू दिले. तो पांढरा पदार्थ दिला.'' पांढरा पदार्थ म्हणजे ते नशीले हेरॉईन त्याला म्हणायचे होते.

मी कसेबेस कष्टाने ओठांच्या फटीतून त्याला विचारले, ''म्हणजे व्हायलंड?''

''तोच तो माझा बाप. तळपट होईल त्याचे.'' आता लॅरी हळूहळू रिव्हॉल्व्हरचा दस्ता वर करू लागला. रिव्हॉल्व्हरची नळी माझ्या घशाच्या दिशेने होऊ लागली. हेतू मला कळून चुकला. अशा रितीने घशातून पोटात गोळी घातली की बाहेर फारसा रक्तस्त्राव होत नाही. मग झटकन मला समुद्रात फेकून दिले की झाले त्याचे काम. खाली कुठेही माझ्या रक्ताचा थेंब पडणार नव्हता.

माझ्या सहनशीलतेची आता हद्द झाली. मी उजवा पाय गुडघ्यात मुडपून वर घेतला होता. तो एकदम हवेत पुढे फेकला व सरळ केला. उजव्या बुटाला चिकटून लोंबकळणारी ती टाच आता गोफणीतून दगड सुटावा तशी वेगाने पुढे गेली आणि केबिनच्या पत्र्यावर खणकन् आपटून खाली पडली. ती अंधारातून गेली असल्याने लॅरीला ते दिसू शकले नव्हते.

लॅरीने झटकन आपली मान आवाजाच्या दिशेने उजवीकडे वळवली. नवीन धोक्याचे उगमस्थान कुठे आहे ते त्याला पहायचे होते. पण क्षणार्धात त्याने आपली मान पुन्हा माझ्याकडे केली. परंतु त्याने तसे करावयाच्या आत, सेकंदाच्या अल्पांशात, मला त्याच्या उजव्या जबड्याचा मागचा भाग दिसला होता. आणि मी त्यावर सारे बळ एकवटून ठोसा मारला! अगदी जिवाच्या आकांताने!

मी एवढ्या जोरात तो ठोसा मारला की जणू काही लॅरी हा एक कृत्रिम उपग्रह होता व त्या उपग्रहाला पार दूर चंद्रावरती भ्रमणकक्षेत नेऊन सोडायचे हाते. जणू काही जगातल्या शेवटच्या उरलेल्या स्त्री-पुरुषांच्या साऱ्या आशा केवळ माझ्यावर केंद्रित झाल्या होत्या. त्यामुळे मी काळाचा तो अल्पांश हिस्सा पकडून माझ्या साऱ्या शक्ती एकत्र करून जीव एकवटून त्याच्यावर फेकल्या होत्या. एवढा जोरदार तडाखा मी आजवर आयुष्यात कधी दिला नव्हता आणि इथून पुढेही मला तसा तो नक्कीच देता येणार नव्हता.

एक बद्द व दबका आवाज झाला. लॅरीच्या हातातले ते कोल्ट जातीचे रिव्हॉल्व्हर माझ्या तोंडून बाहेर पडले व त्याच्या हातातून निसटून पायाखालच्या जाळीवर आपटले. दोन तीन सेकंद लॅरी तसाच स्तब्ध अवस्थेत उभा होता. सिनेमात दाखवतात तशा स्लो मोशन दृश्यातल्याप्रमाणे तो सावकाश वळला. मग एखादे धुराडे जसे खाली पडते तसा तो पडला. अंधारात त्याला कळले नव्हते की तो कठडा नसलेल्या त्या जाळीवर कडेच्या लगत उभा होता. त्यामुळे तो पुढे भिरकावला गेला ते सरळ बाहेरच्या दाट काळ्या अंधारात असलेल्या अवकाशात. तिथून खाली खोल १०० फुटांवरती डेकचा कठीण व पोलादी पृष्ठभाग होता.

लॅरीने पडताना कसलाही आवाज केला नाही. त्याच्या तोंडून भीतीने किंकाळी उमटली नाही. पडताना त्याने आपले दोन्ही हात हवेत पसरले नाहीत. लॅरी खाली पडून मेला नाही, तो आधी मेला व मग नंतर खाली पडला. कारण माझ्या त्या जीव खाऊन मारलेल्या फटक्याने त्याची मान खटकन मोडली होती!

■

प्रकरण ११

लॅरी मेल्यानंतर आठ मिनिटांनी आणि ज्या खोलीत मी गणिते करत होतो ती खोली सोडल्यानंतर बरोबर वीस मिनिटांनी परत तिथे आलो होतो. खोलीच्या दारावरती मी घाईघाईने आधी ठरवल्याप्रमाणे सांकेतिक टकटक केली. केनेडीने आतून ताबडतोब दार उघडले. आत रॉयेल तसाच जमिनीवरती अस्ताव्यस्त पडला होता. तो वायरलेस ऑपरेटर जसा पंख पसरून पडलेल्या गरुडासारखा वाटत होता, तसाच रॉयेलही आत्ता दिसत होता.

मी धापा टाकीत केनेडीला म्हणालो, ''काय, पेशंट कसा आहे? शुद्धिवर येण्याची काही लक्षणे?''

केनेडी हसत म्हणाला, ''तो शुद्धिवर येतो आहे असे मधे वाटले होते. पण मग मी एक झोपेचा डोस त्याला दिला.'' एवढे म्हणून झाल्यावर हळूहळू त्याच्या चेहेऱ्यावरचे हास्य विरत गेले. त्याने माझ्या ओठातून बाहेर गळणारे रक्त पाहिले. रेनकोटाला पडलेले गोळीचे भोक पाहिले. तो म्हणाला, ''बापरे! टालबोट, तुम्हाला चांगलेच लागले आहे. काही अडचणी आल्या?''

मी मान हलवली. ''पण आता ठीक आहे सारे,'' अंगावरचा रेनकोट काढण्याचा प्रयत्न करीत मी म्हणालो. ते करताना मला खूपच त्रास होत होता. ''मी वायरलेसवरती बोललो. सर्व काही व्यवस्थित घडते आहे. निदान आत्तापर्यंत तरी.''

''उत्तम! मग ठीकच आहे,'' केनेडी म्हणाला. ते शब्द त्याच्या तोंडून उत्स्फूर्तपणे बाहेर पडले होते. त्याने माझ्या चेहेऱ्यावरचे रक्त व वेदनेचे भाव पाहिले होते व तो सचिंत झाला होता. तरीही त्याच्या तोंडून ते शब्द बाहेर पडले म्हणजे त्याला खरोखरच आनंद झाला होता, अगदी मनापासून झाला होता. अत्यंत हळूवार हाताने व काळजीपूर्वक तो माझ्या अंगावरील रेनकोट उतरवायला मला मदत करत होता. जेव्हा त्याचा हात माझ्या खांद्याला लागला, तेव्हा एकदम मी माझा श्वास आत घेतला. त्याने तिथे पाहिले तर खांद्याला झालेल्या जखमेत कापूस भरलेला होता व तो लाल झाला होता. खांद्याला आरपार भोक पाडून गोळी निघून गेली होती. सुदैवाने आतील कोणत्याही हाडाला तिचा स्पर्श झाला नव्हता. मी व मिस् रुथव्हेन जेव्हा शिडीवरून खाली उतरलो, तेव्हा वाटेत त्या वायरलेस रुममध्ये काही मिनिटे थांबलो होतो. तिथले फर्स्ट एडचे कपाट उघडून तिने माझ्या जखमेत दोन्ही बाजूंनी कापूस भरला. ती फक्त एवढेच करू शकत होती.

“बापरे! चांगलीच जखम झाली आहे,” केनेडी उद्गारला.

“एवढी काही ती फार नाही!” मी त्यावर म्हणालो. परंतु प्रत्यक्षात आता माझ्या दोन्ही खांद्यातल्या वेदना वाढू लागल्या. कुणीतरी दोन छोटी माणसे माझ्या दोन्ही खांद्यांवरती बसून करवतीने खांदे कापत आहेत अशा त्या वेदना मला वाटू लागल्या. माझ्या तोंडातही वेदना जागृत झाल्या होत्या. पडलेल्या दातामुळे खालील मज्जातंतू उघडे झाले होते. तिथून तीव्र कळा मारायला सुरुवात झाली होती. त्या कळा पार वरती डोक्यात घुसत होत्या. ठराविक तालात निर्माण होऊन त्या साऱ्या मेंदूत पसरत होत्या. ठस्स्! ठस्स्! ठस्स्! एरवी असे काही मला झाले असते तर मी जिद्दीने पुढे सरकत हातातले काम नेटाने रेटत राहिलो असतो. संकटाशी झुंजत राहिलो असतो. पण आजचा दिवस हा एरवीसारखा नव्हता. तो वेगळाच होता.

केनेडी म्हणाला, “अशा अवस्थेत तुम्हाला काम करता येणार नाही. तुम्हाला रक्तस्राव होतो आहे आणि...”

“मला दातावर लागले आहे ते कोणाला दिसेल का?” मी त्याचे बोलणे थांबवत विचारले.

तो काही न बोलता खोलीच्या कोपऱ्यातील एका वॉश-बेसिनकडे गेला, एक हातरुमाल ओला केला आणि माझ्या चेहेऱ्यावरील रक्त पुसून काढून तो पूर्ण स्वच्छ केला. मग तो म्हणाला, “आता तरी कोणालाही समजणार नाही. पण उद्यापर्यंत तुमचे ओठ चांगलेच सुजून येतील, अगदी दुप्पट आकाराचे होतील. परंतु अजून सूज यायला सुरुवात झाली नाही.” पुढे तो विनोद करीत म्हणाला, “जोपर्यंत खांदा ठणकतो आहे तोपर्यंत तुमच्या चेहेऱ्यावरती हसू येणार नाही. हसलात तर दात दिसतील व मगच एक दात तुटला आहे ते कळेल. तेव्हा तशी काही काळजी करू नका.”

“ठीक! मला हेच हवे होते. अजून पुढे बरेच काम करायचे आहे ना!” मी अंगावरचा रेनकोट त्याच्या मदतीने नीट उतरवला. त्याने त्याच्या रुमालाने माझे ओले बूट पुसून कोरडे केले. मी लॅरीचे रिव्हॉल्व्हर बरोबर आणले होते. ते मी शर्टाच्या आत दिसणार नाही अशा पद्धतीने नीट खोचले. काढून ठेवलेला माझा नेहमीचा अंगातला कोट वरती चढवला.

मी काढलेला रेनकोट केनेडी अंगावरती चढवत होता. त्याने मी शर्टात रिव्हॉल्व्हर नीट खोचताना पाहिले. त्याने प्रश्न केला, “लॅरीचे आहे ते?”

मी मानेनेच हो म्हटले.

“त्याने हल्ला केला? काही दुखापत केली?”

पुन्हा एकदा मी मान हलवून होकार दिला.

“आणि लॅरीला काही झाले?”

“त्याचे हेरॉईनचे व्यसन आता कायमचे सुटले आहे. कारण तो वेगळ्या जगात

पोचला आहे,'' मी अंगावरील कोटाची बटणे लावीत म्हणालो, ''मी त्याची मानच मोडून टाकली.''

केनेडी यावर काही क्षण विचारात पडला व मला म्हणाला, ''टालबोट, तुम्ही जरा धसमुसळेपणा जास्तच करता असे मला वाटते.''

मी गंभीरपणे म्हणालो, ''तू पहात असलेला माझ्यातला हा धसमुसळेपणा निम्मासुद्धा नाही. डेरिक टॉवरच्या पायथ्याशी, म्हणजे खालच्या डेकपासून शंभर फूट उंचावरून तो मिस् रुथव्हेनला खाली टाकून देऊ पहात होता. तशी त्याने मला स्पष्ट धमकी दिली होती. मग मी काय करणार? तूच सांग बर.''

तो रेनकोटाची बटणे लावत होता. पण माझ्या बोलण्यातली शेवटची वाक्ये ऐकताच बटणे लावण्याचा त्याचा हात मध्यावरतीच थांबला. दोन तीन टांगा टाकून तो माझ्याजवळ आला आणि माझा खांदा एकदम त्याने पकडला. मी एकदम कळवळलो. मग खांदा सोडून देऊन तो म्हणाला, ''सॉरी, टालबोट. मी खरोखरच वेड्यासारखे बोललो तुम्हाला. पण... पण ती ठीक आहे ना?'' हे बोलताना त्याच्या चेहेऱ्यावरती चिंतेची छाया पसरलेली होती.

मी कंटाळून म्हणालो, ''होय रे बाबा. ती ठीक आहे. उत्तम आहे. ती दहा मिनिटांनी इकडे येईल तेव्हा तू तुझ्या डोळ्यांनी पहाशीलच तिला. पण आता तू लवकर निघ. ते केव्हाही इकडे येतील.''

''बरोबर आहे,'' तो पुटपुटत म्हणाला, ''जनरलसाहेब म्हणाले होते की अर्धा तास लागेल. ती वेळ संपत आली आहे. पण... पण ती खरोखरच ठीक आहे ना? तिला काही दुखापत?''

''हो रे बाबा. किती वेळा सांगू मी तुला ते?'' मी त्रासिक स्वरात त्याला म्हणालो. पण लगेच त्याला असे टाकून बोलल्याचे मला वाईट वाटले. मला केनेडी आवडू लागला होता. तो खरोखर होताच तसा आवडण्याजोगा. मी हसत त्याला म्हटले, ''केनेडी, आपल्या मालक मंडळींची एवढी काळजी वहाणारा शोफर तुझ्याखेरीज दुसरा कोणीही नसेल.''

''बरंय, मी जातो.'' तो म्हणाला. तो हसण्याच्या मूडमध्ये नव्हता हे नक्की. त्याने टेबलावरील त्याचे ते निळे नोटपॅड उचलून खिशात घातले. हेच त्याने दुपारी मला लिहिण्यासाठी दिले होते. तो म्हणाला, ''हे विसरायला नको इथे. जरा प्लीज दार उघडा बरं. बाहेर आघाडीवर ठीक आहे ना ते बघून सांगा बर.''

मी दार उघडून बाहेर दोन्ही बाजूला नजर टाकली. कोणीही दिसत नव्हते. केनेडीकडे पाहून मी मान हलवली. मग त्याने रॉयेलच्या खांद्यात मागून हात घालून थोडे वर उचलले व ओढत ओढत त्याला दाराबाहेर नेले. बाहेर ती खुर्ची आडवी पडली होती. तिच्याजवळ त्याने रॉयेलचे धूड तसेच सोडून दिले. हळूच खाली

ठेवले नाही! रॉयेल आता किंचित कण्हू लागला होता. तो केव्हाही शुद्धीवर येण्याची ती लक्षणे होती. केनेडीने क्षणभर माझ्याकडे पाहिले. त्याला काहीतरी बोलायचे होते. मग माझ्या खांद्यावर हळू थोपटत तो मला म्हणाला, ''गुड लक, टालबोट! देवाने मलाही तुमच्याबरोबर या कामगिरीवर पाठवायला हवे होते.''

मला त्याच्या भावना समजल्या. मी त्यावर म्हणालो, ''मलाही तू बरोबर असता तर बरेच वाटले असते. पण जाऊ दे. आता ते लवकरच संपेल.''

एवढे बोलून मी आत आलो व दार लावून टाकले. केनेडीने बाहेरून दाराच्या लॅचमध्ये किल्ली फिरवून कुलूप घातले व ती किल्ली तिथेच ठेवून दिली. मी दाराला कान लावून आतून ऐकत होतो. पण नंतर त्याच्या निघून जाण्याच्या पावलांचा आवाज ऐकू आला नाही. तो पावले न वाजवता तेथून त्वरेने निघून गेला.

आता खोलीत मी एकटा होतो. मला काहीच काम करायचे नव्हते. ती वेदनेची लाट चाल करून आली. साऱ्या अंगभर पसरत गेली व सावकाश ओसरत गेली. पण नंतर दुसरी आली, तिसरी आली. वेदनेच्या अशा सारख्या लाटा येतच गेल्या. दोन लाटांच्या दरम्यान मला पोटात मळमळल्यासारखे वाटायचे. शुद्धी आणि बेशुद्धी यांच्या सीमारेषेवर मी होतो. कोणत्याही क्षणी मी कोसळून पडू शकत होतो. वेदनाशामक कोणतेही औषध किंवा इंजेक्शन घेण्याची मला आता तीव्र गरज वाटू लागली. त्या असह्य वेदनांपुढे मी शरण गेलो. त्यापासून बचाव करण्याचा एकच उपाय होता. आता शुद्ध हरपत असेल तेव्हा सरळ झोकून द्यायचे. एकदा माझी शुद्ध हरपली की वेदनांपासून मुक्ती मिळाली असती. ते किती सोपे होते! पण हातात घेतलेले अवघड काम सोडून देणे इतके सहज सोपे नव्हते. मला जागे राहिलेच पाहिजे, वेदना सहन केल्या पाहिजेत आणि ते कामही पुरे केले पाहिजे, वाटेल ती किंमत देऊन. अगदी वेळप्रसंगी माझे प्राण देऊनसुद्धा! आता माघार घेऊन चालणार नव्हती.

कुणाची तरी पावले बाहेर वाजली. म्हणजे मी अगदी वेळेत परतलो होतो. मग एक आश्चर्याचा उद्गार ऐकला व पळण्याचा आवाज ऐकला. मी पटकन खुर्चीत जाऊन बसलो व हातात पेन्सिल घेतली. डोक्यावरचा दिवा मालवला. टेबल लॅम्पचा कोन असा तिरपा करून ठेवला की फक्त टेबलावर उजेड पडेल व माझा चेहेरा मात्र अंधारात राहील. जर माझ्या चेहेऱ्यावरती मी काही मारामारी केल्याचे समजत असेल तर ते दिसणे यामुळे टळावे. कुणीतरी घाईघाइने बाहेरून दारातील किल्ली फिरवल्याचा आवाज ऐकला. अन् मग दाराला धडक देऊन व्हायलंडचा एक ठग आत आला व समोरच्या पोलादी भिंतीवर जाऊन आदळला. ही असली दृश्ये फक्त हॉलीवूडच्या सिनेमात पहावयास मिळतात. आणिबाणीच्या वेळी दार नेहमी धडक देऊनच उघडायचे असते असे त्यातून शिकायला मिळते. व्हायलंडच्या गुंडाने नेमके हेच केले व आपले डोके चांगले सडकून घेतले. ते पाहून मला बरे

वाटले. त्याच्या हातात पिस्तूल होते व ते कधीही वापरायचा त्याचा बेत होता, त्याला वाटले की आतमध्ये कोणीतरी असेच पिस्तूल घेऊन सज्ज असेल. पण त्याएवेजी हातात पेन्सिल असलेला मी पाहून तो गोंधळून गेला. त्याने दाराबाहेर पाहून सर्व ठीक असल्याची खूण केली.

व्हायलंड व जनरल हे मग आत आले. त्या दोघांनी रॉयेलला उचलून आत आणले होते. रॉयेल आता बऱ्यापैकी शुद्धीवर आला होता. त्याने आपले अंग एका खुर्चीवरती धाडकन टाकले. दोन दिवसांपूर्वी मी रॉयेलवर दार आपटून अशी जबर जखम केली होती की त्याच्या चेहेऱ्यावर आता एक कायमचा व्रण निर्माण झाला होता. अगदी तो फाशी जाईपर्यंत किंवा विजेच्या खुर्चीवर शेवटी बसेपर्यंत तो व्रण माझी त्याला आठवण करून देणार होता. त्या व्रणात आता आज केनेडीनी केलेल्या हल्ल्याची भर पडली होती. आणखी एक व्रण रॉयेलच्या चेहेऱ्यावरती उगवत होता.

''टालबोट, तू या खोलीतून बाहेर गेला होतास?'' व्हायलंड डोळे बारीक करीत मला विचारत होता. त्याला माझा संशय आला होता व त्याच्या आवाजातली सभ्यता यावेळी नव्हती.

''अर्थात, अर्थात!'' मी रॉयेलकडे उत्सुकतेने पहात म्हणालो, ''मी या खोलीत धुराचे रुप घेतले, दाराच्या भोकातून माझा धूर बाहेर पडला व पुन्हा शरीराचे रुप मी धारण केले. नाहीतर बाहेरून कुलूप लावल्यावर मी बाहेर कसा पडणार होतो? अन् ह्या थोर रॉयेलसाहबांना काय झाले आता? का वादळाने वरचा डेरिक मनोरा यांच्या अंगावर पडला?'' मी उपहासाने म्हणत होतो, चेष्टेने बोलत होतो व वेडावून दाखवण्याच्या स्वरात टिंगल करत होतो.

व्हायलंड रॉयेलला उठायची मदत करीत होता. पण रॉयेलने व्हायलंडचा हात दूर सारीत म्हटले, ''छे! तो टालबोट नव्हता. दुसऱ्याच कोणीतरी माझ्यावर हल्ला केला.'' असे म्हणून त्याने आपल्या कोटाचे खिसे चाचपून त्याचे ते छोटे ऑटोमॅटिक पिस्तूल बाहेर काढले. रॉयेल कधीही विचारात पडला की प्रथम त्याला आपल्या पिस्तुलाची आठवण येऊन ते तो हातात घेतो. ते पिस्तूल खरच आपल्याजवळ आहे, पळवले गेले नाही, ह्याची खात्री पटून तो पुन्हा ते कोटाच्या खिशात ठेवत होता. पण तेवढ्यात त्याला काहीतरी शंका आली व त्याने परत ते पिस्तुल नीट हातात धरले, त्याचे मॅगेझिन काढले आणि आतल्या त्या कॉपर-निकेलच्या सर्व गोळ्या सुस्थितीत आहे ते पाहिले. त्याची शंका फिटल्याने तो थोडा खुषीत आला. त्याने पुन्हा ते पिस्तुलाचे मॅगेझिन लावून टाकले व आपले आवडते शस्त्र खिशात टाकले. त्याचा हात खिशात गेला होता व आता आणखी काही चाचपडत होता. त्याने चटकन हात बाहेर काढून कोटाच्या आतल्या खिशात तो घातला. त्याच्या कपाळाला क्षणभर आठ्या पडल्या, डोळे इकडे तिकडे झटपट हलले आणि मग एक नि:श्वास टाकत

तो म्हणाला, ''माझे पाकीट. माझे पाकीट मारले गेले.'' आपले पाकीट गेले ह्याबद्दल त्याला दु:ख झाले नव्हते की खेद झाला नव्हता. उलट सुटल्यासारखे वाटत होते.

''हात्तिच्या, पाकीटच गेले ना?'' व्हायलंड म्हणाला. त्याच्याही स्वरात तीच सुटकेची भावना होती. ''म्हणजे एखाद्या भुरट्या चोराने हल्ला करून डल्ला मारला तर.'' व्हायलंड किंचित खुषीत येऊन म्हणाला. त्या दोघांनाही पैशाचे पाकीट गेल्याचे अजिबात दु:ख वाटत नव्हते.

''पाकीट मारले? माझ्या रिगवरती? या इथे एक्स-१३ वरती? ही एक गंभीर गोष्ट आहे,'' जनरलसाहेब चिडून म्हणत होते, ''मी आत्ताच्या आत्ता सर्वांना एकत्र बोलावून घेतो व प्रत्येकाची झडती घ्यायला लावतो. माझी रिग म्हणजे समजतात काय ते?''

मी त्यांचे बोलणे मधेच तोडून टाकीत कोरड्या स्वरात म्हणालो, ''जाऊ द्या हो जनरलसाहेब. ते पाकीट आता कधीच सापडणार नाही. चोरट्याने पैसे काढून घेतल्यावर तो कधी रिकामे पाकीट स्वत:जवळ ठेवतो काय? त्याने ते नक्कीच समुद्रात फेकून त्याची विल्हेवाट लावून टाकली असणार. कशाला उगीच झडती घेण्यात वेळ घालवता? त्यातून काहीही निष्पन्न होणार नाही. शिवाय ज्याने कुणी रॉयेलचे पाकीट मारले त्यालाच उलट एखादे पदक द्यायला हवे.''

पण आता व्हायलंडला माझा संशय आला. तो म्हणाला, ''टालबोट, तू फार बोलतो आहेस. त्या पाकिटाचा शोध घेतला जाऊ नये असे तुला वाटते आहे. रॉयेलवर हल्ला करण्यासाठी त्याचे पाकीट मारणे हे केवळ एक वरवरचे दिखाऊ कारण असावे. टालबोट, खरे सांग. काय कारण आहे ते?''

माझ्या अंगावरती एक शिरशिरी आली. चोरीचा हेतू त्यांच्या लक्षात आणून देण्याच्या नादात मी नकळत जी जादा चार वाक्य बोललो त्यामुळेच व्हायलंडला माझा संशय आला होता. बेटा हुषार होता हे खास! पण आता काय करावे ते सुचेना. मी मनातून थोडासा घाबरलो. जर माझा संशय येऊन त्यांनी खुद्द माझीच झडती घेतली तर? या विचाराने मात्र मी नखशिखांत हादरलो. कारण मग माझ्या अंगावर लपवलेले लॅरीचे रिव्हॉल्व्हर त्यांना सापडणार. नंतर व्हायलंड मला नक्कीच जिवंत ठेवणार नव्हता. मी थिजलो, स्तब्ध राहिलो व माझा एक पुतळा झाला.

तेवढ्यात रॉयेल उठून माझ्या जवळ येत म्हणाला, ''पाकीट मारणे हे केवळ मुद्दाम दिशाभूल करणारे कारण कदाचित् असू शकेल. पण नक्की काय ते मी आत्ताच सांगतो.''

तो जरासा धडपडत माझ्या टेबलाजवळ येऊन उभा राहिला आणि तिथल्या माझ्या कागदावर त्याने आपली नजर टाकली. तो अगदी बारकाईने ते कागद पहात होता. आता मात्र मला दरदरून घाम फुटला. रॉयेलचा हेतू चटकन माझ्या ध्यानात

आला. मी जर खोलीबाहेर गेलो असेन तर तेवढ्या वेळात माझे कागदावर गणिते करणे थांबणार. सुरुवातीच्या पाच मिनिटांची गणिते त्याने कागदावर पाहिली होती. नंतरची पंधरा वीस मिनिटे जर मी इथे नसतो तर कागदावर आणखी काही लिहिले जाऊ शकणारच नव्हते. त्याने मला बरोबर पकडले होते. बाहेर पडताना मी फक्त अर्धा कागद भरवला होता. शेवटी मला संपवण्याची वेळ आली तर. रॅयेलने आपले पिस्तूल वाचवण्यासाठी अंगावर लपवलेले ते लॅरीचे रिव्हॉल्व्हर बाहेर काढणे भाग होते. पण रॅयेलच्याही आधी काढणे शक्य नव्हते. आता फक्त मला त्याच्या पिस्तुलातील किती गोळ्या माझ्या शरीरात घुसणार याचीच प्रतीक्षा करायची होती.

रॅयेल म्हणाला, ''टालबोट इतका वेळ इथेच होता. आपण उगाच त्याच्यावर संशय घेतो आहोत. तो इथे काम करत बसला होता. ह्याची मला खात्री आहे, व्हायलंड. तो अगदी न थांबता सतत काम करत होता हे मी सांगू शकतो.''

मी माझ्या पुढ्यातल्या कागदांवर दृष्टीक्षेप टाकला आणि रॅयेलच्या बोलण्याचा उलगडा मला झाला. खोलीतून बाहेर पडण्याआधी अर्धा कागद भरेल एवढीच गणिते मी केली होती. पण आता या कागदावरती पुढेही बरीच गणिते लिहून ठेवलेली होती. अर्थात ती सारी कच्च्या स्वरुपात होती. ते रफ वर्क होते. वाटेल तसे खरडलेले होते. त्यात आकडेमोड होती. काही तांत्रिक शब्द होते. जुजबी समीकरणे होती. प्रश्नचिन्हे होती. बऱ्याच ठिकाणी खाडाखोडही केलेली होती. अन् हे सारे माझ्या लिहिण्याच्या पद्धतीनुसार केलेले होते. माझ्या हस्ताक्षराची ती हुबेहूब नसली तरी एक बऱ्यापैकी नक्कल होती हे खास. रॅयेल समोरून पहात असल्याने टेबलावर पसरलेल्या त्या तीन चार कागदांवरती त्याची नजर उलटीकडून पडत होती. पण त्याचे त्यामुळे समाधान झालेले दिसले. माझी त्यांच्या संशयातून सुटका झाली. याचे सारे श्रेय त्या केनेडीला द्यायला हवे. त्याने येथे बसल्याबसल्या नीट विचार करून हे सारे कागदावर खरडून ठेवले होते. त्याला यातले तांत्रिक ज्ञान समजत नव्हते. पण माझे आधीचे लिखाण वाचून त्याने जमेल तेवढ्या तांत्रिक भाषेत ती गणिते केल्याचा आभास निर्माण करून ठेवला होता. किती हुषारीने! खरोखर, जर त्याची व माझी आधी एक महिना गाठ पडली असती तर किती बरे झाले असते!

''ठीक आहे. म्हणजे कुण्या कफल्लक माणसाचे हे काम आहे तर!'' व्हायलंड समाधान पावून म्हणाला. त्याने आता हा विषय डोक्यातून काढून टाकीत मला विचारले, ''मग टालबोट, तुझी ती आकडेमोड संपली असेल तर निघायचे का आता? फार कमी वेळ आपल्याजवळ आहे.''

''काही काळजी करू नका. सर्व काही ठीक आहे. आता कसलीही तांत्रिक अडचण येणार नाही. पाच मिनिटात आपण खाली पोचून मोहिमेवरती निघू या.'' मी आश्वासक स्वरात त्यांना म्हटले.

"झकास!" व्हायलंड खुषीत येऊन म्हणाला. नंतर आपल्या त्या जाडगेल्या ठगाकडे वळून म्हणाला, "जनरलच्या स्टेटरूममध्ये त्यांची मुलगी व शोफर आहेत त्यांना ताबडतोब इकडे बोलावून आण. मग निघायचे ना?" शेवटचे वाक्य व्हायलंडने मला उद्देशून म्हटले.

मी उठून उभा रहात म्हणालो, "ठीक आहे, चला तर." उभे राहिल्यावर माझा थोडासा तोल जातो आहे असे वाटले. पण रॉयेलपेक्षा माझी स्थिती जास्त चांगली होती. निदान आत्ता तरी. परंतु पुढे खाली जाऊन बेथिस्कॅफमध्ये काम सुरू केल्यावर जर परत माझ्या शरीरात वेदनांचे मोहोळ उठले तर? तर मात्र मला काम करणे व विचार करणेही अशक्य होईल. त्यावेळी हातात घेतलेले काम सोडताही येणार नाही. नाहीतर शेवटी समुद्रतळावरतीच चिरविश्रांती मिळणार. मला कोणते तरी वेदनाशामक हवे होते. अन् तेही त्यांना संशय येऊ न देता हवे. मग एक कल्पना सुचून मी व्हायलंडला म्हणालो, "व्हायलंड, आजचा दिवस मला तसा खूप धावपळीचा गेला आहे. मी थोडासा थकलो आहे. तेव्हा निघण्यापूर्वी जर मला काही उत्तेजक..."

"आले लक्षात माझ्या," व्हायलंड आनंदाने म्हणाला, "या माझ्या माणसांच्या जवळ काहीना काही दारूचा स्टॉक असणार. तसा तो नसला तरच नवल. चल, मी देतो तुला तिकडेच."

आम्ही सगळेजण त्या ठगांच्या खोलीकडे गेलो. बाहेरच्या त्या पोलादी दारावरती व्हायलंडने ते सांकेतिक ठोठावणे केले. मी ते लक्षपूर्वक ऐकले आणि नि:श्वास सोडला. अजूनही तोच संकेत होता. बदललेला नव्हता. आत गेल्यावर त्या खोलीत आम्ही जमलो. त्याच्या पुढच्या खोलीतच त्या पोकळ खांबात उतरण्याचा मार्ग होता. व्हायलंडची दोन्ही माणसे अलीकडच्या खोलीत नेहमी असायची. तिथेच दारुच्या बऱ्याच बाटल्या होत्या. आम्ही सर्वांनीच स्कॉच व्हिस्की घेतली. मी दोन पेग एकदम तसेच मारले. काय वाटेल ते करून शरीरातल्या वेदनांवर मला मात करायची होती. माझ्या खांद्यावर अदृश्य असलेली ती दोन लहान माणसे आतमध्ये करवतीने हाडे कापत आहेत, अशा वेदना मघापासून मला होत होत्या. पण स्कॉच पोटात जाताच काही वेळातच त्या वेदना थांबल्या. त्या माणसांनी आपले काम थांबवलेले होते. डोके आपटल्यावर जशा डोक्यात झिणझिण्या उमटतात तशा झिणझिण्या गेले दहा मिनिटे डोक्यात होत होत्या. हळूहळू त्याही वेदना नाहीशा झाल्या. अजूनही तेवढेच पेग मारले तर बराच वेळ हे वेदनाशामक राहील असे मला वाटले. तेवढ्यात केनेडी व मिस् रुथव्हेन आले. ती बरीचशी पांढरी पडली होती. डोळ्याखाली अर्धवर्तुळे आली होती. अर्ध्या तासापूर्वी ज्या प्रसंगातून मला जावे लागले त्याने मी हादरून निघालो होतो. मिस् रुथव्हेनही त्याच प्रसंगातून गेलेली असल्याने तिचे काय झाले असेल? आयुष्यात ती प्रथमच एवढी घाबरलेली असेल

व इतका जबरदस्त मानसिक धक्का तिला बसला असेल. पण सुदैवाने तिच्या चेहेऱ्याकडे व्हायलंड व रॉयेल ह्यांनी निरखून पाहिले नसावे. अन् जरी तसे पाहिले असले तरी त्यांना संशय आला नसावा.

केनेडी मात्र स्थितप्रज्ञ होता. हादरून गेल्याची नावनिशाणीही त्याच्या चेहेऱ्यावर नव्हती. खरोखर तो एक परिपूर्ण शोफर असल्यासारखा वागत होता. पण रॉयेल त्याच्या चेहेऱ्याला फसायला तयार नव्हता. सावधगिरी म्हणून त्याने आपल्या माणसाला त्याची झडती घ्यायला सांगितले. यावर व्हायलंडने रॉयेलकडे प्रश्नार्थक नजरेने पाहिले. म्हणून रॉयेल त्याला खुलासा करू लागला, ''तो दिसतो तसा निरुपद्रवी असेलही कदाचित्. पण आज दुपारपासून तो एक्स-१३ वर एकटा भरपूर हिंडला आहे. कुणी सांगावे त्याने एखादे वेळी पिस्तूल पैदाही केले असेल... व आपण खाली असताना आपल्या माणसांवर त्यामुळे दमदाटी होऊ शकते. आपला वरती येण्याचा मार्ग नेहमीच सुरक्षित असला पाहिजे. नाहीतर वर येताना केनेडी हातात पिस्तूल खाली रोखून आपल्याकडे बघतो आहे हे दृश्य मला अजिबात आवडणार नाही.''

त्यांनी केनेडीची झडती घेतली, पण त्याच्या अंगावरती कोणतेही शस्त्र सापडले नाही. पण तरीही रॉयेलचे मी मनातून कौतुक केले. बेटा प्रत्येक तपशील बारकाईने बघून कसलीही जोखीम पत्करत नव्हता. रॉयेल हुषार होता, तरी तो पुरेसा हुषार नव्हता हे नक्की. कारण तसे असते तर माझीही झडती त्याने घेतली असती व मग त्याला ते लॅरीचे रिव्हॉल्व्हर सापडले असते.

''चला निघू या आता,'' मी म्हणालो. ग्लासातला व्हिस्कीचा शेवटचा पेग एकदम घशात ओतून दिला, हातातल्या कागदावरील नोटसकडे एकदा डोळे मोठे करून पाहिले, घडी करत तो कागद खिशात ठेवला आणि पुढच्या खोलीत गेलो. इथेच त्या पोकळ खांबाचे तोंड वरती उघडत होते.

व्हायलंडने माझ्या खांद्याला हलकासा स्पर्श केला आणि मी काही इंच उडालो. कारण माझ्या खांद्यात पुन्हा आता वेदनांचे मोहोळ फुटले. जर मी स्कॉच घेतली नसती तर यापेक्षा किती तीव्र वेदना झाल्या असत्या! व्हायलंडला वाटले की मी घाबरलो आहे म्हणून दचकलो. तो म्हणाला, ''थोडीशी भीती वाटते ना? अरे आम्हालाही तशी वाटते आहे.'' तिथे टेबलावरती एक सोलेनॉईड स्विच मी खालून आणून वर ठेवला होता. त्याकडे बोट दाखवून व्हायलंड म्हणाला, ''हे यंत्र बरोबर घ्यायचे ना? विसरलास वाटते?''

''छे:! ह्याची आता काहीही जरूरी नाही.''

''चला तर मग.'' व्हायलंड म्हणाला व पुढे आपल्या त्या गुंड माणसाला म्हणाला, ''सिबाटी, या इथे थांबणाऱ्या पाहुण्यांच्यावरती तुझे लक्ष असू दे. अगदी जवळून बारीक लक्ष ठेव.''

पाहुणे म्हणजे जनरलसाहेब, केनेडी व मिस् रुथव्हेन. त्या माणसाने मठ्ठपणे आपली मान हलवली आणि हातातले पिस्तूल पाहुण्यांवर रोखून धरले. आपण किती आज्ञाधारक आहोत हेही त्याला या कृतीमधून दाखवून द्यायचे होते. परंतु आम्ही तिघेही खाली बेथिस्कॅफमध्ये असताना जनरलसाहेब व केनेडी हे कसलीही हालचाल करणार नव्हते. रॉयेल हा अतिसावध व जादा सुरक्षितता बघणारा माणूस होता. त्याने आपल्याबरोबर जनरलसाहेबांनाही बेथिस्कॅफमधून नेले असते. पण तिघांपेक्षा जास्त जागा चौथ्यासाठी आत नव्हती. त्यामुळे कामे करताना कदाचित अडथळा आला असता. शिवाय जनरलसाहेबांना या वयात शिडीच्या १८० पायऱ्या उतरणे व नंतर चढणे हे कठीण गेले असते. म्हणून नाईलाजाने त्यांना मागे सोडलेले होते.

परंतु त्या शिडीवरून उतरणे खुद्द मलाच आता अवघड होऊ लागले. मी निम्म्या पायऱ्या उतरून गेलो खरा. पण तोपर्यंत माझा खांदा, हात, मान येथे नुसता आगडोंब उसळून आला. कोणीतरी माझे हे अवयव तापलेल्या शिशाच्या रसात घातले आहेत असे मला वाटू लागले, आणि येथून निघणाऱ्या वेदनेच्या लाटा या पार डोक्यापर्यंत पोचत होत्या. तिथे पोचल्यावर मला अंधारी येई. माझ्या पोटापर्यंतही ह्या वेदना जाऊन पोचत. तिथे मग मला पोटात जोरदार ढवळू लागे. वेदना, अंधारी आणि मळमळ यांनी माझ्या शरीराला वेढून टाकले होते. माझा जो हात चांगला होता त्याने मी शिडीची पायरी घट्ट पकडून ठेवत होतो. वेदनेची लाट ओसरून मी पूर्णपणे भानावर येईपर्यंत शिडीवरची माझी त्या हाताची पकड सोडत नव्हतो. पण जसजसा मी एकेक पायरी खाली उतरत जाऊ लागलो तसतसा मला अंधारी येण्याचा काळ वाढत गेला आणि मी भानावर रहाण्याचा काळ कमी होत गेला. शेवटच्या तीसएक पायऱ्या तर मी डोळे मिटून यंत्रासारख्या उतरत गेलो. मी केवळ माझ्या अव्यक्त मनातील शक्तीवर किंवा सूचनांनुसार वागत होतो. त्या शेवटच्या पायऱ्या उतरताना किती वेळा अंधारी येऊन माझे भान हरपले ते आता आठवतही नाही. खाली उतरणारा मी पहिला होतो. माझ्या मागून व्हायलंड व रॉयेल उतरत होते. एक प्रकारे ते बरेच होते. कारण माझी मन:स्थिती एवढी संवेदनशील झाली होती की त्यांच्या विरुद्ध मधेच मी चिडायचो व पेटून उठायचो. अशा वेळी मी जर त्यांच्यानंतर खाली उतरत असतो तर मला नक्कीच त्यांच्या डोक्यावर उडी मारण्याचा मोह झाला असता. शेवटी मी महत्प्रयासाने त्या पोकळ खांबाच्या शेवटास जाऊन पोचलो. माझ्या मागोमाग व्हायलंड, रॉयेल आले. त्याचा तो दांडगोबा माणूसही नंतर झडप वरतून लावून घेण्यासाठी आला. तो तिथेच थांबला. मी आत उतरल्यानंतर सरळ उभा राहू शकत होतो, कुठेही तोल जात नव्हता, डोलत नव्हतो की झोक जात नव्हता. पण माझा चेहेरा खूप पांढरा पडला असावा. शिवाय चेहेऱ्यावर अनेक घर्मबिंदू उगवले होते. त्या खांबाच्या तळाशी, किंवा त्या

दंडगोलाकृती शवपेटीमध्ये शेवटाला पायाशी दिवे होते व त्यांचा प्रकाश मंद होता. माझ्या चेहेऱ्यावरील फरक पाहून त्या दोघांना काही संशय येईल की काय अशी मला भीती वाटत होती. पण त्या मंद प्रकाशामुळे माझी अवस्था त्यांना नीट दिसली नाही किंवा खुद्द तेही मनातून आता गंभीर झाले असावेत. रॉयेलने तर डोक्यावरती तडाख्यामागून तडाखे खाल्ले होते. तेव्हा तोही आत्ता म्हणावा तितका आनंदात असलेला दिसत नव्हता. पण व्हायलंडला मनातून खूपच भीती वाटत असावी असा माझा संशय होता. त्यामुळे त्याने आत्ता केवळ आपण स्वत: व बेथिस्कॅफमधला प्रवास यावरतीच लक्ष केंद्रित केले असणार. काही का असेना, माझ्या शारीरिक अवस्थेकडे त्या दोघांचे लक्ष गेले नाही हे माझे सुदैवच म्हटले पाहिजे.

ती अवजड झडप उघडली गेली व मी आत त्या फ्लडिंग चेंबरमध्ये, म्हणजे बेथिस्कॅफच्या माथ्यावरील नळकांड्यात, प्रवेश कोठीत धडपडत उतरलो. तिथून खाली बेथिस्कॅफमध्ये जाऊन उतरलो. तो प्रवेशमार्ग हा टोकाशी जवळजवळ काटकोनात वळला होता. ते वळण पार करताना मात्र मी माझ्या खांद्याची खूप काळजी घेतली. तेवढाच वळणाचा भाग बराच चिंचोळा होता. त्यामुळे खांद्याला धक्का लागण्याची दाट शक्यता होती. आत गेल्यावर मी माथ्यावरचे दिवे लावले आणि सर्किट बॉक्सकडे वळलो. वरती खांबाच्या पायथ्याशी झडप व्हायलंडच्या माणसाने लावली असणार. त्या खालच्या प्रवेशाच्या फ्लडिंग चेंबरची झडप आतून लावण्याचे काम व्हायलंडवरतीच सोपवून दिले. अर्ध्या मिनिटाने तोही आपले शरीर वेडेवाकडे करीत त्या वळलेल्या भोकातून आत आला. आपल्या मागची त्याचीही झडप त्याने लावून टाकली व ती पक्की लागली की नाही याची दोनदा तीनदा खात्री करून घेतली.

त्या उघडलेल्या सर्किट बॉक्सेसमधून अनेक रंगीबेरंगी वायर्स खाली लोंबत होत्या. मी त्यांची टोके पटापटा योग्य जागी लावत होतो. जवळच्या कागदावरील टिपणे क्वचितच पाहून मी तसे करीत होतो. तो वायर्सचा गुंता सोडवून जागच्या जागी वायर्स लावत होतो ते पाहून त्यांना माझे कौतुक वाटत होते. त्यांचा चेहेराच तसे सांगत होता. सुदैवाने सर्व सर्किट बॉक्सेस ह्या कंबरेइतक्या उंचीवर होत्या. त्यामुळे काम करताना माझ्या खांद्यावर ताण पडत नव्हता.

मी शेवटची वायर स्क्रू-ड्रायव्हरने लावून टाकली, बॉक्सवरची झाकणे लावली आणि सर्व सर्किटसची चाचणी घेऊ लागलो. व्हायलंड अस्वस्थपणे ते पहात होता. तर रॉयेल हा नेहमीप्रमाणे निर्विकारपणे निरीक्षण करत होता. कॅनव्हासच्या खुर्चीवर बसून त्याने आपले दोन्ही हातांचे पंजे गुडघ्यावर ठेवले होते. त्यामुळे त्याच्या त्या दगडी चेहेऱ्याला इजिप्तमधील स्फिंक्सची उपमा मी मनातून दिली. मी आता त्वरा करून तो बेथिस्कॅफचा प्रवास सुरू करावा म्हणून व्हायलंड खूप अधीर झाला होता. पण मला कसलीही जोखीम पत्करायची नव्हती. मला पाहिजे होता तेवढा वेळ मी

घेतला. मग विजेचा प्रवाह नियंत्रित करणारा -हेओस्टॅट मी चालू केला. बॅटरीवर चालणारी दोन्ही इंजिने मी सुरू केली. इंजिने म्हणजे त्या इलेक्ट्रिक मोटर्स व त्यांना मागे बसवलेली फिरणारी ती पाती. या पात्यांनी पाणी ढकलले जाऊन बेथिस्कॅफ पुढे सरके. आता ती अगदी किमान मंद गतीवर मी चालू करून ठेवली होती. व्हायलंडकडे वळून मी इंजिनांची गती दाखवणाऱ्या दोन डायल्सकडे बोट केले व त्याला म्हणालो, ''इंजिन्स आता चालू झाली आहेत. इथे आत तुम्हाला त्यांचा आवाज फारच बारीक येईल. पण ती व्यवस्थित चालू झाली आहेत. आता निघायचे?''

आपल्या ओठांवरून जीभ फिरवीत तो म्हणाला, ''होय, तुझी सारी तयारी झाली की निघायला हरकत नाही.''

मी मान हलवून ''ठीक आहे!'' असे म्हणालो. मग व्हाल्व्ह कंट्रोलचे चाक फिरवून बेथिस्कॅफच्या मानेत किंवा त्या दंडगोलाकृती प्रवेश-कोठीत बाहेरचे पाणी सोडायला सुरुवात केली. साडेपाच फूट उंचीवरती मायक्रोफोनचा स्विच होता. एका ब्रॅकेटवरती तो पक्का बसवलेला होता. त्याचे बटण मी 'ऑफ'वरून 'ऑन' वरती आणले व व्हायलंडला म्हटले, ''आता आपल्याला वरच्या खांबापासून वेगळे व्हायचे आहे. खांब व बेथिस्फिअर यामध्ये ती जी रबराची रिंग फुगवून ठेवली आहे ना त्यातली हवा काढून टाकण्यास जर तुमच्या माणसांना सांगायचे असेल तर तसे या मायक्रोफोनमधून सांगा.''

तो मायक्रोफोन बरोबर आमच्या दोघांच्या मधे एका ब्रॅकेटवर होता. व्हायलंडने आपली मान हलवली व जरूर तो हुकूम त्याने वरती दिला. नंतर मायक्रोफोनचा स्विच परत 'ऑफ' वरती आणून ठेवला.

आता तो सिगारच्या आकाराचा, म्हणजे दोन्ही टोकांशी निमुळता होत गेलेला व मध्यभागी फुगीर असलेला बेथिस्कॅफ पाण्यात किंचित डोलू लागला. त्याची मागची व पुढची टोके ३ किंवा ४ अंशातून खालीवर होऊ लागली. पण काही वेळातच हे खालीवर डोलणे एकदम थांबले. पाण्यातली खोली दर्शविणाऱ्या मीटरकडे मी पाहिले. मघाशी वरती समुद्राच्या पृष्ठभागावरील खळबळाटाचा थोडा परिणाम होत होता. पण आता बेथिस्कॅफ जड होत हळूहळू खाली खाली चालला होता. मीटरवरचा काटा खोली वाढत चालल्याचे दर्शवित पुढे पुढे सरकत होता. पृष्ठभागावरील खळबळाटाचा इथे काहीही परिणाम होत नव्हता.

''आपण आता त्या खांबापासून पुरेसे खाली आलो आहोत,'' मी व्हायलंडला म्हणालो. मग बेथिस्कॅफच्या तळाशी बाहेर असलेला सर्चलाईट मी लावला. पायाशी असलेल्या प्लेक्सिग्लासच्या खिडकीतून समुद्राचा तळ जवळ येताना दिसला. तो सहा फुटांवरती आल्यावर मी म्हटले, ''आता कोणत्या दिशेने जायचे? बोला, चटकन बोला. इथे समुद्राच्या तळाला आपल्याला स्पर्श करायचा नाही.''

"सरळ पुढे चल. आत्ताची जी दिशा आहे तीच धर."

मी त्या दोन्ही इंजिनांचा इंटरलॉक स्विच किंवा समाईक स्विच फिरवला व समुद्रतळाला समांतर पुढे जाण्याची गती घेतली. आता खरी मोहीम सुरू झाली. बेथिस्कॅफची पाणबुडी झाली. ही मोहीम फत्ते होईल काय? मला जे पाहिजे ते साध्य होईल काय? इतके दिवस मी ज्याची वाट पहात होतो त्या लक्ष्याच्या जवळ मी सरकू लागलो. त्या दोन बदमाष माणसांसकट. त्या बेथिस्कॅफला दोन आडवे व छोटे पंख होते. त्यामुळे बेथिस्कॅफ पाण्यात वरच्या दिशेने किंवा खालच्या दिशेने तिरपा होऊन पुढे सरकवता येत होता. मी ते पंख एवढ्या किंचित कोनातून हलवले की पुढे जाण्याच्या आमच्या गतीला आणखी मदतच होईल. दोन अंशापेक्षाही कमी अंशातून ते मी हलवले होते. मग मी सावकाश इंजिनांची गती वाढवित गेलो.

व्हायलंडने खिशातून एक कागद काढला व बेथिस्कॅफची दिशा निश्चित करण्यासाठी सांगितले, "कोर्स २२२ डिग्रीज. म्हणजे जवळजवळ नैर्ऋत्य दिशा धरा."

होकायंत्राच्या घड्याळात उत्तर दिशा वर दाखवलेली असते. तिथून क्रमाने सर्व वर्तुळभर अंशांचे आकडे टाकलेले असतात. त्यामुळे पूर्व दिशा ९० अंशावर, दक्षिण दिशा १८० अंशावर आणि पश्चिम दिशा २७० अंशावर येते. पण मधलीच एखादी दिशा अचूकरित्या धरायची असल्यास तिथला अंशाचा आकडा सांगितला की पुरे.

मी त्याला विचारले, "ट्रू?"

तो फटकन रागाने म्हणाला, "ट्रू म्हणजे काय? मी काय खोटे सांगतो आहे?" आता त्याला सर्व काही त्याच्या मनाप्रमाणे व्हायला हवे होते. तो बेथिस्कॅफ पूर्णपणे त्याच्या मर्जीप्रमाणे जायला हवा होता. त्यामुळे मी शंका काढताच तो चिडला किंवा चिडण्याचे कारण म्हणजे तो कदाचित् 'क्लॉस्ट्रोफोबिक' असावा. क्लॉस्ट्रोफोबिक म्हणजे कोंडले जाण्याचा, छोट्या जागेत अडकल्याची भावना होण्याचा एक भयगंड. हा भयगंड काही माणसात असतो व तो त्याला ठाऊकही नसतो. कारण तो फक्त अव्यक्त मनाच्या पातळीवर असतो. व्हायलंड कदाचित त्यामुळेही चिडला असावा. पण मी शांत रहात खुलासा करीत त्याला म्हटले, "ट्रू म्हणजे खरोखरी हीच दिशा, का या होकायंत्रानुसार दर्शवली जाणारी दिशा?"

"असे? म्हणजे या होकायंत्रात तशी काही चूक असल्यास जुळवून घेतले आहे काय ते मला पाहिले पाहिजे." परत त्याने खिशातून एक कागद काढून वाचला व म्हटले, "होय, ती जुळवाजुळव ब्रायसनने केलेली आहे व आता या होकायंत्रानुसारच दिशा समजायच्या. ब्रायसन असेही म्हणाला होता की खांबापासून बरोबर या दिशेला आपण सरळ गेलो की तेलविहिरीच्या सर्व खांबांचे लोखंड हे होकायंत्रावर चुंबकीय परिणाम करू शकणार नाही."

मी यावरती काहीच बोललो नाही. तो इंजिनियर ब्रायसन आता कुठे असेल?

इथेच जवळपास कुठेतरी समुद्रतळावर त्याचे शव विश्रांती घेत असेल. अडीच मैल खोल असलेली तेलविहीर खोदण्यासाठी तिथे समुद्रतळावरती किमान सहा हजार पोती सिमेंट वापरावे लागते. तर ब्रायसनचा देह समुद्रात पूर्ण बुडालेला रहाण्यासाठी त्याचे पाय सिमेंटमधे पक्के रुतवून ठेवण्यासाठी अवघी दोन पोती सिमेंट लागले असणार. मग कालांतराने तिथे फक्त हाडाचा सापळा उरल्यावर ब्रायसनच्या देहाच्या ओळखीच्या खाणाखुणाही रहाणार नाहीत. व्हायलंड, रॉयेल आणि कंपनीने ब्रायसनकडून भरपूर महत्त्वाचे काम करून घेतले आणि त्याला असे नाहीसे केले. खून किती सहज करता येतो नि किती सहज पचवता येतो.

व्हायलंड म्हणत होता, "त्या विमानापासून १५६० फूट अंतर आता राहिले आहे" त्याने आता प्रथमच विमानाचा उल्लेख केला. "हे अंतर नकाशावरचे आहे. खाली तिरपे होऊन तिथे खोलवर पोचण्यासाठी आणखी जादा ३०० फूट अंतर कापावे लागेल. निदान ब्रायसनच्या मते तरी असे हे अंतर आहे."

"तिथे खोलवर? म्हणजे समुद्रतळाच्याही खाली आणखी?" मी विचारले.

"होय, येथून अजून दोन तृतीयांश अंतर आपण कापले की त्या गर्तेपाशी पोहोचू. पाण्याच्या पृष्ठभागापासून १४० फूट खाली समुद्रतळावरती ती गर्ता आहे. ४८० फूट खोल असलेली ती गर्ता एकदम ३० अंशाच्या उताराने सुरू होते," व्हायलंडने जाहीर केले.

मी यावर मान हलवली, पण काहीही बोललो नाही. 'तुम्हाला एकाच वेळी दोन प्रमुख वेदना जाणवत नाहीत, एका वेळी एकच जाणवत असते, दोन्ही नाहीत,' असे मी ऐकले होते. पण माझ्या मते हे चूक आहे. कारण आत्ता माझा हात, खांदा व पाठ या तिन्ही ठिकाणी वेदनेचा महासागर एकवटला होता. त्याचवेळी वरच्या जबड्यात जाड सुया भोसकल्यासारख्या होणाऱ्या वेदनाही मला जाणवत होत्या. मी संभाषण करण्याच्या मनःस्थितीत नव्हतो. खरे म्हणजे काहीही न करण्याच्या मनःस्थितीत मी होतो. शेवटी हातातल्या कामावर लक्ष केंद्रित करून वेदना विसरण्याचा प्रयत्न मी करायला लागलो.

तेलविहिरीवर त्या खांबाशी आमच्या बेथिस्कॅफला एक जाड केबल बांधून ठेवली होती. केबलचे दुसरे टोक हे बेथिस्कॅफच्या तळाशी असलेल्या एका मोठ्या रिळाला जोडले होते. ह्या रिळावरती सारी पूर्ण लांबीची केबल गुंडाळलेली होती. हे रीळ अर्थातच बॅटरीवरती फिरवता येई. म्हणजे त्यावर केबल गुंडाळली जाऊन हळूहळू खांब व बेथिस्कॅफ यातील अंतर कमी कमी होत जाई. अशा रितीने खांबाकडे बेथिस्कॅफ खेचला जाई. रीळाचे वेढे किती झाले हे आत एका मीटरवरती दिसे. त्यावरून आपण खांबापासून किती दूर आहोत हे समजून येई. हे अंतर बऱ्यापैकी अचूक असल्याने बेथिस्कॅफचा वेगसुद्धा आत नीट समजे. खांबापासून

निघताना किंवा दूर जाताना ते रीळ आपोआप फिरे. केबल थोडीशी पोकळ होती. व तिच्या पोटातून मायक्रोफोनची तार खांबापर्यंत व तिथून वरच्या खोलीतील स्पीकरपर्यंत पोचलेली होती. बेथिस्कॅफची गती तशी मंद होती. ती जास्तीत जास्त सुमारे ताशी तीन मैल होती. पण पाण्याचा विरोध लक्षात घेता ती दीड मैलांवर आली होती. बेथिस्कॅफचा उद्देश हा समुद्राच्या पोटातील दृश्याचे निरीक्षण करण्याचा होता. प्रवास करण्याचा नव्हता. म्हणून एवढा मंद वेग हा योग्यच होता.

माझ्या पद्धतीने बेथिस्कॅफ चालविण्यावर व्हायलंड हा बेहद्द खूष होता, समाधानी होता. बहुतेक वेळ तो बाजूच्या एका खिडकीतून बाहेरची दृश्ये टिपण्यातच खर्च करीत होता. रॉयेल मात्र थंड नजरेने माझ्या साऱ्या बारीकसारीक हालचाली टिपत होता. पण तसे निरीक्षण करण्याची त्याची ती सवय होती. त्याला या बेथिस्कॅफचे, त्याच्या नियंत्रणामधले काडीचेही ज्ञान नव्हते. बेथिस्कॅफमधील हवेतला कार्बन डायॉक्साईड वायू शोषून घेण्याच्या साधनावरील खुंटी फिरवून मी ती अगदी कमीतकमीवर ठेवली. अन् हेही त्याने निर्विकारपणे पाहिल्यावर मला त्याच्या अज्ञानाची खात्रीच पटली.

समुद्रतळापासून वरती दहा फुटांवरून आम्ही अगदी संथपणे वहात जात होतो. खांबाला पक्क्या बांधलेल्या केबलकडून बेथिस्कॅफला किंचित ओढ बसत होती. कारण ज्या वेगाने पाण्यातून बेथिस्कॅफ पुढे सरकत होते त्यापेक्षा किंचित कमी वेगाने केबल रीळावरून मागे उलगडत जात होती. पण म्हणूनच ती केबल पाण्यात ढिली नव्हती, ताठ सरळ रहात होती. बेथिस्कॅफवर त्यामुळे किंचित मागे खेचणारी ओढ बसत होती. यामुळे बेथिस्कॅफचे नाक थोडे वर उचलले गेले होते. बाहेरून बेथिस्कॅफच्या तळाशी लावलेला तो गाईड-रोप व त्याच्या टोकाला असलेले ते वजन समुद्रातळावरून फरफटत येत होते. समुद्रतळावरचे खडक, त्यावरील वनस्पती, नैसर्गिक स्पंज, वगैरे सारे खरवडले जात होते व तिथे एक हवेत धुरळा उठावा तसा पाण्यात उडालेला गाळाचा धुरळा दिसत होता. आमच्या पायाशी असलेल्या तळाच्या खिडकीतून ते दृश्य व्यवस्थित दिसत होते. बाजूच्या दोन्ही खिडक्यांमधून बाहेरचे दृश्य सर्चलाईटच्या प्रकाशात उजळून निघालेले होते. पण हा प्रकाश फार दूरवर भेदून जाऊ शकत नव्हता. पार्श्वभूमीवरचे पाणी हे काळेकभिन्न होते. एक दोन हेकरू जातीचे मासे आमच्या खिडकीजवळ आले, आळसावल्यासारखे घुटमळले व निघून गेले. नंतर सापासारखे शरीर असलेला एक बाराक्युडा किंवा बडवी मासा खिडकीजवळ आला. आपले डोके तो खिडकीतून आत खुपसू पहात होता. तो आतमध्ये टक लावून पहात होता. जवळजवळ एक मिनिटभर तशी नजर खिळवल्यानंतर त्याला काय वाटले कुणास ठाऊक, काहीतरी आठवल्यासारखा तो अचानक तिथून निघून गेला. स्पॅनिश बांगडा जातीच्या माशांचा एक थवा आमच्याबरोबर

पोहू लागला. त्याने काही वेळ आमची सोबत केली. पण अचानक एक बॉटल-नोज्ड शार्क मासा तिथे उगवला. तत्क्षणी त्या माशांचा जथा स्फोट पावल्यासारखा दशदिशांना विखरून अदृश्य झाला. तो शार्क मासा बेथिस्कॅफबरोबर पोहत रहात होता. पण त्यासाठी त्याला आपली लांब व ताकदवान शेपटी ही किंचितच हलवावी लागत होती. एखाद्या नाटकाच्या व्यासपीठावर जबरदस्त पात्राने प्रवेश करून आपल्या लयदार हालचालींनी प्रेक्षकांना भुरळ पाडावी तसा तो शार्क मासा हालचाली करीत होता. पण खालच्या खिडकीतून पाहिले तर समुद्रतळावरती काहीच हालचाल नव्हती, कसलेही जीवन दिसत नव्हते. कदाचित समुद्राच्या पृष्ठभागावर चाललेल्या वादळामुळे इथल्या पाण्यात होणारा तो थोडासा खळबळाटही तळावरच्या माशांना सहन न झाल्याने ते अधिक खोल पाण्यात सुरक्षिततेसाठी निघून गेले असावेत.

आम्ही निघाल्यापासून बरोबर दहा मिनिटांनी समुद्राचा तळ एकदम उतार होत पुढे खोल गेलेला होता. इथूनच ती गर्ता सुरू होत होती. तिथे तर जगातला सारा अंधार साकळून बसला होता. त्या गर्तेला आम्ही सामोरे जात होतो. एखाद्या सैतानाने आपला प्रचंड जबडा उघडून जांभई द्यावी तशी ती गर्ता आमच्यासमोर आली. त्या सैतानाच्या तोंडातला अंधार हा आता जवळ येत होता. आम्ही त्या जबड्यात प्रवेश करत होतो. आता खरे नाट्य सुरू होणार होते. आम्ही गर्तेच्या कडेवरच अजून मंद गतीने इंच इंच पुढे सरकत होतो. समोर गेलेला सर्चलाईटचा प्रकाश पाण्यात शोषला जात होता. एका कड्याच्या काठावर उभे राहून आम्ही समोर पहात होतो. पण समोर काहीच नव्हते. फक्त अंधार होता. ठार काळोख होता. जणू काही बेथिस्कॅफचे सर्चलाईट बंद पडले होते. तो भयानक काळोख भुरळ घालून बोलवत होता. पण ती एक सैतानी हाक होती हेही समजत होते. मी माझे डोके एकदम गदागदा हलवले. कुठेतरी दृष्टीभ्रम होत असावा. परंतु व्हायलंडवर याचा काहीच परिणाम झाला नाही. कारण तो यापूर्वी अनेकदा येथे आला असला पाहिजे. येथून पुढे समुद्रतळ हा गर्तेमध्ये ३० अंशाचा उतार होऊन घुसतो हे त्याला पक्के ठाऊक होते. त्यानेच तसे सांगितले होते. परंतु तरीही त्या गर्तेचे सामोरे येणे हे एवढे अचानक व भयप्रद होते की मनात कुठेतरी त्यामुळे उलथापालथ होत होती. निदान प्रथम दर्शनी तरी. व्हायलंड हळू आवाजात म्हणाला, "हीच ती गर्ता!" त्याच्या गुळगुळीत चेहेऱ्यावरती घामाचे सूक्ष्म थेंब जमा होऊ लागलेत हे मी पाहिले. तो म्हणाला, "टालबोट, चल, खाली चल आता."

"आत्ता नाही," मी मानेने नकार देत म्हणालो, "जर आपण आत्ता खाली उतरू लागलो तर आपल्याला जोडलेली ती केबल ताण देऊन बेथिस्कॅफचे शेपूट वर उचलेल. मग सर्चलाईटचा झोत पुढे पडणार नाही. तो खूप खाली झुकलेला राहील. अशा अवस्थेत पुढे सरळ सरकताना वाटेत जर तळातून वर आलेला एखादा

खडक, सुळका उभा राहिला तर ते समजणार नाही. त्याला धडक बसेल. चालेल? पेट्रोलच्या टाकीचे पुढच्या बाजूला जे आवरण आहे ते फाटेल. तिथला पत्रा हा फार जाड नाही. हे लक्षात घ्या. एक साधा तडा जरी तिथे गेला तर आतले पेट्रोल बाहेर पडून जाईल. बेथिस्कॅफची तरंगत रहाण्याची शक्ती कमी होईल. तो जड होईल. मग आपल्याला कधीच वर तरंगत जाता येणार नाही. व्हायलंड, पटते का हे?''

व्हायलंडच्या चेहेऱ्यावरील घर्मबिंदू आता चमकू लागले होते. तो आपल्या ओठांवरून वारंवार जीभ फिरवू लागला. शेवटी तो म्हणाला, ''ठीक आहे टालबोट, तुला पाहिजे तसे कर.''

मी बेथिस्कॅफचा रोख २२२ अंशावर म्हणजे नैऋत्य दिशेला ठेवला. मीटरवरती अंतराचा १८०० फुटांचा आकडा येईपर्यंत मी सरळ त्या दिशेने ते जलयान हाकारत नेत होतो. नंतर मी दोन्ही इंजिने बंद करून टाकली. कसलीही हालचाल केली नाही. बेथिस्कॅफला एक नैसर्गिक स्थिती येण्याची वाट पाहू लागलो. उद्धरणशक्ती, पुढच्या छोट्या पंखांची कलती स्थिती, कमी होत जाणारी गती, त्यातून हळूहळू समजत गेले की आम्ही खाली जात आहोत. ते खाली जाणे जीवघेण्या मंद गतीने होत होते. बेथिस्कॅफची खोली दर्शविणाऱ्या मीटरवरील सुई तर स्थिर वाटत होती. तरीही आम्ही खाली जात होतो. आमचे अध:पतन सुरू झालेले होते. त्या गर्तेत खऱ्या अर्थाने प्रवेश करत होतो. एका थरारनाट्याचा प्रवेश सुरू होत होता. बेथिस्कॅफला लोंबकळणारे ते वजन सावकाश खाली खाचेत नेत होते. दर साठ फूट खाली गेल्यावर मी रीळ फिरवून मागे थोडीशी केबल सोडत होतो. त्यामुळे तेलविहिरीच्या खांबाकडे खेच बसण्याची व परिणामी मागचे शेपूट वर उचलले जाण्याची शक्यता दूर होत होती. पतंगाची दोरी सैल सोडून त्याला हवा तसा खाली येऊ द्यावा तसे इथे चालले होते. फक्त मांजाचे रीळ हे पतंगाला जोडलेले होते आणि पतंगावरतीच तो उडविणारा मनुष्य चिकटला होता. दिसायला अत्यंत सोपे वाटणारे हे तंत्र प्रत्यक्षात फार जोखमीचे होते. एखादी जरी चूक झाली तर इथे निसर्गाकडून क्षमा नव्हती.

बरोबर ७६ फॅदम खोलीवरती, किंवा ४५६ फुटांवर खाली सर्चलाईटच्या झोतात समुद्रतळ आला. इथे खडक दिसत नव्हते की नैसर्गिक स्पंज वनस्पती दिसत नव्हत्या. सर्वत्र गाळ भरलेला होता. त्याचे मोठमोठे करडे डाग दिसत होते व अधूनमधून काळ्या रंगाच्या चिखलाचे पट्टे आत दूरवर शिरलेले कळत होते. मी पुन्हा बेथिस्कॅफच्या त्या दोन मोटर्स चालू केल्या. पण यावेळी पुढे जाण्याचा वेग पूर्वीपेक्षा निम्म्याने कमी केला. त्या दोन छोट्या पंखांचा कलतेपणा अगदी किंचित कमी अधिक केला. आता मी पुढे चाललो. अतिशय सावधपणे. एखादा शिकारी आपल्या सावजाला कळू नये म्हणून जितक्या मंद गतीने पुढे सरकतो तसे मी करत

होतो. मी इथे समुद्रतळावरच्या गाळातील मैदानावर, खोल गर्तेत, कोणती शिकार करणार होतो? पुढचे सारे भवितव्य अनिश्चित होते. परंतु आता माघार नव्हती. कदापिही नाही. ब्रायसनने ठरवून दिलेल्या पत्त्यापर्यंत जाण्यासाठी आता मला फक्त १५ फूट पुढे सरकायचे होते. मी इंचाइंचाने नव्हे तर तसूतसूने पुढे सरकत होतो. एकदम मला समुद्रतळावर एका आकाराने आपले डोके वर काढलेले दिसले. तो आकार थोडासा डावीकडे होता. नीट निरखून पाहिल्यावर मला तो आकार कसला आहे ते कळले. विमानाच्या शेपटावर असलेले ते उभे सुकाणू होते. त्याच्या पुढेच विमानाचा उरलेला पुढचा भाग होता, पार नाकापर्यंतचा भाग होता. समुद्रतळावर विश्रांती घेत पडलेल्या त्या विमानाला बरोबर सामोरे जाण्यासाठी मी इंजिने उलटी चालू करून मागे सरकू लागलो. बेथिस्कॅफला जोडलेले केबलचे रीळही त्यानुसार थोडेसे फिरवत गेलो. त्यामुळे केबल सैल पडणार नव्हती. असा मी साठ फूट तरी मागे गेलो. मग पुन्हा पुढे सरकू लागलो. पण यावेळी बेथिस्कॅफचे सुकाणू वापरून थोडीशी डावीकडची दिशा घेतली. शेवटी मी त्या विमानाच्या अगदी नाकासमोर अचूक येऊन ठेपलो. क्षणभर मोटर फिरवून एक दोन फूट माघार घेतली व इंजिने पूर्ण बंद करून टाकली. आता बेथिस्कॅफमधील सारी यंत्रे बंद होती. फक्त सर्चलाईट चालू होते. हळूहळू बेथिस्कॅफ इंचाइंचाने घसरत घसरत खाली समुद्रतळाकडे जाऊ लागला. ती घसरण आत जाणवत नव्हती, पण मला कळत होती. बेथिस्कॅफच्या खाली लोंबकळणारे वजन समुद्रतळाला टेकले. आता त्या वजनाची खालची ओढ बेथिस्कॅफवर नव्हती. तेव्हा उद्धरणशक्तीत थोडी तरी वाढ व्हायला हवी होती. किंवा ती घसरण थांबायला हवी होती. पण तसे काहीही घडले नाही. बेथिस्कॅफचा तळ हा शेवटी तिथल्या तळावरील गाळाला जाऊन भिडला. व ते जलयान अखेर तिथेच विसावले.

बेथिस्कॅफमधील हवेतला कार्बन डायॉक्साईड वायू शोषून घेणारी यंत्रणा मी सर्वात कमीवरती ठेवली होती. त्याला फक्त १५ मिनिटे झाली होती. पण तेवढ्या काळात आतली हवा दूषित झाली होती. तो दूषितपणा वाढत चालला होता. परंतु व्हायलंड व रॉयेलवरती अजूनही कसलाच परिणाम झाला नाही किंवा ही दूषित हवा त्यांच्या लक्षातही आली नाही. कदाचित् इथे अशी हवा असणे हे फारसे मनावर घेण्याजोगे नसते अशी त्यांची समजूत असावी. ते समोरच्या खिडकीतून बाहेर पहाण्यात गर्क झाले होते. बेथिस्कॅफच्या सर्चलाईटचा झगझगीत प्रकाश त्या बुडालेल्या विमानावर पडला होता. त्या दृश्याकडे ते अधाशासारखे पहात होते. भुकेलेल्या हिंस्त्र जनावराने आपल्या सावजाकडे पहावे तसे ते पहात होते.

समुद्रतळावरच्या चिखलात अर्धवट रुतलेल्या त्या विमानासमोर आपण जेव्हा कधी जाऊ तेव्हा आपल्याला काय वाटेल? हा विचार या आधी मी शेकडो वेळा केला होता. अन् ती वेळ आता खरोखरीच आली होती. मी कल्पना केली होती की अशा वेळी आपल्याला प्रचंड राग येईल, चीड येईल, क्रोधाने सारे मन व्यापले जाईल, त्यात मनाच्या गाभ्यातली उरलीसुरली सारी कोमल भावना जळून जाईल, किंवा मानसिक ताण एवढा येईल की कदाचित् त्यामुळे आपली हृदयक्रियाही बंद पडू शकेल. पण यापैकी आत्ता तसे काहीही मला वाटले नाही की घडले नाही. अपेक्षेपेक्षा वेगळेच काहीतरी घडत होते. गर्तेत उतरू लागल्यावर माझे मन विषण्णतेनेच जास्त व्यापून गेले होते. दु:ख व कीव या भावनांचाच माझ्या मनावर पगडा बसत गेला. विषण्णता व खेद इतक्या तीव्रपणे मी या आधी कधीही अनुभवल्या नव्हत्या. कदाचित् माझ्या शरीरात जे वेदनांचे मोहोळ उठले होते त्यामुळेही माझे मन अनपेक्षितरित्या असे वागत असावे. पण मला ठाऊक होते की शारीरिक वेदनांमुळे माझी मन:स्थिती बिघडली नव्हती. कारण मला जे दु:ख वाटत होते, कीव येत होती, खेद वाटत होता त्या या साऱ्या भावना फक्त माझ्याबद्दलच होत्या. ज्यावेळी माणसाला स्वत:बद्दल आत्यंतिक कीव वाटू लागते, त्यावेळी तो खराखुरा एकटा पडतो. मी आत्ता असाच एकटा पडलो होतो. या विश्वात आपले कोणीही नाही ह्या भावनेने मला व्यापून टाकले होते. माझ्या लेखी सभोवतालची सारी चराचर सृष्टी क:पदार्थ होती.

ते विमान चिखलात चार फूट खोल रुतले होते. त्याचा उजवा पंख तुटून नाहीसा झाला होता. ज्यावेळी ते पाण्यावर आदळले तेव्हा त्याचा हा पंख प्रथम टेकला असावा. डाव्या पंखाचे टोकही तुटून गेले होते. पण विमानाचा बाकी सारा भाग, म्हणजे धड व शेपूट किंवा नाकाच्या टोकापासून शेवटापर्यंत मागे सारे काही सुरक्षित होते. कुठेही कसलाही ओरखडा उमटलेला दिसत नव्हता. ते डीसी जातीचे विमान आपला एक पंख तुटला तरी गरुडासारखे रुबाबदार पवित्रा घेऊन समुद्रतळावरती उभे होते. मी बेथिस्कॅफ विमानाच्या पुढे अगदी जवळ नेले होते. विमानाच्या केबिनच्या पुढे व त्याच पातळीत आमचे जलयान स्थिर होते. दोन्हींमध्ये केवळ सहा फुटांचे अंतर होते. विमानाची पुढची काच फुटलेली दिसत होती. त्या फुटलेल्या विंडस्क्रीनमागे दोन हाडांचे सापळे मला दिसले. एक सापळा वैमानिकाच्या आसनावर ताठ सरळ बसला होता, तर त्याच्या शेजारच्या सहवैमानिकाच्या आसनावरचा सापळा पुढे खिडकीच्या दिशेने खाली झुकलेला होता. दोन्ही सापळे हे पट्ट्याने बांधले गेलेले असल्याने आपापली जागा सोडू शकले नव्हते.

"टालबोट, किती अफलातून दृश्य आहे नाही? कमाल आहे. असे कुठेही पहायला मिळणार नाही," व्हायलंड मला म्हणाला. व्हायलंडमध्ये छोट्या जागेत

कोंडले गेल्याच्या भयगंडाची - क्लॉस्ट्रोफोबियाची - भावना थोडीशी निर्माण झाली असावी. कारण तो आपले दोन्ही हात सारखे एकमेकांवर घासत होता. जणू काही एका अदृश्य साबणाने तो ते धूत होता. तो पुढे म्हणत होता, "अखेर यावेळी ते जमले बुवा एकदाचे. आत्तापर्यंतच्या साऱ्या प्रयत्नांचे सार्थक झाले. तेवढी किंमत मागणारा आहेच हा खजिना. अन् तोही अत्यंत सुरक्षित अवस्थेत असलेला! मला भीती वाटत होती की हा सारा माल समुद्रतळावर कुठे विखरून पडला आहे का. तेव्हा टालबोट, तुझ्यासारख्या अनुभवी माणसाला आता हा एकगठ्ठा माल वर काढायला सहज जमेल, नाही का?" मग माझ्या उत्तराची वाट न पहाता तो खिडकीतून बाहेरचे दृश्य परत पाहू लागला आणि हर्षातिरेकाने म्हणाला, "वंडरफुल!" तो शब्द त्याने परत एकदा मोठ्याने उच्चारला, "जस्ट वंडरफुल."

"इट ईज वंडरफुल!" मी त्याच्याशी सहमत होत म्हटले. पण माझ्या स्वरातला शांतपणा व निर्विकारपणा पाहून माझे मलाच आश्चर्य वाटले. मी पुढे म्हणालो, "डी ब्राक नावाचे एक ब्रिटिश जहाज १७९८ मध्ये अमेरिकेच्या डेलवेअर किनाऱ्यानजीक वादळात बुडाले होते. त्यावरतीही असाच अफाट खजिना होता. तो एक अपवाद सोडला तर पृथ्वीच्या पश्चिम गोलार्धातील समुद्रात सापडलेला हा खजिना सर्वात मोठा ठरेल. सोन्याच्या चिपा, पाचू व पैलू न पाडलेले हिरे यांच्या स्वरुपात तो इथे पडून आहे. एक अब्ज, वीस कोटी व पंधरा लाख डॉलर्स एवढ्या आजच्या किंमतीचा हा माल आहे. अगदी सुरक्षित!"

"येस सर!" व्हायलंड भान विसरून मला म्हणाला. तो आता परत एकदा अदृश्य साबणाने हात धुवू लागला होता. तो पुढे हसत हसत म्हणाला, "एक अब्ज, वीस कोटी व...." पण त्याला आपले वाक्य पुरे करता आले नाही. त्याच्या तोंडचे शब्द हळूहळू अडखळत अडखळत विरत गेले व शेवटी तो नुसताच तोंड उघडून बसला. त्याने कुजबुजत्या स्वरात मला म्हटले, "पण... पण टालबोट, तुला कसे हे ठाऊक?"

"व्हायलंड, तू हे आकडे ऐकण्याच्या आधीपासून मला ते ठाऊक होते," मी शांतपणे म्हणालो. ते दोघे एकदम खिडकीपासून दूर झाले आणि माझ्याकडे डोळे विस्फारून बघत राहिले. त्यांना अनपेक्षितपणे एक जबरदस्त धक्का बसला होता. व्हायलंडच्या चेहेऱ्यावरती कोड्यात पडल्याचे, गोंधळात पडल्याचे, शंकेचे भाव मला दिसले. पण त्याचबरोबर तिथे भितीचीही भावना हळूच उमटलेली दिसली. रॉयेलचा चेहेरा मात्र तसाच निर्विकार होता व त्याचे डोळे म्हणजे खेळातल्या काचेच्या गोट्या वाटत होत्या. मी पुढे म्हणालो, "व्हायलंड, जनरलसाहेब जेवढे हुषार आहेत तेवढा तू नाहीस. अर्थात त्यांच्या हुषारीची मलाही सर येणार नाही. पण त्यांनी मला आज सकाळीच बरोबर ओळखले, व्हायलंड. खूप विचार केल्यावर

मला ते कळले. कसे कळले ते ठाऊक आहे?''

''तू काय बोलतो आहेस?'' व्हायलंडने घोगरट आवाजात मला विचारले.

''खरोखरच जनरलसाहेबांना मानले पाहिजे,'' व्हायलंडचा प्रश्न मला ऐकूच आला नाही अशा थाटात मी बोलत राहिलो, ''आज सकाळी जेव्हा आपण हेलिकॉप्टरमधून एक्स-१३ वर उतरलो तेव्हा आपल्या स्वागतासाठी बरेच जण आले होते. पण मी माझा चेहेरा लपवित होतो. पण शेवटी मला हवी होती ती व्यक्ती त्या लोकात नाही असे पाहिल्यावर मी चेहेरा लपविनासा झालो. मी उघडपणे हिंडू लागलो. जनरलसाहेबांच्या चाणाक्ष नजरेने ते टिपले. जर मी माझा चेहेरा प्रत्येकापासून लपवू लागलो असतो तर मी खुनी आहे हे पुन्हा एकदा त्यांना पटले असते. पण मी तसे करत नव्हतो. याचा अर्थ मी खुनी नाही हे त्यांनी चटकन ओळखले. शिवाय ज्याअर्थी मी तेलविहिरीवरल्या एखाद्या विशिष्ट व्यक्तीला टाळू पहातो आहे त्याअर्थी मी नक्की एक्स-१३ वर आधी आलो असलो पाहिजे, हेही त्यांनी ओळखले. व्हायलंड मी त्या तेलविहिरीवर गेल्या रात्रीच आलो होतो.''

व्हायलंड यावर काहीच बोलेना, कसलीच प्रतिक्रिया व्यक्त करेना. माझ्या बोलण्यातून अनंत चमत्कारिक तर्ककुतर्क निघत होते. हादरून सोडणारा परिणाम होत होता. व्हायलंडला हे सारे पूर्णपणे अनपेक्षित होते. त्याला त्याचा एवढा मोठा धक्का बसला असणार...नव्हे, तसा तो बसलाच होता... की तो एकदम दिङ्मूढ झाला. त्याच्या मनात प्रचंड गोंधळ निर्माण झाला होता. परंतु तो शब्दांच्या रुपात तोंडावाटे त्याला बाहेर टाकता येत नव्हता.

मी पुढे सांगत गेलो, ''जनरलसाहेबांच्या लक्षात आणखीही एक गोष्ट आली. व्हायलंड तू जेव्हा मला हा खजिना पाण्यातून बाहेर काढण्याबद्दल सांगत होतास, तेव्हा मी तुला एक प्रश्न विचारायला हवा होता. तो प्रश्न कोणाच्याही ओठातून आपोआप यावा इतका तो नैसर्गिक होता. 'तो खजिना कसला आहे? ज्यातून वर काढायचा आहे ती बोट आहे का विमान आहे?' हे ते प्रश्न मी तुला विचारायला हवे होते. पण व्हायलंड, मी तुला यापैकी काहीही विचारले नाही. अन् इथेच माझ्याविरुद्ध संशयाची पाल तुझ्या मनात चुकचुकायला हवी होती. खरे म्हणजे, एवढी सावधगिरी बाळगूनही ती चूक माझ्या हातून घडली होती. हो की नाही व्हायलंड? पण तुझ्याही ते कधी ध्यानात आले नाही. पण जनरलसाहेबांच्या मात्र बरोबर लक्षात आले ते. त्यांना बरोबर तो प्रश्न पडला होता. मग त्याचे संभाव्य उत्तरही त्यांना आपोआप मिळाले की, 'तो खजिना काय आहे हे मला केव्हाच ठाऊक झाले आहे!' बरोबर आहे ना व्हायलंड?''

व्हायलंडला यावर काय बोलावे ते सुचेना. एकामागून एक असे धक्के मी त्याला देत होतो. हे इतके अनपेक्षित होते की यावर नीट विचार करणेही त्याला

जमत नव्हते. तो गोंधळला होता, भांबावला होता व कोड्यात पडला होता. सुमारे दहा सेकंद तरी त्याच्या तोंडून एकही शब्द बाहेर पडला नाही. मग तो अत्यंत हळू आवाजात, पण कसाबसा एवढेच बोलला, "तू कोण आहेस, टालबोट?"

"तुझ्या मित्रांपैकी तर नक्कीच नाही, व्हायलंड," असे म्हणून मी त्याच्याकडे पाहून एक स्मित केले. पण माझा दुखरा जबडा जेवढे करू देत होता तेवढेच स्मित मी केले. "व्हायलंड, तुझे दिवस खरोखरीच भरले आहेत. तुझा आता शेवट होणार आहे. अत्यंत वेदनामय मृत्यू तुला गाठणार आहे. मरताना तू मला शिव्याशाप देत जाणार आहेस!" मी गंभीरपणे त्याला म्हणालो.

पुन्हा एकदा तिथे शांतता भरून राहिली. पूर्वीपेक्षाची आताची शांतता ही अधिक गाढ होती व गंभीर होती. मला एक सिगारेट ओढायची तल्लफ आली. पण बेथिस्कॅफच्या केबिनमध्ये ते केवळ अशक्य होते. आताच इथली हवा दूषित बनली होती. आम्हाला प्राणवायू कमी पडत होता. त्यामुळे आमचा श्वासोच्छ्वास हा अनैसर्गिकरित्या जोरजोरात होऊ लागला होता. आमच्या सर्वांच्या चेहेऱ्यावरून घामाचे बारीक ओघळ वहाणे सुरू झाले होते.

"असं पहा व्हायलंड, मी तुला एक गोष्ट सांगतो," मी आता बोलू लागलो, "ही काही लहान मुलांची गोष्ट नाही. पण तरीसुद्धा या गोष्टीची सुरुवात 'एकदा काय झाले' या शब्दरचनेने करतो."

मी एक दीर्घ श्वास घेतला व खालच्या आवाजात गंभीरपणे बोलू लागलो, "एकदा काय झाले, दक्षिण अमेरिकेतील एक देश होता. आकाराने लहान व गरीब असा होता. या गरीब देशाच्या आरमारात एक दोन डिस्ट्रॉयर्स, एक फ्रिगेट व एक गनबोट एवढ्याच नौका होत्या. म्हणून त्या देशाच्या राज्यकर्त्यांनी आपले आरमार यापेक्षा दुप्पट करायचे ठरवले. या देशात खनिज तेल भरपूर सापडत होते, कॉफीचे अनेक मळे होते, आणि या दोन्ही गोष्टी तो देश निर्यात करत असल्याने त्यांच्याजवळ बऱ्यापैकी गंगाजळी होती. निदान त्यांचे आरमार दुप्पट करण्याएवढी तरी नक्कीच होती. ही गंगाजळी किंवा संपत्ती ते अन्य कितीतरी गोष्टीत गुंतवून नफा करू शकत होते. परंतु या दरिद्री देशात सतत राजकीय अस्थिरता असे. सतत अंतर्गत कलह, उठाव, बंडे, सशस्त्र क्रांत्या या तिथे होत असल्याने राज्यकर्त्यांना असुरक्षित वाटणे सहाजिक होते. आपले सैन्यदल भक्कम करायचा एक भाग म्हणून त्यांनी प्रथम आरमाराची ताकद वाढवायचा निर्णय घेतला. त्यामुळे त्यांना अधूनमधून उद्‌भवणाऱ्या बंडांवरती नियंत्रण ठेवता येत होते. कोणतेही सरकार असले तरी भक्कम आरमाराचा उपयोग त्यांना राजकीय स्थैर्यासाठी होऊ शकत होता. म्हणून त्यांनी आपल्या आरमाराचे बळ दुप्पट करण्याचा निर्णय घेतला. कोणत्या देशाने हा निर्णय घेतला, व्हायलंड?"

व्हायलंडचा मेंदू आता बधीर झाला होता. त्याचा मेंदूवरचा स्वतःचा ताबा सुटत

चालला होता. म्हणूनच मी विचारलेल्या प्रश्नाला तो नकळत उत्तर देऊ लागला. पण त्याच्या तोंडून शब्द फुटेना, नुसताच आवाज आला. मग त्याने आवंढा गिळून आपल्या ओठावरून जीभ फिरवली व हळू आवाजात तो म्हणाला, ''कोलंबिया!''

''बरोबर. कोलंबिया हाच तो देश. आता तुला नेमके कसे हे कळले ते मी विचारत नाही. तर या कोलंबिया देशाच्या राज्यकर्त्यांनी आपले आरमारी बळ वाढवण्यासाठी ब्रिटनकडून जुन्या फ्रिगेटस्, पाणसुरुंगांचा शोध घेणाऱ्या नौका आणि अमेरिकेकडून काही गनबोटी खरेदी करायचे ठरवले. जरी त्या सर्व नौका व जहाजे जुनी असली तरी कोलंबियाचे काम त्यामुळे भागत होते. शिवाय ह्या नौका जुन्या असल्यामुळे त्यांना तशा फारच स्वस्तात पडत होत्या. त्यामुळे हा सौदा दोन्ही बाजूंनी पक्का करण्यात आला. या सर्व आरमारी नौकांची किंमत होती एक अब्ज, वीस कोटी व पंधरा लाख डॉलर्स! पण... इथे आता एक अडचण निर्माण झाली. कोलंबियाच्या राजकीय स्थैर्याला आव्हान मिळण्याजोगी परिस्थिती निर्माण झाली. काही असंतुष्ट राजकीय गट संघर्षाच्या पावित्र्यात दंड थोपटून उभे राहिले. एका क्रांतीचे वादळ येऊ घातले गेले. मग यादवी युद्ध होणार व देशात अंदाधुंदी माजणार. कदाचित सारा कारभार निर्नायकी होऊ शकत होता. अशा अस्थिर व दोलायमान परिस्थितीत पेसोची, कोलंबियाच्या चलनाची किंमत, आंतरराष्ट्रीय बाजारपेठेत खाली घसरत चालली. ब्रिटन व अमेरिकेला आरमाराची किंमत ही संयुक्तरित्या द्यायची होती. त्या देशांनी पेसो चलनात ती स्वीकारण्यास नकार दिला. सर्व आंतरराष्ट्रीय बँकांनी कोलंबियाकडे पाठ फिरवली. म्हणून शेवटी चर्चा होऊन ही किंमत अन्य मौल्यवान गोष्टींमध्ये चुकती होऊ देण्यास दोन्ही पक्षांनी मान्यता दिली. कोलंबियातील पूर्वीच्या सरकारने औद्योगिक हेतूंसाठी पैलू न पाडलेले बरेच हिरे ब्राझीलकडून घेऊन ठेवले होते. त्यांचा वापर अद्याप झाला नव्हता. कोलंबियाजवळचे सुमारे दोन तीन टन सोने, शिवाय त्या देशातील खाणीतून बाहेर काढलेले व पैलू पाडलेले पाचू, असे सर्व मिळून त्या किंमतीची भरपाई होत होती. दोन्ही पक्षांनी ती मान्य केली. कोलंबियातील पूर्व अँडीज पर्वताच्या भागात 'मुझो' येथे पाचूच्या खाणी आहेत. जगातल्या सर्वोत्कृष्ट पाचूंचा उगम या खाणीतून होतो. पण मी हे तुला सांगायला नको व्हायलंड. तुझ्यासारख्याला ही माहिती असणारच म्हणा.''

व्हायलंड काहीच बोलला नाही. त्याच्या अंगावरच्या भपकेबाज पोषाखात नेहमी नीट केलेली लाल रुमालाची घडी कोटाच्या खिशातून डोकावत असे. पण आता त्याने तो शोभेचा रुमाल बाहेर काढला व चेहेऱ्यावरील आपला घाम तो टिपू लागला. त्याचा चेहेरा एखाद्या आजाऱ्यासारखा भासू लागला.

मी पुढे सांगत गेलो, ''मग प्रश्न आला तो एवढी संपत्ती कोलंबियातून हलवण्याचा. सुरुवातीला असे ठरले होते की टम्पा शहरापर्यंत विमानाने ही संपत्ती

हलवायची. हा वाहतुकीचा पहिला टप्पा धरला गेला होता. त्यासाठी 'अेव्हिआंका' किंवा 'लांसा' या मालवाहतूक करणाऱ्या विमान कंपन्यांची मदत घेण्याचे ठरले होते. परंतु राजकीय असंतोषाचा भडका उडाल्याने कोलंबियात अस्थिर वातावरण झाले होते. शिवाय नवीन निवडणुका तोंडावर आल्या होत्या. तोपर्यंत कुठेही जनक्षोभाचा उद्रेक घडू देणे इष्ट नव्हते. म्हणून देशातील सर्व वाहतुकीवर निर्बंध घालण्यात आले. विमान वाहतूक तर पूर्णपणे ठप्प करून टाकली गेली होती. बंड यशस्वी होईल काय, क्रांती घडेल काय, वगैरे प्रश्नांनी अनेकांना अस्वस्थ केले होते. जर तसे काही झाले तर बळजबरीने सत्ता हस्तगत केलेल्यांच्या हातात ती संपत्ती पडली असती. तसे होऊ नये म्हणून शासनातील अनेक अधिकारी ही संपत्ती अमेरिका व ब्रिटन यांना ताबडतोब द्यावी म्हणून प्रयत्नशील होते. पण कोलंबियातील सरकारने विमानाने माल वाहतूक करणाऱ्या कंपन्यांवरती निर्बंध घालून त्यांची सेवा ठप्प करून टाकली होती. न जाणो या कंपन्या उद्या फितूर झाल्या किंवा त्यांचे विमान धाकदपटशाने पळवून नेले तर? म्हणून परदेशी विमान कंपनीला ही संपत्ती हलविण्याचे कंत्राट द्यायचे ठरले. यासाठी 'ट्रान्स-कॅरीब एअर चार्टर कंपनी' या विमान कंपनीची निवड करण्यात आली. जगप्रसिद्ध लॉईड कंपनीने या वाहतुकीच्या सुरक्षिततेची पहाणी करून आपल्याकडे त्याचा विमा उतरवून घेतला. गुप्तता राखण्यासाठी एक खोटा मार्ग आखण्यात येऊन तशी कागदपत्रे सर्वत्र निर्माण करण्यात आली. फक्त विमा कंपनीला खऱ्या हवाई मार्गाची कल्पना देण्यात आली. त्यानुसार संपत्तीने भरलेल्या ट्रान्स-कॅरीब कंपनीच्या विमानाने बरान्क्विला शहरातून उड्डाण केले व युकाटन सामुद्रधुनीवरुन टम्पाकडे कूच केले.''

व्हायलंडचा चेहेरा आता भेसूर दिसू लागला होता. मी सांगू लागलो, ''व्हायलंड, त्या विमानात चारजण होते. वैमानिक होता. हा विमान कंपनीच्या मालकाचा जुळा भाऊ होता. दुसरा एक सहवैमानिक होता. हा नॅव्हिगेटरचे पण काम करायचा. याखेरीज एक बाई व एक लहान मुलगा हेही विमानात होते. जर कोलंबियातल्या निवडणुकांच्या वेळी काही गडबड झाली तर ट्रान्स-कॅरीब विमान कंपनीच्या कुटुंबीयांना धोका होता. कारण 'आमच्या देशातील संपत्ती बाहेर नेण्यात त्यांचा हात आहे,' ही बातमी फुटताच काहीही घडू शकणार होते. म्हणून ऐन वेळी ती बाई व तिचा मुलगा यांनाही देशाबाहेर नेण्याचे ठरवले.''

''या विमान कंपनीने आपल्या उड्डाणाचा एक खोटा मार्ग रजिस्टर केला होता. खरे ना व्हायलंड? परंतु तरीही उड्डाणाचा खरा मार्ग फुटलाच. ज्या देशभक्त वरिष्ठ अधिकाऱ्यांना सुरक्षिततेसाठी ती संपत्ती अमेरिका व ब्रिटनच्या हवाली करण्याची घाई होती, त्यांच्यापैकी एक मात्र देशद्रोही निघाला. व्हायलंड, तो तुझ्यासारखाच गुन्हेगारी प्रवृत्तीचा व नीच होता. त्याने तो खरा व गुप्त उड्डाणमार्ग वायरलेसने तुला

कळवला व्हायलंड. त्यावेळी तू क्युबाची राजधानी हॅवाना इथे होतास. मग काय व्हायलंड, तुझ्या हातात आता ती सारी संपत्ती जवळजवळ आल्यासारखीच होती.''

व्हायलंड घशातल्या घशात आवाज करत म्हणाला, ''हे सारे तुला कसे कळले?''

''कारण ट्रान्स-कॅरीब एअर चार्टर कंपनीचा मी मालक आहे, नव्हे होतो.'' एवढे बोलल्यावर मात्र मला अत्यंत थकवा आला. हा थकवा मला झालेल्या जखमांमुळे होता, का वेदनांमुळे आला होता, का दूषित हवेमुळे येत होता, का जीवनात निर्माण झालेल्या रिकामेपणाच्या जाणीवेने होत होता, ते काही समजेना. मी व्हायलंडकडे न बघता पुढे सांगत गेलो, ''मी त्यावेळी ब्रिटिश होन्ड्युरास या देशातील बेलीझ शहरात होतो. त्या विमानाचे उड्डाण चालू असताना त्यांच्याकडून मला वायरलेसवरून संपर्क साधला जाणार होता. परंतु विमानातल्या वायरलेस सेटला बॉम्ब लावून ठेवला होता. मला त्यांच्याकडून सांगण्यात आले की कोणीतरी हा बॉम्ब ठेवून विमान उडवायचा प्रयत्न केला. परंतु बॉम्ब नीट उडाला नाही व फक्त वायरलेस सेटचे नुकसान झाले. सुदैवाने त्या नॅव्हिगेटरने लगेच तो सेट दुरुस्त करून झाली गोष्ट मला कळवली. पण त्या बिचाऱ्याला काय ठाऊक की तो बॉम्ब फक्त वायरलेस सेट नादुरुस्त होण्यासाठीच लावला होता. विमानाचा संपर्क बाहेरच्या जगापासून तोडण्याचा त्यामागे हेतू होता. तो हेतू यशस्वी झाला खरा. पण नॅव्हिगेटरने नंतर लगेच वायरलेस सेट दुरुस्त केला. व्हायलंड, तुझ्या दुर्दैवाने तो ठीक झाला. कारण दोन मिनिटात नंतर माझ्याशी संपर्क चालू असताना ते विमान खाली पाडण्यात आले. त्यावर दुसऱ्या विमानातून गोळ्या झाडून ते पाडले गेले. पण त्या शेवटच्या दोन मिनिटांच्या संपर्कामुळे, व्हायलंड, मला ते सारे समजले,'' मी त्याच्याकडे सावकाश वळून म्हणालो. मग जाणीवपूर्वक मी ते शब्द त्याच्यावर फेकले. मी म्हणालो, ''त्या दोन मिनिटात मला खरा प्रकार समजल्याने भविष्यकाळातील एक घटना त्याच वेळी पक्की झाली. ती घटना म्हणजे, व्हायलंड, आज रात्री होणारा तुझा मृत्यू!''

व्हायलंड माझ्याकडे डोळे विस्फारून पहात होता. त्याच्या डोळ्यात मूर्तीमंत भीती उभी राहिली होती. याचा अर्थ आपल्यापुढे आता काय वाढून ठेवले आहे हे त्याला नीट समजले. त्यातून सुटका नाही हेही त्याला कळून चुकले. मी खरा कोण आहे याचीही त्याला खरी माहिती झाली. ज्या माणसाचे सर्वस्व गेले, ज्याला दया व करुणा हे फक्त आता शब्द वाटतात, अशा माणसासमोर आपण आहोत याची त्याला जाणीव झाली. मग फार फार कष्टाने त्याने आपली मान रॉयेलकडे वळवली. कारण वेळोवेळी तो रॉयेलची मदत घेत होता. रॉयेल अडथळे मोडून काढून वाट काढे, दुसऱ्यांचे जीव घेऊन आपले जीव वाचवे. आता फक्त रॉयेल हाच त्याचा एकमेव आधार होता. पण खुद्द रॉयेलच्या डोळ्यात आशेचा एकही किरण दिसत नव्हता, तिथे सुटकेचा मार्ग अजिबात नव्हता, सुरक्षिततेची भावना नव्हती. रॉयेल कधीही, कशालाही,

कोणत्याही परिस्थितीत घाबरून जाणे ही एक अशक्यप्राय गोष्ट होती. पण आता शेवटी अशक्य तेच शक्यप्राय होत होते. रॉयेलच्याही डोळ्यात भीती उतरलेली होती, पुरेपूर उतरली होती!

मी समोरच्या खिडकीकडे अर्धवट वळालो. बाहेरच्या विमानाच्या खिडकीची काच फुटलेली होती. त्यातून दिसणाऱ्या आतल्या कॉकपिटकडे बोट दाखवून त्यांना थंड स्वरात म्हणालो, ''इकडे पहा व्हायलंड, नीट पहा. तू या विमानाला जे काही केलेस ते नीट पहा आणि मगच आपल्या ह्या कृत्याचा गर्व बाळग. वैमानिकाच्या जागेवर तो जो हाडांचा सापळा दिसतो आहे ना तो पीटर टालबोटचा आहे. माझा तो जुळा भाऊ. त्याच्या शेजारी आणखी एक जो सांगाडा दिसतो आहे ना, तो एलिझाबेथ टालबोट हिचा आहे. ती माझी पत्नी होती. त्या कॉकपिटच्या मागे आतल्या बाजूला एक लहान मुलाचा सांगाडा सापडेल त्याचे नाव जॉन टालबोट. तो माझा मुलगा होता. मरताना त्याचे वय अवघे साडेतीन वर्षांचे होते. व्हायलंड, माझ्या ह्या लेकराने शेवटी आपला प्राण कसा सोडला असेल? त्याचे अखेरचे क्षण कसे गेले? ह्याचे कल्पनाचित्र मी मनात आत्तापर्यंत हजारो वेळा उभे केले. आमच्या विमानावर चाल करून येणाऱ्या फायटर विमानाने गोळ्या झाडल्या. त्या गोळ्या लागून तत्क्षणी माझी बायको गतप्राण झाली. माझ्या भावाला गोळ्या नक्कीच लागल्या नाहीत. तो विमान पाण्यात कोसळेपर्यंत त्याच्यावरती ताबा ठेवण्याचा प्रयत्न करीत होता. आकाशातून विमान हिंदकळत खाली पाण्यावर पडायला फार तर दोन तीन मिनिटे लागली असतील. पण व्हायलंड, त्या तेवढ्या दोन मिनिटांच्या अवधीमध्ये माझा लहान मुलगा भीतीने किंचाळत असेल, ओरडत असेल, आईला हाका मारत असेल. भयाने तो हादरून गेला असेल. पण त्याची आई त्याच्या हाकांना ओ देत नव्हती की त्याच्याकडे आत येत नव्हती. तो सारखा हाका मारत होता. तरीही ती येत नव्हती. येऊ शकत होती का व्हायलंड? ती आपल्या आसनावर मुकाट्याने बसूनच राहिली होती. कारण तिचा प्राण केव्हाच गेला होता. मग ते विमान समुद्राच्या पाण्याला धडकले. माझा नॅव्हिगेटर जॉनी हा तोपर्यंत बहुतेक जिवंत राहिला असावा. आता विमान पाण्यात बुडू लागले. विमानाचे धड एकदम बुडत नाही. त्यात हवा कोंडलेली असते. पण हळूहळू ती हवा निसटून विमानात पाणी भरत गेले व ते बुडून गेले. जॉनीच्या व माझ्या मुलाच्या डोक्यावरून कधी पाणी गेले ते सांगता येत नाही. पण शेवटी पाण्याने त्यांना पूर्णपणे सर्व बाजूंनी घेरून बुडवून टाकले. व्हायलंड, तुला कल्पना करता येते का त्यावेळची. माझा लहान मुलगा रडत, ओरडत, किंचाळत पाण्यात धडपडत होता आणि त्यावेळी त्याच्यापाशी त्याचा बाप नव्हता, आई नव्हती. शेवटी त्याचे ओरडणे थांबले. त्याच्या तोंडातून हवेचे बुडबुडे बाहेर आले आणि तो चिमणा जीव बुडाला, ठार झाला!''

मी परत एकदा त्या विमानाच्या उद्ध्वस्त केबिनकडे बराच वेळ पाहिले, किंवा बराच वेळ मी पहातो आहे असे मला वाटले. व्हायलंडने एकदम माझा उजवा दंड पकडला. मी त्याला झटकन मागे ढकलून दिले. तो धडपडत खाली पडला व तशाच अवस्थेत माझ्याकडे डोळे फाड फाडून पाहू लागला. त्याचे तोंड वासले होते, धापा टाकत तो श्वासोच्छ्वास करत होता आणि त्याचे संपूर्ण शरीर थरथरत होते. रॉयेलचा मात्र स्वत:वरती अजूनही ताबा असावा असे मला वाटले, पण क्षणभरच. त्याचे पांढरे पडलेले हातांचे पंजे त्याच्या मांडीवर होते. त्याचे डोळे सारखे इकडे तिकडे भिरभिरत होते. एखाद्या सावजाला आपली शिकार होते आहे हे कळल्यावर त्याची जशी अवस्था होते व सुटकेसाठी ते जसे मार्ग शोधू लागते, हुबेहूब तसाच तो वागत होता.

मी निर्दयपणे तसाच पुढे सांगत राहिलो, ''व्हायलंड, ह्या वेळेची मी फार फार दिवस वाट पहात होतो. दोन वर्षे व चार महिने! या काळातली पाच मिनिटेसुद्धा मी अन्य कसलाही विचार केला नाही. सतत ह्याच क्षणाची वाट पाहिली. व्हायलंड, ज्यासाठी जगावे असे आता माझ्याजवळ काय उरले आहे? मी जे काही हाल भोगलेत व कष्ट उपसले ते आता पुरे झाले. ते सारे एक भयस्वप्न होते असे मी समजतो. पण आता मी कुठेच जाणार नाही. या इथेच माझ्या वारलेल्या माणसांच्या समवेत रहाणार. यापुढे जगत रहाण्याची कल्पना मी केव्हाच डोक्यातून काढून टाकली आहे. मी एकटाच उरलो असल्याने इथेच आता कायमची विश्रांती घेतलेली बरी. इतके दिवस मी जगत राहिलो त्याचे कारण मला माझी शपथ पाळायची होती. ज्या दिवशी हे विमान पाडले तेव्हाच मी शपथ घेतली होती की माझे आयुष्य ज्याने उद्ध्वस्त केले त्याचा विनाश करेपर्यंत मी स्वस्थ बसणार नाही. आता तीही शपथ पुरी झाली आहे. आता आणखी काय उरले आहे? माझ्याबरोबर तुम्ही दोघेही येथे आहात हे जरासे चमत्कारिक वाटते. पण शेवटी ठार मारणारे व ठार मारले जाणारे हे अखेर एकत्रच असतात ना?''

व्हायलंड कसाबसा म्हणाला, ''तुला वेड लागले आहे वेड. तू काय बोलतो आहेस?''

''मला वेड लागलेले नाही, व्हायलंड. तेलविहिरीवरून निघताना तू मला टेबलावरील सोलेनॉईड स्विचकडे बोट दाखवून विचारले होतेस की, 'हे बरोबर न्यायचे ना?' मी त्यावर 'नाही' म्हणालो, 'याची जरुरी नाही' म्हणालो. तो सोलेनॉईड स्विच म्हणजे बेथिस्कॅफच्या खालचे बॅलास्ट वजन सोडणारा स्विच होता, मास्टर कंट्रोल होता. त्याच्यावाचून बॅलास्ट सुटणार नाही, बॅलास्ट सुटला नाही तर हा बेथिस्कॅफ कधीच वर जाऊ शकणार नाही. तेव्हा व्हायलंड आपला मुक्काम आता इथेच. अगदी कायमचा!''

■

प्रकरण १२

आमच्या चेहेऱ्यांवरून आता घामाच्या नद्या वाहू लागल्या होत्या. बेथिस्कॅफमधले तपमान ४७ अंश से. पर्यंत वाढले होते. हवा पार दमट झाली होती. अन् आता ती वर्णनापलीकडे दूषित बनली होती. त्या लांबट पोलादी गोळ्यात आम्ही तिघे धापा टाकीत होतो. प्राणवायूसाठी आमचे शरीर आकांताने धडपड करीत होते. गल्फ ऑफ मेक्सिकोच्या समुद्रात ४८० फूट खोलीवरती तो लांबट पोलादी गोळा तळावरती स्थिरावला होता. सर्वत्र शांतता होती. फक्त आमच्या धापांच्या आवाजाचा अपवाद होता.

"तू... तू तो स्विच वरतीच ठेवलास?" व्हायलंड अगदी क्षीण आवाजात म्हणत होता. त्याच्या डोळ्यात परमावधीचे भय साठलेले समजून येत होते. तो म्हणत होता, "आपण ... आपण इथेच ... इथेच अडकून पडणार? या या ... इथे?" त्याने भयचकित नजरेने सर्वत्र पाहिले. कोपऱ्यात अंग चोरून भीतीने थरथरणाऱ्या उंदरासारखी त्याची अवस्था झाली होती. खाटिकखान्यात नेल्या जाणाऱ्या प्राण्याला जेव्हा आपले मरण कळून चुकते तेव्हा तो जसा घाबरून सुटकेसाठी तडफडू लागतो तसे व्हायलंडचे झाले. जणू काही त्याचे हळूहळू एका प्राण्यात रुपांतर होत होते. त्याची बुद्धी, शहाणपण, तर्कशास्त्र, विचारशक्ती, इत्यादी गळून पडत जात होते. तो एक भेदरलेले जनावर बनला होता. पूर्वीपासून तो जनावरासारखा वागत आला होता ना!

मी त्याला गंभीरपणे पटवून देत म्हणालो, "व्हायलंड, इथून सुटकेचा आता काहीही मार्ग नाही. फक्त प्रवेशकोठीतूनच तुला बाहेर पडता येईल. कदाचित समुद्रात एवढ्या खोल तू कोठीची झडप उघडू पहाशीलही. पण मग तुझ्यावर वरच्या समुद्राच्या पाण्याचा प्रचंड दाब पडेल. तू फटकन मागे फेकला जाऊन भिंतीवर आदळशील. तुझ्या अंगावरील दर चौरस इंचावर ५० टन वजनाचा दाब पडेल. मग तुझा देह चुरमडला जाईल. तो अर्ध्या इंचाएवढा सपाट होण्याइतपत दाबला जाईल. पण व्हायलंड तू त्याचे फारसे मनावर घेऊ नकोस. फक्त मरण्यापूर्वीची तुझी शेवटची मिनिटे ही अफाट यातनांची ठरतील. अशा यातना आजवर कोणालाही कधीही झाल्या नसतील. तुझे हातपाय निळे पडत जाताना तुला दिसतील. तुझा चेहराही निळा पडेल. तुझ्या फुफ्फुसातल्या मुख्य रक्तवाहिन्या फटाफट फुटू

लागतील. परंतु लवकरच तुला...''

''स्टॉप इट! बास! बास कर!'' व्हायलंड किंचाळून म्हणाला, ''फॉर गॉड्स सेक स्टॉप इट! टालबोट, आम्हाला इथून बाहेर काढ, ताबडतोब काढ! तुला पाहिजे तितके पैसे मी देईन. लाख, कोटी, दोन कोटी, पाच कोटी. पाहिजे तितके तू मागून घे. वाटल्यास समोरचा सारा खजिना तूच घे!'' त्याचे तोंड व चेहेरा आता एखाद्या पिसाळलेल्या वेड्यासारखे हलत होते. त्याचे डोळे तर खोबणीतून केव्हाही बाहेर पडतील असे वाटत होते.

''व्हायलंड, तू मला नाराज करतो आहेस बघ. जरी मला वाटले, तरीही मी तुला इथून बाहेर काढू शकत नाही. तुझी सुटका करायचा मोह मला ऐन वेळी होऊ नये म्हणूनच मी तो बॅलास्टचा स्विच वरतीच सोडून आलो. आता आपण फक्त ५ मिनिटे किंवा फार तर २० मिनिटे जगू. तुला जर या काळात किंकाळ्या मारण्याएवढ्या यातना झाल्या तरच जीवनाचे महत्त्व तुला कळेल. मला मात्र अशा यातना अजिबात होणार नाहीत,'' असे म्हणून मी माझ्या कोटाचे एक बटण तोडून काढले आणि तोंडात टाकले. मी पुढे म्हणालो, ''व्हायलंड हे एक साधे बटण नाही. ते एक पोकळ बटण असून आत जहाल सायनाईड विष भरलेले आहे. व्हायलंड या शेवटच्या क्षणाची तयारी मी कित्येक महिने आधीपासून करत होता. मृत्यूपूर्वीच्या त्या यातनांमधून सुटण्यासाठी मी विचारपूर्वक हे विष बरोबर घेतले. हे बटण नुसते चावताच फुटेल व त्यातील सायनाईडमुळे मला समजायच्या आत मृत्यू येईल. तुझ्यासारख्या यातना मला कधीच होणार नाहीत.''

मी त्याला दिलेला हा एक जबरदस्त टोला होता. ह्या भीमटोल्यापुढे त्याच्या साऱ्या आशा कोसळून पडल्या. 'आपल्याबरोबर टालबोटलाही मरावे लागेल. आपल्यासारख्याच टालबोटलाही मरताना यातना होतील. निदान त्या यातनेपोटी तरी तो धडपड करून काहीना काही मार्ग काढेल', असे त्याला वाटत होते. पण मी तीही शक्यता दूर केली. ज्या संपत्तीसाठी तो वेडा झाला होता, जिच्यासाठी तो एकापाठोपाठ खून पाडीत खजिन्यापर्यंत पोचला होता, तो खजिना आता केवळ काही फुटांवर असूनही त्याला मुकावा लागत होता. शिवाय वरती आपला प्राण गमवावा लागत होता. अन् तोही तीव्र यातना भोगून. आजवरच्या यशापुढे हे केवढे अपयश! हा अ‍ॅन्टीक्लायमॅक्स होता. तोही किती अनपेक्षितपणे! या सापळ्यातून तो सुटू शकत नव्हता. अन् हे त्याला आता पटले होते. उंदराचा पिंजरा त्याच्यासकट पाण्यात बुडविताना त्या उंदराची जी भेदरलेली स्थिती होईल तसे त्याचे झाले होते. तो ज्या आशेच्या क्षीण धाग्याला लोंबकळत होता तोही मी तोडून टाकला होता. हा शेवटचा भीमटोला त्याच्या वर्मी बसला. त्याच्या तोंडाच्या एका कोपऱ्यातून घामाचे थेंब गळत होते. अर्धवट बडबडल्यासारखे आवाज करीत त्याने माझ्यावरती

एक झेप घेतली. तसे त्याने का केले हे मला कळले नाही. आपण काय करतो आहोत हे त्यालाही कळले नसावे. त्याच्या हातात एक जड स्पॅनर होता तो त्याने मला फेकून मारला. मला भिडायच्या आत त्याने तो फेकला होता. पण तो असे काही करेल याची मी अपेक्षा केली होती म्हणून मी तो स्पॅनर चुकवला. मी त्याला एक तडाखा दिला. तो मागे धडपडत गेला व जमिनीवरती दाणकन कोसळला.

आता रॉयेल उरला. तो त्या कॅनव्हासच्या खुर्चीवरती अर्धवट बसला होता. स्फिन्क्ससारखी त्याची अपरिवर्तनीय स्थिती कधीच बदलली होती. त्याचेही स्वत:वरचे नियंत्रण गेले होते. त्याला कळून चुकले की आपल्याही जीवनाची आता शेवटची काही मिनिटे उरली आहेत. त्याच्या चेहेऱ्यावरती तरतऱ्हेचे भाव झराझरा येऊन जात होते. तसले भाव सबंध जन्मात कधी त्याच्या चेहेऱ्यावर उमटले नव्हते. त्याने निर्दयपणे अनेक माणसांना ठार मारले होते. समोरच्या माणसाचा बळी घेताना तो कसा भयभीत होतो हे त्याने पाहिले हाते. पण आता खुद्द तोच तसे प्रत्यक्षात अनुभवत होता. त्याच्या मनावर आपल्या नख्या आवळत भीती कबजा करत होती. पण तरीही तो व्हायलंडसारखा सैरभैर झाला नव्हता. निदान अद्याप तरी. पण त्याची बुद्धि, त्याचे तर्कशास्त्र, त्याची विचारशक्ती त्याला नक्कीच सोडून गेली होती. त्याच्यावर एक आणिबाणीची वेळ आली होती. अन् अशा आणिबाणीच्या प्रसंगी तो नेहमी एकाच गोष्टीचा आधार घेत होता. ती गोष्ट म्हणजे सदैव त्याच्याजवळ असलेले ते काळे चपटे पिस्तूल. तो झटक्यात बाहेर काढून ते झाडे आणि संकट दूर होई. त्यामुळे आत्ताही त्याला फक्त त्याचीच आठवण झाली. त्याने ते नेहमीच्या सवयीने बाहेर काढून माझ्यावर रोखले. पण तो खरोखरीच गोळी झाडणार नव्हता, हे मला ठाऊक होते. ती त्याची केवळ एक प्रतिक्षिप्त क्रिया होती. संकटकाळच्या सवयीप्रमाणे त्याने तसे केले होते. त्याच्यासमोर आता प्रथमच एक अशी समस्या उभी राहिली होती की जी तो पिस्तुलाचा चाप दाबून सोडवू शकत नव्हता.

मी हळूवारपणे त्याला म्हणालो, ''तू घाबरला आहेस, रॉयेल. हो की नाही?'' पण मला एवढे शब्द उच्चारायलाही फार कष्ट पडले. दर मिनिटाला सोळा असा माझा श्वासोच्छ्वास करण्याचा वेग होता. तो आता पन्नासवरती पोचला होता. आ वासून श्वासोच्छ्वास करताना बाहेर शब्द फेकायला वेळच मिळत नव्हता.

रॉयेल काहीच बोलला नाही. त्याने माझ्याकडे नुसते पाहिले. त्याच्या गारगोटीसारख्या डोळ्यात सारा सैतानी भाव नुसता एकवटून उफाळला होता. त्यातच मला त्याचा पराभव दिसत होता. अठ्ठेचाळीस तासांपूर्वी खणलेल्या ताज्या मातीचा वास मी घेतला होता. अन् अगदी शपथेवर सांगतो की अगदी तस्साच मातीचा वास मला आत्ताही आला! अन् तोही इथे आत कुठेही माती नसताना. उघड्या थडग्यातून जसा वास येतो तसाच हा वास होता. माझा नॅव्हिगेटर, माझा भाऊ, माझी पत्नी, माझा

पोरगा हे सर्वजण इतके दिवस याच क्षणाची वाट पहात लटकलेले असतील. आता त्यांचे आत्मे समाधान पावून मुक्त झाले!

मी हलक्या आवाजात कुजबुजत त्याला म्हणालो, ''जगातला एक सर्वात क्रूर मारेकरी रॉयेल! रॉयेल द किलर! तर रॉयेल, तू आत्तापर्यंत जितक्या लोकांचे बळी घेतले असशील तेव्हाचे प्रसंग आठव. तुझे नुसते नाव कानावर पडले की लोक थरथर कापायचे. अन् प्रत्यक्षात त्यांचा बळी घेताना तर तुझ्यापुढे त्यांची भयाने बोबडी वळे. मग ते तुझी करुणा भाकत, जीवदानासाठी याचना करत. रॉयेल, ह्या व्यक्तींनी तुला आत्ता पहायला पाहिजे. तू कसा घाबरला आहेस, कसा थरथरतो आहेस, तुझ्या तोंडून शब्द फुटणे कसे जड जात आहे आणि मुख्य म्हणजे तुझ्याजवळ तुझे ते लाडके शस्त्र असूनही त्याचा काहीही उपयोग नाही. ते आता एक खेळणे बनले आहे. रॉयेल हे दृश्य पहायला तू घेतलेल्या बळींचे आत्मे आत्ता इथे हजर असायला हवेत. वाऽ! क्रूरकर्मा व मारेकरी रॉयेल कसा पाण्यातून बाहेर आलेल्या उंदरासारखा थरथरत घाबरत आहे! झकास! अप्रतिम! रॉयेल, तू आजवर कधीही इतका घाबरला नव्हतास. हो ना?''

तो अजूनही यावरती काहीही बोलला नाही. पण त्याच्या डोळ्यात मला ते सैतानी भाव मात्र अद्यापही दिसत होते. त्याच्या मनाचा पीळ खरच संपूर्णपणे सुटला होता? त्याने माझ्यावरती आपले डोळे रोखलेले होते. पण तो माझ्याकडे पहात नव्हता. त्याच्या नजरेसमोर तो काहीतरी आणत होता. कुठेतरी आत खोल खोल डोकावून शोध घेत होता. पण कुठेही त्याला हवे ते उत्तर मिळत नव्हते. त्याच्या मनातला तो सैतानी पशू त्याला शेवटी खेचत खेचत एकाच मार्गाकडे नेत होता. तो मार्ग परतीचा नव्हता. त्या मार्गावर फक्त एक भीतीचा खोल समुद्र होता. त्या काळ्या समुद्राकडे तो घसरत चालला होता. हळूहळू ती भीती त्याच्या मनावर पसरत चालली. मात्र तिच्यावर वेडसर लहरींचे अवगुंठन होते. रॉयेल आता भयाच्या ओझ्याखाली चिरडला जाऊ लागला. आपला मृत्यू अटळ आहे हे त्याला जसजसे उमजत गेले तसतशी त्याच्या उरात धडकी भरत गेली.

मग मी घोगरट आवाजात त्याला म्हटले, ''काय रॉयेल, कसे काय वाटते आता? तुझ्या घशात आणि फुफ्फुसात दुखायला लागले ना? तुझा चेहेरा हळूहळू काळवंडू लागला आहे. अरे, माणूस खूप घाबरला म्हणजे अशीच लक्षणे दिसतात. प्रथम माणसाचे नाक व डोळ्याखाली निळसर छटा दिसू लागते. तुझ्या चेहेऱ्यावर ही सारी लक्षणे मला दिसत आहेत. खात्री नाही वाटत तुला? थांब.'' असे म्हणून मी माझ्या कोटाच्या खिशातून एक छोटा धातूचा चौकोन बाहेर काढला व त्याच्यासमोर धरला. क्रोमियम प्लेटिंग केलेला तो एक चौकोनी पत्रा होता. ''पहा रॉयेल, या आरशात पाहून खात्री करून घे. बघ, बघ रॉयेल.''

''डॅम यू टू हेल टालबोट! मसणात जा तू टालबोट.'' रॉयेल चिडला होता. खूप चिडला होता. त्याने माझा हात झिडकारून तो आरसा उडवून लावला. त्याच्या घशातून येणारा आवाज हा हुंदके व किंकाळी यांच्यामधला कुठला तरी तो होता. तो तडफडत मोठ्याने म्हणत होता, ''मला मरायचे नाही! मला मरायचे नाही!''

''पण रॉयेल, तू ज्यांचे बळी आजपर्यंत घेतलेस त्या सर्व माणसांना तू मरावेस असे वाटते.'' आता मलाही बोलताना कष्ट पडत होते. एका वाक्यामागे मला पाच सहा श्वास घ्यावे लागत होते व थांबत थांबत सोडावे लागत होते. ''रॉयेल, तुझ्या बळींना भयामुळे आत्महत्त्या करावीशी वाटली. अन् तू अत्यंत दयाळूपणे त्यासाठी केवढी उदारपणे मदत केली. रॉयेल, तू भलताच दयाळू निघालास हं!'' मी त्याला मुद्दाम चिडवत होतो.

शेवटी ते सारे सहन न होऊन तो किंचाळत म्हणाला, ''टालबोट, तूच आता मरणार आहेस बघ.'' त्याने आपले पिस्तूल बाहेर काढून माझ्या हृदयावर रोखले होते. ''टालबोट, आता तुझी खैर नाही.''

मी हसत सुटलो. मोठमोठ्याने हसत सुटलो. मी त्याला म्हणालो, ''बघ, रॉयेल बघ. अरे मी हसतो आहे. तुझ्या त्या पिस्तुलाला घाबरत नाही. कारण माझ्या दाताखाली मी सायनाईडची गोळी दाबून धरली आहे. ती मी केव्हाही फोडू शकतो. त्याच्यापुढे तुझ्या त्या खेळण्याची कसली मला भीती दाखवतोस?'' माझ्या छातीत आता दुखू लागले होते. समोरचे दृश्य हवेत तरळू लागले. मी फार वेळ तग धरू शकणार नव्हतो. मी रॉयेलला म्हणालो, ''झाड तुझे पिस्तूल. झाड ना गोळी माझ्यावरती.''

त्याने माझ्याकडे वेडसर नजरेने पाहिले. त्याचे डोळे नीट माझ्यावरती रोखलेले वाटत नव्हते. त्या डोळ्यातील वास्तवतेची जाणीव हरपत चालली होती. तो हातातल्या पिस्तुलाशी नुसताच चाळा करू लागला. केनेडीने त्याच्या डोक्यावर जे फटके मारले होते ते आता आपला प्रभाव दाखवू लागले होते. माझ्यापेक्षाही त्याची शारीरिक अवस्था आता भयंकर झाली होती. तो आता जागच्या जागी नीट सरळ बसू शकत नव्हता. एकदा या बाजूला तर एकदा दुसऱ्या बाजूला त्याचे शरीर झुकत होते. त्याने मोठ्या कष्टाने आपला तोल सांभाळून धरला होता. मग अचानक खुर्चीतून पुढे त्याचा तोल गेला व तो जमिनीवर आपटला. पण त्याने आपले हात पुढे केलेले असल्याने गुडघे व दोन्ही तळहात यावर तो ओणवा झाला. डोळ्यासमोर धुके दाटल्यासारखे वाटल्याने त्याने ते दूर करण्यासाठी दोन्ही बाजूला आपले डोके गदागदा हलवले. आता तो एका कुत्र्यासारखा मला वाटला.

मी हवा शुद्ध करण्याचे बटण पूर्णपणे फिरवून जास्तीत जास्त आकड्यावर ठेवले. हवेतला कार्बन डायॉक्साईड आता काढून घेतला जाऊ लागला. परंतु श्वास घेण्याजोगी हवा होण्यास अद्याप दोन किंवा तीन मिनिटे लागणार होती. मी रॉयेलवर

वाकून म्हटले, ''रॉयेल, काय होते आहे रे बाबा तुला? तू तर आता मरायला टेकला आहेस असे मला दिसते आहे.'' मी धापा टाकीत बोललो. ''कसं वाटतं मरताना? प्लीज सांग बर मला. समुद्राच्या पोटात पाचशे फूट खोल एका पोलादी थडग्यात पुरले जाताना कस वाटतं बर? आपल्याला आता पृथ्वीवरची शुद्ध व ताजी हवा कधीच हुंगता येणार नाही याची जाणीव झाल्यावर कसे वाटते? पुन्हा सूर्य कधीच पहाता येणार नाही हे कळल्यावर कसे वाटते? कस वाटत मरताना? रॉयेल सांग. सांग मला कसं वाटत तुला?'' माझ्या वाक्यांचा त्याच्यावर इष्ट तो परिणाम होत गेल्यावर मी पुढे झुकून म्हणालो, ''अन् रॉयेल, पुन्हा जगायची संधी मिळाल्यावर कसे वाटेल तुला?''

पण माझ्या बोलण्याचा अर्थ त्याला कळला नाही. त्याची मन:स्थिती खूपच उद्ध्वस्त झाली असावी. पण तरीही मी प्रयत्न सोडले नाहीत. मी पुन्हा एकदा पुढे वाकलो व त्याच्या कानात ओरडून म्हणालो, ''रॉयेल, तुला पुन्हा जगायला मिळाले तर कसे वाटेल?''

''होय, मला जगायचे आहे. मला जगायचे आहे,'' तो सारे बळ एकवटून कसेबसे म्हणाला. त्याच्या धापा आता पराकोटीला पोचल्या होत्या. त्याला बऱ्याच वेदनाही होत असल्या पाहिजेत. कारण तो आता एका हाताची मूठ वळून जमिनीवर आपटत होता.

''तू माझ्यापुढे याचना करतो आहेस रॉयेल. एखाद्या जनावरासारखा तू हातापायावर आहेस आणि आपल्या प्राणाची भीक मला मागतो आहेस. अरेरे, काय रे हा तुझा अध:पात रॉयेल.'' माझ्या धापा आता कमी झाल्या होत्या. अंगात किंचित बळ आले होते. मी पुढे म्हणालो, ''अरे रॉयेल, अशीच याचना तुझे बळी करत होते ना? अशीच प्राणांची भीक तुला मागत होते ना? तू किती थोर क्रूरकर्मा होतास! अन् तूच आता माझ्यासमोर भिकारी होऊन आपली झोळी पसरतो आहेस? रॉयेल, काय रे तुझी अवस्था! कशामुळे झाली अशी अवस्था?''

''डॅम यू, टालबोट!'' तो चिडून म्हणाला. त्याच्या आवाजात निराशा होती, चरफड होती, वेदना होत्या. तो दोन्ही बाजूंना झुलत होता. आपले डोके हलवत होता. तिथे खाली जमिनीवरती हवा अजूनही दूषित होती. जड कार्बन डायॉक्साईड तिथे जास्त साठून राहिला होता. त्याच्या चेहेऱ्यावर प्राणवायू कमी पडत असल्याच्या निळ्या खुणा दिसू लागल्या होत्या. ओणवा झालेला रॉयेल आता अक्षरश: कुत्र्यासारख्या धापा टाकीत होता. आत घेतला जाणारा प्रत्येक श्वास हा नवीन वेदनांना जन्म देत असावा. त्याने डोळे घट्ट मिटले होते. तो म्हणाला, ''टालबोट, मला इथून बाहेर काढ. चटकन बाहेर काढ रे!''

मी खाली वाकून त्याच्या कानात म्हणालो, ''तू अजून मेला नाहीस, रॉयेल.

कदाचित् तुला पुन्हा उद्याचा सूर्य पहायला मिळेल. कदाचित् मिळणार सुद्धा नाही. रॉयेल, मी व्हायलंडला त्या स्विचबद्दल थाप मारली होती. बॅलास्ट खाली सोडण्याचा तो मास्टर स्विच कुठेही गेला नाही. तो जागच्या जागी आहे. मी त्याच्या फक्त एक दोन वायर्सची उलटापालट करून ठेवली आहे. बास! नक्की कोणत्या त्या दोन वायर्स आहेत हे शोधायला तुम्हाला काही तास लागतील. पण मी मात्र त्या वायर्स अवघ्या तीन सेकंदात पुन्हा जागच्या जागी बसवू शकतो.''

त्याने आपले डोके हलवणे थांबवले व माझ्याकडे वरती पाहिले. निळसर पडत चाललेल्या व घामाच्या थरामुळे चमकत असलेल्या त्या चेहेऱ्यावरील डोळ्यातून आता पुरेपूर भीती ओसंडत होती. तो काकुळतीने पुटपुटत म्हणाला, ''टालबोट, इथून मला बाहेर काढ.'' मी आत्ता जे त्याला बोललो ते शब्द त्याच्या मेंदूत नीट आत पोचले की नाही याबद्दल मला शंका होती. अन् पोचले असतील तरी त्याचा त्याला नीट अर्थ कळला नसेल. माझ्या बोलण्यातून काही सुटकेची आशा आहे, का त्यातून काही नवीन छळ सुरू होतो आहे हेही समजण्याच्या पलीकडे तो गेला होता.

''रॉयेल, मी तुला इथून बाहेर काढू शकतो. मीच काढू शकतो ना? हो ना? हा बघ माझ्या हातात एक स्क्रू-ड्रायव्हर आहे.'' मी त्याच्याकडे स्मित हास्य करत म्हटले, ''पण ही बघ माझ्या तोंडातली सायनाईडची गोळी.'' मी माझे तोंड उघडून दातात धरलेले ते बटण दाखवले.

तो घोगरट आवाजात म्हणाला, ''प्लीज, ते चावू नकोस, टालबोट! अरे देवा, हा तर वेडा झाला आहे. माणूस राहिला नाही.''

''अरे देवा? माणूस? रॉयेल, तुझ्या तोंडून असे शब्द निघावेत? तुला जर इथून खरीच सुटका करून घ्यायची असेल तर माझ्या प्रश्नांची उत्तरे दे. नाहीतर मी ते बटण चावेन.''

आता खालची हवा बरीचशी शुद्ध झाली होती. मी त्याला विचारले, ''जॉब्लान्स्कीला कोणी ठार केले?''

''मी मारले. मी ठार मारले,'' रॉयेल कण्हत म्हणाला. तो उत्तरे देऊ लागला होता. याचा अर्थ इथून सुटका करून घेण्यास तो उतावीळ झाला होता. 'काय पाहिजे ती माहिती माझ्याकडून घ्या एकदाची, पण सोडवा यातून' अशी त्याची भावना झाल्यामुळे तो खरे बोलत होता. याचा फायदा घेऊन त्याला पटापट विचारायला हवे.

''जॉब्लान्स्कीला कसे तू मारलेस?''

''गोळी झाडून. मी त्याच्या कपाळात सरळ गोळी झाडली. तो त्यावेळी झोपलेला होता.''

''आणि नंतर?''

''मग आम्ही त्याला बाहेरच्या किचन गार्डनमध्ये पुरला.'' रॉयेल बोलत होता, तरीही अधूनमधून कण्हत होता. आपले डोके झुलवित होता.

''व्हायलंडच्या मागे कोण कोण आहेत?''

''कोणी नाही.''

''व्हायलंडच्या मागे कोण कोण आहेत?'' मी एकेक शब्द सावकाश व ठासून उच्चारत विचारले.

''कोणीही नाही,'' तो चिडून ओरडत म्हणाला. काय वाटेल ते करून त्याला आपले उत्तर मला पटवायचे होते. म्हणून तो पुढे आपण होऊन म्हणाला, ''दोन माणसे होती. क्युबामधला त्या देशाचा एक मंत्री आणि कोलंबियातला एक वरचा अधिकारी. पण आता कोणीही नाही.''

''का बर? ते दोघे कुठे आहेत आता?''

''ते ... ते ... त्यांना मी संपवले.''

''तू व्हायलंडसाठी काम करायला लागल्यापासून आणखी किती जणांना असे संपवलेस?''

''कोणालाही नाही.''

''असं?'' एवढे म्हणून मी त्याला तोंड उघडून माझे दात दाखवले. दोन दातांच्या ओळीत ते सायनाईडचे बटण पकडलेले होते.

रॉयेल थरथरला व म्हणाला, ''पायलट. त्या फायटर विमानाचा वैमानिक. त्यानेच तुमचे विमान पाडले होते. त्याला खूप गोष्टी ठाऊक झाल्या होत्या.''

''म्हणून आम्हाला तो वैमानिक सापडेना. आम्ही उगाच त्याचा शोध घेत राहिलो. बापरे, तुम्ही त्यालाही ठार मारलेत, रॉयेल. पण एक चूक केलीस तू. त्याला तू फार लवकर खलास केलेस. नाहीतर त्याने आम्हाला आमचे विमान कुठे पाडले त्याचा नीट ठावठिकाणा दिला असता.... अन् हे काम तुझे तूच केले का व्हायलंडने तुला हुकूम दिला म्हणून तू केलेस?''

त्याने मान हलवून होकार दिला. पण मी तिकडे दुर्लक्ष करीत त्याला म्हटले, ''रॉयेल, माझा प्रश्न ऐकू आला का तुला?''

''व्हायलंडनेच मला ते सारे करण्यास सांगितले. म्हणून मी तसे केले.''

नंतर काही क्षण मी बोललो नाही. तिथे शांतता पसरली. मी खिडकीबाहेर पाहिले. शार्क माशासारखा एक मोठा मासा खिडकीजवळ आला. आपल्या कुतुहूलपूर्ण नजरेने त्याने आत पाहिले आणि नंतर काही सेकंदातच बाहेरच्या मिट्ट काळोखात तो आपली शेपटी हलवित नाहीसा झाला.

मी वळून रॉयेलच्या खांद्यावर थोपटले व त्याला म्हटले, ''त्या व्हायलंडला शुद्धिवरती आण.''

जेव्हा रॉयेल त्याच्यावर वाकून प्रयत्न करू लागला तेव्हा मी ऑक्सिजन रिजनरेटिंगचा स्विच जरा खाली केला. कारण इतक्या लवकर शंभर टक्के शुद्ध हवा मला इथे होऊ द्यायची नव्हती.

सुमारे एक दोन मिनिटातच रॉयेलने व्हायलंडला शुद्धिवर आणण्यात यश मिळवले. त्याच्या श्वासोच्छ्वास फार कष्टाने चालला होता. प्राणवायू कमी पडल्याने होणाऱ्या ॲनोक्सिया व्याधीची सर्व प्राथमिक लक्षणे त्याच्यात दिसत होती. पण तरीही तो जिवंत होता. शुद्धीवर आल्यावर त्याने सावकाश आपले डोळे उघडले आणि सर्वत्र नजर फिरवली. मी दातात सायनाईडचे बटण धरून उभा आहे हे पहाताच तो किंचाळू लागला. पुन्हा पुन्हा किंचाळू लागला. धातूच्या त्या केबिनमध्ये तो आवाज कोंडला गेल्याने फारच मोठा वाटत होता. तो हिस्टेरिया झाल्यासारखा उन्मादाने किंचाळत होता. मग मी नाईलाजाने पुढे होऊन त्याच्या तोंडात देणार होतो. पण तेवढ्यात रॉयेलनेच ते काम केले. त्याने व्हायलंडच्या गालावर एक काडकन मुस्काडीत मारली. व्हायलंड ठीक होऊन त्याने मला नीट उत्तरे देणे महत्त्वाचे होते. रॉयेलने ते ओळखले होते हे त्याच्या आत्ताच्या कृतीवरून मला दिसले. कारण व्हायलंडने जी हवी ती माहिती दिली तरच टालबोट आपल्याला सोडेल, अशी अंधुकशी आशा रॉयेलच्या मनात निर्माण झाली होती. आशेच्या त्या एकमेव धाग्याला रॉयेल आता घट्ट धरून बसला होता. कारण तो व्हायलंडशी धसमुसळेपणे वागत होता.

रॉयेल पुन्हा हात उगारून व्हायलंडला म्हणाला, ''थांब! थांब! बास आता. पुरे ओरडणे.'' तो व्हायलंडला गदागदा हलवू लागला. रॉयेल त्याला पुढे म्हणाला, ''बास व्हायलंड, बास आता. टालबोट म्हणतो आहे की तो स्विच त्याला दुरुस्त करता येईल. तुला ऐकू येते का व्हायलंड? टालबोट म्हणतोय की स्विच त्याला दुरुस्त करता येईल.''

व्हायलंडच्या किंकाळ्या हळूहळू कमी कमी होत गेल्या. तो रॉयेलकडे रोखून पाहू लागला. त्याच्या डोळ्यात प्रथमच काहीतरी समजल्याची किंचित जाणीव आली. पण तरीही तो अद्याप भीतीच्या काठावर लटपटत उभा होता. त्याला केव्हाही वेड लागेल अशी परिस्थिती होती.

तो पुटपुटत रॉयेलला म्हणाला, ''अं, काय म्हणालास?''

''टालबोट म्हणतोय की त्याला तो स्विच दुरुस्त करता येईल,'' त्याने तेच वाक्य त्याला घाईघाईने ऐकवले, ''तो म्हणतोय की त्याने आपल्याला खोटेच सांगितले. वरती ठेवलेला स्विच फारसा महत्त्वाचा नाही, असे तो सांगतोय. त्याला आता दुरुस्ती जमेल.''

व्हायलंडचे डोळे विस्फारत होते. तो माझ्याकडे पहात म्हणाला, ''तुला ... तुला दुरुस्त करता येईल, टालबोट?''

मी त्याच्या डोळ्यात पाहिले. डोळ्यातल्या बाहुलीभोवती एक पांढरे वर्तुळ आले होते. तो थरथरत्या आवाजात बोलत होता. पण त्या आवाजात लाचारी होती. त्याच्या शरीराच्या वाकण्यात दीनवाणेपणा प्रगट होत होता. सुटकेची आशा त्याला जरी रॉयेलने दाखवली होती तरी त्यावर विश्वास ठेवायला त्याचे मन अद्याप धजावत नव्हते. तो अजूनही मृत्यूच्या भीतीच्या छायेत वावरत होता. आशेचे किरण आले तरी तो ते पहात नव्हता. कारण, न जाणो ते किरण आशेचे नसले तर? ही भीती त्याच्या मनात होती.

"तू... तू आम्हाला इथून बाहेर काढशील? अजूनही काढशील?" तो अविश्वासाने विचारत होता.

"कदाचित् काढेन. कदाचित् काढणारही नाही." माझ्या आवाजात निर्विकारता होती, तुटकपणा होता व तटस्थपणाही होता. "मी इथेच खाली कायमचा मुक्काम ठोकणार असेही म्हणालो होतो. मी काहीही करू शकतो. पण मी जे काही करणार ते सारे तुझ्या बोलण्यावर अवलंबून आहे व्हायलंड. चल उठ, इकडे ये."

थरथरत्या पायावर तो उठला व लटपटत्या चालीने माझ्याकडे आला. त्याचे नुसते पायच नव्हे तर सर्व शरीर लटपटत होते. मी त्याचा दंड पकडून जवळ ओढले व म्हटले, "व्हायलंड, आता या केबिनमधली हवा आपल्याला फक्त पाचच मिनिटे पुरणार आहे. कदाचित् यापेक्षा कमीच वेळ पुरेल. तेव्हा मी विचारलेली माहिती मला सांग. पटापटा सांग. तू खरे बोलत गेलास, काहीही लपवले नाहीस, तरच मी पाच मिनिटात तुम्हाला इथून बाहेर काढेन. तेव्हा सांग बर आता, जनरलची व तुमची गाठ पडण्याआधी तुम्ही काय काय केलेत ते. तुमच्या साऱ्या कारस्थानाची माहिती दे. बोल पटापटा."

तो कण्हत म्हणाला, "आधी इथून मला बाहेर काढा. इथे हवा नाही. मला गुदमरल्यासारखे होत आहे. मला नीट श्वास घेता येत नाही. मला बोलणे कठीण जात आहे." तो हे जे म्हणत होता त्यात अतिशयोक्ती नव्हती की नाटक नव्हते. त्याची खरीच तशी अवस्था झाली होती. पण मी त्याच्या बाबतीत कठोर बनलो होतो.

"टॉक, टॉक. डॅम यू टॉक. बोल व्हायलंड बोल," रॉयेल त्याला धरून गदगदा हलवत पिसाटल्यासारखा म्हणत होता. व्हायलंडचे शरीर त्यामुळे मागेपुढे हलत होते, व एखाद्या खेळण्यातील मोडक्या बाहुलीचे मुंडके जसे हलते तसे त्याचे डोके हलत होते. "बोल व्हायलंड बोल. तू बोलला नाहीस तर मरशील. तुझ्याबरोबर मी का मरू? बोल. त्याला जे काय हवे ते सांगून टाक," रॉयेल जिवाच्या आकांताने म्हणाला.

अखेर व्हायलंड बोलू लागला. आधी त्याने तीनदा खोलवर श्वास घेतला, थोडेसे तो खोकला आणि आपला घसा खाकरून साफ केला. त्याने आपण रचलेले

सर्व कारस्थान इत्थंभूत सांगितले. क्यूबा देशाच्या एका मंत्र्याशी आपली दोस्ती होती. त्याला कोलंबियाच्या सरकारातील एका वरिष्ठ सनदी नोकराने फोन करून त्या खजिन्याची व त्या गुप्त उड्डाणाची माहिती कशी दिली, मग सर्वांनी एकत्र जमून आपसात एक करार कसा केला हेही सांगितले. त्या मंत्र्याच्या दिमतीला एक लढाऊ विमान होते. त्याने पश्चिम क्युबातील एका रडार ऑपरेटरला लाच देऊन आपल्या बाजूला वळवून ट्रान्स-कॅरीब कंपनीच्या विमानाचा माग कसा काढला, ते कसे पाडले आणि तो मंत्री, तो सनदी नोकर व विमान पाडणारा तो वैमानिक यांना कसे संपवले हेही त्याने तपशीलवार सांगितले.

तो जेव्हा जनरलबद्दल सांगू लागला तेव्हा मी हाताने खूण करून त्याला थांबवले व म्हटले, ''बास, व्हायलंड, ठीक आहे. बस तू आता.'' मी कार्बन डायॉक्साईडचा स्विच पूर्णपणे कमाल क्षमतेवरती ठेवला.

व्हायलंड कुजबुजत्या आवाजात म्हणाला, ''काय केलेस तू आता?''

''थोडीशी हवा शुद्ध करायचा प्रयत्न करतोय. फारच कोंदटल्यासारखे वाटतेय. तुला काय वाटते, व्हायलंड.''

त्या दोघांनी एकमेकांकडे पाहिले, मग माझ्याकडे पाहिले व ते शांतपणे बसून राहिले. ते चिडतील, संतापतील, बेभान होऊन माझ्यावर हल्ला चढवतील, अशी कल्पना कोणीही केली असती. पण त्या दोघांचा ताबा फक्त भीती ह्या भावनेने घेतला होता. अन् आपण पूर्णपणे टालबोटच्या मर्जीवरती अवलंबून आहोत हे त्यांना पक्के कळून चुकले होते.

व्हायलंड म्हणाला, ''टालबोट, तू... तू कोण आहेस?''

मी एका कॅनव्हासच्या खुर्चीवर बसत म्हटले, ''वाटल्यास तुम्ही मला पोलिसांचा माणूस समजा.'' मला तो बेथिस्कॅफ वर नेण्याची ती काटेकोर कृती इतक्यात सुरू करायची नव्हती. मी म्हटले, ''व्हायलंड, समुद्रात बुडालेले अवशेष वरती काढण्याचे प्रशिक्षण घेतलेला मी एक तज्ज्ञ आहे. अधिकृत तज्ज्ञ माणूस आहे. मी माझ्या भावाबरोबर काम करीत होतो. तोच तो भाऊ, ज्याचा सापळा तुम्हाला समोर दिसतोय तो. आमच्या दोघांचे मिळून छान जमले होते. आम्ही स्वत:ही पाण्यात बुडालेले खजिने वर काढून बघत होतो. ट्यूनिशियाच्या किनाऱ्यापाशी आमचे नशीब फळफळले. तिथे आम्हाला बरेच सोने सापडले. मग आम्ही त्या भांडवलावरती आमची लहान विमान कंपनी चालू केली. कारण आम्ही दोघेही दुसऱ्या महायुद्धात बॉम्बर विमानांचे वैमानिक होतो. आमच्या जवळ नागरी वाहतूक करण्यासाठीही लायसेन्स होते. व्हायलंड, आमचे तसे ठीक चालले होते. पण तुम्ही भेटेपर्यंतच.''

बाहेरच्या त्या विमानाच्या अवशेषांकडे बोट दाखवित मी पुढे म्हणालो, ''तुम्ही जेव्हा आमचे हे विमान पाडले तेव्हा नंतर मी लंडनला गेल्यावर मला अटक झाली.

तो खजिना हडप करण्यात माझा काहीतरी कट असेल असे पोलिसांना वाटत होते. पण त्यांना पटवून देण्यात मी यशस्वी झालो. त्यांना माझ्या निर्दोषपणाची खात्री पटली. लॉईड विमा कंपनीचे मात्र नुकसान झाले. मग झाल्या गोष्टीचा तपास करण्यासाठी व त्या खजिन्याचा ठावठिकाणा घेण्यासाठी त्यांनी एक खास गट निर्माण केला. मला त्यात एक स्पेशल इन्व्हेस्टिगेटर अधिकारी म्हणून घेतले. त्या खजिन्याचा काही अंश जरी मिळत असला तरी त्यासाठी लॉईड कंपनी वाटेल तेवढा पैसा खर्च करायला तयार होती. शिवाय या प्रकारात ब्रिटन व अमेरिका या देशांचाही पैसा गुंतलेला असल्याने दोन्ही देशांच्या सरकारांनी संपूर्ण मदत व सहकार्य आम्हाला दिले. ते दोन्ही देश आमच्या मागे भक्कमपणे उभे राहिले. अमेरिकन सरकारने तर त्यांचा सर्वांत हुषार पोलिस अधिकारी चोवीस तास आमच्या दिमतीला दिला. त्याचे नाव जॉब्लान्स्की होते!''

बातमी त्यांना चांगलीच धक्का देणारी ठरली. पण एव्हाना ते मृत्यूच्या भयातून बऱ्यापैकी सावरले होते. वास्तवतेच्या जगात आले होते. त्यांनी एकमेकांकडे एकदा पाहिले व नंतर माझ्याकडे पाहिले. पण ते काहीही बोलले नाहीत.

मी पुढे त्यांना सांगत गेलो, ''तेव्हा महाशय, तुम्ही जॉब्लान्स्कीला मारून एक फार मोठी चूक केलीत. एक वेळ न्यायालय साध्या खुनाबद्दल मृत्युदंड देणार नाही, पण पोलिस अधिकाऱ्याच्या खुनाबद्दल मात्र हटकून मृत्युदंड देतात. तुम्हाला विजेच्या खुर्चीवर बसवून मारले जाईल किंवा गॅस चेंबरमधल्या खुर्चीत बसवून मारले जाईल. पण तुमचा मृत्यू अमेरिकन कायद्यानुसार खुर्चीत होणार हे नक्की. तुम्हाला दिली जाणारी ही शिक्षा सहा वेळा तरी द्यावी एवढे भयंकर गुन्हे तुम्ही केले आहेत.''

मग जॉब्लान्स्की व मी अशा आम्ही दोघांनी मिळून क्युबात वर्षभर तपास कसा केला, हडप केलेल्या खजिन्यातील पाचू व हिरे कुठे विकण्यासाठी बाजारात आलेत का, हे सगळे सांगितले. त्यावेळी आम्ही दोघे शेवटी अशा निर्णयाला आलो की ज्याअर्थी जगाच्या बाजारात कुठेही त्या मालापैकी काहीही विकावयास येत नाही त्याअर्थी अजून तो गायब असावा. नाहीतर एव्हाना त्याचा सुगावा इंटरपोलला लागायला हवा होता.

मी पुढे सांगत गेलो, ''शेवटी आम्ही त्याचे कारण शोधून काढले. आमच्या मते तेच एकमेव कारण होते. नव्हे, तशी आमची पक्की खात्री पटली होती. विमान समुद्रात जिथे पडले ती जागा फक्त विमान पाडणाऱ्या त्या फायटर विमानाच्या वैमानिकाला ठाऊक होती. तो नक्कीच मारला गेला असावा. अन् त्यामुळेच बुडालेला तो खजिना गुप्त राहून लवकर सापडून हाती येत नसावा. अशा परिस्थितीत काय होईल? तर ज्यांना तो खजिना हवा आहे ते सागरतळाचा शोध घेऊ लागतील. बुडालेले विमान शोधू लागतील. विमान शोधले तर त्याचे अवशेष वर काढायचे

प्रयत्न करू लागतील. म्हणून आम्ही विमान ज्या भागात पडले त्या फ्लॉरिडाजवळच्या समुद्रावर बारीक नजर ठेवली. इथेच कुठेतरी ते विमान बुडाले असल्याने त्याचा शोध घेणारे इथेच येणार होते. त्यासाठी त्यांना किमान एक नौका लागणार होती. जनरलसाहेबांची ती 'टेम्प्ट्रेस' नौका या कामासाठी अगदी यथायोग्य अशी होती. मग त्या नौकेच्या सहाय्याने समुद्राचा तळ धुंडाळणे चालू झाले. परंतु त्यासाठी अत्यंत संवेदनशील असे समुद्राच्या खोलीचे मापन करणारे उपकरण आवश्यक होते. अन् व्हायलंड, तू इथेच एक चूक केलीस. ही चूकच तुझा घात करणारी ठरली. समुद्रपहाणीसाठी लागणारी साधने व उपकरणे विकणाऱ्या युरोप व उत्तर अमेरिकेतील प्रत्येक कंपनीशी आम्ही आधीच संपर्क साधून त्यांना सावध करून ठेवले होते. जर या कंपन्यांनी अशी उपकरणे कोणाला विकली व ज्यांना विकली त्यांच्या नौका ह्या आरमारी, व्यापारी किंवा मासेमारीच्या नसतील तर ताबडतोब विकत घेणाऱ्यांची माहिती आम्हाला कळवावी. व्हायलंड, तुला समजते ना मी काय बोलतो ते?''

ते दोघे काहीच बोलले नाहीत. पण आता ते पूर्ण शुद्धीवर असून त्यांना माझे बोलणे पूर्णपणे कळत होते हे मला समजले. त्यांचे मूळ स्वभाव पुन्हा उफाळून येऊन त्यांच्या डोळ्यात खुनी माणसाचे हिंस्र भाव प्रगटले होते.

''त्या चार महिन्यांच्या काळात, समुद्राची खोली अत्यंत अचूक मोजणारी संवेदनशील अशी फक्त सहा उपकरणे खाजगी नौकांना विकली गेली होती. या सर्व नौका यॉट प्रकाराच्या होत्या. त्यापैकी दोन नौका ह्या जगप्रवासाला निघून पृथ्वीप्रदक्षिणेवरती गेल्या होत्या. एक नौका रिओ ह्या बंदरात होती. एक लॉन्ग आयलंड साउंड येथे होती. एक अमेरिकेच्या पश्चिम किनाऱ्यावर होती तर सहावी नौका ही जनरलसाहेबांची ती 'टेम्प्ट्रेस' नावाची यॉट होती. आणि ती फ्लॉरिडाच्या किनाऱ्याजवळ समुद्रात येरझाऱ्या घालत होती. व्हायलंड, तू ती नौका पकडलीस. कारण समुद्रतळाखालील प्रत्येक चौरस फुटाचा शोध घेण्यासाठी तुला याहून चांगले निमित्त कसे मिळणार? त्या भागात जनरलसाहेबांची तेलविहिर होती. नवीन नवीन जागांवर जाऊन खोदकाम करण्याआधी त्यांना समुद्रतळाची पहाणी करणे जरुरीचे असते. तेव्हा तुला आता चांगलेच निमित्त मिळून तू समुद्रतळ पहाणीचा आपला उद्योग उजळ माथ्याने चालू ठेवलास. त्यामुळे कोणालाही संशय येत नव्हता. तू समुद्रतळाचा अतिबारकाईने शोध जारी केला होतास. यात तुझा दीड महिना खर्च झाला. कारण तुम्ही उगाच उत्तरेला जास्त चाचपडत होता. आमचे तुझ्या हालचालीवर पूर्ण लक्ष होते. फार काय, रात्री पण तुमच्या नौकेच्या हालचाली टिपण्यावरती एक खास बोट आम्ही तैनात केली होती. त्याच बोटीतून काल रात्री मी जनरलसाहेबांच्या तेलविहिरीला चोरून भेट दिली होती. ते असो. तर शेवटी तुम्हाला ते विमान सापडले आहे. तुम्ही त्या विमानाला पकडून ओढत नेण्याचा

प्रयत्न केलात. तीन रात्र तुमची ती धडपड चाललेली होती. तुम्ही पाण्यात ग्रॅपलर सोडून विमानाच्या पंखाचे टोक पकडलेत व ओढू लागलात. परंतु ते टोकच तुटून गेले. कारण विमान गाळात चांगलेच रुतून बसले होते. वाटल्यास अजूनही त्या पंखाकडे बघून खात्री करून घ्या,'' असे म्हणून मी खिडकीच्या दिशेने बोट केले.

''तुला हे इतके सारे कसे ठाऊक आहे, टालबोट?'' व्हायलंडने विचारले.

''कारण जनरलसाहेबांच्या 'टेम्प्ट्रेस' नौकेवरील एक इंजिनियर दीर्घ मुदतीच्या रजेवर गेला होता. त्या जागी मी बदली इंजिनियर म्हणून काम मिळवले.'' यावर व्हायलंडने हळू आवाजात मला एक शिवी हासडली. त्याच्या हाताच्या मुठी त्याने गच्च आवळल्या होत्या. पण मी त्याकडे दुर्लक्ष केले.

मी सांगत होतो, ''पाण्यातले अवशेष वर काढणाऱ्या त्या हॅवानामधील कंपनीच्या बोटीवर तुम्ही व जनरलसाहेबांनी मला पाहिल्याची तुमची समजूत होती. पण ती चुकीची होती. त्या कंपनीत मी काम करत होतो खरा. पण त्यांच्या बोटीवर नव्हतो. मी सव्वा महिना जनरलसाहेबांच्या 'टेम्प्ट्रेस' वरती काम केले म्हणून कदाचित माझा चेहरामोहरा अर्धवटपणे तुमच्या लक्षात राहिला असावा. तिथून निघाल्यावर मात्र मी माझे केस तांबड्या रंगाने रंगवले, प्लॅस्टिक सर्जनकडून चेहेऱ्यावरती एक व्रण निर्माण करून घेतला आणि एका बुटाला जादा टाच चिकटवून लंगडत चालायला लागलो. पण तुम्हाला माझा अजिबात संशय आला नाही, व्हायलंड. इथे तुम्ही आणखी एक चूक केलीत.''

त्या दोघांवरचा भीतीचा पगडा कमी होत आता ती जागा आश्चर्याची भावना घेत होती. आपल्या सर्व हालचाली कळत होत्या याचे त्यांना खूप दुःख झाल्याचेही त्यांच्या चेहेऱ्यावरती दिसत होते.

मी पुढे सांगू लागलो, ''तर आता तुम्हाला विमान सापडले होते. पण ते वर काढणे जमत नव्हते. कारण त्यासाठी डायव्हिंग बेल्स आणि बरीच गुंतागुंतीची यंत्रसामुग्री लागणार होती. ती आणून तुम्ही उघडपणे जर हे काम करू लागलात तर सरकारचे तुमच्याकडे लक्ष जाऊन तात्काळ तुम्ही धरला गेला असता. आणि पुढे चौकशी होऊन तुम्ही पूर्वी केलेले खून उघडकीस येऊन फाशी गेला असतात. मग तुमच्या त्या हुषार इंजिनियर मित्राच्या, ब्रायसनच्या डोक्यात एक कल्पना चमकून गेली. कारण त्याने बेथिस्कॅफच्या सहाय्याने पाण्याखालचे अवशेष काढण्याचे प्रयत्न वेस्ट इंडिज बेटांजवळ चालल्याचे वाचले होते. ते बेथिस्कॅफ आणि जनरलसाहेबांची तेलविहिर यांच्या सहाय्याने तो खजिना सहज हस्तगत करणे जमणार होते.''

केबिनमधली हवा गरम होती व कोंदट होती. पण पूर्वीइतकी ती तशी नव्हती, सुसह्य झाली होती. वातावरणात आता भरपूर प्राणवायू आल्याने श्वासोच्छ्वासाला कसलीही अडचण होत नव्हती. त्या शुद्ध झालेल्या हवेत त्या दोघांच्या मनात मात्र

अशुद्ध विचार उफाळून येत होते. दगाबाजी, विश्वासघात, स्वार्थ, सूड, क्रौर्य, वगैरे सर्व दुष्ट विचार त्यांच्या मनात परतले होते. त्यांच्या हालचाली, अविर्भाव व डोळे यावरून ते मला सहज समजत होते. दर क्षणाला त्यांचे धैर्य पुन्हा त्यांच्यात संचारत होते.

मी सांगत गेलो, ''तर तुम्हा प्रत्येकाजवळ कशा सुरेख कल्पना होत्या नाही का? पण त्यावरही वरताण करणारी एक अफलातून कल्पना जॉब्लान्स्कीला सुचली. अन् त्यामुळेच तुम्ही जाळ्यात सापडून शेवटी इथे रस्ता संपलेल्या मार्गात कोंडी होऊन बसला आहात. जॉब्लान्स्कीने सुचवले की आपण एक बेथिस्कॅफ घेऊन उघडपणे वापरू. तो तुम्हाला चोरू देऊ. मग पाण्याखालचे विमान आणि जनरलसाहेबांची तेलविहिर अशा खेपा तुम्हाला पाण्याखालून कोणालाही न कळता करता येतील.''

व्हायलंड हे ऐकून चकित झाला. त्याच्या तोंडून एक अपशब्द निघाला व त्याने रॉयेलकडे सावकाश वळून पाहिले व नंतर माझ्याकडे पहात तो म्हणाला, ''म्हणजे तुला असे म्हणायचे...''

मी कंटाळून त्यावरती खुलासा करीत म्हणालो, ''होय ते सर्व पूर्वनियोजित होते. गल्फ ऑफ लॉयन्सच्या समुद्रात फ्रेंच व ब्रिटिश आरमारदळे त्या नवीन बेथिस्कॅफच्या चाचण्या घेत होत्या. पण आम्ही त्यांना सांगितल्यावर त्यांनी ताबडतोब आमची विनंती मान्य केली व या भागातील पाण्यात आपल्या चाचण्या चालू केल्या. मग आम्ही या चाचण्यांना भरपूर प्रसिद्धी मिळेल अशी व्यवस्था केली. त्या चाचण्यातून निघणारे निष्कर्ष प्रत्येक जहाजाला किती लाभदायक ठरू शकतात ह्याचीही बेसुमार प्रसिद्धी केली. अगदी बिनडोक माणसालाही ते पटेल अशी ती प्रसिद्धी होती. त्यानुसार पाण्याखालील अवशेष वर काढण्यासाठी हीच एकमेव बेथिस्कॅफ अत्यंत यथायोग्य आहे हे आम्ही वाचकांच्या मनावर बिंबवत होतो. 'टेम्प्ट्रेस'वरील लोक कधी तरी ही प्रसिद्धी वाचणार आणि या बेथिस्कॅफचा मागोवा घेणार अशी आमची अटकळ होती. म्हणून आम्ही ती बंदरात अशा ठिकाणी बांधून ठेवली की तिचे अस्तित्व सहज कोणाच्याही ध्यानात यावे. मात्र त्याआधी मी बेथिस्कॅफमधील संपूर्ण वायरिंग नव्या मार्गाने घातले. फक्त मलाच त्या वायरिंगचे ज्ञान असल्याने त्यात काहीही बिघाड झाला तरी अन्य कोणाला त्यात बदल करता येऊ शकणार नव्हता. मग कोणीतरी तुम्ही हा बेथिस्कॅफ पळवलात खरा, पण तो तुम्ही चालवू शकत नव्हता. कोणीतरी त्याच्यात योग्य तो बदल करून चालू स्थितीत आणायला हवा होता. हो की नाही व्हायलंड? तेव्हा अशा वेळी मी किती योग्य वेळी तुमच्या हातात सापडलो. किती विलक्षण योगायोग होता हा! हो ना? दरम्यान तुम्ही आणि तुमच्या त्या ब्रायसनने तेलविहिरीवरती असलेल्या समुद्रतळावरचे नकाशे पाहिले आणि त्यात जिथे जमिनीत तेल लागण्याच्या शक्यता खुणा करून दर्शवल्या होत्या, त्या तुम्ही पार बदलून टाकल्या. कारण जनरलसाहेबांचे ड्रिलिंग

रिंग त्या भागात येऊन खणू लागले तर? म्हणून भलतीकडेच दूर जाणाऱ्या खुणा त्या सागरतळाच्या नकाशावर करून ठेवल्यात. त्यामुळे एक्स-१३ तेलविहिरीतून कितीही खोल खाली खणत गेले तरी तेल लागण्याची सुतराम शक्यता नाही. या वेगाने ते खणत राहिले तर ते पृथ्वीच्या पोटातून आरपार जाऊन पलिकडे हिंदी महासागरात उगवतील. पण तरीही त्यांना तेलाचा एक थेंबही हाती लागणार नाही.''

व्हायलंडचे धैर्य परतले होते. तो चिडून म्हणाला, ''तू एवढे केल्यावर आम्ही तुला तसा सोडून देऊ असे वाटले काय?'' त्याचा हिंस्त्रपणा आता जागा झाला होता.

''शट अप!'' मी त्याला ओरडून गप्प केले. ''उगाच मधे मधे बडबड करू नकोस मूर्खा! जर तू फार दमदाटी करायला लागलास ना, तर इथे मी काही बटणे अशी काही फिरवून ठेवीन की तुम्ही दोघे मघासारखे गुडघ्यावर व हातावर वाकून धापा टाकू लागाल. तुमची अवस्था कुत्र्यासारखी करून टाकेन. पाच मिनिटांपूर्वी तुम्ही जशी आपल्या प्राणांची भीक मागत होता ना तसे मी परत करून टाकेन.''

त्या दोन क्रूर ठगांशी असल्या भाषेत पूर्वी कधीही कोणीही बोलावयास धजावले नव्हते. तसे जर कोणी बोलले असते तर त्यांनी तिथल्या तिथे त्या व्यक्तीचा मुडदा पाडला असता. अन् तडफडत मरणारी ती व्यक्ती पाहून त्यांनी टाळ्या पिटल्या असत्या, मोठमोठ्याने विकट हास्य केले असते. पण आता ते मला तसे काही करू शकत नव्हते. ते स्तब्धपणे बसले होते. पण त्यांचे ते दुष्ट विचारचक्र चालू झाले होते. डोक्यातला सैतान पुन्हा काम करू लागला होता व मनात राक्षस प्रगट होऊ लागला होता. त्यांना फक्त एकच एक अडथळा होता. तो म्हणजे त्यांचे जीव आता पूर्णपणे माझ्या हातात होते. तो अडथळा जर ते पार करू शकले तर ते राक्षस केव्हाही माझ्यावर तुटून पडू शकणार होते.

मग थोड्या वेळाने त्यांच्यात बोलायचे बळ आले. त्यांना नक्की काहीतरी सुचले असावे. व्हायलंड म्हणत होता, ''टालबोट, तुझ्या डोक्यात आम्हाला पोलिसांच्या हवाली करण्याच्या काही कल्पना आल्या आहेत ना?'' माझ्या उत्तराची थोडा वेळ वाट पाहून तो पुढे म्हणाला, ''तशी जर तुझ्या डोक्यात काही योजना शिजत असेल तर ती काढून टाक. टालबोट, तू पोलिसांचा एक हुषार माणूस आहेस खरा. पण एका बाबतीत तू बेसावध राहिलास बघ. तिकडे तुझे कधी लक्षच गेले नाही. तू आम्हाला पोलिसांच्या स्वाधीन केलेस किंवा अगदी येथेच मारून टाकलेस तर आपोआपच दोन निष्पाप जीवांची हत्त्या होणार आहे. मग त्याला तूच जबाबदार असशील, टालबोट.''

''तू कशाबद्दल बोलतो आहेस, व्हायलंड?'' मी अगदी सावकाश त्याला विचारले.

''मी जनरलबद्दल बोलतो आहे,'' असे म्हणून त्याने रॉयेलकडे एक हेतूपूर्ण कटाक्ष टाकला. त्याच्या त्या नजरेत प्रथमच मला भीतीचा लवलेशही दिसला नाही.

त्यात विजयाची भावना होती. तो दिमाखाने म्हणाला, "जनरल ब्लेअर रुथव्हेन! जनरल, त्याची बायको आणि त्याची मुलगी. मला वाटते की हे एवढे शब्द तुला गडबडून टाकायला पुरेसे आहेत, टालबोट."

"जनरलच्या बायकोचा इथे कुठे संबंध येतो? तिने तर त्याच्यापासून कायदेशीर फारकत घेतली आहे ना?" मी अजाणतेपणे म्हणालो.

"हुश्श! माय गॉड! टालबोट, मला इतका वेळ खरोखरच वाटले होते की तू आमच्यावरती खरेच मात केलीस, आम्हाला कोंडीत धरलेस." व्हायलंडच्या चेहेऱ्यावरती सुटकेचा भाव होता, आनंद होता व तेच ते खुनशी हास्यही परतले होते. "अरे मूर्खा, तू खरच मूर्ख आहेस. तो जनरल... त्या म्हाताऱ्याला आम्ही यात कसे ओढले याचा काही विचार तुझ्या डोक्यात कधी आला? त्याच्यासारख्या प्रतिष्ठित, अफाट श्रीमंत व सरकारदरबारी वजन असलेला माणूस आम्हाला त्याची ती यॉट नौका कशी सहजासहजी वापरू देईल? त्याची तेलविहिरीवरची जागा कशी वापरू देईल? त्याच्या घरी आमची राजेशाही थाटाने कशी बडदास्त ठेवील? त्याचा नोकरवर्ग आमच्या दिमतीला कसा काय दिला जाईल? मूर्खा, अरे हे तुझ्या मठ्ठ डोक्यात कसे काय आले नाही? मूर्ख व बावळट टालबोट, तुझ्या लक्षात आले का मी काय म्हणतो ते?"

"अं, पण मला वाटले की..."

"तुला वाटले!" तो तुच्छतेने म्हणाला. "त्या रुथव्हेन म्हाताऱ्याला आम्हाला मदत करणे भागच होते. त्याची बायको व लहान मुलगी आमच्या हातात आहे. नाहीतर त्यांचे जीव जातील ना?"

"त्यांची बायको व ती लहान मुलगी? पण त्यांनी तर जनरलसाहेबांपासून कायदेशीर फारकत घेतली आहे ना? मी वाचले आहे त्याबद्दल सारे."

"बरोबर, तू तसेच वाचले असणार," व्हायलंडच्या आवाजातली धमकी कमी होऊन हर्षाची भावना तर येऊ लागली. "अरे, तुझ्यासारख्या लक्षावधी लोकांनीही तसेच ते वाचले. जनरललाच आम्ही तशा मजकुराला प्रसिद्धी देण्यास भाग पाडले होते. जनरलच्याच तोंडून ती कायदेशीर फारकतीची माहिती बाहेर पडल्यावर सर्वांचाच त्यावर विश्वास बसणार. तुमच्या त्या बावळट पोलिस खात्याचाही विश्वास बसला. अन् तुझ्यासारख्या मूर्खांचाही बसला. त्या दोघीजणी आमच्या ताब्यात आहेत. त्यांचे जीव आमच्या हातात आहेत. त्यांना आम्ही ओलीस ठेवले आहे, टालबोट. त्यांना अशा ठिकाणी लपवून ठेवले आहे की तिथे तुमचे पोलिस पोचूच शकणार नाहीत. जोपर्यंत आम्ही इथे जिवंत आहोत तोपर्यंतच तेही जिवंत रहातील. आमच्याकडून ठराविक काळात काहीच निरोप त्या ठिकाणी पोचला नाही, तर त्यांची सरळ कत्तल केली जाईल."

"म्हणजे... म्हणजे तुम्ही सरळ त्या दोघींना पळवून नेलेत? किडनॅप केलेत?''

"वाऽ! शेवटी तुझ्या डोक्यात प्रकाश पडला तर. होय बर, आम्ही त्या दोघींना जबरदस्तीने पळवून नेले. बोल, तुझे यावरती काय म्हणणे आहे?''

"तू आणि रॉयेलने पळवून नेले?''

"होय, मी आणि रॉयेलने पळवून नेले, चक्क किडनॅप केले. जनरलच्या बायकोला व मुलीला मी आणि रॉयेलने जबरदस्तीने पळवून नेले, असे स्वच्छ शब्दात तुझ्यापुढे कबूल करतो. बोल आता.?''

"पण... पण किडनॅपिंग हा तर एक फेडरल व मोठा कॅपिटल गुन्हा आहे. आणि इथे तर तुम्ही चक्क तसे केलेत हे कबूल करता आहात? असेच ना?''

"होय, आम्ही स्पष्टपणे व उघडपणे तसे म्हणतो आहोत. अन् का आम्ही तसे म्हणू नये?'' व्हायलंड एकदम भडकून म्हणाला. पण एकदम खालच्या स्वरात येऊन तो म्हणाला, "तेव्हा टालबोट महाशय, तुझ्या डोक्यातली आम्हाला पोलिसांच्या हवाली करण्याची कल्पना काढून टाक आता. आता फक्त ते आम्हाला सुखरूपणे वरती काढण्याचे काम कर. टालबोट, तू खरोखरीच शेवटी वेडा निघालास बघ.''

"जनरलसाहेबांची पत्नी आणि लहान कन्या,'' मी हसत अशा पद्धतीने म्हणालो की जणू काही व्हायलंड आत्ता जे काही म्हणाला ते मला ऐकू आलेच नव्हते. "सगळे हेतू साध्य झाल्यावर तुम्ही त्या दोघींना सोडून देणार. द्यायलाच पाहिजे. नाहीतर अटलांटिक महासागर १९२७ साली पार करणाऱ्या त्या चार्लस लिंडबर्गच्या पोरासारखी तुमची केस होईल. त्याच्यापेक्षाही दहापट मोठी. शिवाय आपली बायको व मुलगी परत मिळाल्यावर जनरल तुमच्याविरुद्ध तरी काहीही करणार नाही याची तुम्हाला खात्री आहे. त्याचा शब्दच काय तो तुमच्याविरुद्ध एकमेव पुरावा असणार. शिवाय रॉयेलसारखा मारेकरी तुझ्या बाजूने आहेच. तो जोपर्यंत या भूतलावर आहे तोपर्यंत या मारेकऱ्याविरुद्ध कोणीही एक विरोधी शब्दसुद्धा काढू शकत नाही. जनरलला रॉयेलची ताकद पुरेपूर ठाऊक आहे. त्यामुळे तो कधीच तुमच्याविरुद्ध बोलणार नाही. शिवाय आपली बायको व मुलगी मिळाल्याने त्याला एवढा आनंद होईल की त्या आनंदाच्या भरात तो तुम्हाला नक्कीच माफ करून टाकेल. वा:ऽ! काय बेमालूम योजना बनवलीस व्हायलंड!''

"बरोबर टालबोट, लक्षात आले ना तुझ्या सारे आता? शेवटी हुकूमाचे पान माझ्याच हाती असल्याने हा डाव मीच जिंकणार!''

"होय. पण दररोज, दुपारी, तू एक सांकेतिक भाषेत तार पाठवित होतास व्हायलंड. त्यासाठी जनरलच्या कंपनीची संकेत भाषा वापरून खुद्द जनरलसाहेबांच्या नावाने तू तारा पाठवायचास. मिसेस रुथव्हेन आणि ती लहान जीन हे ज्या तुझ्या मवाल्यांच्या हातात आहेत त्यांना त्या तारा जायच्या. बघ व्हायलंड, मला जनरलच्या

त्या मुलीचे नावसुद्धा ठाऊक आहे. जर ठरल्याप्रमाणे तुमच्याकडून चोवीस तासात त्या लपवलेल्या जागी तार पोचली नाही तर त्या दोघींना तेथून अन्य जागी हलवून लपवायचे तुम्ही ठरवले होते ना? तशा सूचना तू आधीच त्या तुमच्या माणसांना देऊन ठेवल्या होत्यास व्हायलंड. हो की नाही? आणि अटलांटा शहर हे तुझ्या मते लपवून ठेवायला खूपच सुरक्षित शहर आहे. हो ना व्हायलंड? पण तसे ते नाही हे मला तुला सांगावेसे वाटते.''

व्हायलंडचा चेहेरा पुन्हा पांढरा पडत उतरू लागला. पुन्हा त्याचे हात थरथरू लागले. तो हळू आवाजात पण कष्टाने म्हणाला, ''टालबोट, तुला नक्की काय म्हणायचे आहे?''

''मला ते सारे फक्त चोवीस तासांपूर्वीच कळले. आम्ही मार्बल स्प्रिंग्ज गावातून बाहेरच्या देशात जाणारी प्रत्येक केबल तपासत होतो. गेले आठवडाभर तपासत होतो. पण देशातून येणाऱ्या व जाणाऱ्या तारा मात्र पहात नव्हतो. माझ्या लक्षात तो मुद्दा आल्यानंतर मी तसे मॉलिसन जज्जला कळवले. कसे कळवले ठाऊक आहे व्हायलंड? मी व केनेडी झोंबाझोंबी करत होतो, तुमच्या सगळ्यांसमोर. आठवते ते? त्याचवेळी माझी चिठ्ठी शिताफीने केनेडीच्या अंगावर सारली. अन् त्यानंतर तुम्ही रोज तुमच्या माणसांना दुपारी पाठवत असलेल्या तारा कळल्या. आजच त्यांना सर्व समजले. अटलांटा शहरात ज्या पत्त्यावर तुम्ही तार पाठवली तो पत्ताही त्यांना कळला. मग सारे गुप्त पोलिस खाते कामाला लागले आणि त्यांनी तो पत्ता शोधून काढून जनरल साहेबांच्या बायकोला व मुलीला सोडवले. त्यांना ताब्यात ठेवणारी तुमची ती गुंड माणसेही त्यांनी पकडली. आता पोलिसी छळापुढे ते पटापटा सारी माहिती ओकत आहेत, तुमच्या विरुद्ध जबाब देत आहेत.'' व्हायलंडच्या माणसांना पकडल्याचा मुद्दा बरोबर होता. परंतु ते जबानी देत आहेत हा माझा केवळ तर्क होता. मी तो बेधडक ठोकून दिला होता. पण तो चुकीचा तर्क नव्हता याची मला खात्री होती.

''तू हे सारे खोटे सांगून आम्हाला भीती दाखवतो आहेस, टालबोट.'' व्हायलंड मलूलपणे म्हणाला. त्याच्या डोळ्यात पुन्हा आता भीतीचा उगम झालेला दिसत होता. अन् बुडत्याला जसा काडीचा आधार असतो तसा एखाद्या मुद्याला, जरी तो तकलादू असला तरी पकडून राहू पहात होता. तो म्हणत होता, ''हे कसे शक्य आहे, टालबोट? तू तर सर्व काळ आमच्या कैदेत होतास आणि...''

''जर तुम्ही एक्स-१३ वरच्या रेडिओ शॅकमध्ये गेलात तर तुमचा तो दांडगोबा कोणत्या अवस्थेत आता आहे ते पहा. त्याने मला विरोध केला होता. पण शेवटी मी त्याला बेशुद्ध केलेच. तिथूनच मी शेरीफला वायरलेस कॉल लावला. मी त्या आधी एका खोलीत गणिते करीत होतो. रॉयेल दार लावून बाहेर पहारा करीत होता. केनेडीने मागून त्याच्या डोक्यावरती तडाखा हाणला व बेशुद्ध केले. मग दार उघडून

तो आत आला. आम्ही दोघांनी मिळून रॉयेलला आत आणला. केनेडी आतमध्ये माझ्याच कागदावरती गणिते करत बसला. ती गणिते नव्हती. पण गणिते वाटावीत अशी कच्ची आकडेमोड होती. मग मी त्या रेडिओ शॅकमध्ये जाऊन शेरीफशी संपर्क साधला. त्यानेच मला 'ओलीस ठेवलेली जनरलची माणसे सोडवली आहेत' ही बातमी दिली. जनरलसाहेबांची बायको व मुलगी यांची सुटका होईपर्यंत मी काहीही करणार नव्हतो. म्हणून तर मी काहीना काही तरी करून वेळ काढत होतो. दोनदा बेथिस्कॅफमध्ये जाऊन दुरुस्तीच्या नावाखाली वेळ काढला. नंतर गणिते काढण्यात वेळ काढला. कळले सारे? काही शंका असतील तर विचार व्हायलंड.''

आता मात्र व्हायलंडचा चेहेरा खरोखरीच राखाडी रंगाचा झाला होता. तो एवढा भेसूर दिसू लागला की मी माझी नजर दुसरीकडे वळवली. त्याच्या तोंडून जे बाहेर काढायचे होते ते मी काढले. अगदी पुराव्यासकट. आता इथे समुद्रतळावरती थांबण्यात काहीही अर्थ नव्हता. परतीचा प्रवास चालू करायला हवा. मग मी एक सर्किट बॉक्स उघडली आणि त्यातल्या चार वायर्स काढून पुन्हा त्यांची नीट जोडणी केली. बॉक्स बंद करून टाकला. आणि एक दांडा ओढला. बेथिस्कॅफला खाली शिशाची चार जड वजने लावून ठेवलेली असतात. ती सोडून दिल्यावर जड झालेला बेथिस्कॅफ हळूहळू तरंगत वर जाऊ लागतो. मी त्या चार वजनांपैकी एक वजन इलेक्ट्रो-मॅग्नेटिक यंत्रणेच्या सहाय्याने सोडून दिले. ते सुटलेले वजन खाली चिखलात पडले. मग गढूळ पाण्याचा लोट दोन्ही बाजूंनी उसळला. बेथिस्कॅफच्या बाजूच्या खिडक्यातून तो वर जाताना दिसला. पण बेथिस्कॅफ हलका झाला तरी तो वर निघेना. आम्ही येथे येऊन पोचल्यावर समुद्रतळापासून पाच सहा फुटांवरती तरंगत होतो. पण नंतर तो बेथिस्कॅफ तसूतसूने खाली घसरत होता व शेवटी गाळावर जाऊन बसला. तिथेच रुतला. केबिनमधल्या त्या रोमहर्षक सवालजबाबामुळे माझे बाहेर लक्ष गेले नव्हते.

मी दुसरा दांडा ओढला. आणखी दोन वजने खाली सोडून दिली. पण काहीच इच्छित परिणाम झाला नाही. हलका झालेला बेथिस्कॅफ तरीही वर निघायला तयार नव्हता. याचा अर्थ समुद्रतळाच्या गाळात आम्ही बऱ्यापैकी खोल रुतलो होतो. किती खोल रुतलो होते ते समजायला काहीही मार्ग नव्हता. या बेथिस्कॅफच्या पूर्वी जेव्हा आम्ही चाचण्या घेतल्या होत्या तेव्हा असे कधीच घडले नव्हते. मी खाली बसून नीट तपासणी करू लागलो. माझ्या हातून एखादी कृती करायची राहिली आहे का ते बघू लागलो. आता माझ्या मनावरती ताण येऊ लागला. ताणामुळे माझ्या वेदना पुन्हा परत आल्या. जबडा व खांदा यातून एकदम कळा मारू लागल्या. मला त्यामुळे नीट विचार करायला जमेना. माझ्या तोंडातल्या त्या बटणाचा मला अडथळा वाटू लागला म्हणून मी ते काढून कोटाच्या खिशात ठेवले.

व्हायलंडचा चेहेरा अजूनही राखाडी रंगाचा होता. तो म्हणाला, ''पण ती... ती

सायनाईडची गोळी आहे ना?''

''छे:! सायनाईड कसले, सांबराच्या शिंगापासून बनवलेले ते एक नेहमीचे कोटाचे बटण आहे. फार चांगली क्वालिटी आहे त्याची.'' नंतर मी पुन्हा एकदम दोन्ही दांडे ओढून पाहिले. बेथिस्कॅफला जोडलेली आणखी वजने सुटली असावीत. पण तरीही काहीच झाले नाही. बेथिस्कॅफ आपल्या जागेवरती ढिम्म बसून होता. चिखलातली म्हैस जशी उठत नाही, तसेच झाले होते. मी व्हायलंड व रॉयेलकडे पाहिले. माझ्या मनातली भीतीची शंका त्यांच्याही चेहेऱ्यावरती उमटलेली दिसली. बापरे! हे किती उपरोधिक घडत होते. इथे आल्यावर ''पुन्हा इथून वरती जायचे नाही, इथेच सर्वांचा शेवट होणार,'' असे मी बजावून सांगत होतो. अन् आता मी त्या दोघांना वर घेऊन जाऊ पहात होतो तर बेथिस्कॅफच गाळात रुतून बसला. आतली हवा तर कशीबशी पाच मिनिटे पुरणार होती. म्हणजे मी इथे आल्यानंतर जे जे बोललो, ती भविष्यवाणीच उच्चारली होती. आम्ही सर्वजण इथेच खरोखरच मरून जाणार होतो. काहीतरी चटकन करायला हवे होते. मी सरळ ती दोन्ही इंजिने विरुद्ध दिशेने म्हणजे १८० अंशातून फिरवून चालू केली. पुढचे पंख असे कलते करून ठेवले की बेथिस्कॅफ सरकायला लागले तर ते वर उचलले जाईल. वळवलेल्या इंजिनांमुळे बेथिस्कॅफ आता माघार घेणार होते व त्याच वेळी ते वर उचलले जाणार होते. मी त्यासाठी सर्व काही केले. पण काहीच घडले नाही. ती पाण्यातली म्हैस उठायला तयार होईना. त्याच वेळी मी केबलचा दोर गुंडाळलेले रीळ चालू केले. त्यामुळे तेलविहिरीच्या दिशेने बेथिस्कॅफ खेचले जाणार होते. आता इंजिने व फिरणारे रीळ यांच्या संयुक्त प्रयत्नाने बेथिस्कॅफ मागे सरकायला हवे होते.

पण तरीही काहीही घडले नाही! आता माझ्या चेहेऱ्यावर घाम येऊ लागला. काळजीची छटा दिसू लागली. ते पाहून व्हायलंड व रॉयेलही घाबरले. बेथिस्कॅफला बाहेरून दोन अवजड इलेक्ट्रिक बॅटऱ्या लावल्या होत्या. या जादा बॅटऱ्याही टाकून द्यायचे मी ठरवले. एक खटका ओढून त्याही निसटल्या व तळावर पडल्या. त्यांनी तर एवढा गाळ उडवला की सर्व खिडक्यांभोवती एक अपारदर्शक पडदा तयार झाला. त्यामुळे बाहेर फक्त काळोखच वाटू लागला. मी जेवढे काही सोडून बेथिस्कॅफचे वजन कमी करायचा प्रयत्न केला तेवढे काही केले. त्या दोन्ही अवजड बॅटऱ्या म्हणजे माझी शेवटची आशा होती. त्या सुटल्यावर माझ्या मते बेथिस्कॅफ खूपच हलका होणार होता व त्याच्या वाढलेल्या उद्धरणशक्तीमुळे तो गाळातून वर सुटणार होता. पण तसे काहीच घडले नाही. माझी शेवटची आशा संपली. शेवटी मी व्हायलंडच्या तोंडून सत्य वदवून घेतले. त्या दोघांच्या तोंडून त्यांच्या गुन्ह्याची कबुली मिळवली. मी समाधान पावलो. माझे गेल्या तीन वर्षांचे कष्ट व शोध फळाला आले होते. त्यासाठी मी किती धोके पत्करले होते. किती वेळा मरता मरता

वाचलो होतो. कधी बळाच्या जोरावर, कधी चातुर्याच्या जोरावर, तर कधी नशिबाच्या जोरावर संकटातून बचावत गेलो. पण या साऱ्यांचा शेवट हा असा इथे समुद्रतळावर व्हावा ना? परमेश्वराच्या घरी खरोखरच न्याय आहे की नाही याची मला प्रथमच शंका वाटू लागली. पुढे काय घडणार? जणू काही काळच थांबून राहिला होता. त्या काळालाही काय करावे ते सुचत नव्हते.

अन् अचानक ते घडले. एका सेकंदात ते घडले. तो बेथिस्कॅफ थरथरत निघाला. रुतलेल्या गाळाच्या ओढीवर मात करून तो निघाला. प्रथम अगदी सावकाश व पुढे एका संथ गतीने तो तळावरून उचलला गेला होता व वर वर चालला होता. ते पडलेले माझे विमान बघता बघता काळोखात अदृश्य होऊन गेले. व्हायलंड भीतीने व सुटकेच्या आनंदाने हुंदके देत असल्याचे मी ऐकले.

आता मी इंजिने बंद केली. बेथिस्कॅफ तळापासून वर वर चालला होता. ती गती फार संथ होती. त्याच वेळी मी अधून मधून ते केबलचे रीळ काही वेळ फिरवून सैल पडलेली केबल ताणून घेत होतो. आम्ही तळापासून १०० फूट वर आल्यानंतर रॉयेल म्हणाला, ‘‘तर टालबोट, हे सारे तुमचे कारस्थान होते! म्हणजे आम्हाला खालीच डांबून ठेवण्याचे तुझ्या मनात मुळात नव्हते. तू केलेस ते एक नाटक होते तर.’’ त्याच्या आवाजातला दुष्टपणा हळूहळू उघड होऊ लागला होता. त्याच्या चेहेऱ्याने पुन्हा तो आपला थंड, दगडी व निर्विकार मुखवटा धारण केला होता.

‘‘अगदी बरोबर!’’ मी त्यांना रुकार देत म्हणालो.

‘‘पण का? का टालबोट तू असे केलेस?’’

‘‘एक तर तो खजिना कुठे आहे हे मला कळून घ्यायचे होते. पण हा माझा गौण हेतू होता. कारण तेलविहिरीपासून तो फारसा दूर नसणार अशी माझी अटकळ होतीच. एखादे सरकारी शोधजहाज तर एका दिवसात त्याचा पत्ता लावेल.’’

‘‘मग का हा खटाटोप केलास?’’

‘‘कारण माझ्याजवळ तुमच्याविरुद्ध काहीच पुरावा नव्हता. तुम्हाला मृत्युदंडाची शिक्षा देण्यासाठी मला पुरावा गोळा करणे भागच होते. तुमच्या कारस्थानाची आम्ही जी काही साखळी लावत गेलो, ती मधे अनेक ठिकाणी तुटली होती. दोन्ही टोके जोडणारे कसलेच दुवे नव्हते. जणू काही तिथे अनेक अभेद्य भिंती उभ्या आहेत. एकेका भिंतीतून पार करायला भिंतीतले दरवाजे उघडायला हवे होते. हे दरवाजे पक्के कुलूपबंद होते. याचे कारण रॉयेलने मधले दुवे असणारी ती सर्व माणसे एका मागोमाग ठार केली होती. नाहीतर ती माणसे पकडल्यावर आम्ही त्यांच्या तोंडून सर्व काही वदवून घेतले असते. दोन दुवे एकमेकांशी जोडत गेलो असतो. तुमच्या भोवती पुराव्यांची एक अशी साखळी उभी झाली असती की तुम्ही त्यात पक्के जेरबंद झाला असता. पण आता ती माणसे मेल्याने त्या बंद दरवाज्यांची कुलूपे

कशी उघडायची? पण आज आम्ही ती तुमच्याकडून उघडून घेतली. त्यासाठी भीतीचा उपयोग केला. तुम्हाला भयाने ग्रासून टाकले. मग भीती हीच किल्ली ठरली व त्या किल्लीने तुम्हीच एकेक दरवाजा पटापटा उघडून देऊ लागलात.''

''तरीही टालबोट, आमच्या विरुद्ध तुझ्याकडे कसलाही पुरावा नाही. ज्याला तू पुरावा म्हणतोस तो फक्त तुझा आमच्याविरुद्ध असलेला शब्द. अन् हा शब्दसुद्धा बोलण्यासाठी तू जिवंत रहाणार नाहीस, टालबोट,'' रॉयेल म्हणाला.

''मला वाटलेच की तुम्ही असे काही म्हणणार ते,'' मी मान हलवित म्हणालो. आम्ही आता समुद्रपृष्ठापासून फक्त २५० फूट खाली होतो. ''तेव्हा रॉयेल तुझे धैर्य परत आले आहे. परत तुझा आत्मविश्वास तुला मिळाला आहे. खरे ना? पण म्हणून तू माझे काहीही वाकडे करू शकत नाहीस. माझ्यावाचून तुला हा बेथिस्कॅफ रिगपर्यंत नेताच येणार नाही. तुलाही ठाऊक आहे ते. शिवाय माझ्याकडे तुझ्याविरुद्ध असलेला एक ठाम पुरावा आहे. तू जॉब्लान्स्कीला जी गोळी घातलीस ती मी शोधून काढली. माझ्या पायाच्या दोन बोटांच्या मध्ये मी ती टेपने चिकटवून टाकली आहे. तेवढ्या पुराव्याच्या आधारे तुला फाशीची शिक्षा होऊ शकेल. खरे की नाही?'' त्या दोघांनी एकमेकांकडे दचकून बघितले. मी म्हणालो, ''का? हादरलात ना? मला तुम्ही केलेल्या साऱ्या गोष्टी ठाऊक होत्या. फार काय जॉब्लान्स्कीचे प्रेतही मी खणून बाहेर काढले होते. तेव्हा रॉयेल ती गोळी तुझ्या त्या छोट्या ऑटोमॅटिक पिस्तुलाला व्यवस्थित जुळते आहे असे कोर्टात सिद्ध केले की तू खलास. झालीच मग तुला मृत्युदंडाची शिक्षा.''

''टालबोट, ती गोळी मला दे. ताबडतोब ती आत्ता मला दे.'' रॉयेलचे नेहमीचे काचेचे डोळे आता चमकत होते. त्याचा हात खिशातील पिस्तुलाकडे चालला होता.

''उगाच मूर्खपणा करू नकोस, टालबोट. तू त्या गोळीचे काय करणार आहेस इथे? खिडकीबाहेर फेकून देणार? अन् इतकेही करून तू ती गोळी नष्ट करू शकलास तरी इतरही एवढे पुरावे तुझ्याविरुद्ध गोळा झालेले आहेत की त्यातूनही तुझे मरण वाचत नाही. आपल्या आजच्या या सहलीचा तोच हेतू होता की तुमचा मृत्यू पुराव्यानिशी पक्का करायचा.''

माझ्या स्वरात नक्की असा काहीतरी निर्धार किंवा तत्सम ठामपणा होता की तो त्यांच्या मनाला स्पर्श करून गेला. रॉयेल एकदम स्तब्ध झाला. तर व्हायलंडचा चेहेरा आणखी पडला. त्याच्या शरीराचा कंपही वाढला. त्यांना शेवटी ते अंतिम सत्य कळून चुकले होते. आपण कितीही शंका काढल्या, टालबोटचे म्हणणे खोडून काढले, त्याला जीवे मारण्याची धमकी दिली किंवा खरोखरीच तसे केले, कितीही पळवाटा शोधल्या, तरीही आता आपला शेवट नक्की जवळ आला आहे. आता आपला अंत होणार. अगदी हमखास होणार. तो इथे बेथिस्कॅफमध्ये होईल किंवा

वरती तेलविहिरीवर होईल, किंवा न्यायालयात होईल. पण आपल्या वाट्याला आलेले आयुष्य संपलेले आहे. फक्त आता काही तासांचा किंवा फार तर दिवसांचा अवधी बाकी आहे. त्या दोघांना ही जाणीव आतून कुठेतरी प्रकर्षाने झाली असावी. त्यांच्या मनातला विरोध केव्हाच गळून पडला होता. ते आतून पार ढेपाळले होते. बळी जाणारे जनावर जसे धडपड करते व आपल्या मारेकऱ्यावर शिंगे उगारते तसे ते करीत होते. त्यातून मला मारण्याने तर उलट त्यांचा मृत्यू काही मिनिटातच आणि हमखास होणार होता. ज्याच्यासाठी गेली तीन वर्षे धडपड केली तो खजिना शेवटी गवसला आणि हातचा निसटला. तो जर कधी गवसलाच नसता तर जेवढे दु:ख झाले असते त्यापेक्षा अधिक दु:ख हे गवसण्यामुळे झाले होते. त्यांची मने नुसती खचली नव्हती, तर ते पार उद्‌ध्वस्त झाले होते. केवळ शेवटची धडपड म्हणून ते आंधळेपणे काहीतरी तांत्रिक शंका काढीत होते. पण त्यात दम नाही हे त्यांना आतून कळून चुकले होते. त्यांच्या प्रत्येक शंकेला माझ्याकडे सॉलीड उत्तर होते. केवळ माझ्यापुढे दिलेला कबुली-जबाब हा काही न्यायालयात टिकणार नाही, ही त्यांची शंका तरी वरवर पहाता रास्त होती. पण मी तीही शंका जर त्यांच्या मनातून निपटून काढली तर ... तर मात्र त्यांचा उरलासुरला विरोध नाहीसा होऊन ते अक्षरश: गलितगात्र होतील.

मी त्यांना म्हणालो, ''त्या रिळावरची केबल ही आतून पोकळ आहे व त्यातून मायक्रोफोनची वायर वरती तेलविहिरीपर्यंत गेली आहे, हे तुम्हाला ठाऊकच आहे. वायरच्या इथल्या टोकाला हा माईक आहे. यातून बोललेले वरती तेलविहिरीवरच्या स्पीकरमधून ऐकू जाते. हे सारे तर तुम्हाला माहितीच आहे. पण माईकपाशी एक बटण असून ते 'चालू' व 'बंद' अवस्थेत ठेवता येते. मी दुपारी आल्यानंतर ते बटण उघडून आतल्या तारा अशा काही जोडून ठेवल्या की तो माईक कायम 'चालू' अवस्थेत राहील. मग भले तुम्ही बटण कोणत्याही अवस्थेला नेले तरी. तेव्हा त्यावरील ON व OFF या शब्दांना काहीच अर्थ नाही, हे लक्षात घ्या. यामुळे आपले इथले एकूणएक बोलणे वरती ऐकू गेले आहे. व्हायलंड मघाशी मी तुला माझ्याजवळ येऊन बोलायला लावले, तुझा कबुलीजबाब घेतला. तो या माईकच्या अगदी जवळ घेतला. आपले सर्व बोलणे वरती टेप-रेकॉर्डवरती कायमचे ध्वनिमुद्रित झाले आहे. शिवाय एव्हाना तिथे एफ.बी.आय. व शेरीफची माणसे आली आहेत. ते सर्वजण स्पीकरमधून जे जे काही ऐकू येते आहे, त्याला साक्षीदार आहेत. शिवाय एक सिव्हिल सर्व्हिसमधला स्टेनो आणि पोलिस खात्यातला स्टेनो हे दोघेही ऐकू येणारे संभाषण टिपून घेत आहेत. अगदी शब्दन् शब्द! टेप-रेकॉर्डरचे ध्वनिमुद्रण हे सहसा कोर्टात मान्य केले जात नाही हे खरे आहे. तुम्हालाही आत्ता मनातून तसेच वाटत असेल. पण वर जमलेली एकूणएक माणसे ही 'आपल्याला ऐकू आलेले शब्द हे फक्त याच स्पीकरमधून

आलेले आहेत. या ध्वनीचा दुसरा कोणताही उगम नाही व नव्हता,' असे कोर्टात सांगतील. त्यांच्या साक्षी ह्या ग्राह्य धरल्या जातील. तुमच्या विरुद्धचे पुरावे एवढे भक्कम करून ठेवले गेले आहेत की ज्यूरी मंडळी विचारविनिमयासाठी कोर्टातून उठणारही नाहीत. ते तिथेच आपले मत देतील व जज्जही त्यांच्याशी सहमत होऊन ते उचलून धरतील. मी पोलिसांना केव्हाच आज पहाटे एक्स-१३ वरून कळवून ठेवले होते. त्यानुसार त्यांची माणसे आपण आज सकाळी इथे हेलिकॉप्टरने येण्याआधीच पोचली होती. म्हणून तर तो फील्ड फोरमन व पेट्रोलियम इंजिनियर आपण हेलिकॉप्टरने आल्यावर दडपणाखाली असलेले दिसले. ते तेलविहिरीवर बारा तास लपून होते. नक्की कुठे लपले ते फक्त केनेडीला ठाऊक होते. अन् व्हायलंड, तुम्ही त्या लोंबकळणाऱ्या खांबावरच्या खोलीच्या दारावर जे सांकेतिक ठोठावणे करता ना, तो संकेत लक्षात ठेवून मी केनेडीला दुपारच्या वेळी सांगितला. त्याने मला दुपारचा खाना आणून दिला तेव्हा त्याच्याजवळच्या छोट्या नोटपॅडवर मी ते लिहून दिले. तेव्हा तुमची ती दोन मवाली माणसे, गुंड गुन्हेगार व ठोंब्ये ठग हे केव्हाच त्या सांकेतिक ठोठावण्याला बळी पडले असणार. तेव्हा आता व्हायलंड व रॉयेल, मी तुमच्या मनातल्या साऱ्या शंका निपटून काढल्या आहेत. तुमचा खेळ खरोखरच संपलेला आहे हे पटावे व तुमच्या मनातली उरली सुरली शंकाही नाहीशी व्हावी म्हणून मी हे सांगण्याचे श्रम घेतले. आता यावर तुमच्या कसल्याही शंका नसणार, असे मी धरून चालतो.''

माझ्या बोलण्यानंतरची शांतता ही केवळ अभूतपूर्व होती. निदान मानसशास्त्रीयदृष्ट्या तरी मला तशी वाटली. त्यांना माझा एकेक शब्द पटत गेला असला पाहिजे. आपली सुटका कुठूनही होत नाही, आपले सर्व मार्ग बंद झाले आहेत, हे त्यांना कळून चुकले होते. इतकी वर्षे आयुष्यात आपण कायदे चुकवत गेलो, पैशांनी माणसे विकत घेत गेलो, वाटेत येणाऱ्याला कापून काढत गेलो आणि मग आपल्याला पाहिजे ते मिळवीत गेलो. पण हे समीकरण प्रत्येक वेळी यश देत गेले, पण या वेळी नाही. उलट यामुळेच आपण पार गोत्यात आलो. शिवाय यातला सर्वात मोठा निर्घृण भाग म्हणजे हे सर्व कळवून, पटवून देण्याऐवजी आपल्याला मृत्यू दिला नाही. आपल्याला जिवंत ठेवले गेले आणि स्पष्टपणे त्या सत्यासमोर उभे केले, पार नागवे उभे केले. शेवटी सत्य ते सत्यच. कधी ना कधी ते उशीरा उगवते. पण उगवते हे नक्की. जगात कोणीच सर्वशक्तीमान असू शकत नाही. सगळेच शेवटी कुठेतरी नतमस्तक होत असतात. तसे ते नाही झाले तर त्यांना ते करायला भाग पाडले जाते.

एवढे सगळे त्यांना नक्की जाणवत असावे. पण त्यांच्या मनात, प्रवृत्तीत, सवयीत एवढा झटकन बदल होणार नव्हता. अंतिम सत्याचे दर्शन झाले तरीही माणसे आडमुठेपणाने वागतात, आपली तथाकथित प्रतिष्ठा मानत रहातात. ते शेवटपर्यंत सत्याच्याही विरुद्ध लढा देऊ पहातात. पण त्यांच्या ह्या वागण्याला

बुद्धिवाद, तर्कशास्त्र, सारासार विवेकबुद्धी, यांचा काहीही आधार नसला तरीही ते हट्टीपणाच करतात. शेवटी ते त्यांच्या सैतानी प्रवृत्तीचे गुलाम असतात. जित्याची सवय मेल्याखेरीज सुटत नाही. त्यामुळे शेवटी त्यांना संपून जाणे भाग पडते.

व्हायलंड व रॉयेल ह्यांना आपले भवितव्य अटळ आहे हे नक्की जाणवले होते. पण तरीही सवयीनुसार रॉयेलने आपले ते चपटे पिस्तूल बाहेर काढलेच. कदाचित् त्या रिळावरची केबल त्याला तोडून टाकायची असेल. म्हणजे आतली मायक्रोफोनची वायरही आपोआपच तुटणार होती. पण तसे करणे म्हणजे बेथिस्कॅफलाच धोका निर्माण करण्याजोगे होते. तो म्हणत होता, ''टालबोट, आम्ही सारे तुझ्याबद्दल जे समजत होतो ते सारे चुकीचे होते तर. तू तर आमच्यापेक्षाही चलाख निघालास. ठीक आहे, मी तुझा वरचढपणा मान्य करतो. तू जे काही मिळवलेस ते कोर्टात सादर केले जाईल खरे, पण कोर्टाचा निकाल ऐकायला तू कधीच जिवंत रहाणार नाहीस.'' रॉयेलचे चापावरचे बोट हळूहळू घट्ट होत चालले होते. ''तेव्हा टालबोट, आता तुला गुडबाय!''

''रॉयेल, तू आत्ता जे करणार आहेस तो निव्वळ मूर्खपणा ठरेल. मी तुझ्या जागी असतो तर ते पिस्तूल झाडायचा मूर्खपणा मी अजिबात करणार नाही. तू जर त्याचा चाप ओढलास तर मी मरणार तर नाहीच, पण तुझा हात मात्र फुटून निघेल. अन् माझी तर इच्छा अशी आहे की त्या विजेच्या खुर्चीवरती तुला शॉक देऊन मारले जावे. तसे मारले जात असताना त्या यातना तुला सहन होणार नाहीत. तेव्हा खुर्चीच्या हातांचाच काय तो आधार असतो. अशा वेळी एका हाताच्या पंजाने खुर्चीचा हात धरणे हे काही बरोबर नाही बघ!''

''टालबोट, तू काहीतरी चमत्कारिक बरळतो आहेस. तुझ्याशी बोलण्यात काहीही अर्थ नाही. मला जे काही करायचे...''

''रॉयेल, मूर्ख माणसा, तुझ्या पिस्तुलाच्या नळीतून आतमध्ये बघ जरा. संध्याकाळी तू जेव्हा बेशुद्ध होतास तेव्हा केनेडीने एक शिशाच्या नळीचा तुकडा मिळवला, पंच मिळवला व एक हातोडीही मिळवली. मग त्याच्या सहाय्याने तो शिशाचा गोळा तुझ्या पिस्तुलात ठोकून ठोकून पार आत घट्ट बसवून टाकला. तुझे पिस्तूल त्यामुळे आता पार निकामी झाले आहे. मूर्खा, तुला पिस्तूल हातात घेऊन इथे बेथिस्कॅफमध्ये मी कसा येऊ देईन? अन् तुला जर माझे बोलणे खरे वाटत नसेल तर ओढ की पिस्तुलाचा दाब आणि खात्री करून घे तुझी.''

रॉयेलने एक डोळा मिटून आपल्या पिस्तुलाच्या नळीत डोकावले. क्षणात त्याचा चेहेरा तिरस्काराने नुसता पिळवटून निघाला. मत्सर भावना त्याच्या चेहेऱ्यावर नुसती ओसंडून वहात होती. गेली दहा वर्षे त्याचा चेहेरा नेहमी थंड रहायचा, निर्विकार रहायचा, दगडी पुतळ्यासारखा असायचा. पण आता तिथला प्रत्येक स्नायू हालचाल करून आपले अस्तित्व दाखवित होता. तो आता पुढे काय करणार

ह्याची मला कल्पना होती. त्याने चिडून ते पिस्तूल एकदम मला फेकून मारले. मी सावध असल्याने ते झटकन चुकवले. खिडकीच्या भक्कम प्लेक्सिग्लासवर जाऊन ते आपटले व खाली जमिनीवर माझ्या पायापाशी पडले.

"पण माझ्या पिस्तुलाशी मात्र कोणीही तसला खेळ करून त्यात बदल केला नाही," व्हायलंड खालच्या आवाजात म्हणाला. त्याचा तो नेहमीचा आवाज नव्हता. नेहमी तो सुसंस्कृत व सभ्य माणसासारखा वागे, पोषाख करे व तशीच भाषा बोले. एखाद्या बड्या कंपनीच्या चीफ एक्झिक्युटिव्ह अधिकाऱ्यासारखा त्याचा तोरा असे. पण आत्ता त्याच्या आवाजात धार आली होती. तो नेहमीचा आवाज वाटत नसल्याने त्याचाच म्हणून ओळखू येत नव्हता. त्याचा चेहरा निस्तेज व खूप वयस्कर वाटत होता. त्यावर घामाची एक पातळ फिल्म चढली होती. तो म्हणत होता, "टालबोट, माझ्याजवळ पिस्तूल आहे हे तू विसरलास. शेवटी तू ही मात्र चूक केलीसच. केलीस ना?" त्याच्या श्वासोच्छ्वास आता उथळ होत होता. तो म्हणाला, "तू आता कोणत्याही..."

अचानक त्याचे बोलणे थांबले. आपल्या कोटातून तो पिस्तूल काढत होता. तो हात मधेच अर्धवट थांबला. त्याच्या कपाळावर मी जे कोल्ट रिव्हॉल्व्हर झटकन काढून रोखले होते त्याकडे तो पहात होता. त्याने त्या रिव्हॉल्व्हरची नळी व दस्ता पाहिला आणि त्याला एक आश्चर्याचा धक्का बसला. तो म्हणाला, "हे... हे कुठे तुला मिळाले? हे... हे लॅरीचे रिव्हॉल्व्हर आहे ना?"

"'आहे' नाही. 'होते'!" निघण्यापूर्वी तू माझी झडती घ्यायची होतीस, व्हायलंड. पण तू चुकलास. शेवटी तू ही चूक केलीस. त्याऐवजी तू केनेडीची झडती घ्यायला लावली. मूर्ख. तुम्ही दोघेही मूर्ख बदमाष आहात. त्या नशेबाज, व्यसनी, बिनडोक व चक्रम लॅरीचे हे रिव्हॉल्व्हर आहे. व्हायलंड, तुझ्या मुलाचे हे रिव्हॉल्व्हर आहे. मी संध्याकाळीच त्याच्याकडून ते हिसकावून घेतले. अवघ्या एका तासापूर्वीच. त्याला ठार मारायच्या आधीच घेतले."

"ठार मारायच्या आधीच?"

"होय, त्याची मी मानच मोडून टाकली."

व्हायलंडला हा शेवटचा तडाखा फारच जबरदस्त होता. लॅरी त्याचा मुलगा होता हे त्याने गुपित ठेवले होते. कशासाठी कोण जाणे? कदाचित् हे त्याने रॉयेललाही सांगितले नसेल. या खजिना प्रकरणात लॅरीसारख्या मूर्ख व नशेबाज प्राण्याला त्याने नाहीतरी सामील करून घेतलेच नसते. याचा अर्थ रॉयेलची किंमत तो 'आपला एक भागीदार' म्हणून करत नसावा, तर आपण एक पाळलेला भाडोत्री माणूस असे त्याला समजत असावा. लॅरीच्या मृत्युचा घाव व्हायलंडच्या जिव्हारी बसला. खोल खोल जाऊन बसला. तो खजिना गमावण्यापेक्षाही जास्त बसला. व्हायलंड आता हुंदक्यावर हुंदके देत होता, मधूनच मोठ्याने विलाप करत होता.

शेवटी त्याच्यात ती वेडाची लहर उसळून आली. त्याने चिडून माझ्या दिशेने झेप घेतली. पण त्याची कृती ही मंद होती. त्यामुळे वाटेतच त्याची गती संपून तो खाली जमिनीवरती कोसळला. कसलाही आवाज न करता कोसळला.

मी त्याच्या कपाळावरती लॅरीचे रिव्हॉल्व्हर टेकवून धरले व रॉयेलला हुकूम सोडला, ''त्याला बांधून टाक.''

बेथिस्कॅफमध्ये बऱ्याच सुट्या वायर्सचे तुकडे होते. रॉयेलने ते गोळा केले आणि मुकाट्याने व्हायलंडचे हातपाय बांधून टाकले.

बेथिस्कॅफ आता १५० फुटांवरती आला होता. बेथिस्कॅफवरचा पाण्याचा दाब कमी झाल्याने पेट्रोलच्या आवरणाची गरज तशी कमी झाली होती. म्हणून मी काही प्रमाणात ते पेट्रोल हळूहळू समुद्रात सोडून देऊ लागलो. बेथिस्कॅफला आता मी १२० फूट खोलीवर नेले. एव्हाना रॉयेलने व्हायलंडचे हातपाय बांधले होते व तो सरळ उभा रहात होता. तीच वेळ मी साधली. लॅरीच्या रिव्हॉल्व्हरच्या दस्त्याचा फटका मी त्याच्या कानामागे जोरात मारला. रॉयेलशी असे वागणे हे कुणाला जर असभ्यपणाचे वाटत असेल, पण त्याच्याशी तसे वागण्याची वेळ कधीच संपून गेली होती.

मी आता खूप थकलो होतो. माझ्यात काहीही त्राण उरले नाही. माझ्या सर्व शरीरभर वेदनांचा महापूर पसरला होता. आता हा बेथिस्कॅफ पुन्हा त्या तेलविहिरीच्या खांबाच्या पायथ्याशी अचूक नेऊन जोडणे मला शक्य नव्हते. ते केवळ अशक्य होते. मन व शरीर यांनी आता मात्र माझ्या विवेकबुद्धिला न जुमानता बंड पुकारले होते. ते माझा ताबा घेत होते. त्यांची सरशी होत होती व माझी माघार होत होती. तरीही मी जिवाच्या आकांताने काम करत होतो. पाण्यातला इंच इंच लढवत तेलविहिरीकडे सरकत होतो. शेवटी मी तिथे पोचलो. प्रवेश-कोठीमध्ये वरून लोंबकळणाऱ्या खांबाचा निमुळता भाग येऊ दिला. आणि मायक्रोफोनमध्ये ती रबरी रिंग हवेने फिरवायची सूचना अडखळत्या शब्दात दिली. तो आवाज माझा मलाच ओळखू आला नाही. पुढे काय झाले ते मला आठवत नाही.

नंतर मला सांगण्यात आले होते की बेथिस्कॅफमध्ये आम्ही तिघेही बेशुद्ध होऊन पडलो होतो.

■

समारोप

ऑक्टोबर महिन्यातील दिवस होता. मी न्यायालयाच्या इमारतीच्या पायऱ्या उतरून बाहेरच्या मोकळ्या जगात पाऊल टाकले. बाहेर दुपारचे ऊन होते व वारेही होते. पण त्यामुळेच फक्त उबदारपणा जाणवत होता. रॉयेलला नुकताच न्यायालयाने मृत्युदंड ठोठावला होता. त्या शिक्षेवरती वरच्या कोर्टात त्याला अपीलही करता येणार नव्हते. हा खटला कोणत्याही प्रकारे नव्याने उकरून काढता येणार नव्हता. तशी याचिका कधीही दाखल करता येणार नव्हती. तेव्हा आता जो निकाल झाला तो एकदाच व कायमचा पक्का झाला होता. खटल्यातले कामकाज संपल्यानंतर ज्यूरी आपल्या दालनात जातात व एकमेकांशी विचारविनिमय करून आपले मत न्यायाधिशाला कळवतात. पण या खटल्यात ज्यूरींचे मत खटल्याचे काम संपेपर्यंत एवढे पक्के होत गेले होते की त्यांनी आत जाऊन चर्चा न करताच न्यायाधिशाला आपला निर्णय सांगितला. "दोषी! आरोपी रॉयेल हा सर्वांच्या मताने दोषी असून तो कोणत्याही क्षमेस अथवा सवलतीस पात्र नाही, असे आमचे एकमत आहे. त्यास कायद्यानुसार जास्तीत जास्त शिक्षा ठोठावण्यात यावी!!"

तो सर्व खटला अवघ्या एका दिवसात आटोपला. कारण सर्व पुरावे एवढे ठोस होते की त्याबद्दल आरोपीच्या वकिलांनी अजिबात शंका घेतली नाही. सबंध दिवसभर रॉयेल हा एखाद्या कोरीव पुतळ्यासारखा बसून होता. अनेक तास तो समोरच्या कोणत्यातरी एकाच बिंदूकडे टक लावून बसला होता. तो बिंदू म्हणजे मी होतो. त्याचे डोळे नेहमीसारखेच निर्विकार, भावरहित व काचेचे वाटत होते. रॉयेल ज्यावेळी हातापायावर ओणवा होऊन दयेची याचना करीत होता त्यावेळचे ध्वनिमुद्रण हे कोर्टात फिर्यादी पक्षाकडून वाजविण्यात आले, त्यावेळीही तो विचलीत झाला नाही. इतकेच काय, पण जेव्हा त्याला न्यायाधिशाने मृत्यूची सजा फर्मावली तेव्हाही तो तसाच निश्चल बसला होता. त्याचे डोळे जराही हलत नव्हते. पण त्याच्या नजरेत एकच संदेश मला वाचता आला. तो म्हणजे, "टालबोट, काळ हा अनंत आहे. काळ हा कधीही संपून जात नाही. त्याचे अस्तित्व कायम असते. मी अनंत काळपर्यंत तुझी वाट पहात राहीन, टालबोट!"

खुशाल बसू दे वाट पहात त्याला. त्या अनंत काळामध्ये मला माझ्या चिंता सोडवायला थोडा काळ खर्च करावा लागेल.

त्यांनी व्हायलंडला शिक्षा दिली नाही. तो बेटा त्यांच्या तावडीतून निसटला. कारण त्यांना तशी संधीच व्हायलंडने दिली नाही. बेथिस्कॅफमध्ये झडप उघडून शेरीफची माणसे शिरल्यावरती त्यांनी आम्हा तिघांना शुद्धिवर आणले. प्राणवायू हुंगावयास दिला. मी वर कसा आलो का मला त्यांनी उचलून वर घेतले, यातले मला काहीही आठवत नाही. पण व्हायलंड व रॉयेल हे मात्र पूर्ण शुद्धीवरती येऊन त्यांना त्या पोकळीतील १७० पायऱ्या चढत जाव्या लागल्या होत्या. पण बरेच वरती आल्यावर व्हायलंडने सरळ आपली हाताची पकड काढून घेऊन ती शिडी सोडून दिली. त्याने आपले शरीर मागे हवेत झुकवले. अन् तो सरळ दगडासारखा खाली जाऊन आपटला. त्याची कवटी फुटून मेंदू बाहेर आला व तिथेच तो गतप्राण झाला. पण जेव्हा तो खाली कोसळत होता तेव्हा त्याने अजिबात किंकाळी फोडली नाही की कसलाही आवाज केला नाही. त्याने ती एक ठरवून केलेली आत्महत्त्या होती, हे यावरून सहज समजून येत होते.

जनरलसाहेब व त्यांची पत्नी पायऱ्यांवरती उभे होते. ते कोणाशी तरी बोलण्यात गर्क होते. मी त्यांना ओलांडून गेलो. जेव्हा मी रुग्णालयातून बरा होऊन बाहेर पडलो, तेव्हा मी प्रथम मिस् रुथव्हेनची गाठ घेतली. तो दिवस कालचाच होता. ती अत्यंत खुषीत होती आणि वारंवार माझ्याबद्दल आपली कृतज्ञता व्यक्त करीत होती. जनरलसाहेब खूपच दयाळू होते. त्यांनी त्यांच्या त्या अवाढव्य उद्योगाच्या पसाऱ्यात मला सर्वात वरची व अत्यंत लठ्ठ पगाराची नोकरी देऊ केली होती. मी ती नाकारली. मग त्यांनी मला भरपाई म्हणून प्रचंड रक्कम देऊ केली. तेवढ्या पैशात मी सात जन्म सुखात लोळलो असतो. पण मी त्यालाही सौजन्यपूर्ण नकार दिला. मी नुसता हसलो व त्यांचे मनापासून आभार मानले. त्यांनी मला काहीही जरी देऊ केले असते तरी मला आता कशाचाच मोह उरला नव्हता. माझे ते सुखाचे दिवस कधीच संपले होते. माझी प्रिय पत्नी एलिझाबेथ हिच्याबरोबरचे मंतरलेले दिवस मी हरवले होते. माझा लाडका मुलगा मी गमावला होता. त्या सुखाची भरपाई कशानेही होणार नव्हती. पैसा तर मला माझ्या आयुष्यात कधीच विकत घेऊ शकत नव्हता.

मिस् रुथव्हेन ही तिच्या वडिलांच्या रोल्स रॉईस गाडीच्या बाहेर उभी होती. तिने एक साधा पांढरा पोषाख परिधान केला होता. तिने एक उंच केशरचना केली होती. त्या साध्या कपड्यात ती मला किती सुंदर वाटली. तिचे लोभसवाणे व्यक्तिमत्त्व चांगले खुलून दिसत होते. तिच्याजवळच केनेडी उभा होता. पण त्याच्या अंगावरती आता शोफरचा पोषाख नव्हता. अन् या नवीन उंची पोषाखात तो पूर्वीपेक्षाही रुबाबदार व अधिक देखणा वाटत होता. याचा अर्थ तो आता शोफर राहिला नव्हता. रुथव्हेन कुटुंबियांपैकी एक झाला होता. कारण जनरलला ठाऊक झाले होते की या

आपल्या शोफरने आपल्यावर किती अनंत उपकार करून ठेवले आहेत. त्याची परतफेड ही शोफरच्या पगाराने होत नसते. तो व मिस् रुथव्हेन हे दोघे लवकरच विवाहबद्ध होतील असा माझा अंदाज होता. मी त्याला मनापासून शुभेच्छा दिल्या. तो एक फार चांगला माणूस होता.

मी पायऱ्यांवरती क्षणभर थबकलो. डावीकडून थंड वारा समुद्रावरून येत होता. तो गल्फ ऑफ मेक्सिकोचा समुद्र होता. इथून त्याचा उन्हात चमचमणारा निळा पृष्ठभाग मोहक वाटत होता. त्या पृष्ठभागाखालीच सारे थरारनाट्य घडले. काही वेळ मी विचारात गढून गेलो होतो. मिस् रुथव्हेनने मला थबकलेले पाहिले. क्षणभर पुढे जाऊन भेटावे की नाही याबद्दल तिला निर्णय घेता येईना. पण ती चटकन पुढे आली व माझ्या समोर उभी राहिली. ती काहीतरी पुटपुटत होती. तिचे काळेभोर डोळे ओलावले होते. माझा डावा हात बँडेजमध्ये अडकवला होता. त्याला धक्का लागणार नाही याची काळजी घेत तिने मग एकदम मला मिठी मारली आणि माझे एक चुंबन घेतले. आपल्या भावना ती फक्त एवढ्याच कृतीने व्यक्त करू शकत होती. त्यात विशुद्ध प्रेम होते, कृतज्ञता होती, माणुसकी होती, करुणा होती आणि काय नव्हते? सारे दैवी भाव तिथे प्रगटले होते. पण दुसऱ्याच क्षणाला ती तेथून चपळाईने निघून गेली. रोल्स राईसमधे ती जाऊन बसली खरी, पण तिने आपला हात बाहेर काढून माझ्या दिशेने हलवला नाही. नक्की आत बसल्यावर तिला रडू येत असले पाहिजे. केनेडीने मात्र जाता जाता माझ्याकडे पाहिले व हसून आपला हात हलवला.

मी तिथून चालत चालत एका हॉटेलातील बारमध्ये गेलो. मला एकट्याला निवांत बसायचे होते. मी डबल स्कॉच मागवून पीत बसलो. याच ठिकाणी आधी ठरल्याप्रमाणे मला पोलिसांनी पकडले होते व एका रोमहर्षक नाटकाची सुरुवात झाली होती. हळूहळू संध्याकाळ झाली. काही वेळाने अंधारही झाला. समोरच्या समुद्रात दूर क्षितीजावरती एक्स-१३ तेलविहिरीवरचे दिवे अंधुकपणे चमकत होते.

एक्स-१३, तिथून ईशान्येला १७४० फुटांवरती पाण्यात ४८० फूट खोल खाली असलेले विमान हे आता माझ्या जीवनाचा एक अविभाज्य भाग होऊन बसले होते.

■